KINH HIỀN NGU

GIÁO HỘI PHẬT GIÁO VIỆT NAM THỐNG NHẤT
HỘI ĐỒNG PHIÊN DỊCH TAM TẠNG LÂM THỜI

ĐẠI TẠNG KINH VIỆT NAM

THANH VĂN TẠNG

Tập 23

TẠP BỘ I

KINH HIỀN NGU

NGUYÊN NGỤY TUỆ GIÁC ĐẲNG dịch Hán
HT. THÍCH TRUNG QUÁN dịch Việt

HỘI ĐỒNG HOẰNG PHÁP

PL 2565 – DL 2022

ĐẠI TẠNG KINH VIỆT NAM
THANH VĂN TẠNG - Tập 23 – TẠP BỘ I
KINH HIỀN NGU
NGUYÊN NGỤY TUỆ GIÁC ĐẲNG dịch Hán
HT. THÍCH TRUNG QUÁN dịch Việt

Ban Báo Chí & Xuất Bản Hội Đồng Hoằng Pháp
Ấn hành lần thứ nhất, quý II/2022

Trách nhiệm xuất bản: Thích Hạnh Viên
Sửa bản in: Thích Như Tú, Thích Thanh An, Tâm Quang
Trình bày: Quảng Hạnh Tuệ
Thiết kế bìa: Quảng Pháp, Nhuận Pháp

https://hoangphap.org

MỤC LỤC

GIỚI THIỆU CÔNG TRÌNH PHIÊN DỊCH ĐẠI TẠNG KINH VIỆT NAM

Yo vo, ānanda,
mayā dhammo ca vinayo ca desito paññatto,
*so vo mamaccayena satthā.**

I. SƠ LƯỢC QUÁ TRÌNH PHIÊN DỊCH

Trước khi nhập Niết-bàn, đức Phật có di giáo tối hậu cho các chúng đệ tử: "Pháp và Luật mà Ta đã thuyết và quy định, là Đạo Sư của các ngươi sau khi Ta diệt độ." Phụng hành di giáo của đức Thế Tôn, các vị Trưởng lão A-la-hán đã thực hiện cuộc kiết tập lần thứ nhất tại thành Vương Xá, cùng hòa hiệp phúng tụng tất cả những điều đã được Phật giảng dạy trong suốt bốn mươi lăm năm giáo hóa; nền tảng của văn hiến Phật giáo mà về sau được gọi là Tam tạng được thành lập từ đó.

Kể từ đó, giáo pháp của đức Thích Tôn theo bước chân du hóa của các Thánh đệ tử lan tỏa khắp bốn phương. Nơi nào Giáo pháp được truyền đến, nơi đó bốn chúng đệ tử học tập và hành trì theo phương ngôn của bản địa, như điều đã được đức Phật chỉ giáo: *anujānāmi, bhikkhave, sakāya niruttiyā buddhavacanaṃpariyāpuṇitun"ti.* "Này các tỳ-kheo, Ta cho phép các ngươi học Phật ngôn bằng chính phương ngữ của mình." Y cứ theo lời dạy này, ngay từ khởi thủy Phật ngôn đã được chuyển thể qua nhiều phương ngữ khác nhau. Khi các bộ phái Phật giáo phát triển, mỗi bộ phái cố gắng thành lập Tam tạng Thánh điển theo phương ngữ của địa phương được xem là căn cứ địa. Khi mà

---

* Này *Ānanda*! Pháp và Luật mà Ta đã thuyết và qui định, là Đạo Sư của các ngươi sau khi Ta diệt độ.

hệ thống văn tự tại cổ Ấn Độ chưa phổ biến, sự lưu truyền Thánh điển bằng khẩu truyền là phương tiện chính. Do khẩu truyền, những biến âm do khẩu âm của từng địa phương khác nhau thỉnh thoảng cũng ảnh hưởng đến một vài thay đổi nhỏ trong các văn bản. Những biến thiên âm vận ấy trong nhiều trường hợp dẫn đến những giải thích khác nhau về một điểm giáo nghĩa giữa các bộ phái. Tuy nhiên, nhìn từ đại thể, các giáo nghĩa trọng yếu vẫn được hiểu và hành trì như nhau giữa tất các các truyền thống, nam phương cũng như bắc phương. Điều có thể được khẳng định qua các công trình nghiên cứu tỉ giảo về văn bản trong hai nguồn văn hệ Phật giáo hiện tại: Pali và Hán tạng. Các bản Hán dịch xuất xứ từ A-hàm, và các bản văn Pali hiện đọc được, đại bộ phận đều tương ưng với nhau. Do đó, những điều được cho là dị biệt giữa hai truyền thống nam và bắc phương, mà thường hiểu lệch lạc là Tiểu thừa và Đại thừa, chỉ là sự khác biệt bởi môi trường lịch sử văn minh theo các địa phương và dân tộc. Đó là sự khác biệt giữa nguyên thủy và phát triển. Phật pháp truyền sang phương nam, đến các nước Nam Á, nơi đó sự phát triển văn minh và các định chế xã hội chưa đến mức phức tạp, nên giáo pháp của Phật được hiểu và hành gần với nguyên thủy. Về phương bắc, tại các vùng đông bắc Ấn, và tây bắc Trung Quốc, nhiều chủng tộc dị biệt, nhiều nền văn hóa khác nhau, và do đó cũng xuất hiện nhiều định chế xã hội khác nhau. Phật pháp được truyền vào đó, một thời đã trở thành quốc giáo của nhiều nước. Thích ứng theo sự phát triển của đất nước ấy, từ ngôn ngữ, phong tục, định chế xã hội, giáo pháp của đức Phật cũng dần dần được bản địa hóa.

Thánh điển Tam tạng là nguồn suối cho tất cả nhận thức về Phật pháp, để học tập và hành trì, cũng như để nghiên cứu. Kinh tạng và Luật tạng là tập đại thành Pháp và Luật do chính đức Phật giảng dạy và quy định, là sở y cho tri thức và hành trì của Thánh đệ tử để tiến tới thành tựu cứu cánh Minh và Hành. Kinh và Luật cũng bao gồm những diễn giải của các Thánh đệ tử được thân truyền từ kim khẩu của đức Phật. Luận tạng, theo truyền thống Thượng tọa bộ nam phương, và cũng theo truyền thống Hữu bộ, do chính đức Phật thuyết. Nhưng các đại luận sư như Thế Thân (*Vasubandhu*), cũng như hầu hết các nhà nghiên cứu Phật học trên thế giới hiện đại, đều không công nhận truyền thuyết này, mà cho rằng đó là tập đại thành các công trình phân tích, quảng diễn, và hệ thống hóa những điều đã được Phật thuyết trong Pháp và Luật. Kinh và Luật tạng được thành lập trong một khoảng thời gian nhất định, trực tiếp hoặc gián tiếp từ kim khẩu của Phật, và là sở y chung cho tất cả các bộ phái Phật giáo, bao gồm cả Phật giáo Đại thừa, mặc dù có những sai biệt do vấn đề truyền khẩu với các khẩu âm và phương ngữ khác nhau, theo thời gian và địa vức.

Luận tạng là bộ phận Thánh điển phản ánh lịch sử phát triển của Phật giáo, bao gồm các phương diện tín ngưỡng tôn giáo, tư duy triết học, nghiên cứu khoa học, định chế và tổ chức xã hội chính trị. Tổng quát mà nói, đó không chỉ là phản ánh lịch sử phát triển của nội bộ Phật giáo, mà trong đó cũng phản ánh toàn bộ văn minh tại những nơi mà giáo lý của đức Phật được truyền đến. Điều này cũng được chứng minh cụ thể bởi lịch sử Việt Nam.

Mỗi bộ phái Phật giáo tự xây dựng cho mình một nền văn hiến Luận tạng riêng biệt, tập hợp các luận giải giáo nghĩa, bảo vệ kiến giải Phật pháp của mình, bài trừ các quan điểm dị học. Đây là nền văn hiến đồ sộ, liên tục phát triển trên nhiều khu vực địa lý khác nhau. Cho đến khi Hồi giáo bành trướng tại Ấn Độ, Phật giáo bị đào thải. Một bộ phận văn hiến Phật giáo được chuyển sang Tây Tạng, qua các bản dịch Phạn Tạng, và một số lớn nguyên bản Phạn văn được bảo trì. Một bộ phận khác, lớn nhất, gần như hoàn chỉnh nhất, văn hiến Phật giáo được chuyển dịch sang Hán tạng, bao gồm hầu hết mọi xu hướng tư tưởng dị biệt của Phật giáo phát triển trong lịch sử Ấn Độ, từ Nguyên thủy, Bộ phái, Đại thừa, cho đến Mật giáo.

Truyền thuyết ghi rằng Phật giáo được truyền vào Trung Hoa dưới đời Hán Minh Đế, niên hiệu Vĩnh bình thứ 10 (Tl. 65), và bản kinh Phật đầu tiên được dịch sang Hán văn là Kinh Tứ thập nhị chương, do Ca-diếp Ma-đằng và Trúc Pháp Lan. Nhưng truyền thuyết này không được nhất trí hoàn toàn giữa các nhà nghiên cứu lịch sử Phật giáo Trung Quốc. Điều chắc chắn là Khương Tăng Hội, quê quán Việt Nam, xuất phát từ Giao Chỉ (Việt Nam), đã đưa Phật giáo vào Giang Tả, miền Nam Trung Hoa. Các công trình phiên dịch và chú giải của Khương Tăng Hội đã chứng tỏ rằng trước đó, tức từ năm thứ 247 kỷ nguyên Tây lịch, thời gian được nói là Tăng Hội vào đất Kiến nghiệp, quy y cho Tôn Quyền, Phật giáo đã phát triển đến một hình thái nhất định tại Việt Nam, cùng một số kinh Phật được phiên dịch. Điều này cũng được củng cố thêm bởi những điều được ghi chép trong Mâu Tử Lý Hoặc Luận. Có lẽ do hậu quả của thời kỳ Bắc thuộc, hầu hết những điều được tìm thấy trong hành trạng của Khương Tăng Hội và trong ghi chép của Mâu Tử đều bị xóa sạch. Chỉ tồn tại những gì được ghi nhận là truyền từ Trung Quốc.

Dịch giả Phạn Hán đầu tiên tại Trung Quốc được khẳng định là An Thế Cao (đến Trung Quốc trong khoảng Tl. 147 – 167). Tất nhiên trước đó hẳn cũng có các dịch giả khác mà tên tuổi không được ghi nhận. Lương Tăng Hựu căn cứ trên bản Kinh lục xưa nhất của Đạo An (Tl. 312 – 385) ghi nhận có chừng 134 kinh không rõ dịch giả; và do đó cũng không xác định trước hay sau An Thế Cao.

Sự nghiệp phiên dịch Phật kinh Phạn Hán liên tục từ An Thế Cao, cho đến các đời Minh, Thanh được tập thành trong 32 tập của Đại Chánh, bao gồm Thánh điển Nguyên thủy, Bộ phái, Đại thừa, Mật giáo, 1692 bộ. Những trước tác của Trung Hoa, từ sớ giải, luận giải, cho đến sử truyện, du ký, v.v., tập thành từ tập 33 đến 55 trong Đại Chánh, gồm 1492 tác phẩm. Số tác phẩm được ấn hành trong Tục tạng chữ Vạn còn nhiều hơn thế nữa. Đây là hai bản Hán tạng tương đối đầy đủ nhất, trong đó tạng Đại Chánh được sử dụng rộng rãi trên quy mô thế giới.

Sự nghiệp phiên dịch Kinh điển ở nước ta được bắt đầu rất sớm, có thể trước cả thời Khương Tăng Hội, mà dấu vết có thể tìm thấy trong *Lục độ tập kinh*. Ngôn ngữ phiên dịch của Khương Tăng Hội là Hán văn. Hiện chưa có phát hiện nào về các bản dịch Kinh Phật bằng tiếng quốc âm. Suốt trong thời kỳ Bắc thuộc, do nhu cầu tinh thông Hán văn như là sách lược cấp thời để đối phó sự đồng hóa của phương bắc, Hán văn trở thành ngôn ngữ thống trị. Vì vậy công trình phiên dịch Kinh điển thành quốc âm không thể thực hiện. Bởi vì, công trình phiên dịch Tam tạng tại Trung Hoa thành tựu đồ sộ được thấy ngay, chủ yếu do sự bảo trợ của triều đình. Quốc âm chỉ được dùng như là phương tiện hoằng pháp trong nhân gian.

Cho đến thời Pháp thuộc, trước tình trạng vong quốc và sự đe dọa bởi văn hóa xâm lược, văn hóa dân tộc có nguy cơ mất gốc, cho nên sơn môn phát động phong trào chấn hưng Phật giáo, phổ biến kinh điển bằng tiếng quốc ngữ qua ký tự La-tinh. Từ đó, lần lượt các Kinh điển quan trọng từ Hán tạng được phiên dịch theo nhu cầu học và tu của Tăng già và Phật tử tại gia. Phần lớn các Kinh điển này đều thuộc Đại thừa, chỉ một số rất ít được trích dịch từ các A-hàm. Dù Đại thừa hay A-hàm, các Kinh Luận được phiên dịch đều không theo một hệ thống nào cả. Do đó sự nghiên cứu Phật học Việt Nam vẫn chưa có cơ sở chắc chắn. Mặt khác, do ảnh hưởng ngữ pháp Phạn, các bản dịch Hán hàm chứa một số vấn đề ngữ pháp Phạn Hán khiến cho ngay cả các nhà chú giải Kinh điển lớn như Cát Tạng, Trí Khải cũng phạm phải rất nhiều sai lầm. Chính Ngạn Tông, người tổ chức dịch trường theo lệnh của Tùy Dạng đế đã nêu lên một số sai lầm này. Cho đến Huyền Trang, vì phát hiện nhiều sai lầm trong các bản Hán dịch nên quyết tâm nhập Trúc cầu pháp, bất chấp lệnh cấm của triều đình và các nguy hiểm trên lộ trình.

Ngày nay, do sự phát hiện nhiều bản Kinh Luận quan trọng bằng tiếng Sanskrit, cũng như sự phổ biến ngôn ngữ Tây Tạng, mà phần lớn Kinh điển Sanskrit được phiên dịch, nên nhiều công trình chỉnh lý được thực hiện cho các bản dịch Phạn Hán. Thêm vào đó, do sự phổ biến ngôn ngữ Pali, vốn được xem là ngôn ngữ Thánh điển gần với nguyên thuyết nhất, một số sai lầm trong các bản dịch A-hàm cũng được chỉnh lý, và tỉ giảo, khiến cho lời dạy của Đức Thích Tôn được thọ trì một cách trong sáng hơn.

Trên đây là những nhận thức cơ bản để Ban phiên dịch Đại Tạng Kinh Việt Nam y theo đó mà thực hiện các bản dịch. Trước hết, là bản dịch các kinh A-hàm đang được giới thiệu ở đây. Các kinh thuộc bộ A-hàm được dịch sang Hán rất sớm, kể từ thời Hậu Hán với An Thế Cao. Nhưng phần lớn các truyền bản này đều phát xuất từ Tây vực, từ các nước Phật giáo thịnh hành thời đó như Quy-tư, Vu-điền. Do khẩu âm và phương ngữ nên trong các truyền bản được nói là Phạn văn đã hàm chứa khá nhiều sai lạc. Điều này có thể thấy rõ qua sự so sánh các đoạn tương đương Pali, hay các dẫn chứng trong Đại Tì-bà-sa, Du-già sư địa. Thêm vào đó, các dịch giả hầu hết đều học Phật và học tiếng Sanskrit tại các nước Tây Vực chứ không trực tiếp tại Ấn Độ như La-thập và Huyền Trang, nên trình độ ngôn ngữ Phạn có hạn chế. Các vị ấy khi vừa đặt chân lên Trung Hoa, do khát vọng thâm thiết của các Phật tử Trung Hoa, muốn có thêm kinh Phật để học và tu, cho nên trong khi chưa tinh thông tiếng Hán, mà công trình phiên dịch lại được thôi thúc cần thực hiện. Vì không tinh thông Hán ngữ nên công tác phiên dịch luôn luôn qua trung gian một người chuyển ngữ. Quá trình phiên dịch đi qua nhiều giai đoạn mà chính người chủ dịch không thể quán triệt, cho nên trong các bản dịch hàm chứa những đoạn văn rất tối nghĩa, và nhiều khi nhầm lẫn. Trong tình hình như vậy, một bản dịch Việt từ Hán đòi hỏi rất nhiều tham khảo để hy vọng tiếp cận với nguyên bản Sanskrit đã thất lạc, và cũng từ đó mà hy vọng có thể tiếp cận với lời Phật dạy hơn, điều mà các bản Hán dịch do trở ngại ngôn ngữ đã không thể thực hiện được.

Đại Tạng Kinh Việt Nam chủ yếu căn cứ trên Đại Chánh Đại Tạng Kinh, Nhật Bản, gồm 100 tập, được biên tập khởi đầu từ niên hiệu Đại Chánh (Taisho) thứ 11, Tl. 1922, cho đến niên hiệu Chiêu Hòa (Showa) thứ 9, Tl. 1934, tập hợp trên 100 nhà nghiên cứu Phật học hàng đầu của Nhật Bản, dưới sự chủ trì của Cao Nam Thuận Thứ Lang (Takakusu Junjiro) và Độ Biên Hải Húc (Watanabe Kaigyoku). Để bản sử dụng là bản in của chùa Hải Ấn, Triều Tiên, được gọi là bản Cao-lệ. Công trình chỉnh lý văn bản căn cứ các khắc bản Tống, Nguyên, Minh, cùng một số khắc bản và thủ bản tại Hoa và Nhật khác như tả bản Thiên Bình, bản Liêu của Cung nội sảnh, bản chùa Đại Đức, bản chùa Vạn Đức, v.v. Một số bản văn được phát hiện tại các vùng trong Tây Vực như Vu Điền, Đôn Hoàng, Quy Tư, Cao Xương, cũng được dùng làm tham khảo. Nhiều đoạn văn từ Pali và Sanskrit cũng được dẫn dưới cước chú để đối chiếu đoạn Hán dịch mà người biên tập nghi ngờ là không chính xác hoặc thuộc về dị bản nào đó.

Nội dung Đại tạng Đại Chánh được phân làm ba phần chính: phần thứ nhất, gồm 32 tập, là các bản dịch Phạn Hán bao gồm Kinh, Luật, Luận, được thuyết bởi chính kim khẩu của Phật, hay được kiết tập bởi các Thánh đệ tử, hoặc được trước tác bởi các Luận sư. Phần thứ hai, từ Đại Chánh tập 33 đến tập 55, trước tác của Trung Hoa, bao gồm các sớ giải Kinh, Luật, Luận, và luận thuyết riêng biệt của các tông phái Phật giáo Trung Hoa, các sử truyện, truyện ký, du ký, truyền kỳ; các bản Hán dịch thuộc ngoại giáo như Thắng luận, Số luận, Ba tư giáo, Thiên chúa giáo, các tập ngữ vựng Phạn Hán, giáo khoa Phạn Hán, các Kinh lục. Phần thứ ba, từ tập 56 đến 85, tập họp các trước tác của Nhật Bản, gồm các số giải Kinh, Luật, Luận, phần lớn căn cứ trên các bản số giải Trung Hoa mà giải nghĩa rộng thêm, và các luận thuyết của các tông phái tại Nhật Bản. Còn lại 12 tập sưu tập các đồ tượng, tranh ảnh, phần lớn là các đồ hình mạn-đà-la của Mật tông. 3 tập cuối, tổng mục lục, liệt kê nội dung các bản Đại tạng lưu hành.

Ban phiên dịch Đại Tạng Kinh Việt Nam chọn Đại Chánh tạng làm để bản, phiên dịch tất cả tác phẩm được ấn hành trong đó. Phàm lệ để thực hiện bản dịch tạm thời được quy định như sau:

1. Đại Tạng Kinh Việt Nam bao gồm tất cả các bản dịch tiếng Việt của Tam Tạng Kinh Điển Phật giáo đã xuất hiện ở nước ta từ trước đến nay, qua các thời kỳ với nhiều dịch giả khác nhau, để cho thấy quá trình hình thành Đại Tạng Kinh Việt Nam qua lịch sử.

2. Về bản đáy, bản dịch Việt căn cứ trên ấn bản Đại Chánh Tân Tu Đại Tạng Kinh 100 tập, mỗi tập trên dưới 1000 trang chữ Hán cỡ 10pt và sẽ được đánh số theo thứ tự của số ghi trong bản in Đại Chánh. Mỗi trang của bản in Đại chính được chia làm ba cột: a, b, c. Số trang và cột này đều được ghi trong bản dịch để tiện tham khảo.

3. Vì thế, một bản kinh chữ Hán có thể có nhiều bản dịch tiếng Việt, nên sau số thứ tự của Đại Chánh, sẽ đánh thêm các mẫu tự A, B, C… để phân biệt các bản dịch tiếng Việt khác nhau của cùng một bản kinh chữ Hán đó.

4. Về xử lý văn bản trong khi phiên dịch, phần lớn căn cứ công trình hiệu đính và đối chiếu của bản Đại Chánh. Ngoài ra, tham khảo thêm các công trình hiệu đính và đối chiếu khác.

5. Giữa các ấn bản có những điểm khác nhau, bản Việt sẽ lựa chọn hoặc hiệu đính theo nhận thức của người dịch.

6. Trong bản Hán, nếu chỗ nào xét thấy văn dịch hay từ ngữ không phù hợp với giáo nghĩa truyền thống phổ biến, người dịch sẽ tham khảo các Kinh, Luật, Luận cần thiết để hiệu chính. Những hiệu chính này được giải thích ở phần cước chú.

7. Bản Hán dịch thực hiện căn cứ phần lớn trên sự truyền khẩu. Do đó những từ phát âm tương tự dễ đưa đến ngộ nhận, như *sam* Pāli hay *sama* và *samyak*; *cala* và *jala*; *muti* và *muṭṭhi*, v.v... Trong những trường hợp này, người dịch sẽ tham chiếu các kinh tương đương, các bản Hán biệt dịch, suy đoán tự dạng nguyên thủy có thể có trong Phạn bản để hiệu chính. Những hiệu chính này đều được ghi ở phần cước chú.

8. Do các truyền bản khác nhau giữa các bộ phái, để có nhận thức về giáo nghĩa nguyên thủy, chung cho tất cả, cần có những nghiên cứu đối chiếu sâu rộng. Công việc này ngoài khả năng hiện tại của các dịch giả. Tuy nhiên, trong trường hợp có thể, những điểm dị biệt giữa các truyền bản sẽ được ghi nhận và đối chiếu. Những ghi nhận này được nêu ở phần cước chú.

9. Bản Hán dịch được phân thành số quyển. Bản dịch Việt không chia số quyển như vậy, nhưng sẽ ghi ở phần cước chú mỗi khi bắt đầu một quyển khác.

10. Các từ Phật học trong một số bản Hán dịch nếu không phổ biến, do đó có thể gây khó khăn cho việc đọc và nghiên cứu, trong các trường hợp như vậy, tuy vẫn giữ nguyên dịch ngữ của bản Hán, nhưng dịch ngữ tương đương thông dụng hơn sẽ được ghi trong phần cước chú. Trong trường hợp có thể, sẽ ghi luôn dịch giả của những dịch ngữ này và xuất xứ của chúng từ bản dịch nào để tiện việc tham khảo.

11. Các kinh sách tham khảo trong cước chú đều được viết tắt theo quy định phổ thông của giới nghiên cứu quốc tế; xem quy định về viết tắt ở cuối mỗi tập của Đại tạng kinh Việt Nam.

II. PHƯƠNG ÁN THỰC HIỆN

Dự án thực hiện bao gồm các công trình phiên dịch, biên tập, và ấn hành, một Hội Đồng phiên dịch Đại Tạng Kinh Việt Nam được thành lập, được điều phối bởi Tổng biên tập, với các nhiệm vụ được phân phối như sau:

1. Ủy ban Phiên dịch. Để hoàn tất một bản dịch, các công tác sau đây cần được thực hiện:

a. Phiên dịch trực tiếp: Các văn bản lần lượt được phân phối đến các vị có trình độ Hán văn tương đối, kiến thức Phật học cơ bản, và khả năng ngôn ngữ cần thiết, phiên dịch trực tiếp từ Hán sang Việt.

b. Hiệu đính và chú thích: nhiệm vụ chủ yếu của phần hiệu chính là đọc lại bản dịch thô và bổ túc những sai lầm có thể có trong bản dịch. Trong thực tế, người hiệu đính còn phải làm nhiều hơn thế nữa.

Trước hết là phần chỉnh lý văn bản. Phần này đáng lý phải thực hiện trước khi phiên dịch. Việc chỉnh lý văn bản thoạt tiên có vẻ đơn giản, vì người dịch chỉ lưu ý một số nhầm lẫn trong việc khắc bản của để bản. Những điểm khác nhau giữa các bản khắc hầu hết được ghi ở cước chú trong ấn bản Đại Chánh, người dịch chỉ cần hiểu rõ nội dung đoạn dịch thì có thể lựa chọn những từ thích hợp trong cước chú. Tuy nhiên, do hạn chế về trình độ Phật pháp và khả năng tham khảo nên đa số người dịch không chọn được từ chính xác. Mặt khác, ngay cả các từ trong cước chú không phải hoàn toàn chính xác. Ngay cả Đại sư Ấn Thuận cũng phạm phải một số sai lầm khi chọn từ, vì không tìm ra các đoạn Pali hoặc Sanskrit tương đương nên phải dựa trên ức đoán. Những ức đoán phần nhiều là sai. Mặt khác, nhiều sai lầm không phải do tả bản hay khắc bản, mà do chính từ truyền bản. Bởi vì, kinh điển từ Ấn Độ truyền sang hầu hết đều do khẩu truyền. Những biến đổi trong khẩu âm, phát âm, khiến nhầm lẫn từ này với từ khác, làm cho ý nghĩa nguyên thủy của giáo lý sai lạc. Người dịch từ Hán văn mà không có trình độ Phạn văn nhất định thì không thể phát hiện những sai lầm này. Điều đáng lưu ý những sai lầm này xuất hiện rất nhiều và rất thường xuyên trong nhiều bản dịch Phạn Hán.

Phần hiệu đính tập trung trên cú pháp Phạn mà ảnh hưởng của nó trong các bản dịch khiến cho nhiều khi ngay cả những vị tinh thông Hán, ngay cả các nhà chú giải kinh điển nổi tiếng cũng phải nhầm lẫn. Để hiểu rõ nội dung bản dịch Hán, cần thiết phải tìm lại nguyên bản Phạn để đối chiếu. Đại sư Cát Tạng đã vấp phải sai lầm khi không có cơ sở để phân tích mệnh đề Hán dịch là năng động hay thụ động, do đó đã nhầm lẫn người giết với kẻ bị giết. Đó là một đoạn văn trong *Thắng man* mà nguyên bản Phạn của kinh này đã thất lạc, nhưng đoạn văn tương đương lại được tìm thấy trong trích dẫn của *Sikṣasamuccaya* của *Sāntideva*. Nếu không tìm thấy đoạn Sanskrit được trích dẫn này thì không ai có thể biết rằng Cát Tạng đã nhầm lẫn.

Rất nhiều kinh điển trong nguyên bản Phạn đã bị thất lạc. Ngay cả những tác phẩm quan trọng như Đại Tì-bà-sa chỉ tồn tại trong bản dịch của Huyền Trang. Nhiều đoạn được trích dẫn trong bản dịch *Câu-xá*, mà Phạn văn đã được phát hiện, cũng giúp người đọc Đại Tì-bà-sa có manh mối để đi sâu vào nội dung. Đọc một bản văn mà không nắm vững nội dung của nó, nghĩa là chính dịch giả cũng không hiểu, hoặc hiểu sai, sao có thể hy vọng người đọc hiểu được đoạn văn phiên dịch? Do đó, công tác hiệu đính không đơn giản chỉ bổ túc những khuyết điểm trong bản dịch về lối hành văn, mà đòi hỏi công phu tham khảo rất nhiều để nắm vững nội dung nguyên tác trong một giới hạn khả dĩ.

Đại Tạng Kinh Việt Nam là bản dịch Việt từ Hán tạng, do đó không thể tự tiện thay đổi nội dung dù phát hiện những sai lầm trong bản Hán. Những sai lầm mang tính lịch sử, do đó không được phép loại bỏ tùy tiện. Tuy vậy, bản dịch Việt cũng không thể bỏ qua những nhầm lẫn được phát hiện. Những phát hiện sai lầm cần được nêu lên, và những hiệu đính cũng cần được đề nghị. Những điểm này được ghi ở phần cước chú để cho bản Việt vẫn còn gần với bản Hán dịch.

Trên đây là một số điều kiện tất yếu để thực hiện một bản dịch tương đối khả dĩ chấp nhận. Trong tình hình hiện tại, chúng ta chỉ có rất ít vị có thể hội đủ điều kiện yêu cầu như trên. Do đó, dự án thực hiện hướng đến chương trình đào tạo, không đơn giản chỉ là đào tạo chuyên gia dịch thuật, mà là bồi dưỡng những vị có trình độ Phật học cao với khả năng đọc và hiểu các ngôn ngữ chuyển tải Thánh điển, chủ yếu các thứ tiếng Pali, Sanskrit, Tây Tạng và Hán. Trong tình hình nghiên cứu Phật học hiện tại trên thế giới, người muốn nghiên cứu Phật học mà không biết đến các ngôn ngữ này thì khó có thể nắm vững giáo nghĩa căn bản. Và đây cũng là điều mà Ngạn Tông đã nêu rõ trong các điều kiện tham gia dịch thuật trong viện phiên dịch bảo trợ bởi Tùy Dạng Đế, mặc dù Ngạn Tông chỉ yêu cầu hiểu biết Phạn văn nhưng đồng thời cũng yêu cầu kiến thức uyên bác, không chỉ tinh thông Phật điển mà còn cả thư tịch ngoại giáo.

Chi tiết chương trình đào tạo cần được trình bày trong một dịp khác.

2. Ủy ban Ấn hành. Công tác ấn hành gồm các phần:

a. Sửa lỗi chính tả của các bản dịch. Hiện tại lỗi chính tả trong các bản dịch do các Thầy, Cô, và Phật tử tự nguyện chỉnh sửa. Nhưng chỉ là công tác nghiệp dư, do không chuyên trách, và do đó cũng thiếu kinh nghiệm trong việc phát hiện lỗi, nên các bản in phổ biến tồn tại khá nhiều lỗi chính tả.

b. Trình bày bản in. Công tác này tùy thuộc điều kiện kỹ thuật vi tính. Sơ khởi, ban ấn hành chưa đủ điều kiện để có những vị thành thạo sử dụng kỹ thuật vi tính trong việc trình bày văn bản. Công việc này hiện tại do các Thầy, Cô phụ trách, với trình độ kỹ thuật do tự học, và tự phát. Vì vậy, trong nhiều trường hợp không khắc phục được lỗi kỹ thuật nên hình thức trình bày của bản văn chưa được hoàn hảo như mong đợi.

Sự nghiệp phiên dịch được định khoảng 15 năm, hoặc có thể lâu hơn nữa. Hình thức Đại Tạng Kinh do đó không thể được thiết kế một lần hoàn hảo. Trong diễn tiến như vậy, tất nhiên trình độ kỹ thuật được cải tiến theo thời gian, khiến cho hình thức trình bày cũng cần thay đổi cho phù hợp với thời đại. Hậu quả sẽ khó tránh khỏi là sự không đồng bộ giữa các tập Đại Tạng Kinh ấn hành trước và sau.

c. Ấn loát. Sau khi hình thức trình bày được chấp nhận, bản dịch được đưa đi nhà in. Trách nhiệm ấn loát được giao cho nhà in với các khoản được ghi thành hợp đồng. Vấn đề ấn loát như vậy tương đối ổn định. Tuy nhiên, cũng cần có người chuyên trách để theo dõi quá trình ấn loát, hầu tránh những sai sót kỹ thuật có thể có do nhà in.

d. Phát hành, phổ biến và vận động. Một nhiệm vụ không kém quan trọng là phát hành và phổ biến Đại Tạng Kinh. Công việc này đáng lý do một ban phát hành chuyên trách. Nhưng trong điều kiện nhân sự hiện tại, một Ban như vậy chưa thể thành lập, do đó ban ấn hành kiêm nhiệm. Thêm nữa, công trình phiên dịch là sự nghiệp chung của toàn thể Phật tử Việt Nam, không phân biệt Giáo hội, hệ phái, do đó cần có sự tham gia và cống hiến của chư Tăng Ni, Phật tử, bằng hằng sản và hằng tâm, bằng tâm nguyện cá nhân hay tập thể dưới các hình thức hỗ trợ và bảo trợ bằng vật chất hoặc tinh thần, cống hiến bằng tất cả khả năng vật chất và trí tuệ. Công việc vận động này để cho được hữu hiệu với sự tham gia tích cực của nhiều chúng đệ tử cũng cần được chuyên trách bởi một ban vận động. Trong điều kiện nhân sự hiện tại, ban ấn hành kiêm nhiệm.

HẬU TỪ

Trải qua trên dưới 2 nghìn năm du nhập, những giáo nghĩa căn bản mà đức Phật đã giảng được học và hành tại Việt Nam, đã đem lại nhiều an lạc cho nhiều cá nhân và xã hội, đã góp phần xây dựng tình cảm và tư duy của các cộng đồng cư dân trên đất nước Việt. Thế nhưng, sự nghiệp phiên dịch cũng như ấn hành để phổ biến Thánh điển, làm nền tảng sở y cho sự học và hành, chưa được thực hiện trên quy mô rộng lớn toàn quốc.

Sự nghiệp phiên dịch tại Trung Quốc trải qua gần hai nghìn năm, với thành tựu vĩ đại, tập đại thành và bảo tồn kho tàng Thánh điển thoát qua nhiều trận hủy diệt do những đức tin mù quáng, quàng tín. Sự nghiệp ấy đại bộ phận do các quốc vương Phật tử tích cực bảo trợ, đã là sự nghiệp chung của toàn thể nhân dân theo từng giai đoạn đặc biệt của lịch sử. Việt Nam tuy cũng có các minh quân Phật tử, nhưng do tác động bởi các yếu tố chính trị xã hội nên chưa từng được tổ chức quy mô dưới sự bảo trợ của triều đình. Chỉ do yêu cầu thực tế học và hành mà một số kinh điển được phiên dịch, nhưng chưa đủ để lập thành nền tảng tương đối hoàn bị cho sự nghiên cứu sâu giáo nghĩa.

Gần đây, vào năm 1973, một Hội đồng phiên dịch Tam tạng lần đầu tiên trong lịch sử được thành lập. Chủ tịch: Thượng tọa Thích Trí Tịnh, Tổng thư ký: Thượng tọa Thích Quảng Độ, với các thành viên quy tụ tất cả các Thượng tọa và Đại đức đã có công trình phiên dịch và có uy tín trên phương diện nghiên cứu Phật học, dưới sự chỉ đạo của Viện Tăng Thống, Giáo hội Phật giáo Việt Nam Thống nhất. Chương trình phiên dịch được soạn thảo trên quy mô rộng lớn, nhưng do bởi hoàn cảnh chiến tranh cho nên chỉ mới thực hiện được một phần nhỏ. Một phần của thành quả này về sau được ấn hành năm 1993 bởi Viện Nghiên cứu

Phật học Việt Nam, trực thuộc Giáo hội Phật giáo Việt Nam, dưới danh hiệu "Đại Tạng Kinh Việt Nam." Thành quả này là các Kinh thuộc bộ A-hàm được phân công bởi Hội đồng Phiên dịch Tam tạng, trong đó, *Trường A-hàm* và *Tạp A-hàm* do TT Thiện Siêu, TT Trí Thành và ĐĐ Tuệ Sỹ thuộc Viện Cao đẳng Phật học Hải đức Nha Trang; *Trung A-hàm* và *Tăng nhất A-hàm* do TT Thanh Từ, TT Bửu Huệ, TT Thiền Tâm thuộc Viện Cao đẳng Phật học Huệ Nghiêm Saigon.

Ngoài ra, một phần phân công khác cũng đã được hoàn thành như:

TT Trí Nghiêm: Đại Bát Nhã (Huyền Trang dịch, 600 cuốn) thuộc bộ Bát-nhã. TT Trí Tịnh: Kinh *Ma-ha Bát-nhã-ba-la-mật* (Đại phẩm) thuộc bộ Bát-nhã; Kinh *Diệu pháp Liên hoa* (La-thập dịch), thuộc bộ Pháp hoa; Kinh Đại phương Quảng Phật Hoa nghiêm (bản Bát thập) thuộc bộ Hoa nghiêm, và toàn bộ Đại bảo tích.

Các bản dịch này cũng đã được ấn hành nhưng do bởi đệ tử của các Ngài chứ chưa đưa vào Đại Tạng Kinh Việt Nam.

Những vị được phân công khác chưa thấy có thành quả được công bố.

Mặc dù với nỗ lực to lớn, nhưng do hoàn cảnh nhiễu nhương của đất nước nên thành tựu rất khiêm nhượng. Thêm nữa, các thành tựu này cũng chưa hội đủ điều kiện và thời gian thuận tiện được hiệu đính và biên tập theo tiêu chuẩn nghiên cứu và phiên dịch Phật điển trong trình độ nghiên cứu Phật giáo hiện đại của thế giới, do đó cũng chưa thể được dự phần trong sự nghiệp phiên dịch và nghiên cứu Phật học trên quy mô quốc tế, như cống hiến của Phật giáo Việt Nam cho cộng đồng nhân loại trong sự nghiệp hoằng dương Chánh pháp chung của toàn thể Phật tử thế giới vì lợi ích và an lạc của hết thảy mọi loài chúng sanh.

Sự nghiệp như vậy không thể là cống hiến cá biệt của một cá nhân hay tập thể, của một Giáo hội hay hệ phái, mà là sự nghiệp chung của toàn thể Tăng tín đồ Phật giáo Việt Nam, không chỉ một thế hệ, mà liên tục trong nhiều thế hệ, cùng tồn tại và tiến bộ theo đà thăng tiến của xã hội và nhân loại. Trên hết là báo đáp ân đức của Phật Tổ, đã vì an lạc của chúng sanh mà trải qua vô vàn khổ hành, qua vô số a-tăng-kỳ kiếp. Thứ đến, kế thừa sự nghiệp hoằng pháp lợi sanh của Thầy Tổ để cho ngọn đèn Chánh pháp luôn luôn được thắp sáng trong thế gian.

Vì vậy, chúng tôi khẩn thiết, trên nương nhờ uy thần nhiếp thọ của Chư Phật và Thánh Tăng, cùng với sự tán trợ của chư vị Trưởng lão hiện tiền trong hàng Tăng bảo, kêu gọi sự hỗ trợ cống hiến bằng tất cả tâm nguyện và trí lực, bằng tất cả hằng sản và hằng tâm, của bốn chúng đệ tử Phật, cho sự nghiệp hoằng pháp đệ nhất tối thắng này được tiến hành vững chắc và liên tục từ thế hệ này cho đến nhiều thế hệ tiếp theo, duy trì ngọn đèn Chánh pháp tồn tại lâu dài trong thế gian vì lợi ích và an lạc của hết thảy chúng sanh.

Mùa Phật đản Pl. 2552 – Mậu Tý 2008
Trí Siêu – Tuệ Sỹ
cẩn bạch

GIÁO HỘI PHẬT GIÁO VIỆT NAM THỐNG NHẤT
HỘI ĐỒNG PHIÊN DỊCH TAM TẠNG LÂM THỜI

DUYÊN KHỞI

Kể từ phong trào chấn hưng Phật giáo vào thập niên 1930, chư vị dịch giả đã cố gắng phiên âm và phiên dịch Kinh điển từ Hán văn hay chữ Nôm sang chữ quốc ngữ để sử dụng trong sinh hoạt thiền môn Việt Nam cũng như để đem giáo lý Phật đi vào quần chúng. Những nỗ lực như vậy rất đáng trân trọng, nhưng vẫn còn là những đóng góp từ cá nhân, mang tính cấp thời, chưa có sự phối hợp đồng bộ, và chưa đủ tầm mức học thuật để giới thiệu Thánh điển Phật giáo tiếng Việt đến với cộng đồng dân tộc.

Vài thập niên sau đó thì chữ quốc ngữ qua ký tự La-tinh mới được phổ cập trong thiền môn, và kinh sách Phật giáo bằng tiếng Việt, phiên dịch cũng như trước tác, mới được bừng khai, không những tạo nên các phong trào tu học của quần chúng khắp nước, mà còn là sự dẫn đạo tư tưởng của Phật giáo Việt Nam đối với các thế hệ trưởng thành trong chiến tranh qua sự thành lập Giáo Hội Phật Giáo Việt Nam Thống Nhất (GHPGVNTN), đồng thời kiến lập Đại Học Vạn Hạnh, một viện đại học tư thục Phật giáo đầu tiên tại Nam Việt Nam vào năm 1964.

Từ nguồn nhân lực dồi dào với nhiều vị pháp sư, học giả được đào tạo trong và ngoài nước, cũng như các cơ sở giáo dục Phật giáo được trải rộng khắp miền Trung và Nam Việt, Viện Tăng Thống GHPGVNTN đã có nền tảng vững chắc về học thuật để quyết định thành lập Hội Đồng Phiên Dịch Tam Tạng; và qua Hội nghị Toàn thể Hội đồng Phiên dịch Tam Tạng tổ chức tại Viện Đại Học Vạn Hạnh vào các ngày 20, 21, 22 tháng 10 năm 1973, hội nghị đã đưa ra dự án phiên dịch với mục lục tổng quát các Kinh điển truyền bản Hán tạng cần phiên dịch, phân chia công việc, cũng như giới thiệu thành viên của Hội đồng Phiên dịch Tam Tạng gồm 18 vị Pháp sư như sau:

HỘI ĐỒNG PHIÊN DỊCH TAM TẠNG 1973

A. *Ủy Ban Phiên Dịch:*

1. Hòa thượng Trưởng lão Thích Trí Tịnh   (1917 – 2014)
    Trưởng Ban

2. Hòa thượng Trưởng lão Thích Minh Châu   (1918 – 2012)
    Phó Trưởng Ban

3. Hòa thượng Trưởng lão Thích Quảng Độ   (1928 – 2020)
    Tổng Thư Ký

4. Hòa thượng Trưởng lão Thích Trí Quang   (1923 – 2019)

5. Hòa thượng Trưởng lão Thích Đức Nhuận   (1924 – 2002)

6. Hòa thượng Trưởng lão Thích Bửu Huệ   (1914 – 1991)

7. Hòa thượng Trưởng lão Thích Trí Thành   (1921 – 1999)

8. Hòa thượng Trưởng lão Thích Nhật Liên   (1923 – 2010)

9. Hòa thượng Trưởng lão Thích Thiện Siêu   (1921 – 2001)

10. Hòa thượng Trưởng lão Thích Huyền Vi   (1926 – 2005)

B. *Thành Viên Bổ Sung:*

1. Hòa thượng Trưởng lão Thích Đức Tâm   (1928 – 1988)

2. Hòa thượng Trưởng lão Thích Huệ Hưng   (1917 – 1990)

3. Hòa thượng Trưởng lão Thích Thuyền Ấn   (1927 – 2010)

4. Hòa thượng Trưởng lão Thích Trí Nghiêm   (1911 – 2003)

5. Hòa thượng Trưởng lão Thích Trung Quán   (1918 – 2003)

6. Hòa thượng Trưởng lão Thích Thiền Tâm   (1925 – 1992)

7. Hòa thượng Trưởng lão Thích Thanh Từ   (1924 –)

8. Hòa thượng Thích Tuệ Sỹ   (1943 –)

Sau gần 50 năm kể từ khi Hội đồng Phiên dịch Tam Tạng được thành lập, nhiều Kinh điển đã được phiên dịch, góp phần đáng kể vào kho tàng Thánh điển Phật giáo Việt Nam, nhưng có thể nói rằng dự án phiên dịch đưa ra thời ấy, vẫn chưa hoàn tất. Lý do thứ nhất, do hoàn cảnh chiến tranh và bất toàn xã hội, các Kinh điển được dịch rồi vẫn không có đủ thời gian thuận tiện để được hiệu đính và nhuận sắc lại theo đúng tiêu chuẩn Phật điển hàn lâm. Thứ nữa, với nguồn tài liệu cổ ngữ, sinh ngữ dồi dào hiện nay cùng với phương tiện kỹ thuật vi tính, thông tin liên mạng, chư vị dịch giả có rất nhiều cơ hội để truy cập, tham khảo, đối chiếu các truyền bản khác nhau để có được định bản tiếng Việt đáng tin cậy, theo chuẩn mực quốc tế. Ngoài ra, chư vị thành viên Hội đồng Phiên dịch đã theo thời gian, tuần tự viên tịch khi công trình phiên dịch còn dang dở. Nay chỉ còn 2 trong số 18 vị dịch giả còn đương tiền, nhưng một vị đang trong tình trạng bất hoạt; vị duy nhất còn lại có thể tiếp tục đảm đương trọng nhiệm là Hòa thượng Thích Tuệ Sỹ. Xét thấy, đây cũng là phước duyên hy hữu cho Phật giáo Việt Nam cũng như cho công trình phiên dịch Tam Tạng do Viện Tăng Thống đề ra nửa thế kỷ trước:

a) Về phương diện học thuật, Hòa thượng Tuệ Sỹ là một trong số ít học giả uy tín trong việc nghiên tầm, phiên dịch, chú giải và giảng thuật về Tam Tạng Kinh điển từ nhiều thập niên qua; đã và đang đào tạo, nâng đỡ nhiều thế hệ Tăng Ni và Cư sĩ có trình độ Phật học và cổ ngữ có thể phụ trợ công trình phiên dịch;

b) Về phương diện điều hành, Hòa thượng Tuệ Sỹ chính thức tiếp nhận ấn tín Viện Tăng Thống từ Đức Đệ ngũ Tăng Thống, hàm nghĩa kế thừa sự nghiệp hoằng pháp của GHPGVNTN, đồng thời kế thừa công trình phiên dịch của Hội đồng Phiên dịch Tam Tạng được Hội đồng Giáo phẩm Trung ương Viện Tăng Thống thành lập năm 1973.

Từ những nhân duyên và điều kiện kể trên, công trình phiên dịch dang dở của chư vị tiền hiền tất yếu phải được Hòa thượng Tuệ Sỹ đưa vai gánh vác, không thể để cho gián đoạn. Đó là lý do, từ danh nghĩa Viện Tăng Thống GHPGVNTN, Hội Đồng Phiên Dịch Tam Tạng Lâm Thời (HĐPDTTLT) đã được thành lập vào ngày 03 tháng 12 năm 2021, theo Thông Bạch Số 11/VTT/VP, nhằm kế thừa sự nghiệp phiên dịch Tam Tạng của chư vị Trưởng lão Hội Đồng Phiên Dịch Tam Tạng Viện Tăng Thống, với thành phần nhân sự như sau:

HỘI ĐỒNG PHIÊN DỊCH TAM TẠNG LÂM THỜI 2021*

Cố Vấn:	Giáo sư Trí Siêu Lê Mạnh Thát (Việt Nam)
Chủ Tịch:	Hòa thượng Thích Tuệ Sỹ (Việt Nam)
Chánh Thư Ký:	Hòa thượng Thích Như Điển (Đức quốc)
Phó Thư Ký Quốc Nội:	Hòa thượng Thích Thái Hòa (Việt Nam)
Phó Thư Ký Hải Ngoại:	Hòa thượng Thích Nguyên Siêu (Hoa Kỳ)

Ủy Ban Duyệt Sách:

Hòa thượng Thích Tuệ Sỹ; Giáo sư Trí Siêu Lê Mạnh Thát.

Ủy Ban Phiên Dịch:

Hòa thượng Thích Đức Thắng (Việt Nam); Hòa thượng Thích Thái Hòa (Việt Nam); Thượng tọa Thích Nguyên Hiền (Việt Nam); Thượng tọa Thích Nhuận Châu (Việt Nam); Đại đức Thích Nhuận Thịnh (Việt Nam); Cư sĩ Đạo Sinh Phan Minh Trị (Việt Nam); Cư sĩ Trí Việt Đỗ Quốc Bảo (Đức quốc).

Ủy Ban Chứng Nghĩa Chuyết Văn:

Hòa thượng Thích Thiện Quang (Canada); Thượng tọa Thích Nguyên Tạng (Úc); Đại đức Thích Nhuận Thịnh (Việt Nam); Cư sĩ Tâm Huy Huỳnh Kim Quang (Hoa Kỳ); Cư sĩ Tâm Quang Vĩnh Hảo (Hoa Kỳ).

Những thành viên khác tùy theo nhu cầu sẽ được thỉnh cử sau.

Xét thấy công hạnh tu trì cũng như kiến văn của thành viên chưa thể sánh ngang với chư Tôn túc Trưởng lão Hội đồng Phiên dịch Tam Tạng 1973, do đó chỉ có thể thành lập Hội đồng Lâm thời để kế thừa việc phiên dịch Kinh-Luật-Luận theo khả năng. Trong điều kiện như thế, HĐPDTTLT sẽ không phiên dịch theo thứ tự lịch sử hình thành Thánh điển như Đại Chánh, mà theo phương pháp các Kinh Lục cổ điển, phân Thánh giáo thành Ba thừa: Thanh Văn Tạng, Bồ-tát Tạng và Mật Tạng. Cho đến khi nào sở học và đạo hạnh được nâng cao, đủ để xác định tín tâm trong hàng bốn chúng đệ tử, bấy giờ Hội đồng Phiên dịch Tam Tạng Lâm thời sẽ chuyển thành chính thức, và sẽ tuần tự thực hiện chương trình phiên dịch đúng theo đề xuất của Hội đồng Phiên dịch Tam Tạng 1973.

---

* Cập nhật ngày 08.05.2022.

Sự nghiệp phiên dịch Đại Tạng Kinh là sự nghiệp chung, hệ trọng và trường kỳ, của Tăng tín đồ Phật giáo Việt Nam trong và ngoài nước. Hình thành Đại Tạng Kinh tiếng Việt không những tạo điều kiện thuận lợi cho việc nghiên cứu và thực hành Phật Pháp đúng đắn cho tứ chúng đệ tử, khẳng định vị thế của Phật giáo Việt Nam đối với nhân loại và cộng đồng Phật giáo quốc tế, mà còn là sự phục hưng những giá trị văn hóa dân tộc nhằm góp phần vào việc xây dựng và phát triển đất nước. Nhận thức được tầm quan trọng này, chư vị lãnh đạo các Giáo hội Phật giáo Việt Nam Thống Nhất tại hải ngoại đã vận động thành lập Hội Đồng Hoằng Pháp vào ngày 08 tháng 5 năm 2021, với sự tán trợ của Viện Tăng Thống, nhằm mở rộng con đường hoằng pháp ngoài nước theo tiêu hướng của GHPGVNTN, cũng như để vận động yểm trợ và thúc đẩy công trình phiên dịch và ấn hành Đại Tạng Kinh Việt Nam tiến đến thành tựu viên mãn.

Để tri niệm ân sâu của chư lịch đại Tổ sư và chư vị Tôn túc trong Hội Đồng Phiên Dịch Tam Tạng 1973 trong sự nghiệp hoằng truyền chánh đạo, Hội Đồng Hoằng Pháp nguyện góp phần công đức, toàn tâm ủng hộ, cúng dường tâm lực, trí lực và tài lực để Đại Tạng Kinh Việt Nam chuẩn mực được lần lượt ấn hành, khởi đầu từ Thanh Văn Tạng, tháng 01 năm 2022, cho đến khi hoàn tất Bồ-tát Tạng và Mật Tạng trong thập niên tới.

Nguyện đem công đức Pháp thí này hồi hướng chánh pháp cửu trụ, tứ chúng an hòa, phát Bồ-đề tâm tiến tu đạo nghiệp; lại nguyện nhân loại được an vui, phúc lạc; sớm chấm dứt thiên tai dịch bệnh, khắp loài chúng sinh đều được lạc nghiệp an cư.

Ngưỡng vọng chư tôn Trưởng lão, chư Hòa thượng, Thượng tọa, Đại đức Tăng Ni cùng bốn chúng đệ tử trong và ngoài nước chứng minh và liễu tri.

Nam mô Công Đức Lâm Bồ-tát.

Phật lịch 2565, năm Tân Sửu
Ngày 01 tháng 01 năm 2022

Hội Đồng Phiên Dịch Tam Tạng Lâm Thời
Cẩn bạch

PHÀM LỆ

1. Đại Tạng Kinh Việt Nam bao gồm tất cả các bản dịch tiếng Việt của Tam Tạng Kinh Điển Phật giáo đã xuất hiện ở nước ta từ trước đến nay, qua các thời kỳ với nhiều dịch giả khác nhau, để cho thấy quá trình hình thành Đại Tạng Kinh Việt Nam qua lịch sử.

2. Về bản đáy, bản dịch Việt căn cứ trên ấn bản Đại Chánh Tân Tu Đại Tạng Kinh 100 tập, mỗi tập trên dưới 1000 trang chữ Hán cỡ 10pt và sẽ được đánh số theo thứ tự của số ghi trong bản in Đại Chánh. Mỗi trang của bản in Đại chính được chia làm ba cột: a, b, c. Số trang và cột này đều được ghi trong bản dịch để tiện tham khảo.

3. Vì thế, một bản Kinh chữ Hán có thể có nhiều bản dịch tiếng Việt, nên sau số thứ tự của Đại Chánh, sẽ đánh thêm các mẫu tự A, B, C... để phân biệt các bản dịch tiếng Việt khác nhau của cùng một bản Kinh chữ Hán đó.

4. Về xử lý văn bản trong khi phiên dịch, phần lớn căn cứ công trình hiệu đính và đối chiếu của bản Đại Chánh. Ngoài ra, tham khảo thêm các công trình hiệu đính và đối chiếu khác.

5. Giữa các ấn bản có những điểm khác nhau, bản Việt sẽ lựa chọn hoặc hiệu đính theo nhận thức của người dịch.

6. Trong bản Hán, nếu chỗ nào xét thấy văn dịch hay từ ngữ không phù hợp với giáo nghĩa truyền thống phổ biến, người dịch sẽ tham khảo các Kinh, Luật, Luận cần thiết để

hiệu chính. Những hiệu chính này được giải thích ở phần cước chú.

7. Bản Hán dịch thực hiện căn cứ phần lớn trên sự truyền khẩu. Do đó những từ phát âm tương tự dễ đưa đến ngộ nhận, như *sam* Pāli hay *sama* và *samyak*; *cala* và *jala*; *muti* và *muṭṭhi*, v.v... Trong những trường hợp này, người dịch sẽ tham chiếu các Kinh tương đương, các bản Hán biệt dịch, suy đoán tự dạng nguyên thủy có thể có trong Phạn bản để hiệu chính. Những hiệu chính này đều được ghi ở phần cước chú.

8. Do các truyền bản khác nhau giữa các bộ phái, để có nhận thức về giáo nghĩa nguyên thủy, chung cho tất cả, cần có những nghiên cứu đối chiếu sâu rộng. Công việc này ngoài khả năng hiện tại của các dịch giả. Tuy nhiên, trong trường hợp có thể, những điểm dị biệt giữa các truyền bản sẽ được ghi nhận và đối chiếu. Những ghi nhận này được nêu ở phần cước chú.

9. Bản Hán dịch được phân thành số quyển. Bản dịch Việt không chia số quyển như vậy, nhưng sẽ ghi ở phần cước chú mỗi khi bắt đầu một quyển khác.

10. Các từ Phật học trong một số bản Hán dịch nếu không phổ biến, do đó có thể gây khó khăn cho việc đọc và nghiên cứu, trong các trường hợp như vậy, tuy vẫn giữ nguyên dịch ngữ của bản Hán, nhưng dịch ngữ tương đương thông dụng hơn sẽ được ghi trong phần cước chú. Trong trường hợp có thể, sẽ ghi luôn dịch giả của những dịch ngữ này và xuất xứ của chúng từ bản dịch nào để tiện việc tham khảo.

11. Các Kinh sách tham khảo trong cước chú đều được viết tắt theo quy định phổ thông của giới nghiên cứu quốc tế; xem quy định về viết tắt ở cuối mỗi tập của Đại Tạng Kinh Việt nam.

12. Quy ước các danh từ viết hoa

Các từ gốc Sanskrit/Pāli:

a. Từ thường phiên âm: tất cả viết thường với gạch nối. Như *śūnyatā* = thuấn-nhã-đa tính, *kṣatriya* = sát-đế-lợi. Trừ các từ tôn kính, theo ngữ cảnh; như: *Nirvāṇa* = Niết-bàn; *Ācārya* = A-xà-lê; *Bhikṣu* = Tỳ-kheo v.v...

b. Từ đặc hữu (nhân danh, địa danh): Chữ đầu hoa, còn lại thường, với gạch nối. Như *Śariputra* = Xá-lợi-phất, *Śrāvastī* = Xá-vệ, *Kapilavastu* = Ca-tì-la-vệ.

c. Trường hợp vừa âm vừa nghĩa, phần phiên âm chữ đầu hoa, còn lại thường với gạch nối; phần nghĩa viết Hoa, như *Śariputra* = Xá-lợi Tử.

Các từ thuần Việt, chưa có quy tắc chính thức, nhưng theo cách viết phổ thông hiện nay:

a. Từ phổ thông: tất cả không hoa, trừ trường hợp tôn kính hay đặc biệt.

b. Từ đặc hữu, nhân danh, địa danh: tất cả viết hoa.

Vạn Hạnh, Pl. 2550 - Dl. 2006
Trí Siêu và **Tuệ Sỹ** cẩn chí

BẢNG VIẾT TẮT

A	*Aṅguttara-Nikāya* – Tăng chi bộ kinh
Câu-xá	A-tỳ-đạt-ma-câu-xá luận, T 29 No 1558
Cf.	*confer*, Tham chiếu, so sánh
Cđ., Chân Đế	bản dịch của Chân Đế
cht.	chú thích
...cho đến	Lặp lại nguyên văn đoạn trên
D	*Dīgha-nikāya*, Trường bộ kinh
Đại.	Đại Chánh Tân Tu Đại Tạng Kinh, Taisho
đd	đã dẫn
Dh, Dhp	*Dhammapada*, kinh Pháp cú
Du-già	Du-già sư địa luận, T 30 No 1579
Ht., Huyền Trang	bản dịch của Huyền Trang
ibid.	*ibidem*, cùng chỗ đã dẫn, đã dẫn, dẫn thượng
M	*Majjhima-Nikāya* – Trung bộ kinh
NM	bản in đời Nguyên Minh
nt	như trên
Pl.	Pāli
S	*Samyutta-Nikāya* – Tương ưng bộ kinh
Sdt.	sách dẫn trên
Sđd.	Sách đã dẫn
Skt.	Sanskrit
Sn	*Sutta-nipāta* – Kinh tập
TN	Taisho, bản Đại Chánh, theo số quyển
Tập dị	Tập dị môn túc luận

Th 1	*Theragātha* – Trưởng lão kệ
Th 2	*Therīgāthā* – Trưởng lão ni kệ
thc.	tham chiếu
thk.	tham khảo
Tì-bà-sa	A-tì-đạt-ma Đại tì-bà-sa luận
Tl.	Tây lịch
TNM	bản in các đời Tống Nguyên Minh
tr.	Trang
vd.	ví dụ
Vin.	*Vinaya*, Luật tạng Pāli
Vsm.	*Visuddhimagga* – Thanh tịnh đạo luận
x.	xem
Wogihara	Phạn Hòa từ điển, Địch Nguyên Vân Lai (Wogihara Unrai)

QUYỂN THỨ 1
PHẨM THỨ NHẤT:
PHẠM THIÊN THỈNH PHÁP

Chính tôi được nghe: Một thời đức Phật ở nước Xá-vệ, tại đạo tràng Thiện-thắng. Cũng do lòng bi thiết cứu thế, hoằng pháp độ sinh, đã mất bao công gian khổ tu tập. Khi mới thành Phật, thấy vấn đề trên đối với tất cả chúng sinh khó, nên ngài tự nghĩ rằng: "Tất cả chúng sinh mê tối thâm độc quá, lòng dạ đảo điên, kiến thức hẹp hòi, chỉ mê theo những lối tà đạo, rất khó giáo hóa, ta có ở đời cũng vô ích, chi bằng ta vào cõi Vô-dư Niết-bàn là hơn".

Khi đó ông vua cõi trời Phạm-thiên biết ngài tự nghĩ như vậy, liền từ trên trời bay xuống tận nơi, tới trước làm lễ, rồi quỳ gối chắp tay cung kính thưa với ngài rằng:

"Kính lạy đức Thế Tôn! Vừa đây con được biết ý niệm của ngài, vì thấy chúng sinh điên đảo khó giáo hóa, nên ngài muốn vào Niết-bàn, vậy con tới đây xin cầu thỉnh ngài ở lại truyền pháp cho đời, khiến ánh sáng chân lý lan tràn khắp cõi nhân gian thiên thượng, muôn loài được thấm nhuần đức hóa, thoát qua khỏi luân hồi sinh tử trong sáu thú, đời đời được an vui tự tại nơi Phật quốc. Kính xin ngài hoan hỷ nhận lời thành kính cầu thỉnh của con."

Phật dạy:

"Ông có lòng vì tất cả chúng sinh vậy cũng tốt, song tôi nhận thấy chúng sinh bị trần cấu che tối, say mê, tài sắc, danh vọng, ăn ngon, ngủ kỹ, tham dục, sân si, lòng dạ đen tối không có chút trí tuệ gì, vì thế tôi có ở đời cũng chỉ luống công thôi! Nên tôi muốn vào Niết-bàn là một sự an vui hơn."

Ông lại thưa rằng:

"Kính lạy đức Thế Tôn! Xin ngài nhủ lòng thương đến con và tất cả chúng sinh trong cõi trời, cõi người, đương bị màn vô minh che tối, không biết lối ra, ngày nay biển pháp đã đầy, cờ pháp đã dựng, thời đã tới, những chúng sinh có thể độ được, con xem số đó cũng khá đông nhiều. Vậy kính mong ngài thi ân tế độ hoằng pháp lợi sinh.

"Kính lạy ngài! Con nhớ cách đây vô số kiếp, cũng vì lũ chúng con nên ngài từng góp nhặt, một bài kệ, cho đến một câu đạo, đến nỗi quên mạng sống, bỏ cả vợ con yêu dấu, hy sinh vì Phật pháp, một cách rùng mình sởn gáy, tất cả không ai làm nổi, được những hạnh của ngài đã thực hiện, giờ đây ngài đã thành tựu trên công cuộc tầm đạo giải thoát, chúng sinh như những áng cỏ trên mặt đất bao la bị sương mù phủ đậy đã lâu năm đương ngóc ngó ánh thái dương phản chiếu, để biến thành những bông hoa tươi đẹp. Kính lạy ngài, xin chớ bỏ lũ chúng con để vào Niết-bàn.

"Con lại nhớ kiếp quá khứ cách đây đã khá lâu xa có một ông vua tên là Tu-lâu-bà ở Châu-diêm-phù-đề, cai trị tám mươi bốn ngàn nước nhỏ, sáu muôn núi sông, tám mươi ức tụ lạc, hai vạn bà phu nhân và một vạn quan đại thần.

"Đối với thời ấy, phúc đức và thế lực của vua Tu-lâu-bà không ai bì kịp, nhân dân thuở đó dưới sự nuôi dưỡng của đức vua, được an lạc thái bình, mưa hòa gió thuận, vui sướng vô cùng vô tận!

"Một hôm vua tự nghĩ rằng: 'Đối với vật chất ta đã giúp dân được đầy đủ, nhưng về tinh thần giải thoát cho con người chưa có. Nếu con người chỉ sống theo vật chất, sống theo tình dục, tâm như gỗ đá, tâm như cát sỏi tha hồ cho bốn tướng sinh, già, bệnh, chết lôi quanh, thì không khác chi thú vật, ăn no nằm mát, phơi mình trên đám phân tro, cho qua ngày đoạn tháng. Nhưng lẽ đó là lỗi ở ta, ta có trách nhiệm tìm đường giải thoát cho họ.'

"Nghĩ thế rồi ngài ra yết thị và báo cho thiên hạ biết rằng: 'Nếu ai biết đạo giải thoát của Phật dạy nói cho ta hay, muốn dùng gì ta sẽ cung cấp cho đầy đủ.'

"Tuyên lệnh đã lâu, nhưng không thấy ai đến nói, nhà vua luôn luôn mong mỏi, và tâm ý lúc nào cũng không được vui!

"Sau đó ông Tỳ-sa-môn, là một ông vua cõi trời Tứ-thiên-vương thấy vậy bèn đến thử ngài như sau.

"Ông biến hình làm một con quỷ Dạ-xoa, mặt xanh lè, mắt đỏ như huyết, răng to như quả chuối măn, mọc chìa ra ngoài, tóc dựng ngược, mồm phun lửa, đến cung vua giựt lấy bảng rồi nói: 'Các ông vào báo cho nhà vua biết, tôi có Phật pháp, nhà vua muốn nghe, tôi sẽ giảng cho'.

"Quan môn giám nhận lời, vào tâu vua rằng: 'Tâu bệ hạ ngoài thành có một người hình thể khá sợ, tự nói có Phật pháp, và xin nói cho bệ hạ nghe, việc đó thế nào xin cho hạ thần được rõ?'

"Nhà vua nghe nói, vui vẻ đội mũ mặc áo chỉnh tề, tự ra đón tiếp mời vào chánh điện và nhường ngồi trên ngai vàng, thiết đãi một cách rất trọng hậu.

"Sớm ngày mai nhà vua bày một tòa cao đẹp, trà nước xong xuôi, đánh trống ca nhạc rước Pháp sư thăng tòa thuyết pháp, Pháp sư lên tòa ngồi yên tĩnh. Lúc đó có đông đủ quan quân, dân chúng, nhà vua ra lễ bái Pháp sư, rồi quỳ xuống xin Pháp sư thuyết pháp.

"Pháp sư nói: 'Học pháp rất khó, ông muốn được nghe không phải dễ.'

"Nhà vua thưa rằng: 'Kính thưa Pháp sư! Thương đến chúng tôi là kẻ ngu si, việc nghe pháp phải đúng lễ thế nào, xin cho chúng tôi được rõ.'

"Pháp sư nói: 'Nếu nhà vua đem vợ yêu con quí cho ta ăn, thì ta sẽ nói cho nghe.'

"Nghe xong nhà vua vui vẻ thọ giáo, bái tạ lui ra trở về cung gọi vợ con nói: 'Tôi xin nói để các người hay: vợ chồng cha con, yêu nhau trong vòng sinh tử, ân ái có ngày biệt ly, tôi muốn tìm con đường giải thoát, cho tôi và các người, vì thế tôi muốn đem thân mạng của các người dâng Pháp sư để cầu thành Phật; ý thế nào cho tôi được rõ?'

"Nghe xong hoàng hậu và thái tử liền quỳ xuống, xin tuân lời chỉ giáo.

"Được sự đồng ý, rồi nhà vua liền đem vợ con dâng Pháp sư. Pháp sư nhận rồi, ngồi trên tòa cao, giữa đám hội đông người nghiễm nhiên ngồi ăn, nháy mắt đã ăn hết, mọi người thấy thế đều lắc đầu, lè lưỡi, kinh sợ hãi hùng.

"Khi đó quần thần, dân chúng, thấy nhà vua hành động như vậy, ai nấy đều không bằng lòng, và cho nhà vua quá ư mê chấp. Song họ có biết đâu nhà vua làm những việc mà người đời không ai làm được. Họ như con ếch nằm trong đáy giếng, chưa bao giờ nhìn thấy biển Đông. Sự nhìn xa trông rộng không phải kẻ phàm ngu có thể so sánh.

"Tiếp đến Pháp sư đọc bài thơ như sau:

'Hết thảy đều vô thường,
Sinh ra tất phải khổ!
Năm ấm không có tướng.
Ta, của ta đều không.'

"Nhà vua nghe xong vui vẻ khôn xiết! Sai người chép lấy, để ban phát cho mọi người trong nước, bắt ai cũng phải tụng đọc.

"Bấy giờ Pháp sư (quỷ Dạ-xoa) thấy vua có vẻ bình thản như vậy, liền hiện lại nguyên hình, nói rằng: 'Quý hóa nhà vua! Biết tôn trọng chánh pháp như vậy không bao lâu ngài sẽ được thành Phật.' Nói xong, bỗng nhiên lại thấy phu nhân và thái tử hãy còn toàn vẹn.

"Kính thưa ngài! Vua Tu-lâu-bà thuở đó chính là ngài đấy. Xưa kia ngài đã hy sinh vì pháp như vậy, sao nay ngài nỡ bỏ chúng sinh để vào Niết-bàn?

"Kính lạy ngài! Lại một kiếp nữa, thuộc thời quá khứ, cũng Châu-diêm-phù-đề này, có một ông vua tên là Kiền-sá-ni-yết-lê, thống trị nhiều nước, tám vạn bốn ngàn tụ lạc, hai muôn phu nhân và thể nữ, một vạn quan đại thần. Nhà vua nhân hiền, yêu thương tất cả, nhân dân sung sướng, cây cỏ xanh tươi. Dân coi vua như một người cha lành.

"Nhà vua tự nghĩ như vầy: 'Ta được địa vị cao sang, tôn trọng quý giá! Là do trước kia ta đã tạo nhân lành. Hiện nay nhân dân được an vui sung sướng! Tuy thế, chỉ an vui về vật chất, song vật chất có ngày hoại diệt, không phải một sự an vui lâu dài vĩnh viễn, muốn cho chính mình và tất cả chúng sanh, được an vui vĩnh viễn, ta phải tìm đạo giải thoát do Phật dạy mới có kết quả.'

"Nghĩ thế rồi vua sai các quan viết bảng cáo thị, và truyền lệnh cho khắp trong nước biết: 'Nếu ai có diệu pháp, nói cho ta nghe, ý muốn gì ta sẽ cung cấp cho đầy đủ'.

"Sau có người bà-la-môn tên là Lao-độ-sai, đi tới nói rằng: 'Tôi có diệu pháp, các ông vào báo cho vua biết.'

"Quan môn giám liền đem tin ấy vào tâu vua. Nhà vua nghe nói, ý rất vui mừng, mũ áo trang nghiêm, tự ra lễ bái, hỏi han ân cần trịnh trọng rồi mời vào trong chánh điện, bày giải một tòa cao đẹp, mời Pháp sư lên tòa ngồi yên tĩnh. Vua và hai bên tả hữu chắp tay thưa rằng:

"Kính thưa Đại sư, được hạnh phúc cho chúng tôi nhiều lắm! Hôm nay Đại sư có lòng thương đến chúng tôi mà tới đây. Vậy kính xin thể lòng từ bi cao cả, thuyết diệu pháp cho chúng tôi được thừa thụ.

"Lao-độ-sai đáp: 'Ta có trí tuệ cũng phải mất bao công khó nhọc, tìm mãi ở phương xa, dầy công học tập, không phải là một việc dễ dàng quá như vậy.'

"Nhà vua thưa: 'Kính thưa Đại sư, ý Đại sư thế nào xin dạy bảo cho chúng tôi được rõ?'

"Lao-độ-sai nói: 'Nhà vua muốn được nghe pháp, thì phải khoét trên mình ra một ngàn lỗ, đổ dầu cho bấc, đốt lửa cúng dàng ta, thì ta sẽ thuyết cho nghe.'

"Nghe nói, nhà vua vui vẻ nhận lời xin khoét, và khất lại bảy ngày để báo cáo cho dân chúng biết, lời báo cáo như sau: 'Tất cả quốc dân nên biết: Vua Kiền-sà-ni-yết-lê sau bảy ngày nữa vì sự cầu đạo, sẽ khoét trên mình ra ngàn lỗ, đốt đèn cúng dàng Pháp sư, ai muốn nghe, và xem sự hy sinh cúng dàng của nhà vua thì đến.'

"Bấy giờ các ông vua nước nhỏ và nhân dân các nước, hay tin ai cũng buồn rầu, cùng nhau đến yết kiến và tâu rằng: 'Kính thưa Đại vương! Tất cả muôn dân nhờ phúc đức của Đại vương được an lạc thái bình, như kẻ mù được nhờ cây gậy, con dại ngóng mẹ hiền, nếu Đại vương khoét mình đốt đèn, tất nhiên tuyệt mạng, thì muôn dân trông cậy vào ai? Xin không nên vì một người mà nỡ bỏ chúng sinh trong thiên hạ.'

"Sau đó hai muôn bà phu nhân, và năm trăm thái tử, một vạn quan đại thần, tất cả đều can vua việc đó.

"Nhà vua liền lớn tiếng nói: 'Các ông không nên cản trở tôi, tôi hy sinh thân này để nghe một câu đạo, sau này tôi thành Phật, tôi sẽ độ cho lũ các ông trước.'

"Họ thấy nhà vua khẳng khái như vậy, ai nấy đều tha thiết kêu van! Nhưng vua cũng quyết định không thay đổi ý kiến.

"Hết hạn bảy ngày nhà vua tới trước Pháp sư làm lễ và thưa rằng: 'Kính thưa Đại sư, chúng tôi xin dốc lòng thành kính, theo lời chỉ giáo của Đại sư! Để bắt đầu khoét mình đốt đèn cúng dàng, xin Đại sư hoan hỷ!'

"Nói xong nhà vua sai khoét, nhưng không ai dám khoét. Sau đó có người Chiên-đà-la đến khoét hộ cho vua, anh này khoét xong, vất dao xuống đất chạy mất, khi đổ dầu bỏ bấc xong mọi người coi thấy ai cũng rùng mình run sợ!

"Nhà vua thưa rằng: 'Kính xin Đại sư thuyết pháp trước, sau sẽ đốt lửa, sợ mạng tôi tuyệt thì không nghe pháp.'

"Lao-độ-sai đọc bài thơ rằng:

'Thường rồi có hết,
Cao thì phải rơi,
Hợp rồi có tan,
Sinh thì có tử.'

"Đọc xong vua sai đốt lửa, trong khi lửa cháy dữ dội, vẻ mặt nhà vua vẫn nghiễm nhiên tươi tỉnh, không hề biến sắc. Ngài tự phát thệ rằng: 'Tôi chịu đau khổ để cầu nghe đạo giải thoát, nguyện đem công đức này hướng về Phật quả, sau khi được thành, tôi sẽ lấy trí tuệ quang minh, phá ngu si hắc ám cho tất cả chúng sinh.'

"Nói dứt lời, thì trời đất tự nhiên chuyển động, tới cõi trời Tịnh-cư. Khi đó chư vị cõi trời ngó xuống xem, thấy một vị Bồ-tát đốt mình làm đèn cúng dàng Pháp sư để nghe pháp, một cách rùng rợn! Họ bay xuống đứng kín cả hư không, vì sự cảm động quá! Nên nhiều người sa nước mắt rơi xuống thành mưa, đồng thời họ lại tung hoa xuống để cúng dàng. Vua Đế Thích đến tận nơi, tới trước khen và hỏi rằng: 'Nhà vua đau khổ như vậy thì có hối hận gì không?'

"Nhà vua đáp: 'Thưa không!'

"Đế Thích nói: 'Tôi thấy nhà vua run rẩy không yên như vầy, tự nói không hối, lấy gì chứng cớ biết rõ được?'

"Đế Thích nói dứt lời, thì ngài tự thề rằng: 'Nếu tâm tôi thủy chung như một, không hối hận gì, thì xin lỗ trên mình tôi, lại được bình phục như cũ.'

"Vì lòng chân thực cầu đạo pháp tha thiết, cảm động mười phương, nên những lỗ trên mình tự nhiên lại được bình phục như cũ, thân thể lại tốt lành hơn xưa.

"Kính lạy ngài! Ông vua khoét mình đốt đèn để cầu đạo thuở đó, chính là ngài đấy. Ngài đã cực khổ cầu pháp như vậy, tới nay đã đầy đủ, tại sao không thuyết pháp? Vào Niết-bàn làm chi, để chúng sanh mất con mắt quang minh trí tuệ?

"Kính lạy ngài! Lại một đời quá khứ nữa, cũng Châu-diêm-phù-đề này có một ông vua, tên là Tỳ-lăng-yết-lê thống trị được nhiều nước, tám vạn bốn ngàn tụ lạc, hai muôn bà phu nhân và thể nữ, năm trăm thái tử, một vạn quan đại thần. Nhà vua có đức nhân, coi dân như con đẻ, lại ham nghe chánh pháp, nên sai quan đại thần tuyên lệnh cho toàn quốc biết như sau:

"Thông cáo cho toàn quốc biết: Hoàng thượng muốn được nghe Phật pháp, ai biết đến nói cho ngài nghe, ngài sẽ trọng thưởng tùy ý muốn.

"Cách thời gian lâu, có một người dòng bà-la-môn, tên là Lao-độ-sai tới cung môn nói: 'Tôi là người đã từng nghiên cứu và tu tập giáo lý của Phật đã lâu, xin ông hãy vào tâu hoàng thượng cho.'

"Theo lời yêu cầu của Lao-độ-sai, quan môn giám vào tâu vua.

"Nhà vua được tin rất vui vẻ, đội mũ mặc áo trang nghiêm, thân ra cổng thành, trịnh trọng chào hỏi, rồi mời vào trong chánh điện, thiết đãi trọng hậu. Sớm ngày mai vua sai bày một tòa cao đẹp, thỉnh Pháp sư thăng tòa ngồi yên tĩnh.

"Nhà vua và bá quan, nghiêm chỉnh thân tâm, tới trước Pháp sư cúi đầu lễ lạy, rồi quỳ xuống thưa rằng: 'Kính thưa Đại sư phát tâm từ bi, thuyết pháp cho chúng tôi được thừa ân công đức!'

"Lao-độ-sai đáp: 'Sự hiểu biết của ta đây, là do ta chịu khổ đã lâu năm, đi tìm học ở bốn phương xa mới được; nhà vua coi sự học một cách dễ dàng quá!'

"Nhà vua toát mồ hôi, một lòng kính cẩn thưa rằng: 'Kính thưa Đại sư! Việc nghe đạo phải đúng quy tắc thế nào? Chúng tôi là kẻ trần tục phàm phu, không biết sự lễ pháp bao giờ, xin Đại sư chỉ dạy cho?'

"Đáp: 'Nhà vua có thể đóng lên mình một ngàn cái đinh sắt, được như vậy ta sẽ thuyết pháp cho nghe.'

"Nhà vua thưa: 'Dạ! Xin tuân lời dạy bảo của Đại sư, và xin ngài chi lui lại bảy ngày, để báo cáo cho dân biết.'

"Nói xong lễ tạ lui ra, có lời bố cáo như sau: 'Tất cả toàn quốc nên biết, tôi là nhân chúa Tỳ-lăng-yết-lê, vì muốn được đạo giải thoát cho chính tôi, và toàn thể, nên tôi đóng đinh trên mình một ngàn cái, cúng dàng Pháp sư, quốc dân ai muốn biết sự thực hành của tôi, sau bảy ngày nữa xin mời đến.'

"Dân chúng được tin nhà vua đóng đinh trên mình, để cầu nghe giảng đạo. Họ nô nức kéo nhau đến kinh thành rất đông, sau đó một số đại biểu của dân chúng lên tâu vua rằng: 'Kính tâu Hoàng thượng! Lũ chúng tôi thay mặt cho toàn thể quốc dân, đến đây kính mừng Thánh thượng, thọ lạc thiên thu, hưởng phúc lâu dài chúng tôi tự biết, nhờ ơn đức hoàng thượng nên được thái bình an lạc, cúi xin thương đến toàn thể quốc dân, miễn bỏ sự đóng đinh trên mình.'

"Sau đó, tiếp đến phu nhân, thể nữ, thái tử, quan đại thần cũng đồng thanh tâu vua xin miễn bỏ việc đó.

"Nhà vua đáp: 'Tôi nhận thấy đã bao kiếp tới nay, bị sống thác trong vòng sinh tử luân hồi, thân mạng đã mất đi vô số; những thân mạng ấy cũng chỉ đeo những tấm lòng tham dục, giận tức, ngu si, nhìn lại số xương thịt trong những kiếp sinh tử ấy, có thể chất cao hơn núi Tu-di, đầu rơi máu chảy ra nhiều hơn nước sông lớn; nước mắt khóc người thân nhiều hơn nước bốn bể; những thân mạng sống chết đó, chẳng qua cũng chỉ uổng mà thôi, chưa từng bao giờ vì đạo pháp mà hiến thân. Tôi đóng đinh cúng Pháp sư để cầu thành Phật, sau khi thành Phật, tôi sẽ lấy trí sáng suốt để trừ diệt bệnh kết sử của lũ các người, và đưa dắt các người lên đường giác ngộ giải thoát thành Phật, một việc ích lợi chung cho toàn thể chúng sinh, can tôi làm chi?'

"Theo lời nhà vua tuyên bố, mọi người ai nấy đều im lặng, không dám nói năng gì hết.

"Tới giờ phút này nhà vua đến trước Pháp sư thưa rằng: 'Kính xin Đại sư ra ân, thuyết pháp trước đóng đinh, nếu đóng trước, thì tôI sẽ chết không được nghe.'

"Đại sư đọc bài thơ rằng:

'Tất cả đều vô thường,
Sinh ấy đều có khổ!
Các pháp không, vô sinh,
Thực không ngã, ngã sở.'

"Pháp sư đọc xong, nhà vua vui mừng, sai người viết lấy bài thơ ban bố cho quốc dân, bắt ai cũng phải tụng đọc.

"Giờ phút bắt đầu, nhà vua sai người đóng đinh, thì tất cả các ông vua nước nhỏ, và quân thần, dân chúng trong đại hội, đều gieo mình xuống đất than thở. Trời đất chấn động sáu lần, các ông thiên tử trên trời bay xuống, thấy ngài hy sinh cầu đạo như vậy, ai nấy đều cảm động, rơi lệ chứa chan, một lòng tôn kính tung hoa xuống cúng dàng.

"Vua Đế Thích xuống tận nơi hỏi rằng: 'Nhà vua quyết liệt tâm chí, cầu đạo không tiếc mạng sống như vậy, để nguyện đời mai sau làm gì? Làm Đế Thích ư, làm Chuyển-luân-vương ư, làm Ma-vương, Phạm-vương ư?'

"Đáp: 'Thưa ngài! Tôi quên mình để cầu đạo giải thoát của Phật, để cầu làm Phật, và tế độ cho chúng sinh cũng được giải thoát, chứ tôi không cầu phúc báo ở ba cõi sinh tử, như Đế Thích, Chuyển-luân-vương, Ma-vương hoặc Phạm-vương.'

"Đế Thích hỏi: 'Tôi coi nhà vua đau đớn như thế, thì tâm có hối hận gì không?'

"Đáp: 'Không!'

"Đế Thích hỏi: 'Ngài nói không thì lấy gì chứng tỏ?'

"Nhà vua liền lập thệ thư sau: 'Nam mô tận hư không biến pháp giới quá, hiện, vị lai chư Phật, tôn Pháp, Bồ-tát, Hiền-thánh Tăng tác đại chứng minh, con chí thành cầu Bồ-đề, nếu tâm không hối hận, thì thân thể lại được bình phục như cũ.'

"Phát thệ dứt lời, thì những cái đinh bật hết ra ngoài, thân thể quả nhiên lại được bình phục như cũ.

"Khi đó tất cả trời, người và quan quân, dân chúng chứng tỏ tâm của ngài thành thật cảm ứng như vậy, ai nấy đều vỗ tay vui mừng không tả xiết!

"Kính lạy ngài! Ông vua đóng đinh trên mình thuở đó, chính là ngài đấy! Tâm ngài lớn như biển cả, rộng như hư không, đã phá tan những tập kiến chúng sinh, chúng đương ngoai ngáp trong chốn bùn lầy, nghẹt thở nơi hang tối. Kính lạy ngài chớ bỏ đàn con đau khổ mà vào Niết-bàn.

"Kính lạy ngài! Lại một kiếp nữa, thuộc thời quá khứ đã quá lâu, cũng Châu-diêm-phù-đề này, có một ông vua tên là Phạm-thiên, sinh được một thái tử tên là Đàm-ma-la-kiềm.

"Thái tử có trí tuệ khôn sáng, ưa ở nơi thanh vắng, ít sự xa hoa dục vọng, có tính tìm tòi chân lý, ham nghe chánh pháp, nên thường sai người đi khắp đông tây, kiếm thầy học đạo, đã nhiều lần, nhưng không gặp được một ai là người có chánh pháp giải thoát. Trong thời gian tìm thầy chưa được, thái tử thấy luôn luôn khổ não, làm cho không lúc nào ngớt ý nghĩ nói trên.

"Bấy giờ vua Đế Thích biết thái tử lòng thành như vậy, liền hóa thân làm người dòng bà-la-môn đi đến kinh thành, tới chỗ đông người nói rằng: 'Các bạn nên biết, tôi là người hiểu biết Phật pháp, nếu bạn nào muốn nghe, tôi sẽ giảng giải cho.'

"Họ liền đến mách bảo thái tử, ngoài thành có người tự xưng hiểu giáo lý đạo Phật.

"Thái tử được tin thấy lòng vui sướng vô cùng, vào phòng đội mũ tề chỉnh, và đem một số người theo hầu, ra tiếp đón Pháp sư, lễ bái, hỏi han rồi mời vào trong cung nơi biệt thự, thết đãi trịnh trọng.

"Sớm ngày mai trà nước xong xuôi, vầng thái dương mới nhôn khỏi núi ánh bình minh vừa tỏa khắp cõi không gian, bầu trời yên lặng, thanh khí ôn hòa! Thái tử sai người bày tòa giảng thuyết, Pháp sư lên tòa ngồi yên tĩnh. Thái tử tới trước lễ bái, quỳ gối chắp tay thưa rằng: 'Kính thưa Đại sư, chúng tôi bị những bức thành mờ tối vô minh dục vọng đã bao kiếp, là do không được gặp chánh pháp của Như Lai, chúng tôi thành kính trước ngài, ngửa mong từ bi giảng thuyết, để cho hết thảy được ân triêm đức hóa?'

"Đại sư nghiêm nét mặt đáp: 'Học đạo không phải một việc dễ, ta đã biết bao công trình tìm thấy tu học, mới được hiểu biết. Người chưa chút khó nhọc, nay muốn được nghe ngay, thực là coi sự học đạo dễ dàng quá.'

"Thái tử thưa rằng: 'Kính thưa Đại sư! Từ thân tôi cho đến vợ con tôi, vàng bạc châu báu, Đại sư dạy bảo thế nào, chúng tôi xin tuân mệnh không dám trái ý.'

Đại sư đáp: 'Muốn nghe pháp, thái tử hãy đào một hố lớn, sâu chừng mười trượng, ở dưới đốt than cho thật đỏ hồng, rồi thái tử nhảy vào hố lửa ấy, cúng dàng ta, thì ta sẽ thuyết pháp.'

"Thái tử nói: 'Dạ xin tuân lời dạy của Đại sư.'

"Sau khi thái tử sai người đào hố thì nhà vua biết tin. Từ vua cho đến tất cả mọi người trong hoàng cung ai ai cũng lo phiền, và khuyên can, nhưng thái tử quên mình vì sự cầu đạo giải thoát, nên không nghe theo những lời khuyên can ấy.

"Sau nhà vua và các quan đều thưa với Đại sư rằng: 'Kính thưa Đại sư! Thương đến lũ tôi, để miễn bỏ việc thái tử nhảy xuống hố lửa, ngoài ra Đại sư muốn dùng gì chúng tôi xin dâng.'

"Đại sư đáp: 'Việc đó tùy ý thái tử, ta không bó buộc, đúng thế thì ta thuyết pháp, bằng không thì thôi!'

Nhà vua thấy tâm địa của Đại sư khẳng khái quá, nên ngài cũng vái chào rồi trở ra về, không nói năng gì nữa.

"Trở về nhà vua sai người đi thông báo cho quốc dân biết. Lời thông báo như sau: 'Tất cả quốc dân nên biết, sau bảy ngày nữa thái tử vì sự nghe đạo, nên xả thân, nhảy xuống hố lửa, ai muốn thấy việc đó, thì lại sớm nơi đây.'

"Nhân dân được tin thái tử nhảy xuống hố lửa, họ nô nức kéo nhau đi đến kinh thành đông như hội, sau đó một số đại biểu của nhân dân, tới thưa với thái tử rằng: 'Kính thưa thái tử: Lũ chúng tôi hay tin ngài vì sự nghe đạo nhảy xuống hố lửa, lợi ích chưa thấy đã thấy sự tang thương cho quốc dân! Vậy kính mong ngài miễn bỏ việc đó, để cho quốc gia được an lạc.'

"Thái tử đáp: 'Các ông lẳng lặng để nghe tôi nói, thiệt hại hay lợi ích. Nhận thấy con người sống thác từ đời vô thủy cho tới ngày nay, không số tính, chết cõi này sinh cõi kia luân chuyển như bánh xe quay không mối. Trong loài người vì lòng tham dục, nên giết hại lẫn nhau; trên cõi trời khi hết tuổi thọ, thì lo về mất sự dục lạc; nơi địa ngục lửa đốt suốt ngày đêm, nào nước sôi, búa chém, dao đâm, núi dao, rừng kiếm, hành phạt con người vô cùng thảm khốc, trong một ngày chết đi sống lại biết bao lần, sự hình ngục không thể giải bày cho xiết. Cái khổ trăm thứ tên độc xiên dùi vào mình loài ngạ quỷ. Cái khổ kéo cày chở nặng loài súc sinh, sau lại dâng thân cho người ăn thịt, những nỗi khổ như thế, khó nói hết trong những kiếp đã chịu đoạ đầy, xét lại những thân mạng ấy chỉ uổng mà thôi, có làm được một việc gì về vấn đề giải thoát cho chính mình và chúng sinh trong pháp giới, ai đã biết đem thân ấy chết về việc nghe đạo bao giờ. Ta đem dâng thân này, cúng dàng để nghe đạo giải thoát, sau thành Phật, ta sẽ đem lại cho lũ các ông năm phận pháp thân, can chi phải ngăn cản công việc ta đã quyết định làm.'

"Mọi người nghe thái tử nói xong, ai nấy đều nín thinh, không dám trả lời sao hết.

"Khi sắp nhảy xuống hố lửa thái tử nói: 'Kính thưa Đại sư! Xin thuyết pháp trước khi tôi nhảy xuống hố.'

"Đại sư đọc bài thơ như sau:

'Thường làm theo tâm từ
Trừ bỏ tưởng giận, hại.
Đại bi thương chúng sinh!
Quặn lòng rơi nước mắt!
Tu làm tâm đại hỷ,
Với mình cùng đắc pháp,
Cứu giúp bằng đạo lý,
Ấy là hạnh Bồ-tát.'

"Khi sắp gieo đầu xuống hố lửa thì vua Đế Thích và vua Phạm-vương chạy lại cầm tay hỏi gạn rằng: 'Thái tử hãy khoan, để tôi nói chuyện đã: Một ông vua có đức nhân, thì muôn dân được an lạc! Chúng tôi nhận thấy thái tử là người đức tày bốn biển, phụ hoàng yên lòng có người nối trị nuôi dân, hà tất vì một câu đạo mà bỏ tất cả chúng sinh trong thiên hạ, theo ý chúng tôi thì không nên quá ư thiên chấp như vậy.'

"Thái tử đáp lời rằng: 'Thưa quý ngài! Tôi nhận thấy phần nhiều người, chỉ biết lúc an vui, chớ không lo một ngày gặp tai nạn! Chỉ biết cái sống hôm nay mà không sợ cái chết của ngày mai. Sở dĩ tôi làm một việc có thể an vui mãi mãi, cho chúng tôi và tất cả chúng sinh, chứ không phải tôi không biết thương chúng sinh! Quý ngài không nên cản trở đạo tâm cao cả của tôi làm gì.'

"Nói xong thái tử nhảy xuống hố lửa! Tự nhiên trời đất chuyển biến làm cảm động cả thiên cung. Khi đó mọi người đều sa nước mắt, cũng có người lên tiếng khóc thương! Giờ phút đương làm cho mọi người khủng hoảng, thì hố lửa ấy tự nhiên biến thành một ao sen, mùi hương thơm ngào ngạt, những làn gió thổi mát, thấu đến tâm phủ của mọi người, họ nhìn vào thấy thái tử ngồi trên đài sen, ai nấy đều vui mừng không tả xiết. Lúc đó hoa trên trời bay xuống như mưa. Vua Đế Thích, vua Phạm-thiên cũng phải cất tiếng khen rằng: 'Quý hóa! Cầu đạo như vậy, sau này quyết định thành Phật.'

"Kính lạy ngài! Nhà vua thuở đó nay là thân phụ ngài (Tịnh Phạn Vương), bà hoàng hậu thuở đó nay là thân mẫu ngài (Ma Gia), thái tử nhảy xuống hố lửa chính nay là ngài, cũng vì thương chúnh sinh, cầu pháp như ngài đó, nay đã thành công, cúi xin ngài từ bi thuyết pháp, tế độ quần sinh qua nơi biển khổ!

"Kính lạy ngài! Lại một đời quá khứ nữa, tới nay vô lượng kiếp, cũng Châu-diêm-phù này có một nước tên là Ba-la-nại, nước ấy có năm trăm vị Tiên sĩ tu trong núi, ông Uất-đà-la làm thầy các vị tiên này, tuy ông tu theo tiên đạo, nhưng ông hằng mong được gặp chánh pháp của Như Lai (Phật), ông đã từng đi khắp bốn phương trời, và thông báo cho thiên hạ biết rằng: 'Tôi đại tiên sĩ rất muốn được nghe chánh pháp của đức Như Lai, ai biết nói cho tôi nghe, nếu muốn dùng gì tôi xin dâng biếu.'

"Khi đó có một người dòng bà-la-môn tới chỗ ông nói rằng: 'Nghe biết tiên sĩ muốn tìm hiểu chánh pháp của Như Lai, chính tôi là người hiểu biết giáo pháp của Như Lai, nếu ngài muốn học hỏi, tôi sẽ thành thực giảng thuyết, nhưng nghe là một việc rất khó.'

"Đại tiên thưa: 'Kính thưa Đại sư việc nghe pháp phải thế nào xin ngài dạy bảo cho?'

"Đáp: 'Ngài có thể lột da của ngài để làm giấy; chẻ xương của ngài dùng làm bút; lấy máu của ngài để làm mực viết lấy giáo pháp của Như Lai, thì tôi sẽ thuyết cho ngài nghe.'

"Dạ, rất đa tạ Đại sư, chúng tôi xin tuân lời của Đại sư dạy".

"Nói dứt lời ông sai người lấy dao lột da, chẻ xương, lấy máu thực sự, làm xong ông ngửa mặt thưa rằng: 'Dạ, kính xin Đại sư đọc để chúng tôi tiện viết ạ!'

"Đại sư đọc bài thơ rằng:

> 'Thường phải nhiếp tâm hành.
> Mà không sát, trộm, dâm,
> Không hai lưỡi, nói ác;
> Nói dối, nói đơm đặt,

Tâm không tham mọi dục;
Không sân giận, độc tưởng,
Xà lìa mọi tà kiến:
Ấy là hạnh Bồ-tát.'

"Đại sư thuyết xong thì ngài viết cũng vừa xong. Từ đó, ngài dùng bài thơ này đi khắp nhân gian để dạy bảo cho mọi người biết lối tu hành. Những người được hàm ơn ngài giáo hóa, khi mạng chung được thoát khỏi ba đường ác sinh lên cõi trời, cõi người, hưởng phúc vô cùng vô tận.

"Kính lạy ngài! Ông Tiên ngày đó chính là ngài đấy, ngài đã vì chúng sinh cầu học đạo một cách khổ cực đến như vậy, tại sao lại bỏ để vào Niết-bàn mà không thuyết pháp?"

"Kính lạy ngài! Lại một thời quá khứ nữa, cũng Châu-diêm-phù-đề này, có một ông vua tên là Thi-tỷ, ở thành Đế-bà-bạt-đề, dân nước lúc đó giàu thịnh vô cùng. Nhà vua thống trị tám vạn bốn ngàn nước nhỏ, sáu muôn núi sông, tám ngàn ức dân ấp. Nhà vua có hai muôn bà phu nhân và thể nữ, năm trăm thái tử, một vạn quan đại thần. Vua có hạnh từ bi, thương dân như con đỏ".

"Trên trời lúc ấy, Vua Đế Thích gặp lúc năm đức ly thân, sắp tới ngày tận số (chết) khí sắc ông lúc nào cũng âu sầu, ông Tỳ-thủ-yết-ma thấy thế, bèn hỏi rằng: 'Tâu bệ hạ! Hồi này hạ thần coi khí sắc của bệ hạ kém xưa nhiều lắm, chẳng hay có chuyện chi, xin nói cho hạ thần được rõ.'

"Đế Thích đáp: 'Khanh không biết hay sao? Hoa trên đầu ta đã héo, tử chứng đã xuất hiện, mạng sống chẳng còn được là bao, hiện nay ở thế gian không có giáo pháp của Như Lai, ta không biết quy hướng về đâu nên ta buồn!'

"Ông Tỳ-thủ-yết-ma thưa rằng: 'Tâu bệ hạ hiện nay ở thế gian thuộc Châu-diêm-phù có một ông vua tu theo hạnh Bồ-tát, tên là Thi-tỷ, tâm ý bền vững và tinh tiến lắm, sau này quyết định thành Phật, xin bệ hạ tới đó quy y, thì lai sinh sẽ được đầy ý nguyện, đầy vẻ tôn vinh trên cõi nhân, thiên, hoặc xuất thế gian.'

"Vua Đế Thích nói: 'Nếu như quả như lời của khanh nói, thì may cho ta lắm, nhưng phải thử xem hư thực thế nào. Vậy khanh hóa làm con chim bồ câu, ta hóa làm chim cắt, khanh bay trước ta bay sau, khi tới nơi khanh bay vào lòng nhà vua, và yêu cầu vua cứu, còn ta đến sau ta sẽ đòi trả để ăn thịt, xem nhà vua giải quyết thế nào.'

"Tỳ-thủ-yết-ma nói: 'Tâu bệ hạ! Bồ-tát là người từ bi phúc đức, chúng ta nên cúng dàng, và ủng hộ là phải, chứ không nên làm những sự đau khổ đến Bồ-tát.'

"Vua Đế Thích liền đọc bài thơ đáp rằng:

'Ta cũng chẳng ác tâm.
Nếu thực vàng nên thử.
Để thử Bồ-tát xem,
Có thực chí thành không?'

"Vua Đế Thích đọc xong, bắt đầu Tỳ-thủ-yết-ma hóa làm chim bồ câu bay trước, Vua Đế Thích hóa làm chim cắt bay sau. Khi tới cung thành, chim bồ câu bay thẳng vào lòng nhà vua tỏ vẻ sợ hãi, rồi kêu vua cứu. Chim cắt bay tới sau, đứng ở trên điện nói: 'Tâu bệ hạ! Xin ngài trả lại cho tôi con chim bồ câu ấy?'

"Đáp: 'Trả cho ngươi để làm chi?'

"Tâu bệ hạ! Nó là món ăn của tôi, tôi đương đói trả để tôi ăn."

"Đáp: 'Ta có nguyện cứu tế cho muôn loài, nó đã lại đây với ta thì ta không trả đâu.'

"Tâu bệ hạ! Ngài tự nói cứu tế cho muôn loài, mà cướp món ăn của tôi, thì tôi phải chết đói, đối với tôi không phải là một trong muôn loài hay sao!"

"Đáp: 'Ngươi đói thì có thể dùng thứ thịt khác được không?'

"Tâu bệ hạ! Vâng! Cũng được nhưng phải cho tôi thứ thịt hãy còn tươi, máu hãy còn nóng, thì tôi dùng".

"Nhà vua thầm nghĩa: 'Nếu thế thì phải giết một con vật khác; nhưng nếu giết một con, cứu một con cũng vô ích, chi bằng ta cắt thịt của ta thay thế cho nó là hơn.'

"Nghĩ xong lấy dao cắt một miếng thịt đùi ra trao cho chim cắt và nói rằng: 'Đây! Ngươi dùng miếng thịt của ta để thay chết cho bồ câu.'

"Chim cắt ra cách không hài lòng nói: 'Tâu bệ hạ! Ngài đã mang danh là vị đại thí chủ, đã dùng con mắt bình đẳng đối với tất cả, tôi đây tuy là một con chim nhỏ thực, nhưng nếu theo sự công bình, thì ngài phải bắt cân để chim một bên thịt một bên; thịt và chim bằng nhau thì tôi sẽ nhận.'

"Theo lời chim nói có lý phải, nên nhà vua sai người bắt cân, để chim một bên để thịt nhà vua một bên, bắt đầu để một miếng hãy còn nhẹ, lại cắt thêm miếng nữa, vẫn thấy còn nhẹ, dĩ chí nhà vua cắt hết một vế đùi, nhưng vẫn nhẹ như thường, sau cắt hết hai vế đùi, cho đến hai cánh tay, hai bạng mỡ, song vẫn còn nhẹ sau róc hết các thớ thịt ra để lên cũng vẫn còn thấy nhẹ, chim vẫn nặng hơn, nhà vua liền đứng dậy để bước lên bàn cân, thì đau quá, khí lực đã hết nên ngài ngã lăn đùng xuống đất, mê mệt không biết gì, giờ lâu tỉnh lại, thầm nghĩ rằng: 'Ta từ bao kiếp đến nay, cũng chỉ vì có thân này, mà làm cho ta khốn khổ, nổi chìm trong ba cõi, trôi dạt trong sáu thú, cũng do tham thân sống, tiếc thân sống, nuôi nó bảo thủ nó, gìn giữ nó, yêu quý nó, vì nó mà làm hại biết bao sinh mạng khác, nhưng trái lại rồi một ngày gần đây nó lại tan không, hòa đồng với đất, nước, cây cỏ, chưa bao giờ vất nó đi, để hy sinh mà cứu chúng sinh, vậy ta phải tiến lên để đập tan những bức thành ngã chấp từ bao kiếp tới nay, để đạt tới pháp thân bất diệt.'

"Nghĩ xong liền ngồi dậy cố gắng đứng lên bàn cân nhìn vẻ mặt vẫn vui tươi!

"Bấy giờ trời đất tự nhiên chuyển động sáu lần, thiên cung nghiêng ngã, có rất nhiều người ở các cõi trời bay xuống xem, họ nhận thấy một ông vua, quên mình để cứu một con vật, tất cả nhân gian thiên thượng, chưa từng ai làm nổi, họ đều cảm động rơi lệ chứa chan, và tung các thứ hoa xuống cúng dàng.

"Đối với lòng đại bi cứu sinh một cách dũng mãnh như vậy, vua Đế Thích cũng phải cảm phục và hiện lại nguyên hình rồi nói rằng: 'Kính thưa ngài! Tôi thấy ngài làm hạnh Bồ-tát, nên tôi tới đây để thử ngài đấy thôi, chính tôi đây là Đế Thích vương là chúa cõi trời Đao-lợi. Nhưng xin hỏi ngài: Ngài làm những việc mà người đời không làm nổi như vậy, để cầu làm gì? Làm Đế Thích hay làm Chuyển-luân-thánh-vương?'

"Nhà vua đáp: 'Thưa ngài tôi nguyện đem lòng từ bi cứu hộ chúng sinh để cầu thành Phật, chứ không có ý cầu làm Đế Thích hay Chuyển-luân-thánh-vương mong hưởng những thú vui trong ba cõi.'

"Vua Đế Thích nói: 'Nhà vua cắt thịt đau đớn như vậy, thì tâm có phàn nàn gì không?'

"Đáp: 'Thưa không!'

"Vua Đế Thích nói: 'Nhà vua nói không, việc đó thì ai biết? Tôi coi thân thể nhà vua run rẩy như vậy, khí sắc đã gần tuyệt, tự nói không thì lấy gì làm bằng?'

"Đáp: 'Trước mặt ngài tôi xin có một cụ thể để chứng tỏ lòng thành của tôi,' nói xong ngài lập thệ rằng: 'Kính lạy thập phương Đại giác Tam thế Hùng sư! Nếu con chí thành cầu đạo! Xin cho con lại được bình phục như cũ.'

"Thệ dứt lời, nhà vua lại được lành mạnh như cũ, những vết thương tiêu tan, da dẻ lại tươi sáng hơn xưa.

"Bấy giờ tất cả trời người phàm thánh ai nấy đều tắc lưỡi bái phục tâm chí thành của nhà vua, và coi như một việc chưa từng có, thảy đều kinh sợ vui mừng!

"Kính lạy ngài! Vua Thi-tỳ thuở đó chính là ngài đấy, ngài đã vì chúng sinh chịu cực khổ như vậy! Giờ phút này chúng sinh đương bị chìm đắm trong bể sinh tử luân hồi; phơi thây trong rừng tà kiến, dục vọng! Ngóc đầu lên không ai vớt, gào kêu không kẻ chỉ đường. Kính xin ngài từ bi cứu tế thuyết pháp độ sinh, khiến cho khắp nhân thiên, phàm thánh được mong ân đức hóa".

Vua Phạm-vương đứng trước đức Phật tán dương công đức, và tha thiết cầu thỉnh Ngài thuyết pháp độ sinh một cách thành thực, nên đức Phật hứa lời ông thỉnh.

Đầu tiên ngài đến nước Ba-la-nại thuyết pháp ở vườn Lộc Uyển độ cho nhóm ông Kiều-trần-như năm người. Ngôi Tam-bảo từ đấy mới xuất hiện ở thế gian.

PHẨM THỨ NHÌ:
THÁI TỬ MA-HA TÁT-ĐỎA ĐEM THÂN CHO CỌP ĂN

Chính tôi được nghe: Một lần Phật ở nước Xá-vệ, tại vườn cây của ông Cấp-cô-độc và Thái tử Kỳ-đà.

Tới thời khất thực, đức Phật mặc áo mang bát và tôi (A-nan) đi theo hầu. Khi vào tới thành gặp một bà lão và hai cậu con trai; hai cậu này trộm cắp ngang tàng, không có nhân cách. Giữa hôm ấy sa lưới chánh quyền bị đem đi xử tử.

Giờ phút hãi hùng này thì tôi và Phật vừa tới, ba mẹ con đều cúi đầu lễ Phật và kêu Phật cứu mạng. Phật bèn sai tôi (A-nan) đến xin vua tha cho. Sau khi tôi đến nói với nhà vua, vì có lời Phật đến để xin vua phóng thích cho ba mẹ con bà lão, nên nhà vua tuân lời dạy tha cho tội chết.

Mong ơn cao cả của đức Phật, ba mẹ con bà này đến tạ ơn, tới nơi cúi đầu làm lễ và bạch Phật rằng:

"Kính lạy đức Thế Tôn! Nhờ ơn sơn hải mẹ con được thoát chết, không biết lấy gì để đền đáp ơn đức cao dầy ấy. Kính lạy đức Thế Tôn, mẹ con một lòng thành kính cúi đầu bái tạ, xin từ bi hoan hỷ nhận tấm lòng thành kính của mẹ con chúng con".

Phật dạy: "Quý hóa! Tội phúc do mình tạo tác gây nhân kết quả, từ nay chăm tu thiện nghiệp, lai sinh hưởng phúc lâu dài".

"Dạ, kính lạy đức Thế Tôn! Mẹ con xin tuân lời chỉ giáo! Và xin cho cả ba mẹ con chúng con được nhập đạo tu hành."

Phật dạy: "Quý hoá! Muốn trút bỏ những trần duyên ràng buộc của thế tục, để tìm đường giải thoát thì ta cũng cho."

Nói xong ngài gọi lên rằng: "Thiện lai tỳ-khưu!"

Ngài gọi xong, cả ba mẹ con, tự nhiên rụng tóc, áo mặc tại mình biến thành áo cà sa, lòng tin vững chắc. Sau khi nghe Phật thuyết pháp, những trần cấu phiền não đều tiêu mất, tâm ý sáng tỏ, hiểu thấu đạo chân thật. Lúc đó hai người con được chứng quả A-la-hán, còn người mẹ chứng quả A-na-hàm.

Thấy việc như thế tôi (A-nan) cũng khen ngợi, và cũng lấy làm kỳ ngộ, không biết nhân duyên của ba mẹ con người này, đời trước thế nào. Nên tôi quỳ xuống bạch Phật rằng:

"Kính lạy đức Thế Tôn! Không hay ba mẹ con người này, đời trước có phúc gì, nay được gặp ngài cứu cho thoát nạn, hơn nữa lại được chứng đạo Niết-bàn? Xin nói cho chúng con được rõ nguyên nhân".

Phật dạy: "A-nan! Ông hãy để ý nghe ta nói."

"Dạ, con xin chú ý nghe."

"A-nan! Ông nên biết, cách đây đã vô số kiếp, ở Châu-diêm-phù-đề này có một ông vua tên là Ma-ha La-đàn-na, cai trị ba ngàn nước nhỏ, vua có ba người con trai, người thứ nhất tên là Ma-ha Phú-na-ninh; người thứ hai tên là Ma-ha Đề-bà; người thứ ba tên là Ma-ha Tát-đỏa.

"Người con thứ ba Ma-ha Tát-đỏa, có phúc đức lớn, lòng từ bi quảng đại, chí khí cao cả, nhân hiền hiếu thảo, có lòng thương dân giúp vật. Một hôm nhà vua đưa phu nhân thế nữ (nàng hầu) và ba người con vào rừng chơi. Nhân lúc nhà vua nằm nghỉ dưới gốc cây, thì ba hoàng tử đưa nhau đi chơi, đi tới rừng kia chợt gặp một con hổ mẹ và hai hổ con; con hổ mẹ nằm gục đầu vào tảng đá gầy còm, da sát xương, hơi thở thoi thóp, hai mép phun ra hai bãi bột lớn, tựa như bọt xà bông, còn hai con nằm chui đầu vào hông mẹ, tuy nhìn thấy người nhưng không hề cử động, vì bị đói lâu ngày khí lực bạc nhược. Song có ý muốn ăn thịt con. Thấy thế, thái tử Ma-ha Tát-đỏa nói với hai anh rằng: 'Thưa anh! Con hổ mẹ, em thấy đói khát quá, lại thêm nuôi hai con nhỏ, em xem ý nó muốn ăn thịt con, có phải chăng?'

"Đáp: 'Phải! Anh cũng nghĩ thế.'

'Thưa anh! Vậy nó hay ăn những thứ gì?'

'Nó hay ăn những thứ thịt tươi máu nóng.'

'Thưa anh! Bây giờ phỏng có ai cứu được nó không?'

'Việc ấy khó lắm!'

"Khi đó Thái tử Ma-ha Tát-đỏa động lòng thương! Thầm nghĩ rằng: 'Ta bị sống thác trong bao kiếp tới nay, bỏ thân cũng đã nhiều, song những thân ấy chỉ gây thêm những tội nghiệp, tham, sân, si, chứ chưa từng đem thân ấy mà làm lợi ích cho nhân vật bao giờ; ta hãy bỏ thân tham, sân, si này cho hổ ăn, để đổi lấy thân từ bi trí tuệ bất diệt'.

"Nghĩ xong rảo đi trước hai anh, đi chưa được bao xa, quay lại nói với hai anh rằng: 'Hai anh hãy đi trước, em có chút việc riêng.'

"Nói rồi cứ nhắm thẳng con đường cũ, đi tới chỗ ba con hổ nằm, tới nơi gieo mình vào cho hổ ăn thịt. Hổ bị đói lâu ngày run rẩy không thể há mồm ăn được. Thái tử dùng cây nhọn đâm vào cổ họng cho phọt máu, hổ thấy máu lè lưỡi liếm, dần dần tỉnh táo, mới có sức ngồi dậy để ăn thịt; ăn xong thân thể được khoẻ mạnh, mẹ con dẫn nhau đi nơi khác trú ẩn, chỉ còn để lại đống xương trên mặt đất.

"Hai người anh ngồi chờ mãi không thấy em về, tự nhiên ruột nóng như lửa đốt, nước mắt chảy dạt dào. Rồi đi tìm em và tự nghĩ rằng: 'Em ta có ý định cứu hổ đói'. Cứ thẳng lối tìm đến chỗ con hổ, quả nhiên không thấy hổ mà chỉ thấy đống xương và cái đầu nằm trơ trên bãi đất, quá thương em, nên hai người anh ngất đi hồi lâu mới tỉnh lại!

"Đoạn nầy nói đến nhà vua và hoàng hậu nằm nghỉ mát dưới bóng cây, hoàng hậu nằm chiêm bao thấy ba con chim cáp bay vào rừng, con chim thứ ba bị chim ưng bắt ăn thịt, sực tỉnh dậy bà sợ quá! Liền đem chuyện đó nói với vua:

'Tâu bệ hạ tôi vừa mộng thấy ba con chim cáp bay vào rừng, con chim thứ ba bị chim ưng bắt ăn thịt, tôi nghe lời ngạn ngữ nói: Chim cáp thuộc con cháu, cáp nhỏ bị chết tất nhiên con yêu của tôi gặp sự bất tường'.

"Bà nói vừa dứt lời thì thấy hai cậu con lớn đã về, bà lật đật hỏi: 'Em đâu? Em đâu? Hai con?'

"Hai cậu quỳ xuống thưa rằng:

'Thưa Phụ vương cùng Mẫu hậu! Em con bị hổ ăn thịt. Nhưng không biết bị hổ ăn, hay em con thương nó đói mà cho nó ăn, việc đó chưa tường.'

"Được tin như sét đánh bên tai; ông bà chết ngất giờ lâu mới tỉnh lại! Đồng thời vua cùng hoàng hậu và quan quân đi đến chỗ thái tử, chao ôi! Chỉ còn đống xương trắng phơi dãi trên mặt đất, ai nấy đều than khóc tiếc thương! Hoàng hậu tự mang lấy cái đầu lâu, còn vua mang hai ống xương tay, trong lòng rầu rĩ xót đau, ngơ ngẩn! Tâm hồn như mơ như mộng, chứa chan rơi lệ!

"Đoạn này nói đến thái tử, vì lòng từ bi cứu hổ đói, sau khi trút khỏi xác, được sinh về trời. Tự nghĩ rằng: 'Ta được phép thiên nhãn, coi xa năm cõi như coi vật trên bàn tay, chắc đời trước đây ta làm phúc gì, nên mới được quả báo như vậy.'

"Nghĩ xong nhìn xuống nhân gian, thấy mình là thái tử, vì hy sinh cứu hổ đói, tử thi nằm ở rừng xanh, phụ mẫu hãy còn đương than khóc, thái tử động lòng thương cha mẹ, ngu si mê muội, khóc thương quá chừng như vậy, hoặc nhân thế mà táng mất thân mạng, liền từ trên trời bay xuống, đứng trên hư không thưa rằng:

'Kính thưa Phụ hoàng cùng Mẫu hậu! Xin hãy khoan tấm lòng, đừng quá thương thái tử nữa! Nên trở về hoàng cung trị quốc an bang tu thiện nghiệp.'

"Thấy thế nhà vua liền hỏi rằng:

'Ông là vị thần nào xin chỉ bảo cho chúng tôi được rõ.'

"Đáp: 'Con là Thái tử Ma-ha Tát-đỏa đây, bởi con xả thân cứu hổ nên con được sinh lên cõi trời Đâu-suất. Kính thưa phụ vương tất cả muôn vật cho đến nhân sinh, có hình tất có hoại, có sinh tất có tử, có rồi phải không, tạo ác thì sa địa ngục, làm lành được sinh lên trời, sống chết là một luật nhất định cho tất cả chúng sinh, phụ vương không lo buồn làm chi, cho tổn tâm can, nên tỉnh ngộ để tu đạo hạnh.'

"Nhà vua nói: 'Người làm hạnh đại từ tế độ cho khắp muôn loài, bỏ ta mà chết! Lòng ta thương nhớ, đến nỗi quặn lòng đứt ruột, đau đớn không tả xiết vậy người tu hạnh đại từ có xứng hay không?"

"Nghe nhà vua nói, thái tử dùng vô ngại biện tài, đem những ý nghĩa nhiệm mầu thiện đức, cao siêu xuất phàm để báo tạ và khuyên vua.

"Khi đó nhà vua mới nguôi nguôi tấm lòng, và tỉnh ngộ tâm thức, rồi sai người làm hòm thất bảo thu bỏ hài cốt làm lễ an táng và xây tháp cúng dàng.

"Tới đây cha con từ biệt: Thái tử hóa thân về thiên cung; vua, phu nhân và quan quân trở về kinh thành."

Phật nói tới đây rồi ngài nhắc lại cho tôi:

"Này A-nan! Nhà vua thuở đó là cha của ta ngày nay, hoàng hậu thuở đó, nay là mẫu thân ta bây giờ, ông Ma-ha Phú-na-ninh nay là ông Di-lặc, thái tử Ma-ha Đề-bà, nay là ông Bà-tu-mật, còn Thái tử Ma-ha Tát-đỏa chính là ta đây. Hổ mẹ bấy giờ, nay là bà lão này, hai hổ con tức là hai người con trai nầy. Thời đó ta đã cứu sống cho ba mẹ con được an toàn tánh mạng, tới nay ta thành Phật ta lại cứu cho khỏi tội chết và được thoát sinh tử luân hồi".

Phật thuyết xong thì tôi và tất cả mọi người trong đại hội hoan hỷ kính mến đức cao cả của ngài, ai nấy đều cúi đầu lễ tạ lui ra.

PHẨM THỨ BA:
HAI NGƯỜI DÒNG PHẠM CHÍ THỤ PHÁP BÁT QUAN TRAI

Chính tôi được nghe: Một lần Phật ở nước Xá-vệ, tại vườn cây của ông Cấp-cô-độc và Thái tử Kỳ-đà. Lúc đó trời vừa sẩm tối, có hai người cõi trời vào yết kiến Phật, thân thể to lớn đẹp đẽ, người có hào quang, ánh sáng chiếu khắp rừng Kỳ-hoàn trở thành vàng ửng. Tới nơi họ cúi đầu lễ Phật nhiễu ba vòng, rồi lui đứng về một bên, và bạch Phật rằng:

"Kính lạy đức Thế Tôn! Đấng từ bi cao cả làm thầy cho hết thảy trời, người, hôm nay chúng con tới đây cúi xin ngài chỉ dạy cho một lối tu hành thoát khổ trong sáu thú, được an vui đạo Niết-bàn?"

Khi đó, ngài cũng tuỳ theo căn khí của họ, thuyết cho họ nghe những pháp thích hợp với tâm lượng của họ, nên hai người đều chứng được đạo quả rồi cúi đầu lễ tạ trở về trời.

Sáng hôm sau buổi trà nước dâng Phật vừa xong, giữa lúc bầu trời êm dịu, thanh khí ôn hòa, trong cuộc thư nhàn vấn đạo, tôi (A-nan) tới trước bạch Phật rằng:

"Kính lạy đức Thế Tôn! Tối hôm qua hai người cõi trời, lại yết kiến ngài, coi tướng mạo, và oai nghi tốt đẹp, ánh sáng chói loà, phúc đức đầy đủ, không rõ đời trước họ tu những hạnh gì, nay được kết quả tốt lành như vậy?"

Phật bảo tôi rằng:

"Này A-nan! Ông hãy lắng nghe Ta nói:

"Thuở xưa đức Phật Ca Diếp ứng thế độ sinh, sau khi ngài đã diệt độ, bấy giờ pháp đã tới thời cuối rốt (thời mạt); thuở ấy có hai người tu theo dòng bà-la-môn, họ thấy công đức pháp bát quan trai cao cả, nên họ xin thụ trì (tu giữ), người thứ nhất nguyện sinh lên trời, người thứ hai nguyện làm quốc vương. Thụ rồi trở về nhà vào lúc đã quá giờ ngọ. Người thứ nhất được vợ gọi ăn cơm; anh nói: 'Thôi, em ăn cơm đi, hôm nay anh đã thụ giới bát quan trai của Phật dạy, cử quá giờ ngọ không ăn! Vậy anh không ăn đâu, em ăn đi, để cho sự trai giới của anh được hoàn toàn.'

"Cô vợ thấy chồng nói thế, bực bội cau mặt nghiến răng nói: 'Anh xưa nay thuộc dòng phạm-chí (đạo bà-la-môn) đã có đủ giới pháp, cớ sao hôm nay anh lại đi thụ trai giới của đạo Phật? Nếu anh không chịu bỏ trai giới ấy, mà ăn cơm với tôi, thì tôi đem chuyện này, nói cho tất cả mọi người trong đồng đạo họ biết, họ sẽ đuổi anh ra khỏi bọn họ và chính tôi cũng không chung sống với anh nữa.'

"Cũng do lòng không vững chắc và nhất là nể vợ, sợ vợ, nên anh thoái chí bỏ trai pháp, tức là phá giới bát quan trai, ngồi ăn cơm phi thời với vợ.

"Hai người nguyện tu trai pháp ấy, tùy theo tuổi thọ dài vắn rồi cùng chết cả. Người nguyện làm vua thì được sinh vào nhà vua, vì giữ trai giới được hoàn toàn, sau sẽ được làm vua; người nguyện sinh lên trời, vì phá trai giới phải đọa sinh trong loài rồng.

"Cũng do lòng tin vững chắc, trai giới hoàn toàn thanh tịnh, người làm vua nói trên được hưởng một cuộc đời vương giả trong hoàng cung, đầy vẻ tôn sang, thỏa lòng vui sướng với năm cảnh dục lạc của thế gian! Ông vua này có một vườn cây, trong vườn trồng đủ các thứ quả, mùa nào thứ ấy; vườn nầy có một người trông nom, để hàng ngày dâng quả lên vua, gọi là viên giám. Vua vẫn tin dùng anh là người có khả năng trồng cây coi vườn, tưới bón, tuỳ thời dâng các hoa quả. Một hôm viên giám ra suối thấy một quả quý, quả nầy trên thế gian chưa từng có, sắc đẹp mùi thơm lạ thường, anh vớt lấy và đặt tên cho nó là quả nại. Được quả quý này rồi thầm nghĩ rằng: 'Mỗi khi ta vào thành, quan môn giám đã chạy ra đón ta, đối với ta một cách thân mật, ta chưa có gì để đền đáp tấm lòng quý hóa ấy, vậy ta đem quả này biểu ngài.'

"Nghĩ thế rồi đem quả ấy biểu môn giám. Quan môn giám được quả này cũng tự cho là một vật quý, nên không ăn, lại đem biểu ông bạn thân là quan hoàng môn; quan hoàng môn thấy quả quý cũng không ăn, lại dâng lên bà hoàng hậu để mua lấy tấm lòng ưu đãi của bà. Bà thấy quả đẹp lạ thơm khác đời, nên bà dâng lên vua dùng. Nhà vua dùng quả này thấy ý vị, mùi thơm từ thuở sinh đến nay chưa từng ăn thứ quả nào được ngon như vậy, liền gọi bà lên hỏi căn do: 'Này bà! Quả mà tôi vừa ăn xong, ngon lắm! Tôi chưa từng thấy quả nào quý như vậy, quả này ai cho?'

"Phu nhân đáp: 'Tâu bệ hạ! Quả này do quan hoàng môn dâng.'

"Cho gọi hoàng môn. Nhà vua hỏi: 'Quả này mua tại xứ nào?'

"Tâu bệ hạ! Quả này nhà hạ thần không có, hôm qua quan môn giám cho con, xin bệ hạ khoan thứ.

"Cho gọi môn giám, vua hỏi: 'Quả ngươi cho hoàng môn hôm qua là quả gì, mua ở đâu?'

"Tâu bệ hạ quả đó nhà hạ thần không có, hôm qua quan viên giám cho, xin bệ hạ lượng thương.

"Cho gọi viên giám, hỏi: 'Viên giám trong vườn của ta có những thứ quả ngon lành như thế, sao không đem dâng ta lại đem cho kẻ nào?'

"Đáp: 'Tâu bệ hạ quả này trong vườn không có giống trồng, hôm qua hạ thần ra suối thấy nổi trên mặt nước, xin bệ hạ thương xét.'

"Nhà vua nói: 'Từ ngày mai trở đi ngày nào ngươi cũng phải đem quả này dâng cho ta, nếu không thì ngươi bị tử hình.'

"Viên giám nghe xong chết điếng người, mặt xanh lè, run sợ toát mồ hôi lễ tạ, trở về vườn, tiu nghỉu một mình, sầu khổ một mình! Không biết kêu ai cho mình thoát được cái oan ức ấy, anh òa lên khóc. Đương khóc có người tới hỏi:

"Anh có việc chi lo sợ hãi hùng như vậy? Anh nói cho tôi biết, nếu có thể giúp được tôi sẽ giúp anh!

"Đáp: 'Thưa bác, tôi là một người coi vườn cho nhà vua, chịu trách nhiệm trông coi vườn quả và hàng ngày dâng quả cho nhà vua dùng, hôm qua tôi bắt được một quả nổi trên mặt giếng, vì thấy quả lạ, quý nên tôi không ăn, đem biểu quan môn giám, sau quả đó đưa tới vua;

vua ăn thấy ngon lành, giờ đây bắt tôi ngày nào cũng phải dâng, nếu không dâng thì bị tử hình, tôi không biết tìm đâu ra được nên tôi khóc.'

"Thôi anh khỏi lo nữa! Nhà tôi có rất nhiều, tôi sẽ cho anh một mâm dâng vua.

"Nói xong từ biệt ra về. Viên giám vui mừng an lòng đã có người cứu mình. Chính người này là con rồng hóa hiện ra thân người để hỏi thử chơi đó thôi.

"Một lát anh đã đội lên một mâm đầy quả ngon lạ dưới Long cung, thuần những quả trên thế gian không có, trao cho viên giám và dặn rằng: 'Khi anh dâng mâm quả này lên vua thì anh nói rằng: Tôi với nhà vua vốn là bạn thân với nhau, đời trước ở dòng Phạm-chí, cùng nhau thọ pháp 'bát quan trai', mỗi người có một bản nguyện: Nhà vua tu hành giữ giới hoàn toàn được làm nhân vương, tôi không giữ được toàn, nên phải đọa sinh vào loài rồng, chịu nhiều cực khổ, thân thể xấu xa, giờ đây tôi muốn tu theo trai pháp, để cầu bỏ thân này sinh về cõi trời. Vậy nhà vua tìm hộ cho tôi bài văn 'bát quan trai' ấy để tôi tu tập, nếu trái lời tôi, thì tôi sẽ lật đổ nước của nhà vua biến thành biển cả.'

"Viên giám mừng rỡ, hai tay cất lấy mâm quả trịnh trọng cảm ơn dâng mâm quả ấy lên vua và trình bày những lời của rồng dặn cho vua nghe.

"Nhà vua nghe xong, trong tâm thổn thức không yên, trống ngực đập liên hồi, vẻ mặt mất vui tươi! Tại sao thế? Là vì thời đó không có kinh của Phật. Nhà vua đêm ngày âm thầm lo nghĩ cho chính mình và tánh mạng cả một nước, nhưng không tìm được một phương tiện gì để giải quyết, trong lúc đương ngồi suy nghĩ, thì thấy một ông quan đại thần vào chơi, ông này là một người quan trọng nhất thời đó. Nhà vua liền đem câu chuyện rồng đòi xin văn 'bát quan trai', nói cho ông nghe và nhờ ông tìm hộ.

"Ông thưa rằng: 'Tâu bệ hạ! Đời này không có Phật pháp, thì không thể tìm đâu ra được.'

"Nhà vua nói: 'Việc này khanh phải chịu khó tìm cho bằng được, nếu không tìm được thì khanh cũng chết, ta cũng chết, cho đến toàn quốc cũng chết, vậy việc này ta giao cho khanh phải chịu trọng trách!'

"Theo lời vua truyền xong, ông bái tạ ra về. Ông là người rất có hiếu với cha già, mỗi khi ông đi đâu về, ông cũng làm ra vẻ mặt tươi, để cho cha ông yên lòng, mừng con được an lạc! Nhưng ngày hôm đó ông không thể nào làm nét mặt của ông tươi nữa! Cha ông thấy thế hỏi ông rằng: 'Hôm nay con vào chầu vua có việc gì bất trắc mà lo buồn như vậy, nói cho cha biết với!'

"Đáp: 'Thưa cha, hôm nay nhà vua truyền cho con phải tìm bài văn 'bát quan trai' của Phật giáo, nếu không tìm được thì nguy cả một nước nên con lo quá! Mà con không thể nào gượng sầu làm vui được!'

"Người cha nói: 'Con ạ! Cái cột nhà ta, thường thường cha nhìn thấy có ánh hào quang hiện lên, con bảo người phá ra xem trong đó có vật gì?'

"Nghe lời người cha nói, ông sai gia nhân lấy cây cột khác thay vào và bổ ra được hai quyển kinh: Một quyển nhan đề là "Thập Nhị Nhân Duyên", một quyển nhan đề là 'Văn Bát Quan Trai'. Thấy thế, ông vui mừng quá! Vội đem dâng vua, nhà vua cũng hoan hỷ cảm ơn, sai người chép lấy một quyển để lại, còn một quyển cho viên giám biểu rồng. Rồng được kinh cũng rất hài lòng với nguyện ước! Trở về đem rất nhiều bảo vật dưới Long cung tạ ơn nhà vua.

"Từ đó rồng chuyên tu trai giới, lúc chết được sinh lên trời, nhà vua cũng chăm tu trai giới, sau khi mạng chết cũng được sinh lên trời, hai người này cùng ở với nhau một nơi."

Nói tới đây ngài lại nhắc cho tôi biết rằng:

"Này A-nan! Hai người trời đó, chính là hai người dòng Phạm-chí thụ giới 'bát quan trai' thuở xưa ấy, hôm qua tới đây nghe ta thuyết pháp chứng quả Tu-đà-hoàn cắt đứt ba đường ác, là địa ngục, ngạ quỉ và súc sinh, đời đời thường được sinh trong cõi trời, cõi người. Từ đây trở đi hai người này sẽ được đạo Niết-bàn."

Phật thuyết nhân duyên của hai người xong, tất cả trong đại hội ai ai cũng vui mừng, kính tin phúc tu của bát quan trai giới, đều hoan hỷ phụng hành lễ tạ lui ra.

PHẨM THỨ TƯ:
ĐI Ở LẤY CÔNG CÚNG DÀNG

Chính tôi được nghe: Một lần đức Phật ở nước Xá-vệ, tại vườn cây của ông Cấp-cô-độc và Thái tử Kỳ-đà.

Thuở đó nước Xá-vệ có một trưởng giả, sinh được đứa con trai mặt mũi tốt tươi dáng người xinh đẹp; mới sinh đã biết nói ngay. Nó tự hỏi rằng:

"Thưa mẹ ! Đức Phật có còn tại thế không?"

Đáp: "Ôi! Sao con biết nói sớm thế? Ai dạy mà con đã biết nói? Con hỏi Phật làm chi? Phật hãy còn ở đời con ạ!"

Nó lại hỏi: "Thưa mẹ, Tôn giả Xá-lợi-phất và Tôn giả A-nan có còn không mẹ?"

Đáp: "Các Tôn giả hãy còn đây con ạ!"

Cả nhà họ thấy cậu bé biết nói ngay, ai cũng ồn ào hỏi nhau, nghi nghi hoặc hoặc, chắt môi chắt miệng cho là quái gở? Rồi ông bố cậu đi hỏi Phật; tới chốn Phật, làm lễ xong, quỳ xuống bạch Phật rằng:

"Kính lạy đức Thế Tôn! Con mới sanh được đứa cháu trai biết nói ngay, không hiểu hay dở thế nào? Kính xin ngài chỉ giáo cho chúng con được đoạn lòng nghi hoặc ấy?"

Phật dạy:

"Nhà ngươi có phúc đấy, đứa trẻ này có tướng tốt đẹp, sau sẽ làm cho gia đình được tôn vinh trên cõi nhân, cõi thiên nhiều lắm! Không nên hoài nghi làm chi, ngươi cứ an tâm, nuôi nó cho cẩn thận là hơn."

Theo lời Phật dạy ông rất vui mừng! Ông trở về, nó lại nói với ông ấy rằng:

"Thưa cha! Con rất muốn thỉnh Phật và chư Tăng tới nhà cúng dàng, vậy xin cha mẹ vì con sửa soạn giường tòa cho đẹp trang nghiêm, để ấn định ngày thỉnh."

Đứa trẻ lại nói: "Thưa cha! Các vật dụng về sự cúng dàng, cha không phải sắm chi hết, cha sai người quét dọn và bao sái nhà cửa cho sạch sẽ, bày bàn ghế tòa ngồi, giường chiếu cho trang nghiêm, bát đĩa cho trong sạch, mâm bàn dụng cụ về bữa ăn cứ sắp đặt sẵn, còn về món ăn con đã có đầy đủ. Hiện nay bà thân mẫu con hãy còn ở nước Ba-la-nại, xin mời lại đây cho con, và bày cho con ba tòa cao đẹp."

Người cha nghe con nói lấy làm vui vẻ lắm! Ông sai người cỡi voi đi đón bà mẹ ở nước Ba-la-nại về, trong nhà bày tòa trải chiếu trang nghiêm mâm bàn, bát đĩa, cốc chén bày trên sồi có thứ tự, bày xong các món ngon lạ, bao thứ ăn uống tự nhiên đầy đủ. Bày ba tòa cao đẹp, tòa thứ nhất để cúng Phật, tòa thứ nhì để bà mẹ ở nước Ba-la-nại ngồi, tòa thứ ba để bà mẹ hiện tại ngồi, các việc được chu đáo ổn định rồi, người cha thân đi mời Phật, tới nơi lễ Phật và bạch rằng:

"Kính lạy đức Thế Tôn! Chúng con cả gia đình thành kính sửa soạn trai nghi, đúng giờ ngọ ngày mai, xin kính thỉnh Thế Tôn và các hàng Tăng chúng tới nhà thụ trai và tác phúc cho chúng con được ân triêm công đức."

Phật dạy:

"Quý hóa! Có lòng cầu thỉnh ta sẽ nhận tâm thành ấy cho."

Ông vui vẻ ra về, ngày mai đúng giờ ngọ Phật và Tăng chúng đến đông đủ, thăng tòa ngồi yên tĩnh, ông ta và hai bà mẹ cậu bé ra lễ Phật, thỉnh Phật và chư Tăng thụ trai. Phật dùng trai xong thăng tòa thuyết pháp được thấm nhuần đức hóa của Phật, cả nhà đều chứng sơ quả, vui mừng tạ lễ lui ra.

Cậu bé này sau lớn tuổi, cũng xin đi xuất gia tu đạo, cậu rất chăm chỉ tu hành không bao lâu đã chứng được quả A-la-hán.

Thấy việc như vậy, tôi (A-nan) quỳ xuống bạch Phật rằng: "Kính lạy đức Thế Tôn! Cậu bé này vì duyên gì, được sinh vào nhà giàu có, tôn sang? Và biết nói ngay? Hơn nữa lại được đắc đạo quả? Kính xin ngài chỉ giáo để chúng con được rõ!"

Phật dạy:

"Này A-nan! Cậu bé này, tiền thân ở nước Ba-la-nại là con một ông trưởng giả, sau khi cha chết, gia nghiệp bị suy tàn, ngày một nghèo thiếu. Tuy được gặp Phật tại thế, nhưng không có gì để cúng dàng vì thế nên anh ta lúc nào cũng buồn. Sau tự đi làm mướn được một năm, anh xin chủ một lạng vàng. Người chủ thấy anh xin vàng bèn hỏi: 'Anh lấy vàng để cưới vợ hay sao?'

"Đáp: 'Thưa không!'

"Hỏi: 'Anh lấy vàng làm gì?'

"Đáp: 'Thưa! Để mua các món ăn, dâng Phật và các vị thánh Tăng.'

"Ông chủ nói: 'Nếu anh muốn thỉnh Phật và chư Tăng, thì ta cũng ưng lắm! Ta sẽ làm những cỗ bàn, và ta đi mời Phật về nhà ta cho anh cúng, có ngại chi việc đó.'

"Đáp: 'Dạ quý hóa lắm! Nếu ông bà có lòng vì tôi như vậy, thì phúc đức vô lượng vô biên!'

"Ông chủ sai người sắm lễ vật, sửa soạn trai nghi, trịnh trọng, rồi sai người đi thỉnh Phật và các vị thánh Tăng để cúng dàng."

Nói tới đây Phật lại nhắc lại cho tôi hay rằng:

"Này A-nan! Người nghèo đi làm mướn thuở đó, chính là cậu bé này, vì có lòng cúng Phật và Tăng một bữa cơm, sau khi chết được sinh làm con ông trưởng giả, cũng nhân phúc đó nay đắc quả A-la-hán, từ đây sẽ được cõi người, cõi trời cúng dàng."

Khi Phật nói xong câu chuyện này, tất cả mọi người trong đại hội ai ai cũng vui vẻ, tin kính sự cúng dàng được phúc vô lượng vô biên, thảy đều lễ Phật mà lui.

PHẨM THỨ NĂM:
THẦN BỂ VỚI NGƯỜI ĐI BUÔN

Chính tôi được nghe: Một lần đức Phật ở nước Xá-vệ tại vườn của ông Cấp-cô-độc và Thái tử Kỳ-đà.

Thuở đó trong nước có năm trăm người đi buôn, định ra biển tìm châu báu. Nhưng sự ra biển có rất nhiều hiểm trở khó khăn! Vì thế họ bàn nhau tìm một người đủ tài đức để dẫn đường cho họ. Sau họ tìm được người Ưu-bà-tắc ông này trì ngũ giới và có tài biện thuyết nhanh chóng.

Khi ra đến biển một trời, một nước, ông thần bể biến thành còn quỷ Dạ-xoa hình thể xấu xa, mắt xanh lè, răng chìa ra ngoài, trên đầu lửa cháy dữ dội, tới nơi nằm thuyền lại hỏi:

"Này các ông trong thuyền! Trên thế gian có người nào đáng sợ như tôi không?"

Người Ưu-bà-tắc đáp:

"Dạ! Thưa ông! Có rất nhiều người đáng sợ gấp trăm ngàn triệu ông, đối với ông có chi đáng sợ."

Dạ-xoa hỏi: "Kẻ đó sợ như thế nào?"

Đáp:

"Là những kẻ ngu si làm những việc bất thiện, nào sát sinh, hại mạng, trộm cướp, dâm dật vô độ, nói dối, nói lưỡi đôi chiều, nói ác, nói đơm đặt, tham dục, giận tức, đắm chìm nơi tà kiến, những kẻ đó chết phải sa xuống địa ngục, chịu khổ muôn phần, quân ngục tốt bắt kẻ có tội ấy, đem ra nhiều thứ để hành phạt, hoặc lấy dao chém, hoặc lấy xe nghiền cho tan thân nát thể ra hàng ngàn vạn đoạn; hoặc bỏ vào cối giã, hoặc bỏ vào cối xay, còn có những hình phạt như: núi dao, rừng kiếm, xe lửa, vạc nước giá lạnh. Tất cả những bình phạt nói trên, kẻ có tội ấy phải chịu trải qua vài ngàn muôn năm. Như thế mới đáng sợ hơn ông."

Quỷ Dạ-xoa nghe xong buông thuyền cho đi, rồi ẩn mình biến mất. Thuyền tiếp tục đi được vài dặm, ông thần bể lại hóa ra một người hình thể gầy gò đen xấu, gân lộ, da sát xương tới nắm thuyền kéo lại hỏi:

"Này các ông trong thuyền, trên thế gian có kẻ nào xấu hơn tôi không?"

Ông Ưu-bà-tắc đáp:

"Dạ thưa ông! Có rất nhiều người xấu gấp trăm ngàn vạn triệu ông, đối với ông chi đáng xấu!"

Ông thần bể lại hỏi:

"Người đó xấu như thế nào?"

Đáp:

"Dạ thưa ông! Là những kẻ ngu si, lòng dạ ác độc, tham lam nịnh hót, ghen ghét, bợ đỡ, tích cóp, làm hạnh xấu không có hổ thẹn, có tiền của không nuôi cha mẹ vợ con, thậm chí thân mình cũng không dám ăn mặc, khinh mạn giáo pháp, không biết kính trọng đạo đức, không biết nghe theo lẽ phải, có tính gian lận và không có tâm thương những người đói khát, không biết làm hạnh bố-thí, kẻ đó khi chết phải đọa làm loài quỷ đói, muôn ngàn vạn triệu năm đói khát, không biết miếng cơm ngụm nước ra sao! Thân thể hôi thối có những con vi trùng cắn rứt đau đớn suốt ngày đêm, lửa trong mồm phát ra dữ dội; trên đầu có những mụn nhọt luôn luôn chảy, tưới những máu mủ xuống mặt, mắt, mồm thè lưỡi liếm ăn. Kẻ đó mới xấu, mới đáng thương họ ngu si, còn như ông chưa phải là xấu."

Ông thần bể nghe xong, lại buông thuyền cho đi rồi ẩn mình biến mất. Thuyền đi chưa được bao xa, ông thần bể lại biến hình thành một người cực kỳ xinh đẹp, nắm thuyền lại hỏi:

"Này! Các ông trong thuyền, trên thế gian có ai xinh đẹp bằng tôi không?"

Đáp:

"Dạ thưa ông! Có rất nhiều người đẹp, gấp trăm ngàn vạn triệu triệu ông, đối với ông có chi đáng đẹp."

Ông thần bể lại hỏi:

"Họ đẹp hơn tôi bằng cách nào?"

"Dạ, thưa ông! Trên thế gian có những người thông minh trí tuệ, chăm làm các việc thiện: Thân, miệng, ý; ba nghiệp thường thường trong sạch, biết tôn kính ngôi Tam-bảo, tùy thời cúng dàng. Người ấy khi mạng chung được sinh lên trời, thân thể trong sáng tướng mạo oai nghiêm, phúc đức và thể lực đầy đủ, như thế mới là đẹp. Đem cái đẹp của ông đối với họ cũng chẳng khác chi đem con khỉ mù mà ví với cô gái tươi trẻ vậy! Như ông đã lấy gì làm đẹp!"

Ông thần bể lại bốc vốc nước bể hỏi:

"Nước trong bàn tay nhiều hay nước bể nhiều?"

Đáp:

"Dạ thưa ông! Nước trên bàn tay nhiều hơn!"

Hỏi:

"Vì lý do gì nước trong bàn tay nhiều, xin ông hãy giải đáp cho?"

"Dạ thưa ông! Nước bể tuy nhiều nhưng rồi đây cũng có ngày khô cạn, khi trời tai kiếp đến bắt đầu hai mặt trời ra, thì ngòi lạch suối ao khô cạn! Ba mặt trời ra, thì các sông lớn và các bể nhỏ cạn! Năm mặt trời ra thì nước bể lớn đã giảm bớt! Sáu mặt trời ra, thì ba phần giảm hai! Bảy mặt trời ra, thì nước bể cạn hết tiếp đến núi Tu-di tan đổ cho đến đáy kim cương dưới quả địa cầu cũng đều cháy rụi. Nếu kẻ nào có tâm tin sự cúng dàng Phật! Hoặc các vị sư tăng, hay cha mẹ hoặc kẻ ăn xin hoặc cho loài cầm thú. Thì công đức ấy trải bao kiếp cũng không mất. Thưa ông, ý nghĩa nhiều ít là như vậy!"

Ông thần bể nghe xong vui mừng khôn xiết, đem tặng ông Ưu-bà-tắc một số châu báu ở Long cung và gửi thêm một số báo vật về cúng Phật rồi ẩn hình biến mất.

Tới đây mọi người lái buôn thâu lượm vàng bạc trở về nước nhà, chia cấp cho gia đình rồi cùng nhau đi yết kiến Phật, đem châu ngọc của ông thần bể dâng cúng Phật, và chư Tăng rồi quỳ xuống bạch Phật rằng:

"Kính lạy đức Thế Tôn! Thân người khó được, Phật pháp khó gặp, chúng con sinh thời may mắn được gặp Thế Tôn, tới đây một lòng thành cầu xuất gia tu học để thoát khỏi sinh tử luân hồi, kính xin từ bi tế độ cho chúng con được ân triêm công đức."

Đức Phật ngài hoan hỷ nói rằng:

"Thiện lai tỳ-khưu!"

Phật nói dứt lời tóc của những người này đều rụng hết, áo trên mình tự nhiên biến thành áo cà-sa, sau nghe Phật thuyết pháp, tâm dục nhiễm đều sạch không, ngay giờ phút đó họ chứng được quả La-hán.

Thấy thế mọi người trong đại hội ai ai cũng vui mừng, lòng tin kính cúng dàng lại thêm vững chắc, cúi đầu lễ tạ lui ra.

❀

PHẨM THỨ SÁU:
CẦU TỰ

Chính tôi được nghe: Một lần Phật ở nước La-duyệt-kỳ, tại tinh xá vườn Trúc.

Nước ấy có quan phụ tướng, nhà rất giàu sang, nhưng không có con trai. Tại vùng đó có đền thờ thiên thần ở bên sông, gọi là Ma-ni-bạt-la, nhân dân quanh miền ấy tin sùng lễ bái cầu sao được vậy. Hay tin thần thiêng, quan phụ tướng tới đền làm lễ và cầu nguyện rằng:

"Thưa ngài, tôi chưa có con trai, nghe biết thiên thần công đức cô lượng, cứu hộ quần sinh, ai cần gì cũng được như ý nguyện. Vậy tôi tới đây cầu xin thiên thần, năm nay sinh quý tử, nếu được như lời nguyện, tôi sẽ lấy vàng bạc để điểm tô thân ngài, và các hương tốt để bôi nơi miếu ngài, bằng vô hiệu quả, tôi sẽ phá miếu và lấy phân trát vào mình ngài."

Quan phụ tướng kêu xong lễ tạ ra về.

Khi đó quan giám điện nghe xong, toát mồ hôi thầm nghĩ rằng: 'Người này hào phú, thế lực hùng cường, tới đây cầu xin quý tử, ta thiếu đức làm sao cho đặng, nếu không giúp được hắn thì hắn làm ô nhục.' Nghĩ rồi lên tâu với thần Ma-ni-bạt-la:

"Kính tâu thiên thần chúng tôi vâng lệnh coi đền, hôm qua quan phụ tướng nước La-duyệt-kỳ đến nói rằng: 'Xin thiên thần cho sinh quý tử, nếu được như lời, thì lấy vàng bạc điểm tô thân ngài, và lấy các thứ hương tốt để bôi nơi miếu ngài, bằng vô hiệu quả, sẽ phá miếu và lấy phân trát vào mình ngài,' việc đó hạ thần bất lực xin thiên thần chỉ giáo cho?"

Nghe xong, thần Ma-ni-bạt-la lên tâu với ông Tỳ-sa-môn Thiên-vương.

Tỳ-sa-môn Thiên-vương nói: "Việc này để ta lên tâu vua Đế Thích, chứ ta cũng bất lực". Nói rồi bay lên cung trời Đao-lợi tâu vua Đế Thích rằng:

"Kính tâu thiên đế! Tôi có một hạ thần tên là Ma-ni-bạt-la lên kêu rằng: Quan phụ tướng tại thành Vương-xá cầu xin quý tử, và hẹn nếu được như lời thì xin cúng dàng trọng hậu, bằng không sẽ phá miếu, và hủy nhục, kính mong thiên đế cứu giúp".

Nhân lúc trên trời có người sắp tận số, Đế Thích cho gọi tới bảo rằng:

"Ta xem khanh sắp tới ngày mệnh hết, hiện nay quan phụ tướng ở thành Vương-xá đương cầu tự, vậy sau khi khanh mệnh chung thì thác sinh vào nhà đó an hưởng sự vinh hoa phú quý."

Đáp: "Kính tâu thiên đế! Cái bã phú quý hay làm mê hoặc lòng người, nhân sự vinh hoa phú quý khiến bao người sa xuống hố sâu, ý định của hạ thần muốn sinh vào nhà dân thường, để dễ bề xuất gia tu đạo, cho thoát khỏi sinh tử luân hồi, là hơn nhất, xin bệ hạ tha thứ!"

Đế Thích nói:

"Không lo, khanh hãy nghe ta sinh vào nhà đó, rồi ta giúp chớ ngại."

"Dạ muôn tâu bệ hạ! Lời thánh chỉ hạ thần không dám trái, nhưng xin bệ hạ luôn luôn giúp đỡ cho, kẻo sợ tham về phú quý mà bỏ mất đại nguyện."

Đế Thích nói: "Khanh yên trí không sao."

Nói xong lễ tạ ra về, ít ngày mệnh chết, thần hồn thác thai vào nhà quan phụ tướng.

Đoạn này nói đến phụ tướng phu nhân, sau ngày cầu tự trở về không lâu bà đã có thai, mãn tháng no ngày tới tuần hoa nở, sinh được cậu con trai đầy đủ tướng đức, ông bà yêu quý lắm. Từ khi sinh cậu trong nhà thấy nhiều điềm ứng cát tường, sự trông nom săn sóc một cách phi phàm. Một hôm ông bà mời thầy đến xem tướng cho cậu và nhờ đặt tên giùm. Tướng sư đến căn do, rồi đặt cho cậu là Hằng Gia Đạt. Một mai khôn lớn học hành thông sáng nhưng có một điểm cậu ham học đạo và ham nghe đạo các vị sa-môn giảng, được thấm nhuần đạo đức, thấy đời không có gì vững chắc như mây trôi, như bọt nổi nên cậu quyết tâm xuất gia tu đạo, để cầu giải thoát, rồi lên tâu với ông bà Phụ tướng rằng:

"Kính lạy song thân, được làm người là khó, được gặp Phật tại thế lại khó hơn nữa, hiện nay đức Phật ra đời, mục đích cứu người ra khỏi vòng trầm luân khổ hải. Vậy xin song thân cho con đi xuất gia tu đạo, được phúc vô lượng vô biên."

Đáp: "Con ơi! Việc tu đạo cũng tốt nhưng con khổ cực chi, mà đày thân hoại thể nơi chùa chiền, muối dưa khô quạnh, cha làm quan phụ tướng quyền cao, giàu sang tột bực, quốc gia chưa ai sánh kịp, cha mẹ chỉ sinh được mình con, để nối nghiệp nhà, nay con đi xuất gia thì của này để cho ai, và nhất là cha mẹ già sớm hôm vò võ, lấy ai là người trông cậy lúc bình sinh cho vui ý chí."

Hằng Gia Đạt thấy ông bà không đồng ý với ý nguyện của mình, bèn lễ tạ lui ra, từ ngày đó ngày đêm âu sầu buồn bã! Rồi tự nghĩ rằng:

"Ta sẽ tự sát thân này đi, để sinh vào nhà thường dân đạt được chí nguyện xuất gia của ta."

Nghĩ rồi một mình ra đi, lên ngọn núi cao tự gieo mình lăn từ trên đỉnh núi xuống chân núi, tưởng làm thế cho chết, nhưng trái lại thân thể vẫn còn toàn vẹn không sây sát chút nào. Lần này ra sông để tự vẫn, nhưng nhảy xuống không chìm. Cuối cùng lấy thuốc độc uống, song cũng không chết; rồi dùng đủ cách để chết, nhưng cũng không chết được; sau định kế phạm quốc pháp cho vua giết.

Một hôm Hằng Gia Đạt thấy hoàng hậu và mỹ nữ của nhà vua ra giếng nước giữa vườn tắm, họ cởi áo vắt trên cành cây rồi xuống giếng, anh lén vào trộm lấy quần áo và trang phục đem ra, người môn giám bắt anh tâu lên vua A-xà-thế. Nhà vua nổi giận sai người đem ra pháp tràng xử tử. Thoạt đầu sai người gương cung bắn, mỗi khi bắn thì cái tên quay đầu trở lại nhà vua, bắn luôn ba phát đều như thế cả. Nhà vua chột dạ hỏi rằng:

"Nhà ngươi là bộ thiên, bộ long hay quỷ thần mà có phép lạ như vậy?"

Đáp: "Tâu bệ hạ tôi có một việc riêng, nếu bệ hạ giúp tôi được thì tôi xin nói."

Nhà vua hỏi: "Ngươi có việc gì cứ nói, nếu ta giúp được thì ta giúp."

"Tâu bệ hạ! Tôi chẳng phải là thiên long quỷ thần chi hết, chính tôi là con quan phụ tướng bản triều, vì muốn xuất gia tu học nhưng cha mẹ tôi không cho, nên tôi muốn chết để sinh nơi khác, cho toại nguyện vọng ấy. Vừa rồi tôi lên núi, gieo mình xuống vực sâu, và uống thuốc độc nhưng vẫn không chết, còn một kế là tôi phạm pháp để mong nhà vua xử tử thì mới đạt được nguyện vọng ấy. Sự thể như vậy, kính xin bệ hạ lượng thương, truyền lệnh cho cha mẹ tôi, để tôi được xuất gia đầu Phật."

Đáp: "Việc ấy không khó con cứ an tâm, ta sẽ bảo phụ tướng cho".

Qua thời gian sau nhân buổi đi thính pháp, nhà vua dẫn cậu đến chốn Phật, tới nơi làm lễ xong nhà vua trình bày ý nguyện của Hằng Gia Đạt cho Phật nghe, Phật mỉm cười nói:

"Thiện lai tỳ-khưu!"

Hằng Gia Đạt nghe dứt lời tự nhiên tóc rụng hết, áo trên mình biến thành áo cà-sa, thành tướng tỳ-khưu, sau nghe Phật thuyết pháp, tâm ý khai ngộ chứng La-hán quả, được ba phép "minh", sáu phép "thần thông", tám phép "giải thoát".

Thấy thế vua A-xà-thế quỳ xuống bạch Phật rằng:

"Kính lạy đức Thế Tôn! Hằng Gia Đạt trồng nhân lành gì, gieo đầu từ trên núi xuống mà không chết, nhảy xuống sông không chìm, uống thuốc độc không hại, tên bắn không trúng, hơn nữa lại gặp Thế Tôn được thoát khỏi sinh tử luân hồi đại khổ, xin nói cho chúng con được rõ?"

Phật dạy:

"Cách đây đời quá khứ đã vô số kiếp, có một nước lớn tên là Ba-la-nại, vua nước ấy là Phạm-ma-đạt, một hôm đưa các người mỹ nữ trong ấy là Phạm-ma-đạt, một hôm đưa các người mỹ nữ trong cung vào rừng uống rượu ăn thịt, thưởng thức những khúc đàn hay, tiếng nhạc xéo, giọng hát cao, đương lúc các mỹ nữ cất tiếng ca khúc thì bên ngoài có người cất tiếng để họa lại. Nhà vua nghe thấy nổi giận sai người bắt rồi giao cho lính đem đi xử tử.

"Vừa lúc ông quan đại thần đi chơi về bắt gặp, ông hỏi họ rằng: Người này tội gì?

"Đáp: 'Dạ bẩm quan lớn! Anh này bị tội họa lại giọng hát của các mỹ nữ.'

"Nghe xong ông thầm nghĩ: 'Chà, có thế mà cũng giết người! Thực là vô lý quá.'

"Ông nói: 'Hãy khoan để ta vào tâu vua đã.'

"Ông vào tâu rằng: 'Tâu bệ hạ, kẻ kia chưa đến tội chết, vì chưa lấy gì làm nặng lắm, tuy có họa lại tiếng nhưng chưa thấy hình và cũng không có sự giao thông dâm dục, cúi xin bệ hạ tha cho hắn tội chết.'

"Nghe nói có lý, nhà vua hạ lệnh tha cho người đó tội chết. Muốn đền đáp ân cao cả ông đại thần, từ đó anh ta đến hầu hạ phụng sự một cách tôn kính đã lâu năm, giữ một lòng trung thành, trước sau như một, rồi thầm nghĩ như vậy: 'Sự dâm dục giết người ta hơn dao kiếm sắc, trước đây ta suýt chết cũng do lòng dục vọng phát động.' Rồi thưa với ông rằng: 'Kính thưa ông! Chúng tôi tự nghĩ sự sinh tử vô thường nhanh như chớp nhoáng, như đèn ở trước gió, như giọt sương trên đầu ngọn cỏ, sớm có chiều không, thân này chẳng lâu sẽ vào cửa chết. Vì vậy, chúng tôi xin ông để đi tầm đạo giải thoát.'

"Đáp: 'Việc ấy rất hay, nếu học đạo được thành công thì đến đây cho tôi gặp mặt một lần nữa.'

"Bắt đầu lên núi tu học, chuyên tâm suy xét đạo lý, không bao lâu tinh thần tự nhiên khai ngộ, hiểu thấu nguồn chân, thành ngôi Bích Chi Phật, và giữ lời hứa trước nên ngài trở về nhà ông quan đại thần, và hiện ra mười tám pháp thần thông: bay trên hư không mình phun ra nước lửa, hoặc phóng đại quang minh chói lòa khắp trời đất, ông đại thần coi thầy phép thần cao siêu, trong lòng vui vẻ, kính trọng và khấn rằng: 'Kính lạy ngài, tôi có phúc duyên được cứu ngài năm trước, vậy xin cho tôi đời đời được phú quý tràng thọ cao đẹp hơn đời, và trí tuệ đức tướng của tôi cũng được như ngài'."

Nói tới đây đức Phật lại nhắc cho vua A-xà-thế biết rằng:

"Nhà vua nên biết quan đại thần cứu sống một người thuở đó, nay chính là Hằng Gia Đạt. Bởi duyên lành ấy nên sinh vào nơi nào cũng không bị chết yểu, và cũng do phúc duyên ấy mà nay được gặp ta chứng đạo giải thoát."

Phật nói xong, tất cả mọi người trong đại hội ai nấy đều kính tin vui mừng cúi đầu lễ tạ lui ra.

PHẨM THỨ BẢY:
THÁI TỬ TU XÀ ĐỀ

Chính tôi được nghe: Một lần Phật ở nước La-duyệt-kỳ, tại tinh-xá vườn Trúc.

Bấy giờ đức Phật và tôi (A-nan) vào thành khất thực gặp hai ông bà già đã lòa đôi mắt, nhà nghèo ở trú dưới cổng thành. Ông bà chỉ được một cậu con trai năm ấy mới lên mười tuổi, hàng ngày cậu phải đi xin để nuôi cha mẹ, được quả gì tươi chín, hoặc thức ăn ngon thì dâng cha mẹ, còn thứ gì không ngon thì mình ăn.

Tôi thấy đứa bé hiếu thảo với cha mẹ như vậy, động lòng thương và yêu nó lắm! Sau lúc về tinh-xá tôi bạch Phật rằng:

"Kính lạy đức Thế Tôn! Vừa đây con đi theo hầu ngài vào thành Xá-vệ, thấy một đứa bé con, biết báo hiếu, đi xin được món gì ngon thì để dâng cha mẹ, món gì dở để mình dùng, còn nhỏ dại mà đã có từ tâm hiếu kính như vậy, thực là hiếm có."

Phật bèn dạy rằng:

"Người xuất gia hoặc tại gia có từ tâm hiếu dưỡng với cha mẹ thì được phúc vô lượng vô biên. Ta tự nhớ rằng thời quá khứ có một lần cắt thịt nuôi cha mẹ trong lúc đói khát nguy nạn! Bởi công đức ấy ta sinh lên trời được làm thiên đế, sinh xuống nhân gian được làm thánh vương, cho đến nay được thành Phật, đặc tôn trong ba cõi cũng do phúc ấy."

Thấy Phật nói thế, tôi hỏi Phật rằng: "Kính lạy đức Thế Tôn! Thời quá khứ ngài cắt thịt nuôi cha mẹ trong lúc nguy nạn, việc đó thế nào xin nói chúng con được rõ?"

"Này A-nan: Ông hãy để ý nghe! Cách đây vô lượng vô số kiếp, cũng Châu-diêm-phù-đề này có một nước lớn tên là Đặc-xoa-thi-lợi. Ông vua nước ấy tên là Đề-bà, được mười con trai, mỗi người cai trị một nước, người con trai út tên là Tu-đề-la-chi (Hán dịch là Thiện Trụ) trị dân được an lạc, giàu thịnh mưa gió thuận hòa, thái bình thịnh trị nhân dân mến chuộng.

"Thời đó ở nước vua cha có quan đại thần tên là La-hầu, tính hung ác tàn bạo, nổi dậy làm phản, cướp ngôi giết vua rồi đem quân đi giết thái tử ở các nước nhỏ. Thái tử út là người có đức lớn, nên các bộ quỷ thần thường hay ủng hộ. Hôm ấy nhà vua ra vườn chơi chợt gặp một con quỷ Dạ-xoa, rẽ đất chui lên thưa rằng: 'La-hầu đại thần làm phản giết vua cha rồi, đương đem quân đi giết các anh của nhà vua, nay mai sắp tới đây để giết nhà vua đó, vậy mau mau sửa soạn lánh đi nơi khác. Nhà vua gật đầu cảm ơn trở về cung, không nói cho ai biết, nửa đêm lẻn ra đi một mình, đi chưa được bao xa, sực nhớ con yêu của mình là Tu-xà-đề mới bảy tuổi, tính rất thông minh khôn sáng, trở về ẵm đi vừa đi vừa sụt sùi rơi lệ chứa chan!'

"Bà phu nhân thấy có vẻ lật đật lo sợ, ngạc nhiên hỏi: 'Nhà vua lo việc chi mà lật đật như vậy? Nói cho tôi biết với.'

"Đáp: 'Việc chi bà không cần phải biết.'

"Bà bèn nắm vạt áo kéo lại hỏi: 'Tôi với nhà vua hai thân như một, cam khổ cùng chung chịu, sống thác có nhau, điều chi xin nói cho tôi biết?'

"Nhà vua bất đắc dĩ nói rằng: 'Hôm qua tôi ra vườn chơi gặp con quỷ Dạ-xoa bảo cho biết rằng: Hiện nay ở nước nhà La-hầu đại thần đã giết mất vua cha rồi, đang đem quân đi giết các anh ta, nay mai sắp tới đây giết ta, vì thế ta không kịp nói cho ai biết.'

"Hoàng hậu nói: 'Chao ôi! Một việc nguy như vậy mà ông nỡ bỏ tôi, chực đi một mình, thôi để tôi đi cùng, sống chết có nhau.'

"Nói rồi bắt đầu đi, mục đích sang nước láng giềng là một ông vua bạn thân, sang nước ấy có hai lối: Một lối đi bảy ngày, một lối đi mười bốn ngày, vì lo sợ quá nên lúc ra đi không chuẩn bị lương thực, nhà vua chỉ đem lương đủ có một người ăn trong bảy ngày, nhưng không may đi phải con đường mười bốn ngày, đi được vài hôm lương thực đã hết, đói khát mê man giữa rừng thực vô phương kế! Vì sợ thái tử chết nên nhà vua định giết hoàng hậu để cứu con, nghĩ rồi giục bà đi trước, rút dao định chém. Thái tử thấy vậy chắp tay thưa rằng: 'Kính lạy cha, cha cầm dao để làm gì?'

"Đáp: 'Ta giết mẹ để lấy thịt cho con ăn kẻo con chết mất.'

"Thái tử thưa: 'Kính lạy cha! Xin cha giết con, để ăn dùng cho qua lúc tai nạn này, cha chớ giết mẹ con, không bao giờ con lại ăn thịt mẹ, con tuy chết nhưng cha mẹ lại sinh được con khác, nếu mẹ con chết, thì không bao giờ có mẹ con lần thứ hai nữa, cứ mỗi ngày con xin cắt thịt con để dâng cha mẹ dùng cho tới nước kia.'

"Thấy thái tử nói thế, nhà vua lòng đau như cắt không biết tính kế gì, nếu không ăn thịt chết cả ba người cũng vô ích, nếu ăn thịt thì thương con, và nhất là sự cứu vãn nước nhà là cần thiết hơn. Nghe xong nhà vua đành nhận lời của thái tử, cứ như thế mỗi ngày cắt hai miếng thịt ăn cho khỏi mệt mỏi, để lấy sức đi đường; đã gần hết mà chưa tới, sự đói thúc giục nghèo ngặt quá, nhà vua cầm dao cắt thêm được chút thịt nữa, tới lúc cha con sắp chia tay thì thái tử thưa với cha rằng: 'Thưa cha, mạng con sắp chết, vừa rồi cha cắt được chút thịt xin cho con một phần.'

"Nhà vua bèn phân số thịt đó ra làm ba, hai phần để ăn, còn một phần trao cho thái tử. Tới đây cha con từ giã nhau. Nhà vua và hoàng hậu hai người đi không lâu đã tới nước kia. Còn thái tử nằm trơ trên mặt đất giữa khoảng rừng xanh, khi đó thái tử nguyện rằng:

"Kính lạy thập phương Đại giác Tam hùng Sư chứng minh lòng thành kính của con cắt thịt dâng cha mẹ, xin đem công đức này để cầu thành Phật, tế độ mười phương chúng sinh, hết mọi sự đau khổ, đưa chúng sanh đến cõi Niết-bàn an lạc."

"Phát nguyện xong ba ngàn thế giới chấn động sáu lần, cõi trời Dục Giới và Sắc Giới, ngạc nhiên không biết chuyện chi mà chuyển động cả cung điện, họ nhìn xuống nhân gian thấy Thái tử Tu-xà-đề cắt thịt nuôi cha mẹ, vì lòng hiếu thảo làm chuyển động trời đất, họ bay xuống rất đông, vì lòng hiếu của thái tử làm cho mọi người rơi lệ thành mưa.

"Vua Đế Thích tự hóa thân làm đứa bé con lại xin thái tử trao cho miếng thịt đương cầm tay; Đế Thích lại hóa ra con sư tử chồm nhảy gào thét ý muốn ăn thịt, thái tử thầm nghĩ: 'Những loài muông thú kia, muốn ăn thịt ta thì cứ ăn, ta rất vui lòng có tiếc chi.'

"Vua Đế Thích thấy thái tử một dạ bền bỉ vững chắc, liền hiện lại nguyên hình, rồi thưa rằng: 'Thưa thái tử tôi đây là thiên đế, thấy thái tử có hiếu đối với cha mẹ một cách tuyệt đối, tất cả trời người phàm thánh không ai làm nổi, xin hỏi, thái tử đem công đức ấy hướng về ngôi Đế Thích, Phạm-thiên, Ma-vương hay sao?'

"Đáp: 'Thưa ngài tôi đem công đức này hướng về cõi Phật, cầu thành Phật độ sinh, chứ không cầu làm những ông vua cõi trời, cõi người như Đế Thích, Phạm-vương, Ma-vương hay Chuyển-luân-thánh-vương để hưởng những dục lạc trong ba cõi.'

"Đế Thích hỏi: 'Thái tử đau đớn như thế thì tâm có hối hận gì không?'

"Thưa không có hối gì?"

"Đế Thích nói: 'Thái tử nói không, chúng tôi không lấy gì để làm chứng tỏ.'

"Nếu Ngài không tin thì tôi xin phát nguyện rằng: 'Nếu tâm tôi không hối thì thân tôi lại được phục như cũ.'

"Tuyên thệ xong, thân thể thái tử tự nhiên lại được lành mạnh như cũ, các vết thương biến mất, da dẻ tốt đẹp thân người rạng rỡ.

"Thấy sự chứng tỏ có cụ thể như vậy, vua Đế Thích và tất cả mọi người cõi trời ai ai cũng vỗ tay vui mừng và khen thái tử chí thành, chí hiếu, rồi cùng nhau biến thân về thiên cung.

"Đoạn này nói đến nhà vua khi tới nước kia vào yết kiến vua nước ấy, hai người nói chuyện với nhau hồi lâu và trình bày công cuộc đi, sự hiếu của Thái tử Tu-xà-đề cho vua láng giềng nghe. Nhà vua láng giềng nghe xong, vừa thương vừa cảm động, đồng thời tất cả vua quan sĩ chúng đi thăm thái tử, đến nơi thấy thái tử được lành mạnh, tới trước chào mừng và thuật rõ câu chuyện để vua nghe. Thấy thế ai ai cũng vui mừng không tả xiết. Nhà vua láng giềng thấy thái tử có sự ly kỳ như vậy, lại càng thêm phần kính trọng rồi tất cả trở về kinh thành.

"Sau thời gian ấy, vua láng giềng sửa soạn binh nhung xa quân, mã quân, bộ quân. Cùng với vua Thiện Trụ và Thái tử Tu-xà-đề về bản quốc tiêu diệt bọn La-hầu, và lập Đại vương cho vua Thiên Trụ, từ đó trở đi trong nước lại được thái bình thịnh trị."

Phật nói tới đây lại nhắc cho tôi biết rằng: "Này A-nan vua Thiện Trụ thuở đó chính là tiền thân Phụ vương của ta ngày nay (vua Tịnh Phạn), bà mẫu lúc đó chính là tiền thân Mẫu hậu của ta bây giờ (Ma Gia), Thái tử Tu-xà-đề chính là tiền thân của ta. Cũng do đời quá khứ, ta có từ tâm hiếu hạnh, cắt thịt nuôi cha mẹ trong lúc nguy nạn, bởi phúc ấy trên cõi nhân, cõi thiên ta thường được sinh vào nhà tôn quý hưởng phúc vô cùng vô tận, và nhân thế cho đến ngày nay ta được thành Phật, đặc tôn trên ba cõi.

Bấy giờ trong đại hội được nghe thuở tiền sinh của Phật, ai ai cũng cảm lòng hiếu hạnh của ngài, thực là hiếm có. Ngay lúc ấy có người đắc quả Tu-đà-hoàn, Tư-đà-hàm, A-na-hàm cho đến quả A-la-hán, có người phát bồ đề tâm, có người trụ ngôi bất thoái, mọi người đều vui vẻ cúi đầu tạ lễ mà lui.

HẾT QUYỂN MỘT

❀

QUYỂN THỨ 2

PHẨM THỨ TÁM:
CÔ KIM CƯƠNG

Chính tôi được nghe: Một thời đức Phật ở nước Xá-vệ, tại vườn cây của ông Cấp-cô-độc và Thái tử Kỳ-đà.

Khi đó phu nhân của Vua Ba-tư-nặc là Mạt-lợi, sinh được cô con gái đặt tên là Ba-xà-la (Hán dịch là Kim Cương). Tướng người rất xấu! Da sần sùi hình như da ngựa, tóc tựa lông đuôi ngựa, hình vóc không giống người, chẳng khác gì quỷ Dạ-xoa, thực là trên đời chưa từng có một người thứ hai như cô.

Nhà vua thấy công chúa như vậy, lấy làm buồn giận! Nhưng không biết làm thế nào, phải giao cho một người nuôi riêng nơi nhà kín ngoài ra không dám cho ai biết.

Khi công chúa lớn tuổi, nhà vua lại càng thêm khó nghĩ, chẳng lẽ nuôi con mãi, không lập gia đình, nếu gả chồng, thì sánh vào hạng người nào? Nhà vua và hoàng hậu bàn nhau như vầy:

Vua nói: "Bây giờ Kim Cương đã lớn tuổi, bà tính sao, có gả chồng cho nó không?"

Hoàng hậu nói: "Tậu bệ hạ! Tôi nghĩ rất khó! Trong triều văn võ bách quan, ai là người lấy nó, nếu họ nhìn thấy nó họ cũng phải chết khiếp."

Vua nói: "Tôi tính như vầy: Bây giờ sẽ tìm cho nó một người dân thường, nhưng phải dòng quý phái và có học thức, bà nghĩ có được không?"

"Vâng! bệ hạ! Tôi cũng đang nghĩ như vậy!"

Ngày mai nhà vua gọi quan lại thần vào nói rằng:

"Ta có một chút việc riêng. Khanh vào các thôn quê tìm cho ta một người học trò nhà nghèo, chừng hai mươi tuổi, nhưng phải dòng quý phái mới được!"

Quan lại thần đáp:

"Dạ! Hạ thần xin tuân mạng!"

Cách ít bữa sau, ông tìm được một thanh niên khôi ngô tuấn tú, ra vẻ bút nghiên kinh sử, và cũng đúng như lời vua dặn. Cậu con nhà quý phái, nhưng chỉ một nỗi nghèo. Chàng được thấy vua triệu vào cung trong dạ mừng thầm và cũng lo thầm! Chưa biết cát hung thế nào? Rồi cùng ông quan này lên đường về kinh.

Tới kinh, Lại thần nói:

"Anh hãy đứng đây để tôi vào tâu vua trước."

"Dạ ! Xin đứng đây chờ ngài."

Lại thần vào trước sân rồng quỳ xuống tâu rằng:

"Muôn tâu bệ hạ! Theo thánh chỉ hạ thần đã đi tìm được một thanh niên hiện đương ở ngoài cổng thành!"

Nhà vua nói: "Trẫm cho phép, khanh đưa nó vào đây!"

Lại thần bái tạ, trở ra đưa chàng vào cung.

Vua hỏi chàng: "Anh năm nay bao nhiêu tuổi?"

Đáp: "Kính tâu hoàng thượng! Con năm nay hai mươi tuổi!"

"Học hành thế nào?"

"Dạ! Con đương theo học khoa tú tài!"

"Cha mẹ còn sống hay chết?"

"Dạ! Cha chết đã lâu, còn mẹ già hàng ngày làm mướn cho con đi học!"

Vua nói: "Hôm nay kêu ngươi vào đây, vì trẫm có người con gái hình thù xấu xa, trong triều không thể sánh duyên cùng ai được, nghe biết ngươi tuy nghèo, nhưng dòng hào tộc, vậy ta gả con ta cho, người có ưng thuận không?"

"Dạ! Muôn tâu thánh thượng, nhà con có đầy phúc đức nên nay mới được hoàng thượng ngó tới, thực là 'hữu duyên thiên lý năng tương ngộ,' con xin tuân theo lời ngọc chỉ, không dám trái mạng. Tâu thánh thượng! Con gái của thánh thượng tuy xấu, nhưng dầu sao cũng là con của thánh thượng, là khí huyết của thánh thượng sinh ra, thực là phước đức cho con vô cùng vô tận, hôm nay nếu thánh thượng có gả con chó cho con, thì con cũng không dám từ chối, huống nữa là được diễm phúc sánh hàng phò mã."

Nhà vua nghe anh nói mỉm cười, rồi định ngày làm lễ đính hôn cho con gái.

Ngày lễ này nhà vua cũng giấu, không cho bá quan và nhân dân biết, chỉ trong hoàng cung làm lễ sơ sơ. Sau cuộc này nhà vua cho hai vợ chồng chàng rể ở riêng một tư thất nơi hậu viên bảy lần cửa khóa cây cối âm u, có vẻ kín đáo. Vua dặn riêng chàng: Luôn luôn để vợ trong cung cấm, nếu có đi đâu phải khóa cửa, và một điều ngặt nhất chớ cho ai ngó thấy, vì lỡ để thiên hạ chê cười!

Từ đó anh học trò nghèo vinh hạnh được nhà vua thâu nạp làm phò mã, vinh hoa nhất mực lộc nước phấn vua, thoát khỏi nỗi cơ hàn bần khổ nơi hương thôn hủ tục, được dự với những hàng quan liêu trong triều chính, chẳng khác gì đại long thoát khỏi chốn ao tù ra nơi biển cả, phượng hoàng sổ cánh bay bổng chốn mây xanh.

Gặp thời buổi thanh bình bốn phương an lạc, nơi kinh thành những thú vui dồn dập. Khi ấy các quan triều và các nhà quý phái, kết hội với nhau, hàng tháng có những ngày họp mặt, để thưởng thức những thú vui! Ông phò mã này cũng vào một chân. Khi tới hội ai cũng đem theo vợ, nhưng riêng ông phò mã chỉ đi có một mình, nên một số người tò mò thắc mắc, tự nói với nhau rằng: "Ông phò mã này kỳ nào cũng đi một mình, không thấy vợ đi! Một là vợ đẹp, hai là vợ ông xấu, hôm nay chúng ta tìm cách để xem vợ hắn vì lý do gì mà không tới hội."

Mọi người đều thuận lời bàn ấy, hôm đó họ mời ông phò mã uống rượu rất say, xong cuộc ăn uống, phò mã bị say ngủ bất tỉnh, họ cởi trộm lấy chìa khóa rồi sai năm người tới nhà xem cô vợ của ông ra sao?

Giữa lúc phò mã đi dự hội, cô Kim Cương một mình ngồi trong nhà, thơ thần buồn bực tự than rằng:

"Không biết kiếp trước ta tạo tội gì, kiếp này bị thân hình xấu ác, suốt tháng quanh năm vua cha giam giữ trong nhà kín, không nhìn ngó thấy bóng mặt trời mặt trăng cho đến một ai, là thân người không khác gì loài chim lồng cá chậu, thực là khổ quá không biết bày tỏ cùng ai!"

Cô lại nghĩ như vậy: "Hiện nay đức Phật ra đời cứu giúp quần sinh muôn loại, rất nhiều người được hàm ân thoát khổ, ta cũng không được tới nơi ngài mà chiêm ngưỡng, để cầu ngài cứu khổ ban vui!"

Nói rồi cô lấy hương đốt, hướng về núi Linh Sơn nơi đức Phật ngự, một mình chí thành đảnh lễ khấn rằng:

"Kính lạy đức Thế Tôn! Mở lượng từ bi thương xót đến con, tới đây để con được cúng dàng, và giáo hóa cho con."

Vì lòng thành kính thiết tha cầu nguyện của cô, nên đức Phật dùng thần túc hiện bay đến chỗ cô ở, đầu tiên ngài cho cô nhìn thấy tóc của ngài xanh, nhỏ mềm, có ánh quang minh.

Cô quỳ xuống lễ lạy vui mừng! Nên bộ tóc đuôi ngựa của cô tự nhiên biến thành tóc xanh nhỏ mướt. Lần thứ hai ngài cho cô nhìn thấy dung nhan như vầng mặt trăng đêm rằm, tươi đẹp siêu phàm. Thấy thế, cô vui mừng! Một lòng tha thiết lễ kính. Vì thế bộ diện xù xì của cô đã biến thành cô gái tiên nga, mắt sáng tựa sao, mồm tươi hoa nở.

Lần thứ ba ngài hiện toàn thân cho cô chiêm ngưỡng, thân tướng của ngài như quả núi vàng, làm sáng rực cả căn nhà của cô. Cô sung sướng quá, lễ kính dưới chân Phật, ăn năn hối lỗi. Vì thế nên những tướng xấu da thô, được tiêu tan, thân cô tự nhiên đoan chính, tươi đẹp siêu phàm.

Tới đây đức Thế Tôn thuyết pháp cho cô nghe. Những điều kiêu, mạn, sân, si nên bỏ, lòng từ bi khiêm nhượng nên tu.

Cô nghe lời giáo hóa, như người được uống nước cam lồ, vội vàng sụp lạy xin thọ giáo. Cũng do lòng thành phát khởi, nên những nghiệp ác của cô đã tạo từ đời quá khứ được tiêu tan, ngay giờ phút ấy tự nhiên trí óc sáng tỏ, chứng được quả Tu-đà-hoàn.

Đức Phật nhận thấy cô đã thoát nghiệp, và chứng quả nên ngài ẩn hình biến về Linh Sơn.

Đoạn này nói đến năm người, vừa lúc đức Phật ra về thì họ mở cửa bước vào. Nhìn thấy cô họ thưa rằng:

"Thưa cô! Xin lỗi cô, có phải cô là vợ phò mã không?"

"Thưa phải, các ông tới đây có việc gì?"

"Thưa, chúng tôi tới đây có chút việc tư, muốn gặp phò mã!"

"Hôm nay phò mã đi chơi!"

Năm người xin cáo lui, ra đường, họ nói cùng nhau rằng:

"Quả nhiên vợ anh đẹp nên anh không mang đi đấy thôi."

Trở về họ trả lại chìa khóa cho phò mã. Sau đó phò mã tỉnh rượu về nhà nhìn không thấy vợ, chỉ thấy cô gái đẹp! Ông hỏi:

"Xin lỗi cô tới đây có việc gì?"

"Thưa ông tôi là bạn của Kim Cương đây!"

"Thưa! Kim Cương đi đâu cô biết không à?"

Cô phì cười thưa rằng:

"Đố anh tìm thấy Kim Cương đấy?"

Phò mã còn đương hoang mang, cô nói tiếp:

"Em chính là Kim Cương, không phải ai đâu? Anh đừng có lạ! Hôm nay em buồn vì sự xấu xa của em nên em đốt hương cầu nguyện đức Phật Thích Ca Mâu Ni từ tâm cứu tế; ngài tới đây em được lễ kính nên những tội ác nhiều đời của em được tiêu tan, biến thân gái xấu, đổi thành đẹp, nên anh không nhận được, có phải ai đâu, cửa anh khóa còn ai vào được. Bây giờ anh đến tâu phụ vương và mẫu hậu để em lên yết kiến."

Phò mã vui quá! Biết đích là vợ mình, vội lên vương cung tâu vua rằng:

"Tâu phụ vương, Kim Cương muốn lên yết kiến phụ vương!"

Đáp: "Thôi! Ta bận việc anh cẩn thận, chớ cho nó đi đâu để khi nào ta đến thăm!"

Phò mã tâu: "Tâu phụ vương! Kim Cương hôm nay được nhờ công đức Phật biến thân gái xấu đổi thành đoan chính tươi đẹp, giờ đây phụ vương có nhìn cũng không nhận được!"

Vua nói: "Thế à! Quả như vậy thì anh về mau đem nó lại ta xem."

Phò mã tất tưởi về đưa vợ lên yết kiến vua và hoàng hậu, nhìn thấy Kim Cương tươi đẹp khác xưa trong tâm vui vẻ nói:

"Nam mô Phật! Đức Phật xuất thế làm lợi ích cho muôn loài chúng sinh, con ta hôm nay được ngài giải thoát tội lỗi, lại được đổi xấu thành đẹp, thực là phúc đức vô lượng! Biết lấy gì đền đáp được ngài."

Sớm ngày mai nhà vua sửa soạn lễ vật, rồi cùng đi yết kiến Phật. Tới nơi mọi người đều lễ Phật rồi lui về một bên, Vua Ba-tư-nặc bạch Phật rằng:

"Kính lạy đức Thế Tôn! Chẳng hay đứa con gái của con đời quá khứ làm phúc gì, nay được sinh vào nhà tôn quý, và không rõ tạo tội gì, phải chịu thân gái xấu, da tóc thô kịch hình như súc sinh, kính xin Ngài chỉ bảo cho chúng con được biết nguyên do?"

Phật nói:

"Ông muốn biết tội căn và phúc báo của Kim Cương tôi sẽ nói ông hay. Người ta ở trên đời đẹp tốt hay xấu xa cũng do nghiệp hành đời trước, tội hay phúc cũng do báo ứng của trần thế.

"Thuở đời quá khứ đã lâu lắm, bấy giờ có một nước lớn tên là Ba-la-nại, nước ấy có ông trưởng giả giàu có vô chừng, ông biết tôn kính ngôi Tam-bảo cúng dàng chư Tăng. Ông phát nguyện xin suốt đời cúng dàng một vị Bích Chi Phật, vị ấy thân thể thô kịch hình dáng nhem nhuốc xấu xa, ông có cô con gái còn nhỏ tuổi, khi thấy vị Bích Chi Phật lại nhà, thì sinh lòng khinh mạn rồi nói: Ông này thân thể thô kịch xấu xa, da dẻ sần sùi, ghê tởm lắm như vậy. Song ngài vẫn làm thinh, và thường thường đến nhận các món cúng dàng của ông trưởng giả.

"Vị Bích Chi Phật khi sắp tịch diệt vào Niết-bàn, muốn để những người tin theo ngôi Tam-bảo phát khởi lòng tu cho bền chắc, cho tinh tiến; nên ngài bay lên hư không để hiện các phép thần thông; trên mình ngài phun ra lửa, dưới phun ra nước, đầy cả hư không rồi hiện bên Đông, lặn bên Tây, hiện bên Nam, lặn bên Bắc; hoặc nằm, hoặc ngồi, hoặc đi, hoặc đứng, trên hư không, khiến cho cả nhà ông trưởng giả coi thấy phép thần biến, rồi từ trên hư không bước xuống đi vào nhà ông trưởng giả. Ông trưởng giả rất vui mừng và trân trọng kính mến. Người con gái nhỏ lúc đó tự biết mình có tội nói xấu ngài, kiếp sau quyết bị quả báo, sợ hãi ăn năn, tới trước chắp tay quỳ thẳng thưa với ngài rằng: 'Muốn xin Tôn giả tha thứ, trước đây con không biết ngài là bậc thánh, đem lòng khinh mạn, ác tâm nói xấu tội con quá nặng, kính xin tôn giả xá tội và chớ để tâm'. Vị Bích Chi Phật cũng thể lòng từ bi cho cô sám hối.

"Đại vương nên biết, người con gái ấy nay là Kim Cương, con của ông, lúc đó ác tâm chê dèm bậc thánh nhân, cho nên từ kiếp ấy đến nay, sinh vào thế giới nào cũng phải chịu thân hình xấu ác; vì biết hối lỗi, nên nay mới được đoan chính tốt tươi, anh tài vượt chúng, cũng do sự cúng dàng vị Bích Chi Phật nên đời đời thường được sinh vào nhà tôn quý hưởng sự giàu sang sung sướng, và cũng do nhân duyên này mà được giải thoát, như thế đó. Đại vương! Tất cả chúng sinh phải nên gìn giữ thân, miệng, ý cho cẩn thận chớ nên càn dỡ khinh người chê bai mắng chửi, sau chịu quả báo đau khổ khó mà thoát khỏi."

Bấy giờ vau Ba-tư-nặc và quần thần cùng tất cả đại chúng, nghe Phật nói căn do quả báo của Kim Cương như vậy, ai nấy đều sợ hãi, và phát tâm tin kính, tụ cảm thấy trước Phật, nhân sự tín tâm, nên có người chứng sơ quả cho đến tứ quả, cũng có người phát tâm bình đẳng vô thượng và cũng có người trụ ngôi bất thoái; ai nấy đều khát ngưỡng lời giáo hóa của Phật, vui vẻ tuân theo cúi đầu tạ lễ lui ra.

PHẨM THỨ CHÍN:
TỲ KHƯU KIM TÀI

Chính tôi được nghe: Một thời đức Phật ở nước Xá-vệ, vườn cây của ông Cấp-cô-độc và Thái tử Kỳ-đà, cùng các vị đệ tử một ngàn hai trăm năm mươi người ở đó.

Trong thành này có ông đại trưởng giả, bà phu nhân của ông khi đó sinh được một cậu con trai hình dáng tốt đẹp, trên đời hiếm có, đặt tên là Kim Tài. Nhưng lạ thay, từ lúc cậu lọt lòng ra, đã thấy hai tay nắm chặt, tròn như quả thủ, bà mẹ mở tay cậu xem thấy mỗi tay nắm một đồng tiền vàng, bà liền nhặt lấy hai đồng này lại có hai đồng khác ở tay cậu, bà mẹ lượm mãi, đến nỗi đầy một kho tiền vàng mà tay cậu vẫn có không hết. Nhà ông trưởng giả đã giàu, sinh cậu ra lại giàu thêm, thực là một việc kỳ lạ nhất thời đó.

Sau khi lớn tuổi, cậu rất thông minh nghe thấy Phật xuất thế độ sinh, nhiều người theo ngài tu đạo đều được đắc quả giải thoát, cậu vui mừng và để ý xuất gia theo Phật, nên không lập gia đình. Một hôm cậu lên thưa với cha mẹ rằng:

"Kính thưa song thân! Ở đời tuy giàu có sung sướng, gia đình hạnh phúc vui tươi, nhưng chỉ có tạm thời, không bao lâu đã thấy cảnh già chết đưa lại, nước mắt khóc lẫn nhau, kẻ tham tình ân ái ở thế gian khác chi đứa trẻ con tham mật trên lưỡi dao, đầu tiên liếm thấy ngon ngọt, nhưng đứt lưỡi lúc nào không biết, chỉ có xuất gia tu đạo tìm đường giải thoát là an vui hơn. Vậy cúi xin cho con theo Phật xuất gia tu hành."

Đáp: "Ừ, con nói có lý, việc đó cha mẹ không cấm đoán, cho con được tùy ý muốn, cha mẹ vui lòng."

Sau khi được sự đồng ý của ông bà. Kim Tài tìm đến chốn Phật, thấy Phật đoan nghiêm tướng hảo, sinh lòng tin kính vui mừng, sụp lễ trước Phật rằng:

"Kính lạy đức Thế Tôn không biết phúc duyên gì, sinh thời gặp Phật, con tới đây cầu xin ngài từ bi tế độ, cho con nương dưới bóng ngài, được tu hành, tìm đường giải thoát!"

Đức Phật nhìn thấy Kim Tài có đủ duyên lành, quả Bồ-đề sắp được phát sinh, nên ngài nhận cho nhập đạo rồi nói:

"Kim Tài! Người có túc duyên nên nay được gặp ta, muốn theo giáo pháp của ta, cần phải chăm chỉ thuyền tụng mới chóng được khai ngộ."

Kim Tài thưa: "Dạ! Kính lạy đức Thế Tôn, con xin thọ giáo."

Đức Phật sai ông Thượng Túc đệ tử cạo đầu may áo, và làm lễ truyền giới Sa-di, từ đó Kim Tài được theo hầu Phật tu hành.

Trải qua thời gian lâu năm, Kim Tài đã hai mươi tuổi. Đức Phật và các vị đại đức đăng đàn truyền giới cụ túc. Trước khi truyền giới, Kim Tài phải đi đảnh lễ các vị hòa thượng, a-xà-lê, mỗi khi lễ xuống đất hai tay rơi ra hai đồng tiền vàng, cứ thế, lễ vị nào cũng nẩy ra hai đồng tiền vàng, tùy theo lễ nhiều thì rơi nhiều, lễ ít thì rơi ít. Sau khi được nhận lãnh giới cụ túc, Kim Tài chăm chỉ tu hành không bao lâu đã chứng quả A-la-hán.

Thấy việc lạ! Nên tôi (A-nan) quỳ xuống bạch Phật rằng:

"Lạy đức Thế Tôn! Không hay Tỳ-khưu Kim Tài trước đây tạo phúc gì lúc mới sinh ra đã có tiền vàng nắm trong tay, kính xin ngài chỉ giáo cho chúng con được rõ."

Phật nói: "A-nan! Ông muốn biết nguyên do hãy bình tĩnh để ta kể chuyện cho ông và đại chúng hay!"

"Dạ chúng con xin lắng nghe."

Phật nói:

"A-nan, ông nên biết, đời quá khứ cách đây chín mươi mốt kiếp, có đức Phật ra đời hiệu là Tì-bà-thi, Phật lấy pháp giáo hóa thế gian, độ thoát chúng sinh nhiều không tính xuể. Lúc ấy Phật và Tăng chúng du hành trong nước, các nhà hào phú trưởng giả nhân dân sửa soạn cỗ bàn các món ăn, dùng thuốc thang, chăn áo, đệm gối, mùng màn, đem dâng cúng cầu phúc. Thuở ấy có một người nhà nghèo hàng ngày phải ra những nơi đồng hoang kiếm củi để độ nhật, vừa lúc anh bán củi được hai đồng tiền, thấy nhà vua thỉnh Phật và Tăng vào cung cúng dàng. Anh tự hận mình thuở tiền sinh không biết cúng dàng cầu phúc, nay bị nghèo khổ; nhà vua phúc đức lớn lao mà còn ham phước như vậy, huống ta làm kẻ bần tiện lại không biết cúng dàng hay sao? Nghĩ xong dốc lòng lễ kính dưới chân Phật dâng hai đồng tiền lên cúng đức Phật, thương anh ngài nhận rồi làm phép chú nguyện cho.

"A-nan ông nên biết người nghèo thuở đó do phát tâm cúng hai đồng tiền cho nên từ đó tới nay đã trải qua chín mươi mốt kiếp sinh vào thế giới nào cũng được hưởng giàu sang và có hai đồng tiền vàng nằm trong tay; người nghèo nay chính là Tỳ-khưu Kim Tài, vì nay chưa được đạo quả, thì đời vị lai còn được rất nhiều phước báu.

"A-nan! Tất cả chúng sinh nên lấy sự cúng dàng bố thí làm sự nghiệp, kẻo kiếp sống dễ qua, khó lại, mà không có chút duyên lành gì làm tư lương cho hậu thế."

Khi bấy giờ tôi (A-nan) và tất cả mọi người trong đại hội nghe Phật nói xong, ai cũng tin kính và phát tâm cúng dàng bố-thí; nhờ đó, có người được quả Tu-đà-hoàn, người phát ý vô thượng cầu đạo chánh chân, lại cũng có người trụ ngôi bất thoái, mọi người đều tôn kính tuân theo phụng hành, cúi đầu lễ tạ lui ra.

❁

PHẨM THỨ MƯỜI:
HOA THIÊN

Chính tôi được nghe: Một thời đức Phật ở nước Xá-vệ, tại rừng cây của ông Cấp-cô-độc và Thái tử Kỳ-đà, cùng với những vị tỳ-khưu lớn, cả thảy một ngàn hai trăm năm mươi vị tại đó.

Nước Xá-vệ khi ấy có một người Hào trưởng, bà vợ của ông năm đó sinh được cậu con trai, đầu tròn, mặt vuông, khôi ngô tuấn tú tươi đẹp. Giữa lúc sinh cậu, trên trời tự nhiên hoa rơi xuống đầy sân, nhân điềm tướng này ông bà đặt tên cho cậu là Phất-ba-đề-bà, Hán dịch "Hoa Thiên."

Dân làng ai cũng khen ông bà nhiều phúc đức, sinh được người con quý. Hào trưởng vui mừng! Nuôi cậu một cách sung sướng, hy vọng sau này làm nên danh giá cho gia đình chủng tộc, nên ông bà không lúc nào rời lòng yêu dấu cậu, luôn luôn làm những phúc lành để hồi hướng cho cậu. Song tính nết cậu cũng ngoan ngoãn hiếu kính cha mẹ, lại có trí óc minh mẫn và hiền hậu; đối với mọi người trong nhà như hàng xóm, không làm mất lòng ai bao giờ, lại hay có tâm giúp đỡ người, nên được nhiều người kính mến, xa gần đều cảm phục.

Sau khi lớn tuổi học hành tiến đạt, một hôm theo người thân tín đi cúng dàng Phật. Tới chốn Phật, nhìn thấy ngài có oai đức phi thường đầy đủ tướng từ bi, quan minh chói sáng, tự phát lòng kính ngưỡng, vui mừng hớn hở rồi thầm nghĩ rằng: "Người ta sinh trên đời, được gặp Phật là một sự khó, những người được hạnh ngộ, là túc duyên lắm".

Nghĩ xong cậu tới trước Phật, sụp lạy thưa rằng:

"Kính lạy đức Thế Tôn! Chúng con không biết có phước lành gì hôm nay được tới đây chiêm ngưỡng ngài, cúi xin ngài từ bi giáo hóa cho chúng con được biết lối tu hành thoát khổ, đời đời được an vui sung sướng."

Phật nói:

"Hay lắm! Ngươi có duyên lành, muốn được an vui lâu kiếp, hãy ghi nhớ những lời ta nói: Con người phú quý hoặc bần tiện, cũng do tự mình tạo tác, gây nhân ngũ giới được sinh làm người, tạo mười điều lành được sinh thiên, tham xẻn đọa làm quỷ đói, sát hại sinh mạng sân si phải đọa địa ngục, tà kiến vô nhân đạo làm loài súc sinh v.v..."

Cậu nghe xong như người đói được ăn, khát được uống, bạch Phật rằng:

"Kính lạy đức Thế Tôn, ngày mai chúng con thành kính sửa soạn trai nghi, cúi xin ngài và các vị thánh tăng dời gót ngọc tới nhà con dùng ngọ và thuyết pháp để cho cha mẹ con, họ hàng con, được ân triêm công đức."

Phật nói: "Con có lòng thành kính ta và tăng chúng sẽ chứng lòng cho."

Cậu ta lễ tạ lui ra, về nhà trình bày cùng cha mẹ công việc mời Phật ngày mai, thì hai ông bà rất vui vẻ! Đêm ấy cả nhà đều tấp nập bày tòa trải chiếu tới sáng mới xong, trong nhà chưa sửa soạn được các món ăn, ông bà liền hỏi cậu: "Bây giờ phải làm những món gì con?"

Cậu đáp: "Thưa mẹ! Việc ấy để con lo liệu, mẹ không phải lo!"

Khi đức Phật tới, do phúc đức của Hoa Thiên hóa hiện ra những tòa ngồi, bằng thất bảo, nơi nằm, nơi nghỉ, trang nghiêm vô cùng tốt đẹp. Phật và tăng chúng thăng tòa ngồi yên tĩnh, thì các món ăn ngon lành tự nhiên đầy đủ hiện ra.

Sau khi dùng cơm xong, đức Phật thuyết pháp nói về "Tứ Diệu Đế". Hoa Thiên và cả nhà được chứng quả Tu-đà-hoàn.

Sau khi đức Phật về tinh-xá, Hoa Thiên xin cha mẹ theo Phật xuất gia cầu đạo giải thoát. Vì ông bà đã hiểu đạo, nên thuận lòng cho cậu đi theo Phật tu hành. Cậu từ tạ cha mẹ đến tinh-xá cúi đầu lễ Phật xong thưa rằng:

"Kính lạy đức Thế Tôn! Xin ngài từ bi hoan hỷ cho con được xuất gia nhập đạo tu hành, vì đã được sự đồng ý của cha mẹ con."

Phật nói: "Thiện lai tỳ-khưu."

Ngài nói dứt lời, tóc trên đầu Hoa Thiên tự nhiên rụng hết, áo mặc tại mình biến thành áo cà-sa, thành một hình tướng sa-môn, tu hành gắng gỏi chẳng bao lâu đã chứng quả A-la-hán.

Thấy việc của Hoa Thiên, tôi (A-nan) lấy làm lạ, nên tôi tới trước Phật làm lễ bạch rằng:

"Kính lạy đức Thế Tôn! Tỳ-khưu Hoa Thiên thuở quá khứ làm phúc gì, lúc sơ sinh có hoa trên trời bay xuống, khi cúng dàng Phật tự nhiên lại có giường tòa và các món ăn, cúi xin ngài chỉ giáo để chúng con được rõ."

Phật nói:

"A-nan ông muốn biết chuyện của Hoa Thiên hãy lắng nghe ta nói cho ông hay."

"Dạ! Chúng con xin chú ý nghe!"

Phật dạy:

"Đời quá khứ cách đây đã quá xa xưa, thuở đó có đức Phật hiệu là Tì-bà-thi. Phật ứng thế độ sinh, thường thường cùng tăng chúng vào các làng ấp để giáo hóa, những nhà tôn quý và nhân dân đem các món ăn và dụng cụ ra cúng dàng. Lúc ấy có một người nhà nghèo thấy họ sùng kính cúng dàng cầu phước trong lòng tuy hoan hỷ, nhưng hận mình nghèo, không có gì dâng cúng để làm duyên cho tương lai, anh liền hái hoa cỏ bên lề đường, một lòng thành kính lễ lạy tung lên trên chư tăng rồi đi.

"A-nan chính người nghèo cúng hoa thuở đó, nay là Tỳ-khưu Hoa Thiên; đấy cũng do đời quá khứ có lòng tin kính cúng hoa chí tâm cầu nguyện từ đó tới nay đã trải qua chín mươi mốt kiếp. Hoa Thiên được phước báu sinh vào thế giới nào thân thể cũng tốt đẹp, ý muốn dùng gì cũng được đầy đủ; thức ăn uống giường tòa các dụng cụ nghĩ đến thì tự nhiên có, và lúc sơ sinh có hoa trên trời bay xuống, do phước duyên đó mà nay được đắc đạo. A-nan! Tất cả chúng sinh chớ coi sự cúng dàng nhỏ mọn mà khinh thường, xem Hoa Thiên thì tự biết."

Bấy giờ tôi và tất cả đại chúng nghe Phật nói xong ai nấy đều vui mừng tạ lễ mà lui.

PHẨM THỨ MƯỜI MỘT: TỲ KHƯU BẢO THIÊN

Chính tôi được nghe: Một thời đức Phật ở nước Xá-vệ tại vườn cây của ông Cấp-cô-độc và Thái tử Kỳ-đà. Ở thành này có ông trưởng giả, bà vợ sinh được cậu con trai mặt mũi đầy đặn xinh đẹp, giữa lúc sinh, trên trời tự nhiên châu bảo rơi xuống như mưa: vàng, bạc, ngọc lưu ly, ngọc xa cừ, ngọc mã não, ngọc san hô, ngọc phách; nơi vườn, ngoài sân, đầy dẫy.

Dân làng hàng xóm xúm đến xem và lượm châu bảo giùm. Họ lại ca tụng ông bà có nhiều phúc đức, và người con quý, nên trời ban thưởng những châu bảo này ư.

Trưởng giả vui mừng vừa được quý tử, lại được châu bảo, tự nghĩ: "Việc này từ cổ đến kim chưa từng thấy." Hồ nghi không biết tốt hay xấu, nên sai người đi tìm thầy tướng đến xem hung cát thế nào.

Thầy tướng tới nhà, ông nói:

"Thưa ngài nhà tôi mới sinh được một mụn con trai, lại thấy có châu bảo rơi xuống nhiều, không biết hay dở thế nào, xin ngài xem giùm và coi tướng cháu có thể nuôi được nên người không?"

Thầy tướng nói: "Dạ! Ngài ẵm cháu ra đây!"

Bà trưởng giả nghe thầy nói vội bế con ra. Thầy ngắm nghía hồi lâu rồi nói:

"Thưa trưởng giả cháu có nhiều tướng quý: Đầu tròn, mũi thẳng, tai dầy và trán vuông, mặt dầy, bàn chân bàn tay đầy, sau này có thể làm ích cho gia đình, xã hội. Nếu xuất gia sẽ được chứng quả giải thoát, ông bà cứ yên trí nuôi cháu cho cẩn thận, không còn nghi ngờ gì nữa."

Nghe tướng sư nói ông rất lấy làm hoan hỷ và nói:

"Xin phiền thầy đặt tên cho cháu."

Tướng sư nói:

"Theo điềm có châu bảo rơi xuống, đặt tên cho cháu là Lặc-na-đề-bà (Hán dịch là Bảo Thiên)".

Nói rồi tướng sư đứng lên cáo lui ra về, ông trưởng giả thận trọng cám ơn và tạ lễ.

Quả như lời tướng sư nói, Bảo Thiên khi lớn tuổi học hành, thông minh tài năng lỗi lạc, nhưng rất ham đạo đức và có trí suy tầm đạo giáo. Một hôm cậu sang chơi nhà thân quen tỉnh khác, họ đưa cậu đến yết kiến Phật. Tới nơi mọi người đều nhiễu Phật ba vòng, cậu cũng theo như họ lễ và nhiễu, rồi lui ngồi một bên, nhìn thấy Phật oai đức phi thường khắp trời đất không ai sánh kịp, sinh lòng mến mộ, phát ý xả tục nhập đạo nối chí như Phật.

Tới đây đức Phật thăng tòa thuyết pháp cho đại chúng nghe nói về mười hai nhân duyên, chúng sinh bị luân chuyển trong sáu đạo, xong cuộc thuyết pháp mọi người tạ lễ lui ra.

Bảo Thiên được nghe lời vàng ngọc của Phật giáo hoá, lấy làm sung sướng định tâm lần này quyết xuất gia tu đạo.

Khi về tới nhà cậu quỳ xuống thưa cha mẹ rằng:

"Kính lạy song thân! Được làm người là khó, được gặp Phật tại thế lại khó hơn, hôm qua con được yết kiến Thế Tôn, lại được nghe chánh pháp con nhận thấy ngoài đạo Phật ra không còn đạo nào có thể giải thoát cho con người, vậy kính xin song thân cho con xuất gia học đạo."

Ông bà thấy cậu hướng việc tu hành, vui vẻ nói:

"Cha mẹ sinh người chứ không sinh được tánh, ý con muốn xuất gia thì cha mẹ cũng vui lòng."

Được sự đồng ý của cha mẹ rồi lễ tạ ra đi, tới nơi cúi đầu lễ Phật thưa rằng:

"Kính lạy đức Thế Tôn, chúng con từ vô thủy kiếp, bị nổi chìm trong biển sinh tử, không người cứu vớt, ngài như một chiếc thuyền từ cứu người giải thoát, hôm nay chúng con tới đây một lòng thành kính cầu xuất gia học đạo, để lên nơi giác ngạn, cúi xin ngài từ bi tiếp hóa."

Phật nói: "Thiện lai tỳ-khưu!"

Nói dứt lời tóc trên đầu Hoa Thiên rụng hết, áo trên mình biến thành áo cà-sa, từ đó theo Phật tu hành. Vốn có trí óc thông minh sẵn, nên không bao lâu Bảo Thiên đã chứng được quả A-la-hán, cắt đứt đường sinh tử, không phải thụ sinh trong ba cõi.

Nhân buổi thư nhàn vấn đạo, tôi (A-nan) muốn biết rõ câu chuyện này nên bạch Phật rằng:

"Kính lạy đức Thế Tôn! Không hay Tỳ-khưu Bảo Thiên đời trước làm phúc gì lúc sơ sinh lại có châu bảo trên trời bay xuống; và những món ăn dùng tự nhiên biến hiện tuỳ theo ý muốn, xin ngài nói cho chúng con được rõ."

Phật dạy rằng:

"A-nan! Đời quá khứ cách đây đã lâu lắm có đức Phật ra đời hiệu là Tì-bà-thi tế độ cho quần sinh được giải thoát rất nhiều không tính xuể. Một hôm các vị tăng đi vào các thôn xóm khất thực, người dân chen nhau mang các món ăn ra cúng dàng. Lúc ấy có một người nghèo, phát sinh lòng hoan hỷ! Muốn cầu phúc cúng dàng, nhưng không có tiền của, cùng bất đắc dĩ, lấy một nắm sỏi tròn như hạt châu với một lòng thành kính thiết tha, tung nắm sỏi ấy lên các vị tăng và khấn nguyện rằng: 'Nguyện cho con đời đời phú quý trường thọ và được đạo giải thoát như các ngài.'

"A-nan ông nên biết! Người nghèo cúng đá thuở đó, chính nay là Tỳ-khưu Bảo Thiên, cũng do đời quá khứ có lòng kính tin ngôi Tam-bảo, đem sỏi cúng chư tăng cho nên từ đó tới nay trải qua chín mươi mốt kiếp, được hưởng vô lượng phúc báu, sinh về xứ nào, cũng an hưởng tự nhiên, cũng bởi duyên ấy nay được gặp ta và đắc đạo quả."

Bấy giờ tất cả mọi người trong đại hội, nghe Phật nói xong ai nấy đều phát tâm cung kính sự cúng dàng, rồi có người đắc sơ quả, cho đến tứ quả, cũng có người được ngôi bất thoái, vui mừng tạ lễ mà lui.

PHẨM THỨ MƯỜI HAI:
SÀN ĐỀ BÀ LA

Chính tôi được nghe: Một thời đức Phật ở nước La-duyệt-kỳ, tại rừng Trúc khi ngài mới thành Phật bắt đầu độ nhóm ông Kiều-trần-như cả thảy năm người, sau độ cho anh em ông Uất-tỳ-la Ca-diếp, ngàn người, độ người đã nhiều được thoát khổ cũng lắm.

Bấy giờ nhân dân nước La-duyệt-kỳ vui mừng được bậc đại thánh nhân xuất thế, ai ai cũng ca tụng khen ngợi đức Thế Tôn: Một đấng cứu thế, biết bao chúng sinh được hàm ân thoát khổ, hơn nữa ngài còn hóa phục được những tà đạo trở lại theo ngài, thực là một việc lại còn khó hơn. Họ lại khen nhóm ông Kiều-trần-như và anh em ông Uất-tỳ-la Ca-diếp với các vị đại đức tỳ-khưu khác, đối với đức Thế Tôn chẳng hay đời trước có duyên gì? Trống pháp mới đánh đã được nghe trước, nước cam lồ được uống trước.

Các tỳ-khưu thấy họ ca tụng như vậy liền đem chuyện ấy lên thưa với Phật.

Phật nói: "Đó không chi lạ đâu! Ta với các ông ấy đã có lời thệ nguyện từ đời quá khứ: nếu Ta được thành Phật, Ta sẽ độ cho các ông ấy trước."

Các thầy thưa rằng: "Kính lạy ngài! Thuở xưa ngài thệ nguyện thế nào, cúi xin nói cho chúng con được rõ."

Phật dạy:

"Muốn biết sự tích ta với các ông ấy đời quá khứ, hãy để ý nghe cho kỹ ta sẽ nói cho hay: Đời quá khứ cách đây đã lâu lắm có đến vô lượng vô biên a-tăng-kỳ kiếp không thể dùng tâm suy nghĩ và lời nói mà tính được. Cũng Châu-diêm-phù này, có một nước lớn gọi là Ba-la-nại, ông vua nước ấy tên là Ca-lợi cũng thời đó có một vị đại tiên tên là Sàn-đề-bà-la và cả thảy năm trăm đệ tử ở trên một quả núi tu theo phép nhẫn nhục.

"Một hôm nhà vua nước ấy cùng với phu nhân, thể nữ, quần thần vào núi để du ngoạn: Săn bắn các thú vật, bày các cuộc vui, uống rượu, ăn thịt, các thể nữ múa hát, làm cho nhà vua vui tai, thích mắt, thỏa thích với dục lạc, rồi tiệc rượu, nhà vua nằm nghỉ nhọc dưới gốc cây, thừa cơ ấy các cô rủ nhau đi xem hoa trong rừng, tới một hang núi, thấy ông Sàn-đề-bà-la đương ngồi yên tĩnh có vẻ trầm tư suy xét, các cô này thấy ông đạo mạo với nét mặt siêu phàm, ngoài cuộc trần tục, nên các cô sinh lòng kính trọng! Hái các thứ hoa tung lên cúng dàng rồi ngồi xúm lại xung quanh để nghe thuyết pháp.

"Khi hết hơi men nhà vua thức dậy, nhìn xung quanh không thấy một người con gái nào hầu cạnh, ông nổi giận quá đứng phắt dậy, cùng với bốn ông quan đại thần đi tìm, một lát tới chỗ ông tiên, thấy bọn các cô đang ngồi vây quanh trước sau; nhà vua cất tiếng la lớn, các cô này sợ hãi chạy dạt ra. Nhà vua tới trước chỗ ông tiên hỏi rằng:

'Nhà ngươi đã đắc định Tứ Không chưa?'

'Thưa chưa được.'

'Nhà ngươi đã được Tứ Vô Lượng Tâm chưa?'

'Thưa chưa được.'

"Nhà vua lớn tiếng nạt rằng: 'Từng ấy công đức đều nói chưa được, như vậy, nhà ngươi có hơn gì kẻ phàm phu, thế mà dám ngồi chung với những đứa con gái này ở nơi vắng vẻ tin sao được?'

"Ông tiên lặng yên không đáp lời nào hết, nhà vua lại hỏi:

'Ở đây ngươi là người thế nào? Tu đạo gì?'

'Thưa! Tôi tu theo hạnh nhẫn nhục!'

"Nhà vua có vẻ tức giận rút kiếm ở sau lưng ra nói:

'Nhà ngươi tu nhẫn nhục ư! Nhẫn nhục để ta thử xem ngươi có nhẫn nhục được không?'

"Nói xong chém phắt hai cánh tay ông tiên rơi xuống đất, rồi hỏi tiếp:

'Đã nhẫn nhục được chưa?'

'Nhẫn nhục được!'

"Nhà vua lại xẻo hai tai và mũi trông rất ghê sợ. Tất cả quan quân thể nữ, nhìn thấy nhà vua quá ư ác nghiệp với ông tiên ai cũng sám đen mặt lại, nhưng không dám can ngăn, vì sợ cơn ghen của ông đương bộc phát; song họ nhìn thấy ông tiên nét mặt bình tĩnh không chút biến đổi.

"Nhà vua đứng ngước mắt nhìn xem ông tiên này có phản kháng với mình gì không? Nhưng không.

"Ngay giờ phút ấy quả đất tự nhiên rung động sáu lần, năm trăm vị tiên đệ tử theo ngài tu học bay vót lên hư không ngó xuống hỏi rằng: 'Lạy thầy! Thầy bị đau khổ như vậy có khỏi mất tâm nhẫn không?'

"Đáp: 'Tâm ta vẫn bình tĩnh và cũng là tăng thượng duyên cho tâm nhẫn của ta lại càng thêm vững chắc!'

"Tới đây ông vua đã từ từ hạ cơn ghen, nhìn thấy ông tiên vẫn thản nhiên, sự nhẫn đã thế, lại còn sự đau cũng không thấy hoài tâm, dịu giọng hỏi:

'Nhà ngươi tự nói tu phép nhẫn nhục lấy gì làm bằng cớ, cho có sự thật?'

"Đáp: 'Ta không nói nhà vua cũng thấy được sự thật của ta: một là ta không khuất phục dưới thế lực áp bức bất minh thiếu nhận xét, hai là ta không quan tâm đến lưỡi kiếm của nhà vua chém ta, và ta cũng không có ác niệm gì đối với sự hung tàn của nhà vua. Muốn biết rõ sự thật ta sẽ nguyện rằng: 'Nếu quả ta có thực hành đạo nhẫn nhục, huyết sẽ biến ra sữa, thân sẽ bình phục như cũ'.

"Đại tiên nói xong, huyết tự nhiên biến ra sữa, thân thể lại hoàn toàn như xưa.

"Nhà vua thấy sự nhẫn nhục của đại tiên hiển nhiên quá! Cảm động quá rùng mình, sởn gáy, sợ toát mồ hôi! Là mình đã quá ư nóng giận với tâm mê chấp tham dục nếu ta không xin lỗi sẽ bị chiêu họa.

"Nhà vua vội vất kiếm xuống đất, quỳ trước mặt đại tiên thưa rằng:

'Thưa đại tiên, chúng tôi hiểu lầm, vì quá si mê nên hôm nay đối với ngài một cách quá đáng, vô nhân đạo, cúi xin ngài tha thứ nhận lòng thành sám hối của tôi.'

"Đại tiên đáp: 'Hôm nay nhà vua cũng vì nữ sắc, quá giận dùng kiếm chém ta, tâm nhẫn của ta như đại địa, ta thề rằng sau khi ta được thành Phật ta sẽ dùng tuệ đao, chém ba cái độc, tham, sân, si cho nhà vua trước.'

"Nhà vua thấy đại tiên đã hoan hỷ tha thứ, và nhận lời tạ lỗi của mình, vái chào ra về.

"Lúc ấy trong núi có các bộ long vương, bộ quỷ thần thấy vua Ca-lợi vô cớ làm huỷ nhục vị đại tiên, tức giận nổi cơn lôi đình làm cho mây khói u ám rợp trời, sấm sét vang dội, ý muốn hại vua và đánh chết họ hàng nhà vua cho bằng hết.

"Đại tiên thấy thế ngửa mặt lên trời nói rằng:

"Các ông nên buông lòng bao toả khắp muôn loài, nếu có thiện chí với tôi, bênh tôi, thì xin đừng làm hại nhà vua!"

"Từ đó vua Ca-lợi, tự hạ mình xuống như người đệ tử tôn kính đại tiên như thầy, luôn luôn đến thăm viếng cúng dàng, cũng có lúc mời về vương cung giảng dạy.

"Thời ấy cũng có một bọn phạm-chí chừng ngàn người tu theo tà đạo, thấy vua Ca-lợi kính trọng biệt đãi vị đại tiên, sinh lòng ghen ghét thuê người lấy phân trát lên toà ngồi của đại tiên lúc vắng mặt; đã nhiều lần nhưng không biết rõ kẻ nào có tâm nham hiểm xấu xa, một thái độ đê hèn. Sau cùng do sự điều tra chắc chắn của nhà vua, bắt được những kẻ gian ác đem ra tra hỏi, chúng tự xưng là bọn phạm-chí mướn. Lập tức vua Ca-lợi hạ lệnh bắt hết nhóm phạm-chí lại cung môn.

"Đại tiên vốn lòng từ bi và đương thực hành đạo nhẫn nhục, nên xin vua tha tội cho họ. Trước nhà vua và đại chúng, đại tiên phát thệ rằng: 'Tôi vì chúng sinh tu hạnh nhẫn nhục tích góp công phu không lười mỏi, để cầu thành Phật, sau khi được thành tựu, tôi sẽ lấy nước pháp trí tuệ tẩy trừ cho hết trần cấu uế dục lũ các người này được trong sạch trước.'"

Tới đây Phật nhắc lại cho tôi hay rằng:

"A-nan! Ông Sàn-đề-bà-la thuở đó chính là tiền thân của ta, vua Ca-lợi nay là ông Kiều-trần-như, bốn quan đại thần thuở đó nay là bốn vị tỳ-khưu cùng nhóm với ông năm người, còn ngoại đạo phạm chí lúc đó nay là ông Uật-tỳ-la Ca-diếp và ngàn vị tỳ-khưu này. Thuở đó ta thề nguyện độ cho các ông ấy trước, nay ta thành Phật nên các ông ấy được độ trước. Như vậy biết lời thề nguyện không sai."

Khi đại chúng nghe Phật nói xong, ai nấy đều vui mừng, tán thán hạnh nhẫn nhục của ngài thực là hy hữu, rồi cùng nhau lễ tạ lui ra.

PHẨM THỨ MƯỜI BA:
VUA TỪ LỰC CHO HUYẾT

Chính tôi được nghe: Một thời đức Phật ở nước Xá-vệ tại vườn Kỳ-hoàn buổi sáng ấy, bầu trời êm ả, thả làn gió nhẹ qua những hàng cây vi vút; buổi trà nước dâng Phật vừa xong, tôi (A-nan) ra khoảng rừng vắng tọa thiền dưới gốc cây tự nghĩ như vầy: Đức Phật ra đời biết bao người được nhờ ơn tế độ, thế giới thanh bình, nhân dân an lạc, cây cỏ xinh tươi, muôn loài hớn hở, là do nhờ đức hóa của ngài, lại nghĩ rằng: Nhóm ông Kiều-trần-như trồng nhân lành gì? Nương nhân duyên gì? Cửa từ bi thuyết pháp cứu sinh, bọn ông được vào trước? Trận mưa cam lồ bắt đầu bọn ông được tắm trước? Nghĩ xong tôi đứng dậy về tinh-xá đem ý nghĩ trên bạch Phật, Phật bảo tôi rằng:

"A-nan, nhóm ông Kiều-trần-như đã một lần bị chết đói, vì lòng từ bi nên ta trích huyết trong người ra cho các ông ấy uống, bởi thế nay được nghe pháp trước, giải thoát trước."

"Kính lạy đức Thế Tôn! Vì duyên gì mà các ông ấy bị đói? Tại sao không ăn các món khác lại phải uống huyết mới sống? Cúi xin ngài nói lại cho con và đại chúng đây được rõ!"

Phật dạy rằng:

"A-nan! Ông muốn biết câu chuyện ấy hãy chú ý nghe: Thuở đó tới nay tính số kiếp a-tăng-kỳ đã quá lâu, cũng Châu-diêm-phù-đề này, có một ông vua nước lớn, tên là Di-già-la-bát-la (Hán dịch: Từ Lực) cai trị tám mươi bốn ngàn nước nhỏ, hai vạn bà phu nhân, một vạn quan đại thần, nhà vua từ bi khoan hậu, đủ bốn tâm bình đẳng, thương dân giúp vật, thường đem mười điều lành giáo hóa, trong nước được thanh bình an lạc, muôn phương kính nể."

"Thời ấy có các loài Dịch-quỷ, hay đi bắt người để uống máu ăn tiết, chứ không sống bằng cơm gạo, ngô, khoai. Những người dân thuở đó theo lệnh của nhà vua bắt buộc ai cũng phải tu mười điều lành, giữ thân miệng, ý thanh tịnh. Vì thế bọn ác quỷ không dám đến gần, không thể bắt ai ăn được, nên chúng bị đói, chỉ còn da bọc xương, khí lực đã gần tuyệt. Bấy giờ có năm con quỷ đến tâu vua rằng:

'Tâu bệ hạ! Chúng tôi sống bằng sự ăn uống khí huyết của loài người. Nhà vua dạy dân tu theo mười điều lành; vì họ tu theo mười điều lành, nên có các thiên thần ủng hộ, chúng tôi không dám bắt ăn thịt, bị đói đã lâu, chỉ còn chờ chết. Vậy nhà vua làm hạnh từ bi há không thương lũ chúng tôi sao?'

"Nhà vua nghe quỷ nói, trong tâm rất cảm động, hỏi rằng: 'Ngoài máu thịt người các ngươi dùng gì?'

'Tâu đại vương máu thịt người là món chính, ngoài ra không dùng món gì có thể bảo tồn được thể xác.'

"Vì quá thương họ đói, nên nhà vua lấy dao khoét mình ra năm lỗ rồi nói: 'Máu của ta đây các ngươi lấy bát lại hứng mà uống.'

"Bọn quỷ vui sướng quá! Đương đói, tranh nhau cầm bát lại vừa hứng vừa uống, uống xong lạy tạ xin về.

"Nhà vua nói: 'Hãy khoan! Ta bảo đã: Các người bị nghiệp báo làm thân quỷ là do đời trước ham uống máu ăn thịt chúng sinh, lại thêm lòng tham sẻn, nên rán tu theo mười điều lành, tương lai ta thành Phật, ta sẽ lấy pháp thân và huyết giới, định, huệ, để trừ tâm tham dục ba độc đói khát cho lũ ngươi, và sẽ đưa lũ ngươi tới chỗ an vui vĩnh viễn.'"

Tới đây đức Phật nhắc lại rằng:

"A-nan! Nên biết: Vua Từ Lực thuở đó chính là tiền thân của ta đây, năm quỷ Dạ-xoa, nay là nhóm ông Kiều-trần-như năm người. Thuở đó ta hứa độ cho bọn ông ấy trước, nên nay các ông ấy được nghe thuyết pháp trước, và được giải thoát trước."

Bây giờ, tôi và đại chúng được nghe câu chuyện đời quá khứ của ngài và năm ông, ai ai cũng sợ toát mồ hôi, với lòng đại bi của ngài, với chí sắt đá của ngài ai mà bì kịp, rồi cùng nhau lễ tạ lui ra.

PHẨM THỨ MƯỜI BỐN:
HÀNG PHỤC LỤC SƯ

Chính tôi được nghe: Một thời đức Phật ở thành Vương-xá, tại vườn Trúc cùng với một ngàn hai trăm năm mươi vị tỳ-khưu ở đó.

Vua Bình-sa là người mến mộ Phật giáo, ông theo Phật nghe thuyết pháp đã lâu, và thực hành tu tiến, nên bấy giờ ông đã chứng được sơ quả, bởi vậy, lòng tin của ông lại càng kiên cố. Ông thường dâng thuốc thang, áo cà-sa, giường đệm, món ăn quý lên cúng Phật và chư Tăng; ông rất tôn trọng, những người hay làm điều lành, và khi tới đâu, ông cũng khuyên người tu theo Phật giáo.

Trong nước ông có bọn Phú-lâu-na lục sư, làm giáo chủ ngoại đạo, cũng thời đó, nhưng ra đời trước Phật ít năm. Họ đem tà thuyết để dối bịp dân, những kẻ cuồng si không biết nhận xét chánh tà theo họ rất đông. Song em nhà vua cũng theo học bọn chúng, làm một con tin thuần cẩn, trí óc ngâm chìm dưới nguồn sau của bọn họ. Đem tiền của cung cấp đã lâu ngày, tài sản bị khuynh vong, gia đình bại hoại, cũng như kẻ bị bùa mê, bánh mến, không khác.

Đức Phật ra đời như vầng thái dương, xuất hiện luồng quang minh, soi khắp không gian muôn loài ấm áp, cây cỏ xinh tươi; ánh tuệ sáng đã tung tỏa khắp muôn phương, biết bao người đắc quả thành công trên đường giải thoát. Kẻ không biết theo một đạo giáo chân thật, khác gì loài rùa nằm dưới đầm sâu, cóng rét chịu quanh năm, mà không biết có ánh mặt trời trên đại địa, cũng như em vua Bình-sa, chịu buộc mình nơi tà giáo ngoại đạo, không biết nhận xét chánh tà.

Vua Bình-sa thương em mê muội, với tính cố chấp, hết sức thuyết đạo lý của Phật giáo cho nghe; và giục em mời Phật, phải tôn kính Phật, phải bỏ tà đạo, người em vẫn không chịu nhận lời và thưa rằng:

"Thưa anh! Muôn triệu người trên vũ trụ bao la, mỗi người một ý nghĩ khác nhau, không ai giống ai; mỗi người có sự nhận xét riêng, mỗi người có một sở thích riêng, anh theo giáo lý đạo Phật, anh khen Phật hay, tôi theo phái Lục sư dĩ nhiên tôi hợp với lý trí của tôi là phải là đúng, là cao, tôi mới theo, nhưng anh đã nói thì tôi sẽ mời thầy tôi và Phật đàm luận về đạo lý hơn kém sẽ bày tỏ."

Nhà vua cười nói: "Hay lắm! Nay mai chú mời luôn đi, nhưng chú phải cam đoan với tôi. Nếu Phật hơn thì chú phải bỏ thầy chú theo Phật cùng tôi, nếu Phật kém tôi sẽ bỏ Phật để theo cùng chú!"

"Vâng! Dĩ nhiên."

Ngày mai vua Bình-sa lên bạch Phật rằng:

"Kính lạy đức Thế Tôn! Muốn cho toàn quốc dân thoát khỏi vòng ác đạo, cùng được hưởng sự an vui từ đời này cho đến kiếp khác, con nhận thấy ngoài sự giáo hóa của ngài ra thì không có đạo giáo nào hơn được, dân con có bọn Lục sư, cũng đường đường là một tôn giáo, đem những tà thuyết mị dân, đưa người vào hố sâu hang hiểm làm mồi cho hùm, beo, lang sói, chết đọa tam ác đạo. Con có người em cũng theo bọn chúng, hết sức răn bảo mà không chuyển lòng, nên con định bảy ngày nữa, cung thỉnh Thế Tôn ra thí tràng, sau đó cho tìm bọn Lục sư tới, để ngài hóa phục dẹp bỏ đạo tà, hiển dương chánh đạo. Một yếu điểm nhất là muốn cho quần chúng biết sức thần biến và đạo lý của ngài để họ tự bỏ rơi bọn Lục sư, cúi xin từ bi hoan hỷ cho chúng con được trượng thừa công đức!"

Đức Phật mỉm cười nói:

"Việc ấy cũng nên, làm nhân chúa có trách nhiệm mở mang trí óc khôn sáng cho dân, làm gấp ta vui lòng!"

Nhà vua hoan hỷ lễ tạ lui ra, khi về hạ lệnh cho toàn quốc biết rằng:

"Quốc dân nên biết! Trong bảy ngày nữa, đức Thế Tôn và Lục sư sẽ đàm luận về đạo giáo, ai muốn biết, thì đến nơi thí tràng."

Em vua Bình-sa sửa soạn bàn, ghế, tòa ngồi rất trang nghiêm, tới ngày thứ bảy Lục sư tới trước tiên, em vua trịnh trọng mời lên ngồi tòa cao đẹp, các nhà văn hào dân chúng đến đông như kiến cỏ, nhưng không thấy Phật đến, người em vua hỏi:

"Anh giục tôi mời ông Cù-đàm (Phật) các thầy tôi và dân chúng tới đông sao không thấy ông ấy tới?"

"Chú đã đi mời ngài chưa! Chú sai người đi mời ngài hoặc chú đi, hôm trước tôi mời ngài đã hứa."

Đương nói thì Phật đến, vua Bình-sa ra đón Phật, khi vào tới nơi, những tòa cao đẹp bọn Lục sư đã ngồi hết cả, thấy thế nhà vua nóng lòng, nhưng không biết nói sao, chỉ riêng trách em mình. Đức Phật và chư Tăng phải ngồi tất cả những hàng ghế dưới.

Khi Phật ngồi yên tĩnh chừng được ba phút, bỗng nhiên thấy ngài và chư tăng ngồi trên ghế cao, bọn Lục sư ngồi dưới chót, Lục sư hổ thẹn đứng dậy, em nhà vua lại vác ghế lên cao mời Lục sư ngồi, ngồi xong chừng một phút lại thấy ghế dưới chót, Phật ngồi trên cao, cứ như thế đến ba bốn lần, nhưng vẫn bị ngồi hàng ghế cuối. Tới đây họ biết không có năng lực gì địch thủ, nên chịu ngồi ngượng ở đó.

Khi dâng nước, họ cứ theo thứ tự, tòa trên dâng trước, tòa dưới dâng sau. Đầu tiên dâng lên Phật.

Phật nói:

"Dâng thầy của các ngươi trước, dâng ta sau cũng được!"

Theo lời Phật phán bảo, họ đưa nước dâng Lục sư, khi giơ bình rót, tắc không chảy; sau dâng Phật, rót chảy, Phật rửa tay súc miệng xong, làm phép chú nguyện.

Xong việc trà nước bắt đầu dâng cơm, họ dâng Phật trước, Phật nói:

"Hôm nay các ngươi không phải vì ta mà thết bữa cơm này, ta chỉ là khách, thầy các ngươi là mục đích hơn, ngươi hãy dâng thầy ngươi trước để thầy ngươi chú nguyện cho."

Theo lời Phật dạy, bắt buộc họ mời Lục sư chú nguyện; lúc chưa mời không sao, sau khi mời họ nhìn thấy Lục sư hai hàm răng cắn chặt, không thấy nói năng cầu nguyện gì, chỉ biết giơ tay làm hiệu, xua những người ấy đến chỗ Phật, Phật làm phép chú nguyện xong.

Bắt đầu dâng món ăn, Phật nói:

"Hãy dâng thầy các ngươi trước!"

Họ phải theo lời Phật dạy, khi dâng lên Lục sư, các món ăn bay bổng lên hư không lơ lửng trên đó và không rơi, làm cách nào cũng không thể lấy được, chờ khi dâng món ăn lên Phật và tăng chúng xong, thì các món ăn ấy rơi xuống trước mặt Lục sư.

Khi dùng cơm xong, Phật gọi em vua bảo rằng:

"Khanh mời thầy khanh thuyết pháp trước đi."

Người em mời thuyết pháp. Lục sư im thít không nói năng gì, té ra hai hàm răng cắn chặt lúc nào không biết, đồng thời bọn chúng giơ tay làm hiệu; ý nói đến mời Phật thuyết pháp còn ta bị câm họng ráo trọi.

Bọn đồ đệ của Lục sư biết thầy mình thất thế và kém hẳn đã có ý chán nản phát ra tự đáy lòng. Bấy giờ em vua và dân chúng lại lễ Phật và mời ngài thuyết pháp.

Trước khi Phật thuyết pháp quả đất động chuyển sáu lần, hào quang năm sắc chiếu khắp đại thiên thế giới. Đức Phật như một đấng cha hiền thương đàn con dại, như một bực đại giáo sư đối với kẻ sơ tâm mới học, với đại chúng. Ngài ra những lời hòa nhã dịu dàng, diễn thuyết các pháp, tính, tướng, phân biệt nghĩa lý sâu huyền, thế gian, và xuất thế gian.

Đại chúng nghe xong có rất nhiều người được giác ngộ. Em vua Bình-sa chứng được Pháp-nhãn-tịnh, ngoài ra còn có người sơ quả cho đến tam quả, còn những vị xuất gia được lậu tận, có vị phát tâm vô thượng chứng quả bất thoái. Toàn thể đại chúng dự hội hôm ấy ai ai cũng phân biệt được chánh tà, họ phát tâm tin kính ngôi Tam-bảo, trở về quy y Phật, thờ Phật làm thầy và bỏ rơi bọn Lục sư, không cúng dàng thừa sự chúng nữa.

Tới đây mọi người đều đứng lên, ca tụng những công đức ngài đã ban cho và phát nguyện xin theo làm đệ tử, đảnh lễ lui ra.

Lục sư vừa bị nhục, vừa mất thể diện căm hờn tụ tập lại một nơi bàn kế để trả thù đức Phật. Họ ra nơi rừng vắng học tập các phép lạ, và nghiên cứu các kỹ thuật.

Lúc ấy Thiên-ma Ba-tuần thấy đồ chúng của mình thua Phật, dân chúng chán ghét, tất nhiên đạo của họ không truyền bá được, y liền bay xuống hóa làm hình Lục sư tới để biểu diễn các phép lạ, và truyền phép cho Lục sư, xong lại bay về thiên-đàng.

Lục sư sau khi được phép của Ba-tuần truyền thụ vui mừng quá! Tự đắc chí cho là cao diệu, là tối thắng, chúng tập hợp bàn nhau rằng: "Hôm trước bọn ta bị nhục, mọi người phải ly tán, giờ đây xem sự thần biến của thầy chúng ta truyền thụ, có dư để hàng phục ông Cù-đàm Sa-môn. Bây giờ yêu cầu vua lập một cuộc thi thần thông, để xem hơn thua thế nào." Bàn nhau xong họ tâu lên vua rằng:

"Tâu bệ hạ, chúng tôi sẽ có đủ pháp lực tài năng thần biến, xin bệ hạ lập một cuộc đấu phép với Phật, để cho quốc dân biết tài năng của chúng tôi."

Nhà vua cười nói: "Lũ bây thực là ngu si quá, Phật có đạo đức cao siêu phép thần túc vô ngại, các người muốn thi với Phật, chẳng khác lửa đom đóm muốn tranh ánh mặt trời, nước vết chân trâu đem ví với biển cả, hoại Dã-can lại muốn thi hùng với muôn Sư-tử, đống đất tổ kiến đem ví với lực cao núi Tu-di, những hình lớn nhỏ coi thấy rõ ràng, thấp kém lại muốn nghểnh cao, các người sao lại ngu lỗ quá như vậy?"

Lục sư nói: "Tâu bệ hạ! Ngài chưa biết phép luật của chúng tôi, đó là ngài thiên vị, tự cho ông Cù-đàm (Phật) là người tuyệt đối không còn ai hơn, chúng tôi quyết thử tài một phen hay dở ngài sẽ rõ!"

Vua nói: "Tại sao bữa trước các người không đem tài ra đối phó, nay còn nói khéo nói khôn làm chi?"

"Tâu bệ hạ! Hôm đó chúng tôi chưa đủ phép lực, bây giờ có đủ khả năng đối thủ!"

"Không sao! Muốn thì ta sẽ lên thưa với Phật, nhưng chỉ sợ các người tự để nhục cho hậu thế!"

"Tâu bệ hạ! Chúng tôi xin hẹn bảy ngày nữa, bệ hạ hãy cho dân chúng sửa sang nơi thí tràng bằng phẳng."

Sau khi Lục sư ra về, nhà vua lên xe đi đến chốn Phật, lễ xong quỳ gối chắp tay thưa rằng:

"Kính lạy đức Thế Tôn! Bọn Lục sư còn rắc rối quá; hôm qua chúng lên xin thi thần lực với Thế Tôn, con đã lấy lý luận phân trần và la mắng nhưng bọn chúng còn ra vẻ không chịu. Vậy kính xin ngài ra sức thần biến để hóa phục bọn tà ác trở về chánh đạo, nhân đấy con và dân chúng được coi sự thần thông biến hóa của ngài."

Phật nói: "Hãy biết thế, ta tự tri thời."

Vua Bình-sa lễ tạ lui ra. Về vương cung sắc lệnh cho quân dân sửa sang nơi thí trường, đặt bàn ghế, kê tòa ngồi cao đẹp cúng Phật, chung quanh kết hoa, treo phan phướn, các ngả đường kéo biểu ngữ để cổ động cho dân chúng đến xem.

Tới ngày thứ bảy Đức Phật và các vị đệ tử, từ thành Vương-xá đi sang nước Tì-xá-li; nước ấy có bọn ông Luật-xương và nhân dân ra đón rước.

Buổi sáng ấy, dân chúng thành Vương-xá xôn xao, không biết Phật đi đâu, hỏi thăm mãi mới biết ngài đi sang nước Tì-xá-li.

Lục sư hay tin Phật đi, không ở lại đấu phép đắc chí nói:

"Ông Cù-đàm (Phật) trí tuệ và thần biến kém, biết sức không địch nổi nên tìm đường tẩu thoát, thế mà mọi người còn do dự không tin."

Tâm ngã mạn của Lục sư lên cao quá, tự tuyên bố rằng:

"Chúng tôi sẽ đuổi cho tới cùng."

Được tin Phật sang nước Tì-xá-li, vua Bình-sa lập tức sai sửa soạn lương thực năm trăm con ngựa, năm trăm xe, tổng số quan quân mười bốn ức người, sang nước Tì-xá-li. Lục sư cũng theo vua sang, chúng thưa với Luật-xương rằng:

"Thưa ngài! Chúng tôi tới đây muốn để thi thần thông, và đàm luận về thực tính với ông Cô-đàm, xin ngài cho ông ấy rõ, và hẹn bảy ngày nữa sẽ bắt đầu!"

"Vâng! Quý ngài muốn thế, tôi sẽ thưa với Phật giùm."

Luật-xương tới lễ Phật thưa rằng:

"Kính lạy đức Thế Tôn! Bọn Lục sư si mê quá! Tự nói có đạo lực nên xin lên thi thần biến. Vậy kính xin Thế Tôn hàng phục bọn gian ác ấy!"

Phật nói: "Hãy biết thế, ta tự tri thời!"

Luật-xương lễ tạ lui ra, về sửa soạn nơi thí tràng, lương thực các đồ cúng dàng trọng hậu, dân chúng nôn nao, chờ ngày để xem cuộc đấu thần thông.

Sáng ngày hôm sau, Phật và Tăng chúng đi sang nước Câu-diệm-di, vua Ưu-điền đem quan quân ra đón tiếp. Cũng buổi sáng ấy nhân dân nước Tì-xá-li xôn xao hỏi nhau rằng:

"Sáng nay đức Phật đi đâu?"

Có người nói: "Đức Phật và chúng Tăng sang nước Câu-diệm-di buổi sáng sớm."

Lục sư thấy thế, tâm ngã mạn lại càng lên cao, và đắc chí lắm, bảo nhau phải theo đuổi cho bằng cùng.

Được tin Phật đi khỏi, ông Luật-xương đem năm trăm cỗ xe chở lương lực và bảy ức người cùng với vua Bình-sa sang nước Câu-diệm-di.

Lục sư vào yết kiến vua Ưu-điền rồi thưa rằng:

"Tâu hoàng đế! Sa-môn Cù-đàm, tự biết lực không địch nổi, nên thầy trò phải trốn sang đây, xin hoàng đế cho chúng tôi thi thần thông với ông ấy!"

"Vâng! Quý ngài muốn thế tôi sẽ thưa với Phật giùm!"

Ngày mai vua Ưu-điền lên bạch Phật rằng:

"Kính lạy đức Thế Tôn, Lục sư ngày qua lên yêu cầu để thi thần thông, kính lạy ngài có nhận lời ấy không!"

Phật nói: "Hãy biết thế, ta tự tri thời!"

Vua Ưu-điền lễ tạ ra về, sửa soạn nơi thí tràng chờ Phật định ngày đối thí. Sáng hôm sau Phật và Tăng chúng đi sang nước Việt-kỳ; vua Chuân-chân-đà-la cùng với nhân dân ra nghinh tiếp đức Thế Tôn.

Hôm sau người nước Câu-diệm-di không thấy Phật, xôn xao hỏi nhau thì có người nói:

"Phật và chư Tăng sang nước Việt-kỳ sáng qua."

Hay tin Phật đi khỏi, Lục sư và vua Ưu-điền, vua Bình-sa và quan quân dân chúng, cũng đi sang nước Việt-kỳ. Lục sư vào yết kiến Chuân-chân-đà-la và trình bày ý kiến của mình, sau yêu cầu vua làm thế nào được đấu phép với ông Cô-đàm.

Đáp: "Vâng, quý ngài muốn đấu tôi sẽ thưa với Phật."

Vua Chuân-chân-đà-la lễ lên Phật xong, rồi quỳ thưa những ý định của Lục sư.

Phật nói: "Hãy biết thế, ta tự tri thời!"

Nhà vua lễ tạ lui ra, về cung sắc lệnh cho quân sửa soạn và trưng bày nơi thí tràng, sắp tới ngày thi Phật và chư Tăng lại sang nước Đặc-xoa-thi-lợi, vua Nhân-đà-bà-di cùng với quan quân ra đón rước.

Hay tin Phật đi khỏi, vua Chuân-chân-đà-la với năm ức người, cùng với Lục sư vua Bình-sa và tất cả đều theo Phật sang nước Đặc-xoa-thi-lợi.

Lục sư vào yết kiến vua Nhân-đà-bà-di và khoe khoang những lời cao đại rồi nhờ vua giới thiệu để thi thần thông với Phật. Nhà vua nhận lời, lên bạch Phật rằng:

"Kính lạy đức Thế Tôn, hôm qua vua các nước và quan quân đến đây đông lắm về việc thi thần thông với Lục sư, cúi xin ngài từ bi ra phép thần hàng phục kẻ tà đạo, để cho tất cả chúng sanh trong Châu-diêm-phù-đề theo về chánh giáo."

Phật nói: "Hãy biết thế, ta tự tri thời!"

Ngày thi gần tới, đức Phật lại sang nước Ba-la-nại, vua Phạm-ma-đạt hay tin Phật tới, đem quan quân ra biên giới đón Phật về thành.

Buổi sớm mai dân chúng nước Đặc-xoa-thi-lợi, mang các món ăn ra đường đón Phật và chư Tăng không thấy, hay tin Phật sang nước Ba-la-nại, khi đó vua Nhân -đà-bà-di, vua Bình-sa, Lục sư và tất cả các ông vua đều theo Phật sang nước Ba-la-nại.

Lục sư vào yết kiến vua Phạm-ma-đạt và trình bày ý kiến của mình, lại yêu cầu vua làm cách nào được thi thần thông với Phật, nhà vua nhận lời.

Sáng hôm sau vua Phạm-ma-đạt lên bạch Phật rằng:

"Kính lạy đức Thế Tôn, Lục sư hôm qua lên xin thi thần thông với ngài, cúi lạy ngài ra phép thần biến tiêu diệt bọn ác quỷ hại dân vô ích."

Phật nói: "Hãy biết thế, ta tự tri thời!"

Đêm ấy Phật và Tăng chúng đi sang Ca-tỳ-la-vệ.

Hay tin Phật tới, ông Thích-chủng-bối và đại chúng ra đón Phật về Kinh.

Sớm ngày mai, dân chúng nước Ba-la-nại mới biết đức Phật đi du hóa nơi khác.

Hay tin Phật đi khỏi, vua Phạm-ma-đạt, vua Bình-sa, Lục sư và tất cả quan quân các nước, đi theo Phật, sang nước Ca-tỳ-la-vệ.

Lục sư vào yết kiến ông Thích-chủng-bối và trình rằng đến đây mục đích để thi thần thông với Phật; nhà vua nhận lời, và hứa sẽ thưa với Phật giùm.

Ngày mai ông lên lễ Phật xong bạch rằng:

"Kính lạy đức Thế Tôn, Lục sư cố tình theo ngài đòi thi thần thông, cúi xin từ bi hoan hỷ dẹp bỏ lũ ngoan cố mị dân, cho toàn cõi theo về một mối!"

Phật nói: "Hãy biết thế, ta tự tri thời!"

Ông Thích-chủng-bối sắc lệnh sửa sang nơi thí tràng, và ấn định ngày thi, xong sắp tới ngày thi, đức Phật và Tăng chúng sang nước Xá-vệ. Vua Ba-tư-nặc nghe tin Phật tới đem quan quân ra biên giới đón.

Ngày mai ông Thích-chủng-bối mới hay tin Phật đi khỏi. Ông Thích-chủng-bối đem chín ức người, vua Bình-sa, Lục sư và vua quan dân chúng các nước, đồng thời kéo sang nước Xá-vệ.

Lục sư vào tâu vua Ba-tư-nặc rằng:

"Tâu bệ hạ! Chúng tôi muốn thi thần thông với ông Sa-môn Cù-đàm đã qua bao nhiêu nước, sắp kỳ thi ông tự biết không có lực địch nổi nên cùng đại chúng lẩn trốn sang đây, mong bệ hạ cho chúng tôi được thi thần thông với ông ấy!"

Vua Ba-tư-nặc mỉm cười nói:

"Đức Phật có phép thần túc vô ngại, khi mới thành đạo, Thiên-ma Ba-tuần, thiên biến vạn hóa còn phải phục đầu xưng tội, quy y làm đệ tử, lũ ngươi đã ra gì, kẻ hèn mạt, thấp hèn, sao có thể đối với ngôi đại pháp vương được."

Lục sư nghe nói, nổi giận khí sắc biến đổi, tỏ vẻ bực tức vô cùng nói:

"Chẳng qua ngài quá ư thiên lệch nói thế, ngài đã biết thần biến của chúng tôi chưa?"

Nói xong ra về, tỏ vẻ bất mãn trước nhà vua.

Ngày mai vua Ba-tư-nặc đến chốn Phật đầu mặt lễ sát đất quỳ thẳng chắp tay bạch Phật rằng:

"Kính lạy đức Thế Tôn! Bọn Lục sư ân cần xin thi thần thông, cúi xin ngài ra sức thần, tiêu diệt bọn con buôn không vốn, bịp bợm một cách giả đạo đức, nếu để chúng thì dân tộc trên thế giới này bị đau khổ về vật chất lẫn tinh thần, vì chúng đủ mưu mô, mánh khóe, lừa gạt lòng người. Xong những người trí thức mới hiểu biết tâm thâm độc của bọn chúng."

Phật nói: "Hãy biết thế, ta tự tri thời!"

Lần này vua Ba-tư-nặc quyết định mời Phật để đấu thần thông, ông sắc lệnh cho quan quân sửa sang nơi thí tràng bằng phẳng, bàn ghế tòa ngồi trang nghiêm, treo cờ phan phướn, lọng, kéo biểu ngữ, kết hoa treo đèn, mua rất nhiều hương hoa trình bày rất đẹp đẽ, ông lên điện nơi đức Thế Tôn ngự, ân cần tha thiết cầu thỉnh. Phật thấy ông nhiệt tâm thành khẩn, nên ngài nhận lời.

Giữa ngày mồng một tháng mười hai Phật ra thí tràng. Lục sư với vua các nước, dân chúng đều đến đông đảo.

Ngày ấy vua Ba-tư-nặc sửa soạn các món ăn ngon lành, buổi tinh sương dâng Phật một cành dương. Phật dùng nạo răng, nạo xong ngài vẩy bựa xuống đất, tự nhiên sinh ra những cây cối xanh om, um tùm râm mát, cao đến năm trăm do tuần, cành lá rườm rà, sinh ra những bông hoa to như vòng bánh xe, kết thành những quả to, bằng cái bình đựng năm đấu lớn, cành cây gốc rễ hoa quả thuần bằng thất bảo, vàng bạc, lưu ly, xa cừ, mã não, san hô, hổ phách v.v..., màu sắc tươi đẹp, phát sinh ra những ánh sáng lấn mặt trời, mặt trăng, người được nếm mùi vị quả ấy, thấy sung sướng ngon lành một cách siêu nhiên, nghĩa là trên thế gian chưa từng có; hương thơm tung tỏa, khắp không gian, qua mũi ai, họ thấy tính tình vui vẻ, gió hương ấy thổi tới đâu, làm cho muôn vật hớn hở xinh tươi, các cành lá đều phát ra những tiếng thuyết pháp, trong đại hội im phắc không một tiếng động để đón nghe những âm thanh dịu dàng hòa nhã, nghe vui không chán! Càng nghe càng cảm mến đạo mầu vô thượng, tất cả mọi người trong đại hội thấy sự biến hóa của cây này, tâm sinh tin kính ngôi Tam-bảo càng thêm khắng khít. Sau Phật giải đáp những nghĩa lý sâu huyền cho hợp với lý trí mọi người nên tất cả đều được hiểu ngộ, khi đó những người nhiệt tâm cầu Phật pháp kết quả được sinh thiên, một số rất đông.

Ngày thứ hai, vua Ưu-điền thỉnh Phật cúng trai. Hôm ấy đức Phật hóa ra hai quả núi báu đứng hai bên, núi này toàn bằng vàng bạc trân bảo hợp lại thành năm sắc huy hoàng, coi rất đẹp đẽ, trên núi có những cây mọc thành từng hàng, hoa quả tốt tươi, trong núi phát ra những mùi thơm ngào ngạt; một trái núi trên đỉnh sinh ra thứ lúa tám cánh, lúa này là một thứ lúa quý nhất trong các lúa, nếu đem nấu cơm thì mềm dẻo hương vị thơm ngon; một trái, ở trên đỉnh có thứ cỏ mềm nhũn thơm tho, béo bổ, những loài súc sinh tới ăn, ăn rồi khí lực sung túc có ánh sáng, phát sinh trí tuệ, tâm tình hòa vui.

Tất cả mọi người thấy phát hiện hai trái núi lạ thường, và họ được ăn quả thấy an vui, thân thể cường tráng hết bệnh tật, hết sầu não, nên họ một lòng tín ngưỡng ngôi Tam-bảo, đức Phật tùy theo căn cơ để diễn thuyết nghĩa lý cao diệu nhân quả luân hồi cho hợp với trình độ của họ, ai nấy trí óc khai sáng thấu rõ đạo mầu, phát tâm cầu đạo Bồ-đề, kết quả sinh thiên một số rất đông.

Đến ngày thứ ba, vua Chuẩn-chân-đà-la thỉnh Phật cúng dàng. Buổi sáng sớm ông dâng Phật chén tịnh thủy, Ngài súc miệng rồi nhổ xuống đất, chốn đó tự nhiên thành một cái ao mỗi bề dài hai mươi dặm, quanh bờ ao thuần bằng ngọc thất bảo trộn lẫn nhau, các sắc phát ra chiếu sáng tưng bừng, nước đủ tám công đức, dưới lòng ao thuần cát thất bảo, trong ao có tám thứ hoa sen lớn như vành bánh xe, xanh, đỏ, trắng, hồng, tía, biếc đủ các sắc, lan tràn bốn mặt, ánh sáng của hoa tùy theo các sắc phát sinh, làm sáng choang trời đất.

Thấy thế tất cả đại chúng đều vui mừng và ca ngợi Phật có đức vô lượng vô biên.

Phật quan sát tâm niệm của từng cá nhân xong, ngài tùy theo lý tưởng của mỗi người, để thuyết pháp, sau cuộc thuyết pháp này được rất nhiều người phát tâm cao thượng tăng phần phúc nghiệp, sinh thiên rất đông.

Đến ngày thứ tư, vua Nhân-đà-bà-di thỉnh Phật cúng dàng. Ngày hôm ấy đức Phật làm cho nơi bảo địa đó, bốn mặt tự nhiên có tám dòng nước, sức chảy mạnh và xoáy kêu thành tiếng, phát ra những âm thanh mầu nhiệm thuần nói các pháp: "Ngũ Căn" "Ngũ Lực" "Lục Độ" "Thất Giác" "Bát Đạo" "Tam Minh" "Lục Thông" "Tứ Đẳng" "Đại Từ, Đại Bi", mọi người nghe rồi đều được giác ngộ và quán triệt đạo lý, tăng phần phúc tuệ, kết quả sinh thiên rất đông.

Ngày thứ năm, vua Phạm-ma-đạt thỉnh Phật cúng dàng. Hôm ấy nơi miệng đức Phật phóng ra hào quang sắc vàng bao trùm khắp cõi đại thiên; hào quang ấy soi phải chúng sinh nào, thì "ba độc", "năm ấm" của chúng sinh ấy tiêu tan, thần tâm an lạc, cũng như các vị tỳ-khưu nhập đệ tam thiền. Khi đó mọi người đều vui vẻ tán thán kính mến đức Phật rất tha thiết. Sau khi nghe thuyết pháp xong ai nấy đều khai tỏ lý trí, phát đạo tâm, tiến tu phúc tuệ, một số khá nhiều.

Đến ngày thứ sáu, ông Luật-xương thỉnh Phật. Hôm đó đức Phật làm cho tất cả mọi người trong đại hội tâm hiểu biết lẫn nhau, mỗi người đều có thể hiểu ý nghĩ của từng người, họ đang nghĩ thiện hay nghĩ ác, chí hướng hay hành nghiệp thế nào. Thấy thế ai cũng kính sợ Phật! Những sự mến mộ và vui mừng lại càng nồng nhiệt. Sau khi được nghe lời giảng của đức Phật, ai nấy sung sướng tâm trí mở mang, kết quả sinh thiên cũng nhiều.

Ngày thứ bảy, ông Thích-chủng-bối thỉnh Phật. Hôm đó Phật dùng sức thần tức vô ngại, khiến cho mọi người trong hội tự thấy mình làm vua Chuyển Luân, có đủ cung điện, quan quân, ngọc nữ, thất bảo, lại thêm một ngàn người con, vua các quan văn võ đều đến triều phục nơi mình. Thấy thế ai cũng kinh hoảng ngơ ngác, không biết tại sao? Sau đó tự thấy như một giấc chiêm bao, ai cũng chứng tỏ do sức thần của đức Phật hóa hiện, nên lại càng tăng phần tín hướng và phát tâm vô thượng Bồ-đề, kết quả sinh thiên rất đông.

Đến ngày thứ tám, vua Đế Thích thỉnh Phật. Ngày đó vua Đế Thích bày tòa sư tử trang trí nơi Phật ngự, thuần bằng bảo vật trên thiên cung hương trời, nhạc trời, các món ngon quý dâng Phật, một bầu không khí khác hẳn với trần gian.

Đức Phật và Tăng chúng bước ra, theo sau có vua Đế Thích, vua Phạm-vương, các ông Thiên-tử, tiếp đến quan quân, dân chúng. Tới nơi Phật thăng tòa ngồi yên tĩnh, vua Đế Thích đứng hầu bên tả, vua Phạm-vương đứng hầu bên hữu tất cả đại chúng yên lặng, chờ đón đức Thế Tôn thuyết pháp và hiện thần biến cho xem, muôn ngàn triệu con mắt đều chiếu hướng đức Thế Tôn.

Đức Phật dung nhan như vầng nhật nguyệt, hào quang sáng chói tựa núi vàng, miệng tươi như hoa nở, cất lời nói âm thanh vang xa khắp thế giới đại thiên, muôn loại chúng sinh đều hiểu thấu.

Khi đó ngài cất cánh tay vàng, vịn xuống tòa ngồi, tự nhiên có tiếng gầm lớn, vang động như sét đánh, mọi người đều giật mình run sợ! Ở dưới tòa sư tử của ngài nhảy ra năm vị đại thần quỷ nhìn như mặt sắt da đồng gầm tiếng như muôn sư tử thét, chạy xông lại kéo bọn Lục sư xuống đất đạp tòa ngồi gẫy tan nát, tiếp đến Kim-cương Mật-tích, tay cầm chày Kim-cương, trên đầu đầy lửa bốc lên vùn vụt, xông lại đánh bổ vào đầu Lục sư.

Lục sư hoảng hồn chạy tán loạn, vừa thẹn vừa nhục, bị thần Kim-cương đuổi, cùng đường, nên chúng đâm đầu xuống sông chết cả. Còn chín ức đồ chúng trở lại theo Phật cầu xin làm đệ tử. Thể theo lòng từ bi, Phật cũng dung thứ và thâu nhận.

Phật nói: "Thiện lai tỳ-khưu!"

Nói xong, những người ấy rụng hết tóc, áo trên mình biến thành áo cà-sa, biến thành các vị sa-môn theo Phật tu hành, không bao lâu hết lậu nghiệp thành La-hán.

Ngày thứ chín, vua Phạm-thiên thỉnh Phật. Ngài hóa thân cao lớn tới cõi trời Phạm-thiên uy nghiêm hiển hách phóng hào quang sáng lớn, tưng bừng khắp cõi Đại-thiên thế giới. Khi đó đại chúng ai ai cũng nghe thấy tiếng nói: "Phật vì tất cả chúng sinh, diễn thuyết pháp yếu, khiến cho đại đa số người phát tâm cầu Phật, kết quả sinh thiên nhiều không kể xiết."

Ngày thứ mười, Tứ-thiên-vương thỉnh Phật. Lúc ấy đức Phật dùng phép tam-muội vô ngại, biến khắp các cõi trời, từ Tứ-thiên-vương đến Sắc-cứu-cánh, khiến cho mọi người đều thấy thân Phật phóng đại quang minh, và đương thuyết pháp cho đại chúng nghe. Trong đại hội hiển nhiên tai nghe, mắt thấy những thần thông biến hóa vô ngại của đức Thế Tôn, ai nấy đều tha thiết tôn kính ngài như đấng cha lành. Sau được nghe ngài giải thích sự diệu dụng của tâm chân-như vô ngại thể tánh bất diệt vô sinh của mỗi chúng sinh đều có, nên nhiều người giác ngộ dự vào hàng "Bất Thoái" còn những người đắc quả sinh thiên rất đông.

Ngày thứ mười một, ông Tu-đạt thỉnh Phật. Hôm đó đức Phật đương ngồi trên tòa cao tự ẩn hình đi phóng quang minh sáng lòa trời đất, phát ra những tiếng dịu dàng, diễn thuyết phân minh các pháp yếu. Đại chúng nhiều người thấu tỏ đạo mầu, phát tâm vô thượng chứng ngôi A-duy-việt-chí, đắc quả sinh thiên khá đông.

Ngày thứ mười hai, ông cư sĩ Chất-đà-la thỉnh Phật cúng dàng. Ngày đó Phật nhập phép từ bi tam-muội phóng quang minh sắc vàng, so khắp cõi đại thiên, hào quang ấy soi vào chúng sinh nào, thì chúng sinh ấy hết tâm "Tam độc" nảy tâm từ bi, lại có con mắt "Bình đẳng" coi chúng sinh như cha như mẹ, như anh, như em, lòng yêu không thêm bớt, sau khi thuyết pháp nhiều người lên ngôi "Bất Thoái" và đắc quả sinh thiên khá nhiều.

Ngày thứ mười ba, vua Chuân-chân-đà-la thỉnh Phật. Khi Phật thăng tòa ngồi yên tĩnh, nơi rốn ngài phóng ra hai tia hào quang tỏa ra hai bên, cách thân bảy "nhận" (tức 56 thước) trên đầu hào quang đều có hoa sen, trên hoa có đức Phật hóa hiện, hình tướng cũng như đức Phật Thích Ca, các đức Phật ấy nơi rốn cũng phóng hào quang tẻ ra hai bên cách bảy nhật, trên những tia hào quang đều có hoa sen, trên hoa sen có đức Phật hóa hiện, cứ như thế chuyển biến lan tràn khắp cõi đại thiên, ai coi thấy cũng ngạc nhiên, vừa sợ vừa mừng, trộn lẫn! Lúc ấy đức Phật theo trình độ của từng người mà thuyết pháp nên nhiều người đắc quả sinh thiên không kể xiết.

Ngày thứ mười bốn, vua Ưu-điền thỉnh Phật. Hôm đó ông ra sắc lệnh cho các hàng hương hoa phải đem các thứ hương tốt, hoa tươi, quý đẹp vào dâng. Buổi sáng sớm Hoàng đế Ưu-điền, Hoàng hậu hoàng phi thể nữ quan quân, âm nhạc ra thí tràng, nhìn thấy Phật ngồi tòa sư tử nghiễm nhiên như quả núi, hai mắt chiếu tinh quang, trông rất tôn nghiêm, ông và toàn thể gia đình cúi đầu lễ Phật rồi dâng hoa lên cúng dàng. Phật nhiếp phép thần túc biến những hoa ấy thành một ngàn hai trăm năm mươi bảy cỗ xe quý đẹp cao tới cõi trời Phạm-thiên sáng như mặt trăng đêm rằm các bảo vật có ánh sáng phản chiếu nhau tưng bừng rực rỡ, như thần châu, tràng anh lạc, trang nghiêm nơi xe ấy, vô cùng tráng lệ. Trong các xe đều có các đức Phật ngồi, phóng quang minh bao phủ ba ngàn cõi. Đại chúng coi thấy sức thần biến như thế, trong tâm vừa kính mến, vừa vui mừng pha trộn lẫn nhau. Đức Phật thuyết pháp cũng như ông thầy thuốc tùy theo bệnh cho thuốc. Vì thế sau cuộc thuyết pháp, có rất nhiều người phát tâm hướng đạo, cũng có người được ngôi "Bất Thoái" kết quả sinh thiên cũng nhiều.

Ngày thứ mười lăm, vua Bình-sa thỉnh Phật cúng dàng. Hôm đó Phật dạy ông sửa soạn các món ăn. Theo lời Phật dạy nhà vua sai người bày rất nhiều chén bát và các đồ để chứa món ăn trên bàn, khi bày xong tự nhiên các chén bát đầy các món ăn ngon quý trên thiên cung, mùi cơm thơm ngào ngạt. Tất cả những người trong đại hội ăn cơm xong thân tâm dũng mãnh an vui.

Sau bữa ăn, đức Thế Tôn chỉ ngón tay xuống đất, ai ai cũng được nhìn thấy mười tám Địa ngục, và thấy rất nhiều tội nhân, những tội nhân ấy, tự nói những tội ác của mình đã tạo đời trước, nên nay họ phải chịu tội khổ. Thấy thế ai cũng thương hại và sợ hãi cho mình, nên thân thể đều run rẩy không yên!

Để cho mọi người chứng tỏ của sự ác báo, có cụ thể, rồi ngài phân tách những tội lỗi đó cũng do từ nơi thân miệng ý gây nên, và ngài vạch vẽ những lối thoát khổ, nên nhiều người phát tâm đại đạo, kết quả sinh thiên rất nhiều.

Những tội nhân được thấy Phật và nghe thuyết pháp, họ tự phát sinh lòng tôn kính quay đầu về nơi Phật, thì những tội nhân ấy được sinh thiên hoặc sinh làm người tất cả.

Tới đây vua Bình-sa đến trước đức Thế Tôn, năm thể gieo xuống đất, lễ xuống ba lần, rồi quỳ thẳng chắp tay bạch Phật rằng:

"Kính lạy đức Thế Tôn, ngài có ba mươi hai tướng tốt đẹp, chúng con chỉ được coi thấy tướng ở thân ngài, hoặc ở tay ngài, nhưng chưa từng bao giờ được nhìn thấy luân tướng ở gan bàn chân, vậy kính xin cho con và đại chúng ở đây được chiêm ngưỡng."

Theo lời cầu thỉnh của nhà vua, nên Phật ngửa hai bàn chân lên. Đại chúng nhìn thấy trang nghiêm nước da sáng suốt, những đường chỉ thẳng thắn phân minh, rành rẽ, càng xem càng mến! Nhà vua mừng bạch rằng:

"Kính lạy đức Thế Tôn! Chẳng hay đời quá khứ ngài làm phước gì, được tướng đẹp này, cúi xin chỉ giáo?"

Phật dạy: "Đại vương nên biết, đời quá khứ ta tu thập thiện và đem thập thiện dạy cho người ta cùng tu, cho nên được luân tướng như thế!"

"Kính lạy ngài! Khi tu và dạy người nghe hãy như thế nào, cúi xin chỉ giáo cho chúng con được biết."

Phật dạy:

"Đại vương muốn nghe hãy chú ý nghe kỹ: Cách đây vô số kiếp a-tăng-kỳ, cũng Châu-diêm-phu-đề này có một ông vua nước lớn tên là Đà-la-ni-di, thống trị tám mươi tư ngàn nước nhỏ, tám mươi ức tụ lạc, một vạn quan đại thần, hai vạn bà phu nhân, nhưng không ai có con. Nhà vua lo tuyệt tự không người kế vị, nên thường hay cầu đạo ở miền thiên vương, được ít lâu bà Tu-lê-bà-la là đệ nhất phu nhân có thai, lòng nhân từ bác ái lại hay khuyên người làm lành. Mãn tháng khai hoa, sinh được thái tử tướng mạo khôi ngô tuấn tú, một vẻ trượng phu đầy phúc đức, những lỗ chân lông đều có ánh sáng. Khi bà sanh được thái tử nhà vua vui vẻ khôn cùng! Triệu các thầy tướng đến coi. Các thầy tướng đều khen ngợi và nói: 'Tâu bệ hạ! Hoàng tử có đầy đủ phúc đức oai nghi, sau này có thể trị an bốn bể, thiên hạ phải tùng phục, muôn phương kính nể.'

"Nghe tướng sư nói, nhà vua rất hài lòng và nhờ đặt tên cho thái tử.

"Tướng sư nói: 'Tâu bệ hạ, trong khi hoài thai có điểm tướng gì lạ không?'

"Đáp: 'Khi đó hoàng hậu có trí tuệ thông sáng và nhân từ, lại hay khuyên người tu thiện, còn các điềm lành cũng rất nhiều, nhưng có hai điểm ấy lạ hơn.'

"Tướng sư nói: 'Tâu bệ hạ! Cứ theo hoàng hậu có trí tuệ, và hoàng tử có ánh sáng nơi thân thể thì xin đặt Na-bà-la-mãn (Hán dịch: "Tuệ Quang").'

"Quả nhiên thái tử lớn lên có trí tuệ siêu nhân, tất cả các môn học thuyết đều thông hiểu, các danh nhân hiền triết trên thế giới đều bái phục, lực thông minh của thái tử. Năm ấy, thái tử chưa đến tuổi trưởng thành, thì vua cha băng hà.

"Trong triều các quan và nội cung hoàng tộc làm lễ an táng vua xong. Giữa lúc ấy có đông đủ tám vạn bốn ngàn vua nước nhỏ và triều thần văn võ bản quốc hội họp, bầu thái tử lên kế vị đại quốc vương. Thái tử nói: 'Kính thưa các quốc vương quý quốc và văn võ bá quan, bản triều tôi thực không có năng lực đảm đương đại sự, xin suy tôn các vị có tài đức trị dân!'

"Các quan đều thưa:

'Thưa thái tử, đại vương đã qua đời, chỉ sinh được mình thái tử, anh em không có một ai, nếu thái tử không chịu ra chấp chính bây giờ nhường ai? Ai là người đương nổi?'

"Thái tử đáp: 'Tôi nhận thấy trên đời lắm kẻ tàn ác, nếu ra lệnh hành phạt họ, thì tội ấy không phải nhỏ, nếu các ngài trị dân chúng dùng chánh pháp và bắt dân tu theo pháp thập thiện thì tôi sẽ nhận chức bảo lãnh việc nước!'

"Các quan nói: 'Thưa thái tử! Xin thái tử thăng điện nhậm chức! Theo lời nói, thái tử thăng điện nhậm chức.'

"Sau ngày thái tử lên làm vua, sửa sang việc nước rất có chánh thể ích quốc lợi dân, bãi bỏ hủ tục mê tín, cờ bạc, mãi dâm, hút xách, rượu chè, và bắt dân phải thực hành tu theo thập thiện. Thái tử có đức lớn, lòng từ bi cứu thế cảm động trời đất nên muôn dân vui vẻ tuân theo tu thập thiện, cải tà quy chính, đổi ác làm lành.

"Khi đó Ma-vương thấy nhà vua bắt dân tu thiện, lòng đố kỵ nổi giận dùng mưu phá chánh sách tu thiện của muôn dân; chúng muốn cho dân làm nô lệ chết sa vào tam ác đạo, thực là đại ác nham hiểm vô cùng. Chúng mật làm một phong thơ báo cáo cho vua các nước để phá hoại sự giáo hóa tu thập thiện của nhà vua. Thư nói: 'Trước đây tôi có sắc lệnh cho nhân dân tu theo pháp thập thiện nhưng xét ra không được lợi ích gì! Chỉ luống công đau khổ thôi! Thực là một việc không có kết quả cho nhân sinh. Vậy từ nay trở đi cho muôn dân làm mười điều ác, các ông không được cử phạt.'

"Vua các nước tiếp được lá thư ấy, lấy làm kỳ dị quá nói: 'Tờ chiếu chỉ của đại quốc vương không biết tại duyên gì bắt dân bỏ điều lành làm điều ác!'

"Sau các ông vua đều cho sứ thần đến hỏi nguyên ủy của bức thư.

"Khi nhà vua nghe thấy nói có tờ chiếu chỉ do chính mình hạ lệnh bắt dân bỏ thiện làm ác, ngạc nhiên nói: 'Ta tuyệt nhiên không có sắc lệnh như thế, tại sao có tờ chiếu chỉ này.'

"Lập tức nhà vua và các quan đại thần bản triều lên xe đi các nước, quả nhiên đã thấy nhân dân làm ác, đổi lệnh cũ, theo lệnh mới.

"Ma-vương thấy nhà vua đi trên đường lớn tự hóa làm người, đứng giữa đống lửa cháy ở bên lề, kêu khóc thảm thiết, nhà vua đến tận nơi hỏi: 'Tại sao ngươi khóc?'

'Tâu bệ hạ! Tôi lúc tiền sinh hay khuyên người tu thập thiện nên ngày nay bị quả báo thống khổ như vậy!'

"Nhà vua nói: 'Sao lại có chuyện người tu thiện, mình phải chịu đau khổ!' Nhà vua hỏi tiếp:

'Thế ngươi khuyên người tu thập thiện; mà ngươi phải đau khổ, thì những người được ngươi khuyên tu kia có được phước lành gì không?'

"Đáp: 'Tâu bệ hạ, những người đó được phúc nhiều lắm! Chỉ vì dạy người tu thập thiện nên riêng mình phải chịu quả báo đau khổ, lửa đốt suốt ngày đêm như vầy.'

"Đây là Ma-vương muốn làm thoái tâm khuyến tu thập thiện của nhà vua, trái lại nhà vua nghe xong rất vui vẻ đáp rằng:

'Vâng! Phải lắm tốt lắm! Cốt sao cho chúng sinh hết đau khổ tội lỗi, được phúc báu nhiều, còn mình chịu khổ có hận chi!'

"Ma-vương thấy nhà vua không thoái tâm, liền ẩn hình biến mất rồi đi khắp các nước để tuyên truyền cho dân tu thập thiện. Từ đó nhân dân đều tu theo pháp thập thiện giữ gìn thân, khẩu, ý, ba nghiệp hoàn toàn, chánh pháp lan tràn khắp thiên hạ, tất cả nhân dân tòng phúc, nên đức của nhà vua mỗi ngày một lớn, vì phúc lành ấy xe kim luân và thất bảo tự nhiên hiển xuất, nhà vua bay đi giáo hóa khắp thiên hạ; nhưng bao giờ nhà vua cũng lấy pháp thập thiện làm đích để chỉ đạo."

Tới đây Phật nhắc lại cho vua biết rằng:

"Đại vương! Vua Thi-đà-ni-di thuở đó tức là phụ vương của ta bây giờ (vua Tịnh Phạn), bà phu nhân sanh thái tử lúc đó chính là thân mẫu của ta ngày nay, vua Tuệ Quang dạy dân tu thập thiện là tiền thân của ta. Cũng do đời ấy ta tự tu thập thiện và khuyên dân tu thiện nên nay được phước báu nơi gan bàn chân có ánh quang minh, và ngàn hoa tươi thắm như vậy."

Khi đó vua Bình-sa tới trước lễ Phật quỳ thẳng chắp tay bạch Phật rằng:

"Kính lạy đức Thế Tôn! Bọn Lục sư mê muội quá! Không biết lượng sức mình, vì lòng tham danh trục lợi, đem tâm ghen ghét, đòi thi thần thông với ngài, chúng tự nói: Phật làm được một phần, chúng sẽ làm được hai. Sau khi bị sức thần thông của Thế Tôn làm trấn át, chúng hết thế lực tẩu thoát, cùng đường đâm đầu xuống sông tự tử, còn đồ đệ chạy tán loạn tự chúng gây nên tai nạn muôn đời, con nghĩ lũ mê cuồng ấy không biết căn duyên tại sao, xin Thế Tôn chỉ giáo?"

Phật đáp:

"Đại vương! Nên biết bọn Lục sư chẳng những ngày nay tranh lợi tranh danh với ta, mất thân mạng thế đâu! Đời quá khứ chúng đã tranh với ta một lần, nhưng đều bị thất bại. Ta lại đoạt được cả đồ đảng của chúng nữa."

Vua Bình-sa lại bạch Phật rằng:

"Kính lạy đức Thế Tôn! Việc đó thế nào cúi xin chỉ giáo?"

Phật dạy:

"Đại vương hãy lắng nghe: Trước đây đời quá khứ vô lượng vô số kiếp a-tăng-kỳ cũng Châu-diêm-phù-đề này có một ông vua tên là Ma-ha Xa-cừu-lợi, thống trị năm trăm nước nhỏ. Vua có năm trăm phu nhân nhưng chưa bà nào có con trai. Vua tự nghĩ rằng: 'Tuổi ta đã cao lại không có con để nối quốc vị, một sớm băng hà lấy ai để bảo tồn chính thể của quốc gia biết giao phó cho ai? Tất nhiên trong nước có sự tranh giành tàn sát lẫn nhau nhân dân sẽ bị nguy ngập.'

"Nghĩ thế rồi chưa biết giải quyết ra sao? Nên lúc nào ông cũng buồn! Vua Đế Thích trên thiên cung biết ý nghĩ của nhà vua như thế, liền từ trên trời bay xuống hóa làm một ông thầy thuốc đến vương cung xin vào yết kiến vua, và hỏi ngay ý nghĩ lo buồn của nhà vua. Nhà vua cũng đem ý nghĩ của mình như trên nói cho ông rõ.

"Ông trả lời rằng: 'Xin bệ hạ chớ lo! Để tôi đi vào núi tuyết lấy các vị thuốc cho các phu nhân của bệ hạ uống thì sẽ có thai.'

"Nhà vua nghe nói tâm buồn đã nguôi nguôi, và bảo thầy thuốc rằng: 'Thưa ngài nếu được như thế thì còn gì hay hơn nữa.'

"Thầy thuốc từ biệt lên đường vào núi, cách ít ngày lấy được rất nhiều dược thảo đem về dâng vua, bạch rằng: 'Tâu bệ hạ, thuốc này kẻ thường dân lấy không được, rất quý hiếm có lắm, bệ hạ nên cẩn thận giao cho người hầu nấu với sữa, dùng sẽ có hiệu nghiệm.'

"Nói rồi vái chào ra về.

Vua hỏi: 'Thưa ngài, thuốc này sẽ lấy bao nhiêu tiền?'

"Đáp: 'Tâu bệ hạ, đây tôi xin giúp bệ hạ chứ không lấy tiền.'

"Nói xong ẩn hình biến mất.

"Nhà vua thầm nghĩ: 'Người này là thần nhân ủng hộ có lẽ hay lắm, rất có kết quả cho ta.'

"Sau khi Đế Thích về, nhà vua sai người lấy sữa nấu lẫn với thuốc, dâng bà đệ nhất phu nhân uống. Song bà chê bẩn và không tin, nên không chịu uống thuốc đó, các bà tiểu phu nhân chia nhau uống hết quả nhiên được ít lâu các bà ấy đều có thai, và đem sự kết quả uống thuốc nói cho bà lớn biết.

"Bà lớn có ý hối hận hỏi: 'Thuốc ấy có còn thừa chút nào không?'

"Các bà đáp: 'Thưa bà! Hết cả!'

'Vậy các dược thảo có còn không?'

"Các bà đáp: 'Thưa bà hãy còn một ít!'

"Bà đại phu nhân sai người lấy sữa nấu thuốc dùng được ít lâu thấy có thai, bà vui mừng thầm trong dạ và cũng không nói cho các bà biết.

"Các bà tiểu phu nhân đầy tháng đều sinh con trai, nhân tướng khôi ngô tuấn tú, nhà rất sung sướng, vì các bà đã sinh được nhiều quý tử. Nhưng vua vẫn áy náy trong lòng, là vì đại phu nhân chưa có con!

"Một thời gian sau trăng tròn nguyệt mãn, bà đại phu nhân sinh được cậu con trai, nhưng rất buồn thay cho bà, cậu con trai của bà xấu quá, mặt mũi xù xì hình như quỷ sứ. Buồn quá! Đặt lên là Đa-la-hầu-đà (Hán dịch "Chu Ngột"). Hoàng hậu giao cho người vú nuôi nắng ở một nơi và không cho ai biết.

"Từ đấy trở đi trong nước vẫn được thanh bình, nhân dân an lạc. Các thái tử sau đó được nhà vua cưới vợ cho cả, duy Chu Ngột xấu quá nên nhà vua không để ý tới.

"Bấy giờ nước bên cạnh có sự bất bình với vua Ma-ha Xa-cừu-lợi, mang binh tiến sang để khởi chiến, năm trăm vương tử mang quân ra chống cự, song bị thất bại chạy về.

"Chu Ngột thấy thế hỏi: 'Hôm nay các anh ra chiến đấu thắng hay bại, coi có vẻ sợ hãi thế?'

"Đáp: 'Hôm nay chiến đấu bất lợi, bị giặc đuổi lui!'

"Chu Ngột nói: 'Các anh chớ lo, tôi sẽ đánh đuổi cho bằng hết, tổ tiên chúng ta trước làm Chuyển-luân-thánh-vương còn để lại trong Thiên Tự một cái cung lớn và một cái bối, tôi sẽ dùng hai bảo vật ấy đuổi giặc thành công.'

"Chu Ngột vào Thiên Tự lấy cung và bối đem ra giương thử, tiếng kêu như sấm, vang xa bốn mươi dặm. Rồi một mình ra đi, khi tới chỗ giặc đóng quân, Chu Ngột cầm bối thổi tiếng kêu như sét đánh, giặc nghe sợ kinh hồn chạy tán loạn; như vậy không cần phải đánh cũng tan. Khi dẹp yên được địch quân xong, trở về nhà, vua và quần thần văn võ bá quan ra đón chào về cung, từ đó mới được sự yêu đãi của vương phụ.

"Sau cuộc ăn mừng đuổi giặc nhà vua nghĩ đến sự kết hôn cho thái tử, nhưng cũng khó, là vì thái tử xấu quá.

"Thời đó có ông vua nước láng giềng tên là Luật-sư-bạt-ta, có người công chúa xinh đẹp nhưng chưa lấy chồng.

"Một hôm nhà vua gọi quan đại thần vào nói rằng:

'Vua Luật-sư-bạt-ta có một công chúa nghe nói chưa lấy chồng, ta muốn nhờ ngươi sang xin đẹp duyên cùng Thái tử Chu Ngột; nhà vua có hỏi đến tướng mạo của thái tử thì người coi tướng anh của thái tử mà diễn tả bộ dạng cho biết.'

"Đại thần vâng lệnh ra đi, sang tới nơi lên tâu vua rằng:

'Tâu bệ hạ! Tôi là sứ thần của vua Ma-ha Xa-cừu-lợi vâng lệnh sang đây, xin bệ hạ cho Thái tử Chu Ngột được làm phò mã của ngài.'

"Nhà vua hỏi: 'Thái tử bao nhiêu tuổi? Hình dáng ra sao? Học vấn thế nào?'

'Thái tử năm nay tuổi vừa đôi tám, tướng người đẹp đẽ, sức lực hùng mạnh, trí óc thông minh.'

"Nhà vua gật đầu nói: 'Nhà ngươi về tâu vua: Ta đồng ý gả công chúa cho thái tử.'

"Đại thần về tâu vua sự thỏa thuận của quốc vương láng giềng hứa gả công chúa cho thái tử, vua rất hoan hỷ! Vua sai người sửa soạn lễ vật đính lễ nghinh hôn. Cuộc lễ này cũng rất buồn cười: là vì chú rể mượn!

"Khi về đến hoàng cung yến tiệc rất linh đình, mọi người vui vẻ ca hát mừng đôi loan phượng. Nhưng có một điểm là công chúa khi về tới hoàng cung không nhìn thấy mặt chồng.

"Nhà vua dặn Chu Ngột ban ngày chớ để vợ nhìn thấy mặt. Theo lời vương phụ dặn, cứ tối khuya im lặng, Chu Ngột mới đến để vui thú cùng vợ...

"Chu Ngột đến, công chúa hỏi: 'Lúc ban ngày anh đi đâu không thấy?'

'Ban ngày anh phải đem quân ra trấn các cửa ải, hồi này nước ngoài luôn luôn đem binh sang xâm lược nước nhà, anh đều đẩy lui được bọn chúng, nên mới có trọng thưởng của nhà vua.'

"Công chúa hỏi: 'Anh được trọng thưởng những bảo vật gì?'

'Trọng thưởng thứ nhất là được em, ngoài ra thì không đáng kể.'

"Công chúa nghe nói rất hân hạnh vui dạ!

"Một buổi nọ vợ các vương tử hội họp với nhau, cô nào cũng khoe tài đức của chồng mình có lực hùng mạnh, tươi đẹp, có công đuổi giặc dẹp nước yên dân, có thiếu phụ khác lắc đầu lè lưỡi nói:

'Thôi cô đừng nên nói nữa, chồng cô xấu lắm, người chẳng khác, phải quỷ thì không, ban ngày nếu cô nhìn thấy, cô sẽ thất kinh hoảng hồn.'

"Vợ Chu Ngột nghe nói khí sắc biến đổi, vừa nhục vừa thẹn. Nhưng cố nhẫn lẳng lặng ghi lại tâm. Trở về tư thất giấu đi một cái nến để nơi kín, chờ tối chồng đến an nghỉ xong, cô đưa nến soi xem mặt, quả nhiên thấy hình tướng đáng sợ hãi thật, xấu thật, thực là trên đời chưa có một ai xấu đến như vậy! Cô chờ chồng ngủ mệt, giữa đêm khuya thanh vắng ra xe trở về nước nhà.

"Trời vừa tảng sáng, Chu Ngột thức giấc không thấy vợ; chạy trước nhìn sau tuyệt nhiên không thấy ảnh bóng một ai, biết đích vợ mình đã bỏ đi; trong lòng buồn tức, giận đau nổi lên, ầm ầm vác cung cầm bối lên ngựa đuổi theo không kịp. Khi tới nước kia nghỉ trọ tại một nhà ông quan bên đó.

"Thời ấy có sáu ông vua nước bên cạnh, biết vua Luật-sư-bạt-ta có người con gái đẹp, hay tin cô đã trở về nước, nên sáu ông đồng thời tiến quân sang biên thùy, đưa thư cho vua xin cầu hôn.

"Vua Luật-sư-bạt-ta rất phiền não, trong lòng bối rối, vì không biết giải quyết thế nào. Nhà vua cho triệu tập tất cả các triều thần văn võ bá quan lại thảo luận.

"Vua Luật-sư-bạt-ta nói: 'Công chúa hiện đã về tới bản quốc, tôi vừa mới tiếp được sáu phong thư của sáu quý quốc, xin đính hôn cùng công chúa, nếu cho một ông thì đối năm ông kia làm thế nào cho khỏi gây lòng oán hận, giờ đây bá quan giải quyết thế nào cho đẹp lòng cả thì hơn?"

"Có một ông quan đứng lên thưa rằng:

'Tâu bệ hạ! Đem phanh công chúa ra làm sáu phần, chia cho mỗi người một phần thì việc đó sẽ yên.'

"Lại có một ông đứng lên thưa rằng:

'Tâu bệ hạ! Bây giờ hãy ra một tờ cáo thị như sau: Nếu ai có tài đánh đuổi được quân giặc thì sẽ gả công chúa và chia nước cho một nửa, ngoài ra còn ân thưởng rất nhiều.'

"Vua đồng ý viết bảng cáo thị.

"Đa-la-hầu-đà (Chu Ngột) nghe biết giật bảng cáo thị, mang cung cầm bối xuất trận, thổi còi giương cung bắn, các quan quân của sáu ông vua đều kinh khủng chạy tán loạn mất cả. Chu Ngột tiến vào hạ thủ sáu ông vua, thu bắt rất nhiều binh nhung sĩ chúng.

"Vua Luật-sư-bạt-ta hay tin Chu Ngột đã chiến thắng, thân ngự ra ngoài thành đón tiếp, và biết rằng chính Chu Ngột con vua Ma-ha Xa-cừu-lợi, anh hùng đã nổi tiếng, hơn nữa lại là con rể của ngài, nhà vua rất hoan hỷ.

"Sau khi về hoàng thành xong cuộc yến tiệc ăn mừng thắng trận, nhà vua và bá quan suy tôn Chu Ngột làm đại vương thống trị bảy nước.

"Chu Ngột thăng điện nhậm chức bảo lãnh chánh quyền, đặt lại các việc triều chính, sửa đổi chính sách, mở mang văn hóa, đặt các lễ nghi theo chánh giáo, dạy dân có đạo đức, phế bỏ hủ tục, và những tà thuyết mị dân, xếp đặt các công việc xong xuôi rồi cùng vợ kéo quân về nước.

"Hay tin Thái tử Chu Ngột về nước, nhà vua và các quan quân thân ra ngoài biên cương đón. Khi về tới hoàng cung, nhà vua biết Chu Ngột có đủ tài đức, nên cất làm đại vương. Chu Ngột không chịu tâu rằng:

'Muôn tâu vương phụ! Xin ở tại ngôi, việc ấy sẽ chưa nên.'

"Nhà vua cũng phải chiều theo ý định của thái tử, xong cuộc vui mừng này, quan quân đều giải tán đâu về đấy. Chu Ngột thái tử đưa vợ về cung an nghỉ, lúc đó trách vợ ăn ở bạc tình, có ý phàn nàn không thật làm giao kết lương duyên, trăm năm trọn đạo!

"Công chúa thưa rằng: 'Thưa thái tử, vì thái tử xấu quá, coi dữ dằn quá em rất kinh và hình như không giống người nên em mạn phép ra đi.'

"Chu Ngột lấy gương soi thấy mình quả nhiên xấu thật, sự thật không khác gì quỷ, tự nghĩ rằng: 'Mình vì thân hình xấu ác, không sống với vợ, để vợ sợ hãi cũng không nên.'

"Tự phát tâm chán ghét không muốn có thân ấy nữa, ra nơi rừng xanh để tự sát, khi sắp buộc dây treo lên cành cây, vua Đế Thích ở xa ngó thấy liền bay đến tận nơi hỏi.

"Chu Ngột đáp: 'Tôi bị thân hình xấu quá nên muốn tự sát ở nơi đây.'

"Vua Đế Thích khuyên can đem cho hạt ngọc minh châu dặn rằng: 'Xin dâng tặng ngài hạt ngọc minh châu này để trên đầu, sẽ được thân hình đoan chính tươi đẹp như tôi.'

"Chu Ngột cảm tạ nhận lấy bạt châu để trên đỉnh đầu, quả nhiên thân thể đổi xấu thành đẹp.

"Khi trở về nhà, không báo cho vợ hay, đi luôn vào bảo tàng lấy cung và bối. Công chúa thấy chàng thanh niên tươi trẻ tự do vào lấy cung và bối, ngạc nhiên hỏi:

'Anh là người nào dám tự tiện vào lấy cung của chồng tôi?'

"Chu Ngột mỉm cười đáp: 'Anh là chồng của em đây!'

"Công chúa nói: 'Anh này điên dở, chồng ta lẽ ta không biết sao? Anh là kẻ nào dám vô lễ tự xưng là chồng ta?'

"Chu Ngột cười nấc cười nở đưa tay lên đầu lấy hạt minh châu xuống, hiện lại nguyên hình xấu. Thấy sự biến chuyển lạ, công chúa nửa mừng nửa lo hỏi tiếp:

'Tại sao có sự lạ như vậy, xin nói cho tôi rõ?'

"Chu Ngột nói rõ câu chuyện được hạt minh châu cho công chúa xem, công chúa vui mừng tin thực.

"Từ đó vợ chồng yêu nhau không có sự ngang trái nữa, và bỏ tên Chu Ngột đổi là Tu-đà-là-phiến.

"Sau một thời gian Tu-đà-là-phiến muốn xây cất một thành trì lớn, tìm nơi đất bằng phẳng cao mát rộng rãi, sắc lệnh cho nhân dân kiến lập tại đó.

"Khi đó bốn ông Long vương hóa hình làm người, lại tâu vua rằng:

'Tâu bệ hạ, nghe biết bệ hạ muốn xây thành, vậy dùng vật gì để làm?'

"Nhà vua đáp: 'Tôi làm bằng đất!'

"Long vương thưa: 'Sao ngài không dùng thất bảo mà kiến thiết?'

"Đáp: 'Thất bảo là thứ quý giá nhất, và ít ỏi nhất, thành lớn, quý ngài tính lấy đâu mà được?'

"Long vương thưa: 'Tâu bệ hạ! Để chúng tôi xin cung cấp đủ cho ngài làm!'

"Long vương nói xong, ngay bốn bên khu vực đất ấy, biến thành bốn cái suối lớn. Long vương chỉ vào bốn cái suối ấy thưa rằng:

'Bệ hạ dùng nước suối phương Đông xây cất, thì thành này hóa ra ngọc lưu ly; dùng nước suối phương Nam xây cất, thì thành này hóa ra vàng; dùng nước suối phương Tây xây cất, thì thành này hóa ra bạc; dùng nước suối phương Bắc xây cất, thì thành này hóa ra pha lê.'

"Nhà vua nghe nói, cảm tạ Long vương. Bắt đầu xây cất, quả nhiên lời nói của Long vương là đúng.

"Thành ấy quy vuông bốn trăm dặm, trong thành làm các cung điện lầu các; mỗi cung quy vuông bốn mươi dặm: Cung điện, đường đi, nhà lớn, nhà nhỏ, rừng cây, ao tắm, trường thành, thuần bằng ngọc lưu ly, pha lê, vàng, bạc, cực kỳ trang nghiêm đẹp đẽ, chẳng khác thiên cung. Ngày hoàn thành này được bảy thứ báu ngọc tự nhiên đầy kho đụn. Tu-đà-la-phiến ngự trị thành này, từ đó bắt đầu dạy dân tu theo mười điều lành (Thập Thiện)."

Nói tới đây, Phật nhắc cho vua Bình-sa biết rằng:

"Bình-sa! Ông nên biết vua Ma-ha Xa-cừu-lợi thuở đó hiện nay là vương phụ của ta (Tịnh Phạn Vương), bà mẹ sinh Chu Ngột thuở đó nay là thân mẫu của ta (Ma Da Phu nhân). Vương tử xấu (Chu Ngột) thuở đó chính là tiền thân ta, vợ vương tử xấu lúc đó chính là Cù-di ngày nay; ông thân của vợ vương tử lúc đó ngày nay là ông Ma-ha Ca-diếp. Sáu ông vua lúc ấy dùng binh sĩ áp bức để lấy công chúa của vua Luật-sư-bạt-ta, chính là Lục sư bây giờ.

Thời ấy, bọn ông ấy đã tranh sắc thanh tài với ta, bị thất bại; ngày nay cũng do lòng tham danh trục lợi, đòi đấu sức thần thông, không đủ lực chống đỡ, cùng đường đâm đầu xuống sông tự sát, còn chín ức đồ chúng quay về theo ta làm đệ tử."

Vua Bình-sa lại bạch Phật:

"Kính lạy đức Thế Tôn! Thái tử Chu Ngột đời trước trồng nhân lành gì được sinh làm con vua, có sức lực hùng mạnh và tại sao bị thân thể xấu, cúi xin chỉ giáo cho chúng con được rõ."

Phật nói:

"Đó là một nhân duyên từ đời quá khứ, tới nay đã vô lượng kiếp không thể tính được, cũng Châu-diêm-phù-đề có một nước lớn tên Ba-la-nại, nước ấy có một ông tiên, tu trong núi tên là Luật-sư. Trong núi ông tiên ấy có một vị Bích Chi Phật, người bị chứng bệnh phong. Một hôm ngài đến nhà hàng dầu, xin dầu để trị bịnh. Người chủ nhà hàng dầu phát lòng nóng giận lớn tiếng la mắng nói: 'Đầu anh như Chu ngột (gốc cây cụt), như cục gỗ, tay chân ghê tởm, khờ khờ khoạng khoạng chỉ rình ròm xin người, không đem tiền mua chỉ muốn lấy không?'

"Tuy nói thế nhưng anh hàng dầu cũng cho một chút dầu cặn, song ngài cũng không buồn giận gì lời nói lỗ mãng ấy, vẫn thản nhiên lấy dầu. Khi ra khỏi nhà gặp vợ ông hàng dầu về, bà ta bả lả hỏi han, một vẻ kính trọng nói:

'Khoái sĩ từ đâu tới đây, dùng dầu căn làm gì?'

'Tôi dùng để chữa bịnh phong.'

'Thưa ngài xin trở lại để con xin dâng cúng thứ dầu tốt!'

"Ngài cũng hoan hỷ đi theo. Tới nhà, bà dâng một chén dầu trong trẻo, dâng rồi la chồng rằng:

'Anh thật không hiểu biết chi cả, tại sao anh lại cúng ngài dầu cặn, anh phải sám hối ngài cho khỏi cái tội của miệng anh.'

"Ông hàng dầu này cũng có thiện tâm, hối hận trong lòng ra xin lỗi, ngài cũng hoan hỷ. Khi đó hai vợ chồng đều thưa với ngài rằng:

'Thưa ngài! Vợ chồng con xin nguyện chung thân cúng dàng, ngài muốn dùng gì xin cứ lại đây chúng con dâng.'

"Từ đó vị Bích Chi Phật hằng ngày lại lấy các món ăn dùng và dầu.

"Trước khi vào Niết-bàn, nhân cảm cái ơn ấy vị Bích Chi Phật hiện ra mười tám phép thần túc cho vợ chồng hàng dầu biết. Bay trên hư không, trong mình phun ra nước, dưới mình hóa ra lửa, thân thể khi phân khi hợp, hiện biến rất nhiều phép lạ. Vợ chồng hàng dầu thấy thế, biết rằng ngài đã đắc đạo vui mừng khôn xiết. Ông chồng tự hận mình có lỗi nên bảo vợ rằng:

'Em hoan hỷ cúng dàng ngài, tương lai sẽ được nhờ phúc báo thì cho tôi chung hưởng và cùng làm vợ chồng như nay nhé!'

"Đáp: 'Anh đối với ngài tệ ác và cúng dầu cặn, sau này có sinh nơi nào, dĩ nhiên phải chịu quả báo xấu, thì làm sao kết duyên cùng anh được?'

"Chồng nói: 'Tôi cũng chịu sự cực khổ làm ăn, của là của chung, đâu có phải một mình em làm ra được, mà nói: không cho chung và không cho làm vợ chồng. Nghĩa là phúc là phúc chung, đâu phải một mình em hưởng được.'

'Vâng! Nếu kiếp sau tôi có phải làm vợ anh đi chăng nữa, nếu anh xấu đen tôi sẽ bỏ anh tôi đi!'

'Nếu em đi anh sẽ đuổi cho bằng được!'

"Hai vợ chồng nói xong, rồi hướng lên vị Bích Chi Phật thành tâm sám hối. Khi đó ngài bảo rằng:

'Do sự cúng dàng dầu của vợ chồng anh, nên ta được khỏi bịnh, muốn cầu nguyện gì ta cho tùy ý.'

"Hai vợ chồng hoan hỷ quỳ thẳng chắp tay phát nguyện rằng: 'Kính xin tôn giả, nguyện cho vợ chồng con trên trời hoặc nhân gian, sinh chốn nào cũng được tôn sang phúc tuệ đầy đủ, muốn gì cũng được toại ý.'"

Tới đây, Phật nhắc lại cho vua Bình-sa biết rằng:

"Nhà vua nên biết: người hàng dầu thuở đó chính là Chu Ngột, vợ của hàng dầu chính là vợ của Chu Ngột thời ấy. Thuở đó ông hàng dầu mắng vị Bích Chi Phật thân người xấu như Chu ngột (gốc cây tre cụt) và tay như cái trục, lúc cho dầu có sắc giận tức. Vì thế nên bị quả báo xấu, cũng theo đúng như khi phát lời nói mắng vị Bích Chi Phật không khác, sau biết ăn năn sám hối vui vẻ cúng dầu tốt, cho nên sinh xứ nào cũng được tốt đẹp; cũng do sự cúng dầu nên được nhiều sức khỏe, ngàn muôn người không địch nổi, hơn nữa lại còn được làm Chuyển-luân-vương, hưởng phúc bốn cõi, năm món dục đầy đủ thụ dụng. Thiện nghiệp hay ác nghiệp, báo ứng không sai thù, vì thế tất cả chúng sinh phải nên giữ đạo làm thiết yếu, cẩn thận nơi thân miệng, ý chớ nên dùng nó mà tạo những điều xấu ác!"

Phật nói xong vua Bình-sa và tất cả vua, quan dân chúng các nước với bốn bộ đệ tử, trời, rồng, quỷ thần có người chứng quỷ thần, có người chứng quả Tu-đà-hoàn, người được quả Tư-đà-hàm, quả A-na-hàm; cho đến quả A-la-hán, cũng có người gây nhân Bích Chi Phật, cũng có người phát tâm Bồ-đề cho đến ngôi bất thoái, tất cả đều hoan hỷ lễ kính dưới chân Phật mà lui ra.

HẾT QUYỂN HAI

QUYỂN THỨ 3
PHẨM THỨ MƯỜI LĂM:
CỨ ĐÀ THÍ THÂN

Chính tôi được nghe: Một thời đức Phật ở nước La-duyệt-kỳ, tại núi Kỳ-xà-quật. Đức Thế Tôn khi đó bị cảm chứng phong, các đệ tử đi triệu ông Kỳ-vực Y-vương vào điều trị. Ông Kỳ-vực hòa ba mươi hai vị dược tô dâng lên và bạch Phật rằng:

"Kính lạy đức Thế Tôn! Thời khí năm nay bất hòa, biến nhiều thứ bệnh lạ, con thành kính luyện thứ thuốc này, cúi xin mỗi ngày dùng ba mươi hai lạng."

Đức Thế Tôn hoan hỷ nạp thụ và chú nguyện cho ông.

Thuở đó, ông Đề-bà-đạt-đa thường đem lòng ghen ghét với Phật, tự cao tự đại, ý muốn ngang hàng với Phật, nghe biết Phật uống dược tô cũng gọi ông Kỳ-vực luyện thuốc cho uống.

Khi ông luyện xong dâng ngài và thưa rằng:

"Thưa ngài! Thuốc này mạnh lắm, mỗi ngày chỉ dùng được bốn lạng!"

Ông Đề-bà-đạt-đa hỏi:

"Phật uống ngày mấy lạng?"

"Thưa ngài! Phật uống mỗi ngày ba mươi hai lạng!"

Ông Đề-bà-đạt-đa hỏi:

"Vì lẽ gì Phật uống nổi ba mươi hai lạng mỗi ngày? Ta chỉ uống được bốn lạng thôi?"

"Thưa ngài! Phật khác! Ngài khác! Nếu ngài uống như Phật, tất bị tổn thương đến thân thể!"

"Ta uống cũng có đủ lực tiêu hóa, thân ta, thân Phật khác chi, để ta uống coi, có hiệu lực như Phật không!"

"Thưa ngài! Việc đó xin tùy ý, nhưng xảy ra chúng tôi không chịu trách nhiệm!"

"Dĩ nhiên! Ông khỏi lo."

Ông Đề-bà-đạt-đa cân đủ ba mươi hai lạng uống luôn một lúc, uống xong ông ngã quay lơ, sùi bọt mép như đống xà bông, vật giường trên, lăn xuống giường dưới, kêu lên rầm rĩ.

Đức Thế Tôn thương ông đau đớn, nên ngài từ xa duỗi cánh tay vàng, bằng lực thần thông tới xoa đầu cho ông, thuốc ấy nhờ sức từ bi được tiêu hóa, bệnh hoạn tan không, thân tâm an lạc! Nhìn lên thấy tay Phật, ông tự nói rằng:

"Tất-đạt có nhiều phép lạ, với đời vô dụng, giờ lại học nghề thuốc đều cầu danh lợi."

Tôi (A-nan) nghe thấy ông thốt ra lời vô nhân nghĩa quá nên quỳ xuống bạch Phật:

"Kính lạy đức Thế Tôn! Ông Đề-bà-đạt-đa vô ân bất nghĩa quá! Ngài cứu cho khỏi, không cảm ơn thì thôi, lại thốt ra những lời tệ bạc, sao lại có những lòng dạ như vậy? Luôn luôn chỉ một niệm ghen ghét với Thế Tôn?"

Phật bảo tôi rằng:

"A-nan! Đề-bà-đạt-đa, chẳng những ngày nay mang lòng nham hiểm hại ta đâu, đời quá khứ đã dùng mưu này kế khác hại ta."

Tôi lại thưa rằng:

"Kính lạy ngài, không hay đời quá khứ ông ấy làm hại thế nào, cúi xin chỉ giáo cho chúng con được rõ?"

Phật dạy:

"Ông hãy nghe kỹ, tôi vì ông mà nói!"

"Dạ! Con xin đón nghe."

Phật dạy:

"A-nan! Ông nên biết, đời quá khứ cách đã rất lâu kiếp a-tăng-kiếp tới số không thể tính xuể, cũng ở Châu-diêm-phù-đề này, có một nước lớn tên là Ba-la-nại. Ông vua nước ấy tên là Phạm-ma-đạt tính nết hung tàn không có từ tâm, lại ham mê sắc dục làm tổn thương cho muôn loài, nọc độc nằm chặt trong đáy lòng. Một hôm ông nằm mộng thấy con thú lông vàng, trên những đầu lông tía ánh sáng sắc vàng tỏa ra hai bên tả hữu. Khi tỉnh giấc ông tự nghĩ con thú ta vừa mộng thấy trên đời này ắt phải có. Nghĩ rồi cho triệu tập các người đi săn lại phán rằng: 'Các khanh! Hôm nay mời các khanh vào đây, muốn nói một câu chuyện trong mộng của ta cho các khanh rõ: Đêm qua vào lúc canh ba đương ngon giấc, ta thấy một con thú, lông trên mình toàn sắc vàng, trên những đầu lông phóng ra những tia sáng, ta chắc rằng trên rừng cũng có loài thú như vậy các khanh tìm bắt lấy nó, rồi lột lấy da cho ta, ta sẽ trọng thưởng cho con cháu các khanh bảy đời được đầy đủ vật dụng ăn uống, nếu không để tâm tìm bắt cho ta, ta sẽ tiêu diệt hết họ hàng nhà các khanh.'

"Các người sợ toát mồ hôi! Nhưng không biết trình bày làm sao! Đều lạy tạ lui ra.

"Trở về họ hội họp lại một nơi để giải quyết công việc nhà vua vừa giao phó như sau:

'Thưa các bạn, việc này rất khó cho bọn mình! Nhận thấy từ thuở biết cầm cái súng đi săn đến nay, tôi chưa từng nhìn thấy con thú như nhà vua nằm mộng! Nếu bọn ta không bắt được con thú lông vàng, họ hàng chúng ta sẽ bị hạ sát dưới tay cường quyền áp bức của nhà vua. Chi bằng tụi mình đưa vợ con trốn sang nước ngoài làm ăn cho thoát!'

"Một thanh niên tiếp rằng:

'Thưa quý bạn! Nhận thấy trong núi này độc trùng ác thú rất nhiều, đường sá nguy hiểm, có ngày đi không hẹn ngày về, ngụ ý của tôi chỉ mượn người hộ là hơn!'

"Mọi người đều tán thành! Sau mượn được một người đến, họ sẽ làm lời cam đoan rằng: 'Anh hãy tận tâm vào rừng săn hộ tôi con thú lông vàng, trên đầu lông có ánh sáng, nếu anh được tốt lành trở về, chúng tôi sẽ trọng thưởng cho anh một số vàng bạc; nếu anh bị hại nơi rừng xanh, chúng tôi sẽ đem số vàng bạc đó cho vợ con anh ăn dùng.'

"Người ấy tự nghĩ như vầy: 'Ta vì sự cứu người, dầu mất mạng cũng cam lòng.'

"Nghĩ xong nói: 'Thưa quý bạn, tôi xin bảo lãnh việc đó giúp quý bạn và tôi nguyện rằng nếu được thành công mới trở về.'

"Họ đều vui mừng! Sắm sửa lương thực tiền bạc để anh đi ăn đường.

"Khi bắt đầu ra đi, mọi người đều chúc anh được mọi sự tốt lành trở về. Anh từ giã ra đi, đi lâu ngày trải bao những sự gian hiểm, lương thực gần hết, bị đói khát, thân thể gầy còm, sức lực mỏi mệt, qua bãi sa mạc trời nắng làm cho bãi cát như rang, như nấu, khí nóng bức lên ngùn ngụt, mồm khát, cổ khô, chỉ còn chờ tắt hơi là qua đời. Đương lúc cùng cực đau khổ, thốt ra lời nói:

'Ai là người có lòng từ bi, thương đến tôi, cứu được thân mạng tôi giờ?'

"Trong núi ấy có loài dã thú tên là Cứ Đà, lông vàng vì trên đầu lông có ánh sáng; nó nghe thấy đằng xa có tiếng người kêu cứu; động lòng thương dấn thân đi tìm qua những dòng suối nước lạnh, tới nơi thấy một người nằm phơi trên mặt đất hình như sắp chết, nó ủ ấp bằng thân của nó, hồi lâu tỉnh táo, nó bế tới một khe nước, tắm gội cho mát, rồi đi lấy các thứ quả ngon về cho ăn, ăn xong thân thể được khỏe mạnh.

"Người đó khi tỉnh dậy tự nghĩ như vầy: 'Con thú lông vàng này! Chính ta đương đi săn bắt nó đem nộp cho nhà vua, song lúc ta gặp cơn nguy biến, được nó cứu thoát, ơn ấy ta chưa đền đáp nỡ đâu lại còn hại nó. Nhưng nếu không bắt nó nộp cho nhà vua thì tất cả nhà những người đi săn kia đều bị giết chết.'

"Nghĩ thế rồi trong lòng rầu rĩ khó giải quyết.

"Cứ Đà hỏi: 'Tại sao anh không vui?'

"Anh rơi lệ đáp: 'Tôi đương nghĩ một việc riêng!'

"Cứ Đà hỏi tiếp: 'Việc gì xin nói cho tôi rõ!'

'Việc này khó giải quyết và cũng không dám nói!'

"Cứ Đà hỏi luôn: 'Anh hãy nói ra, nếu tôi có thể giúp được thì tôi xin giúp.'

"Anh chàng này ngẫm nghĩ hồi lâu rồi thực tình nói mục đích bắt thú lông vàng cho Cứ Đà nghe.

"Cứ Đà hoan hỷ nói: 'Việc không khó, da của tôi có thể đem biếu anh được! Anh nên biết rằng: 'Nếu cứ tính cái thân chết của tôi từ quá khứ tới nay, vô lượng vô số, không thể đếm được. Nhưng xét rằng những thân ấy chưa từng làm được việc gì hữu ích, hôm nay tôi được đem cái da vàng mạng sống của tôi để cứu người thì còn gì vui thú hơn. Vậy anh cứ việc lột lấy, tôi vui lòng nhưng chớ làm tuyệt mạng tôi vội, với sự cho anh đây tôi rất hoan hỷ, không hối hận chút nào!'

"Anh chàng đi săn nghe Cứ Đà nói trong lòng vẫn băn khoăn hối hận bất đắc dĩ phải rút dao lột da của Cứ Đà.

"Đầu tiên anh đặt dao vào mũi, rạch mạnh, máu tươi chảy ra như rót rồi kéo qua đầu xuống tận đuôi, bắt tay vào kéo xả ra hai bên.

"Cứ Đà vẫn thản nhiên không hề dãy dụa, rồi nguyện rằng: 'Tôi thành thực hy sinh da tôi để cứu sống mọi người, nguyện đem công đức này, hướng về tất cả chúng sinh, qua thoát khỏi biển khổ sinh tử luân hồi về nơi Niết-bàn an lạc.'

"Lời của Cứ Đà phát nguyện vừa xong, ba ngàn thế giới tự nhiên chấn động sáu lần, các cung điện cõi trời nghiêng ngửa, những thiên tử đều kinh ngạc! Ngó nhìn xem chuyện chi, thấy Bồ-tát lột da bố thí cứu sinh, họ bay xuống tận nơi, tung hoa cúng dàng ai nấy đều sa nước mắt.

"Lột da xong, thân thể Cứ Đà đỏ như gấc chín, huyết chảy lênh láng, nhìn rất rùng rợn không dám ngó lâu, ruồi kiến bâu xúm xít đầy mình, rỉa thịt uống huyết. Đau quá! Định trở mình, nhưng sợ tổn thương loài ruồi kiến, đành phải nhẫn khổ không dám động đậy.

"Những loài ruồi kiến ấy nhân được ăn thịt của Bồ-tát sau khi mệnh chết được sinh thiên.

"Người được da mang về dâng vua, nhà vua rất hài lòng, khen ngợi kẻ đã tử công phu vì ta; ban thưởng cho tước lộc ngôi cao, vàng bạc rất nhiều. Nhà vua dùng nó để trải nằm, khi nằm cảm thấy tâm an vui khoái lạc."

Tới đây đức Phật nhắc lại cho tôi biết rằng:

"A-nan! Ông nên biết! Cứ Đà có phải ai đâu? Chính tiền thân của ta đấy; vua Phạm-ma-đạt nay là ông Đề-bà-đạt-đa, những ruồi kiến ăn thịt uống huyết của Cứ Đà thuở đó, khi ta mới thành Phật chuyển Pháp Luân đều được đắc đạo sinh lên các cõi trời. Ông Đề-bà-đạt-đa thời đó làm tổn thương tánh mạng ta cho đến ngày nay không có một chút thiện tâm gì đối với ta, suốt ngày chỉ muốn tìm cách để hại ta thôi!"

Lúc đó tôi và tất cả đại chúng, nghe Phật nói thế, ai nấy cũng buồn và cảm động!

Nhiều người thấy vậy gắng công cầu phép yếu, nên có người được quả Tu-đà-hoàn, Tư-đà-hàm, A-na-hàm cho đến quả A-la-hán, cũng có người gây nhân Bích Chi Phật, cũng có người phát tâm vô thượng đạo; có người trụ ngôi bất thoái, ai nấy đều vui vẻ kính tin phụng hành tạ lễ mà lui.

❀

PHẨM THỨ MƯỜI SÁU:
VUA ĐẠI QUANG MINH

Người có trí lanh lợi, thì sự nhận xét minh mẫn, gặp việc gì trở ngại cũng giải quyết mau lẹ, gặp một duyên nhỏ có thể làm đại nghiệp. Kẻ biếng nhác ngoan độn, dẫu có gặp thắng duyên cũng không thể phát tâm cao cả.

Bởi thế con người luôn luôn phải có sự tiến hóa làm lòng, lập chí tạo tác những thiện duyên gây thành đại nguyện thì mai này sẽ kết quả rực rỡ tôn nghiêm.

Khi đó đức Thế Tôn ở nước Xá-xệ tại vườn cây của ông Cấp-cô-độc và Thái tử Kỳ-đà.

Bấy giờ có bốn bộ đệ tử vua quan dân chúng đương vây quanh đức Thế Tôn để cúng dàng. Trong đại hội có nhiều người nghĩ như vầy: "Không rõ đức Thế Tôn bởi nhân duyên gì phát tâm vô thượng Bồ-đề lúc ban đầu? Tới nay thành Phật làm lợi ích cho muôn loài chúng sinh, vậy chúng ta cũng nên phát tâm cầu thành Phật đạo để nối chí của ngài mà làm lợi ích chúng sinh".

Tôi (A-nan) biết họ nghĩ như vậy đi lấy áo mặc chỉnh tề tới trước Phật quỳ gối chắp tay bạch rằng:

"Kính lạy đức Thế Tôn! Đại chúng đây đều muốn biết rõ xưa kia ngài từ nhân duyên gì phát Bồ-đề tâm, kính xin chỉ giáo để cho tất cả mọi người đều được lợi ích!"

Phật dạy rằng:

"Này ông A-nan! Hay lắm! Hay lắm! Ông hỏi như vậy có rất nhiều sự lợi ích, ông hãy nghe cho kỹ và suy nghĩ cho rành, tôi sẽ vì ông mà nói."

Bấy giờ trong đại hội đều im lặng, tất cả núi sông, gió nước, chim bay thú chạy cũng đều chiêm ngưỡng, không một tiếng động. Đại chúng, trời, rồng, quỷ thần đều dốc lòng trông Phật, ai nấy vừa sợ vừa ham nghe.

Phật dạy rằng:

"A-nan ông nên biết, thời quá khứ đã quá lâu xa kiếp, a-tăng-kỳ vô lượng vô biên không tính xuể, cũng Châu-diêm-phù-đề này có một ông vua nước lớn tên là Đại Quang Minh, trí tuệ thông minh phúc đức cao dày, nhân tướng oai nghiêm thuần hậu, có chơi thân với ông vua nước láng giềng; hai ông giúp đỡ nhau từ tinh thần đến vật chất, nhất là có vật gì quý cũng tặng lẫn cho nhau.

"Một hôm ông vua nước láng giềng đi săn được hai con voi còn nhỏ, mình trắng như pha lê rất là quý đẹp, nhà vua mừng thầm và tự nghĩ như vầy: 'Ta đem voi này tặng vua Quang Minh.'

"Đưa về trang sức cho voi rất đẹp rồi sai người dắt sang hiến vua Quang Minh. Vua Quang Minh coi thấy con voi lạ cũng cho là một bảo vật đáng quý, nên trao cho người quản tượng tên là Tán Xà dặn rằng: 'Trông coi cho cẩn thận, dạy bảo cho thuần thục, cho ăn uống ngon lành'.

"Quản tượng đưa về dạy bảo một thời gian được thuần thục, rồi đến tâu vua rằng:

'Tâu bệ hạ! Hạ thần vâng mệnh nuôi voi đã lớn, sự điều voi của hạ thần nhất mực bảo sao nghe vậy, cúi xin bệ hạ cho voi ra thí trường để dân chúng coi sự điều khiển của hạ thần.'

"Nhà vua vui vẻ đáp rằng: 'Hãy khoan ít ngày để ta truyền cho quan quân, dân chúng hay tin trước.'

"Sau khi được chiếu chỉ của nhà vua, từ thành thị cho đến thôn quê kéo nhau đi xem rất đông đảo, nhà vua cỡi voi ra thí tràng, trông rất oai nghiêm, đi sau có các quan văn võ. Con voi trai trẻ này, khí lực đương cường tráng, dục vọng nồng nàn, đi sắp tới thí tràng nó nhìn thấy mấy chị voi cái đang ăn ngó sen bên mé hồ, tự nhiên lửa dâm dục bốc khởi, túm cẳng chạy thẳng đến mấy chị voi cái kia, voi cái hoảng chạy! Đuổi mãi, đuổi mãi! Cho đến rừng xanh cũng không thôi. Làm cho nhà vua áo rách mũ rơi, gai góc đâm xiên vào mình, máu huyết chảy đẫm áo, nhà vua tối mắt chẳng biết đông tây, sợ quá tự nghĩ rằng: 'Bây giờ làm cách nào để xuống được?'

"Quản tượng thưa: 'Xin bệ hạ hãy níu lấy cành cây để sa xuống đất.'

"Nghe lời quản tượng, nhà vua níu lấy cành cây xuống đất được vô sự, nhưng sờ lên đầu thấy mất mũ áo, trên mình rách ngang rách dọc và đẫm máu, thân thể đau đớn! Đương lúc đau khổ lại không biết lối ra. Quản tượng cũng níu lấy cành cây nhảy theo rồi đi tìm vua. Một lát thấy nhà vua đương ngồi dưới gốc cây coi vẻ âu sầu buồn bã, quản tượng quỳ xuống thưa:

'Cúi xin bệ hạ xá tội cho, và đừng buồn phiền nữa! Con voi này khi hạ cơn dâm dục nó sẽ nhớ cỏ ngon nước sạch thì lại trở về.'

"Nhà vua nói: 'Thôi nhà ngươi còn nói chi nữa, từ nay ta sẽ không nhận ngươi và con voi ấy nữa.'

"Quản tượng không biết nói sao! Đành phải ngồi yên chờ vua nguôi cơn giận.

"Khi đó các ông quan chạy theo sau, có ông nhặt được cái mũ, cái áo, cái hia, hoặc thấy máu me rải rắc từng giọt, đột nhiên thấy nhà vua cởi con voi khác trở về. Khi đó có các bà hoàng hậu, hoàng phi, hoàng tử, công chúa, nhân dân đều lo xanh mặt, vì sợ nhà vua bị chết ai nấy đều rơi lệ như mưa. Khi thấy nhà vua đã trở về, mọi người vui vẻ!

"Qua thời gian ngắn con voi đã thỏa mãn lòng dâm, bị ăn cỏ hôi, uống nước bẩn nơi rừng xanh, lại trở về kinh thành.

"Quản tượng thấy voi về, vội vào triều tâu vua rằng:

'Tâu bệ hạ! Con voi hôm nay đã trở về, xin bệ hạ ra coi.'

'Thôi, từ nay ta không muốn nhìn thấy người và con voi ấy nữa.'

"Quản tượng lại thưa:

'Tâu bệ hạ, nếu bệ hạ không muốn thấy hạ thần và con voi ấy nữa, nhưng xin bệ hạ hãy xem cách điều phục voi của hạ thần một lần nữa.'

"Nhà vua nói: 'Khanh đã nói thế ta cũng cho!'

"Quản tượng bái tạ ra về, sửa soạn nơi thí tràng và định ngày cáo thị cho dân chúng đến xem.

"Tới ngày đó, vua quan ra thí tràng, nhân dân đến xem rất đông. Quản tượng dắt voi ra và đem theo bảy viên sắt lớn thầm nghĩ như vầy: 'Giờ đây ta bắt voi nuốt sắt, voi chết cũng hoài, vậy ta hãy tâu vua may ra ngài có hối tâm chăng.'

'Tâu bệ hạ! Con voi trắng này, chỉ vua Chuyển Luân mới có, nó phạm chút lỗi nhỏ xin bệ hạ tha thứ, không nên hủy bỏ.'

"Nhà vua nói: 'Nếu ngươi không điều phục được nó, thì mời ta ra đây làm chi? Dầu ngươi có điều phục được, ta cũng không dùng nó và ngươi nữa.'

"Quản tượng thưa: 'Tâu bệ hạ! Bệ hạ không dùng hạ thần thì thôi, nhưng rất tiếc nếu không dùng voi.'

"Nhà vua giận nói: 'Khanh đi ngay, bước khỏi đây ngay lập tức bây giờ!'

"Quản tượng đứng dậy vừa khóc vừa nói: 'Bệ hạ không có thân sơ, chỉ ưa những lời nói khéo, nói ngọt, nịnh hót!'

"Tất cả mọi người nghe đều sa đôi hàng lệ, và chăm chú nhìn voi, vì họ nhìn thấy bảy viên sắt đương nung đỏ tại lò, quản tượng sẽ bắt voi nuốt.

"Quản tượng thị oai lớn tiếng nói: 'Voi mày nuốt viên sắt này đi, nếu không nuốt ta sẽ lấy móc sắt móc óc mày ra.'

"Voi thấy quản tượng nói, sợ hãi run rẩy, quỳ hai gối xuống đất, chầu về nơi nhà vua ngự, nước mắt chảy ròng! Có ý xin vua xá tội, nhưng nhà vua vẫn chưa nguôi cơn giận, lại càng bực tức thêm, rồi ngoảnh mặt đi. Quản tượng lớn tiếng nói:

'Mày không chịu nuốt à, còn chờ tao móc ư!'

"Voi liếc mắt nhìn xung quanh xem có ai can gián để cứu mình không! Nhưng không! Tự biết mình phải chết, vì không còn một thế lực gì nữa có thể trông cậy, bất đắc dĩ nằm ngửa há mồm.

"Quản tượng bỏ bảy viên sắt nóng vào mồm bắt phải nuốt hết, nuốt xong nổ ruột chết liền. Tất cả mọi người thấy thế cảm động thương voi. Ai nấy đều phải sa lệ.

"Nhà vua cũng phải kinh sợ và ngạc nhiên, kêu quản tượng lại hỏi:

'Quản tượng, khanh có tài điều phục voi như vậy, tại sao lúc ở rừng không ngăn được nó.'

"Lúc ấy ông Tịnh-cư Thiên biết vua Quang Minh đã phát tâm Bồ-đề, dùng thần lực khiến quản tượng quỳ xuống thưa rằng:

'Tâu bệ hạ! Kẻ hạ thần này chỉ có thể điều phục được thân nó chứ không thể điều phục được tâm của nó.'

"Nhà vua hỏi: 'Vậy có người nào đều phục được cả thân lẫn tâm nó không!'

"Đáp: 'Tâu bệ hạ, chỉ có Phật điều phục được cả thân lẫn tâm của nó.'

"Nhà vua hỏi tiếp: 'Khanh nói Phật, thì lấy chủng tính gì sinh ra Phật?'

"Đáp: 'Tâu bệ hạ! Có hai chủng tính sinh ra Phật: Một là trí tuệ, hai từ bi! Chăm làm sáu việc: Bố thí, trì giới, nhẫn nhục, tinh tấn, thiền định, trí huệ - cũng gọi là sáu ba-la-mật; công đức và trí tuệ của sáu việc đầy tròn nên gọi là Phật! Như vậy có thể điều phục được mình và tất cả chúng sinh.'

"Nhà vua nghe quản tượng tâu xong, có vẻ vui sướng! Đứng dậy vào hậu cung tắm rửa sạch sẽ, mặc áo đội mũ tề chỉnh, lên lầu cao một mình, đốt trầm hướng về bốn phương thề nguyện rằng:

'Từ đây tôi sẽ đối với tất cả chúng sinh, phải có một tâm "Đại Từ, Đại Bi", rồi đọc bài kệ khấn rằng:

'Nguyện đem công đức này
Hồi hướng về Phật đạo,
Sau này được thành Phật,
Tự điều phục tâm mình,
Và tất cả chúng sinh.
Nếu một chúng sinh nào

> *Ở địa ngục A-tỳ*
> *Trải qua đến một kiếp*
> *Có thể làm lợi ích,*
> *Và cứu khổ họ được,*
> *Tôi sẽ vào ngục ấy,*
> *Không bỏ tâm Bồ-đề.'*

"Nhà vua thệ nguyện dứt lời, thì sáu phương chấn động, trời đất rung chuyển, trên hư không văng vẳng, có tiếng âm nhạc, các ông thiên tử đánh đàn ngợi khen rằng: 'Ngài phát nguyện cao cả ấy, chẳng bao lâu nữa được thành Phật, xin độ cho lũ chúng tôi trước ở pháp hội thanh tịnh này'."

Tới đây Phật nhắc lại cho các vị tỳ-khưu biết rằng:

"Tỳ-khưu các ông nên biết! Con voi trắng bị quản tượng bắt nuốt viên sắt nóng thuở đó nay là ông Nan-đà. Quản tượng nay là ông Xá-lợi-phất, vua Đại Quang Minh chính tiền thân của ta. Nhân lúc thấy quản tượng điều phục voi ta phát khởi tâm cầu Phật đạo."

Trong đại hội khi nghe Phật nói sự phát khởi tu đạo của ngài xong, ai nấy vui mừng, rồi có người được chứng quả thứ tư, có người phát đại đạo tâm, mỗi người đều kính tin cúi đầu tạ lễ mà lui.

Vua Quang Minh gặp một tiểu duyên, mà giải quyết được đại sự, là do trí dũng mãnh tinh tiến. Còn như kẻ lười biếng, dầu có gặp được duyên lớn cũng chẳng thành sự nghiệp gì. Chúng ta phải nên mạnh dạn bớt bỏ lòng tham dục si mê, chuyển theo con đường sáng của đức Phật đã vạch ra, thì một ngày kia ta sẽ ngồi trên đài liên hoa, bay đi khắp thế giới nhiếp phục chúng sinh cũng như ngài không khác; mục đích cứu họ ra khỏi vòng phiền não ô trọc, xấu xa, được trí tuệ thần thông cao sáng, qua thoát khỏi sinh, già, bịnh, chết.

PHẨM THỨ MƯỜI BẢY:
ƯU-BA-TƯ-NA

Muốn thành Phật phải tôn trọng Phật, phải khao khát giáo lý của ngài, phải đọc tụng thọ trì, phải diễn thuyết kinh pháp. Chính những người cư gia tụng kinh thuyết pháp, chư thiên quỷ thần còn ham nghe, huống chi người xuất gia cho đến người đi đường tụng kinh đọc kệ thường thường vẫn có chư thiên theo nghe.

Là Phật tử phải chăm niệm Phật, tụng kinh, trì chú, thuyết pháp thì đời vị lai sẽ được quả báo trang nghiêm rực rỡ.

Thuở đó, đức Thế Tôn ở nước Xá-vệ, tại Kỳ-hoàn tinh xá cùng với vô lượng vô biên. Các người lương thiện nghe thấy danh đức của Phật, họ đều hoan hỷ và tán dương. Trái lại những kẻ ác, nghe thấy người lương thiện thì sinh lòng thù ghét.

Người hiền thiện không bao giờ bới xấu người, mà chỉ đem những điều lành của người ra nói thôi, vì muốn điều lành ấy lan ra cho nhiều người được nghe, thấy kẻ làm ác biết sự hành động ấy của nghiệp kết sử thì thương họ và tha thứ cho họ không chấp nhặt sự ngu si của họ.

Như vậy những người cõi nhân, cõi thiên đã đầy thiện duyên gặp Phật xuất thế thì họ tán dương, và đem giáo pháp của ngài tuyên truyền cho các nước.

Thuở đó có một nước nhỏ thuộc quyền cai trị của vua Ba-tư-nặc, phần nhiều những người tà kiến vì không có giáo lý của Phật truyền bá; song thôn xóm kia có một người con gái tên là Ưu-ba-tư-na, hôm ấy đi sang nước Xá-vệ, nơi vua Ba-tư-nặc ở, công việc đã xong, ra về cùng người thâm tín đạo Phật, trọ tại bên nhà người Ưu-bà-tắc. Sau được nghe họ nói công đức của Phật cô liền theo họ, đến rừng Kỳ-hoàn để yết kiến Phật, tới nơi thấy Phật tướng hảo đoan nghiêm, uy nghi lẫm liệt, quang minh xán lạn, tâm sinh vui vẻ khát ngưỡng, cúi đầu lễ sát đất rồi lui ngồi về một bên.

Lúc đó, đức Thế Tôn thuyết công đức của năm giới cho đại chúng nghe như sau:

- Không sát sinh, được quả báo sống lâu, không bệnh tật.

- Không trộm cướp, được quả báo giàu sang, không bị ngũ gia cướp đoạt.

- Không tà dâm, được quả báo nhân thiên kính trọng, thân người tốt đẹp.

- Không nói dối, được quả báo người đời kính trọng yêu mến, nói ai cũng tin theo.

- Không uống rượu, được quả báo thông minh.

Cô Ưu-ba-tư-na nghe xong tâm rất hoan hỷ! Cảm mến đức Phật, tới trước quỳ bạch rằng:

"Kính lạy đức Thế Tôn! Con không biết có phúc duyên gì hạnh ngộ, hôm nay tới đây, được chiêm ngưỡng ngài và được nghe công đức của năm giới, con thành tâm cúi xin năm giới của Thế Tôn, xin Thế Tôn trao cho con, con nguyện suốt đời vâng giữ, dẫu cho chết mất thân mạng con quyết không hủy phạm. Năm giới đối với con, cũng như người đói giữ cơm, người khát giữ nước, như người bệnh giữ mạng, con giữ năm giới cũng thế."

Phật dạy: "Con biết tuân hành thọ trì năm giới là người có phước lành đã trồng nhiều kiếp, con hãy lắng lòng nghe cho kỹ và ghi vào tâm thức chớ quên, ta nói đến đâu con lãnh thọ đến đó."

Ưu-ba-tư-na bạch: "Dạ kính lạy đức Thế Tôn, con xin chú ý lãnh thọ!". Khi cô lãnh giới xong, lại bạch Phật rằng:

"Kính lạy đức Thế Tôn! Con ở nước xa xôi, giờ đây con phải trở về, cúi xin trao cho con một bài kinh để hằng ngày tụng đọc và thờ kính. Các đức Phật quá khứ, các đức Phật đời vị lai cũng một kinh pháp ấy."

Theo lời cầu nguyện của cô, ngài trao cho cô một quyển kinh "Pháp Cú" và dặn rằng:

"Con mang kinh này về, chiều sớm ban hôm chăm chỉ thụ trì đọc tụng, sẽ được công đức vô lượng."

Cô cúi đầu lễ ba lễ, nhiễu ba vòng rồi trở ra về.

Từ khi được thấm nhuần giáo lý đạo Phật, cô coi đời như giấc chiêm bao, tất cả gia đình sự nghiệp chỉ là trò huyễn ảo gây ra trong thời gian vô định, nên cô chỉ chăm chú vào quyển kinh sớm hôm đọc tụng, suy nghĩ giáo pháp cao siêu của tam thế chư Phật. Một buổi nọ lúc giữa canh khuya cô ngồi tụng kinh trên lầu cao, văng vẳng nghe trên không gian có tiếng nói rằng:

"Hay lắm! Hay lắm! Chị tụng kinh hay lắm! Chúng em muốn tặng chị một chút bảo vật song không thích hợp với tư tưởng của chị, vậy xin giới thiệu một lời để dâng chị. Hiện nay Tôn giả Xá-lợi-phất và Tôn giả Mục-kiền-liên tới đây đương nghỉ trong rừng, sáng ngày mai chị mời hai tôn giả cúng dàng thì được phúc vô lượng, khi tôn giả chú nguyện thì hô đến tên của chúng tôi."

Ưu-ba-tư-na nghe xong ngửa mặt lên hỏi: "Ông là ai? Xin cho tôi được biết quý danh."

Đáp: "Tôi là Quỷ-vương tức là Tỳ-sa-môn Thiên-vương nhân sang nam phương qua đây vì muốn nghe tụng kinh nên đứng lại!"

Cô trả lời: "Người cõi thiên không bao giờ nói lầm như vậy, ông là người trời, tôi là người thế, tuyệt không có nhân do, tại sao gọi tôi là chị."

Tỳ-sa-môn đáp: "Đức Phật là ngôi Pháp vương cũng là cha lành cõi nhân cõi thiên, tôi là Ưu-bà-tắc, chị là Ưu-bà-di cùng chung một cha lành tu học một pháp vị, cho nên cũng có thể kêu là chị em được."

Cô vui vẻ hỏi tiếp: "Khi cúng dàng xưng tên của ông thì được lợi ích gì."

Thiên-vương đáp: "Tôi là Thiên-vương, tai nghe được rất xa, xưng tên tôi nghe thấy thì thêm thế lực của tôi và uy đức của tôi, khi đó tôi dùng thần lực sai khiến các quỷ thần ủng hộ người đó được phúc lộc nhiều, và khiến cho họ thoát khỏi khổ nạn."

Thiên-vương nói xong rồi từ biệt.

Ưu-ba-tư-na trong lòng vui vẻ, và thầm nghĩ như vầy: "Đức Phật trăm kiếp ngàn đời, chăm tu khổ hạnh cũng là vì ta, và tất cả chúng sinh. Hôm nay cũng do uy đức của Phật nên ông Thiên-vương đối với ta một cách thận trọng, lại còn xưng tên ta là chị. Đức Phật đúng là đấng cha lành cho muôn loài!"

Cô ngồi tư duy nhận xét đạo lý mãi đến gần sáng mới thiu thỉu ngủ. Trời vừa tang tảng, các cô gái vào rừng kiếm củi trèo lên cây cao chặt những cành cây khô, xa xa nhìn thấy hai vị Thánh-tăng, một vị là Xá-lợi-phất, một vị là Mục-kiền-liên, với năm trăm thầy tỳ-khưu đương ngồi tĩnh tọa dưới gốc cây. Một cô gái ở nhớ rằng "độ nọ được đi hầu bà sang nước Xá-vệ, gặp hai vị Thánh-tăng này một lần bà chủ ta tôn kính lắm."

Ngừng lấy củi cô lại tận nơi lễ bái thưa rằng:

"Kính thưa Tôn giả, chúng con là gia nhân của Ưu-ba-tư-na tới đây để bái mừng và đến thăm Tôn giả."

Tôn giả đáp:

"Ưu-ba-tư-na có được vui vẻ không, có được an lạc giải thoát không?"

"Thưa Tôn giả! Ưu-ba-tư-na vẫn được an vui kể từ ngày được thọ giáo đức Thế Tôn, Ưu-ba-tư-na xin thỉnh hai tôn giả tới nhà dùng bữa cơm hôm nay."

Tôn giả đáp:

"Ngươi hãy về nói với Ưu-ba-tư-na. Hay lắm! Hay lắm! Ưu-ba-tư-na, là Ưu-bà-di khéo biết thời và khéo biết việc thích ứng. Phật vẫn thường khen năm pháp thí được phúc vô lượng: Một là bố-thí cho người ở nơi xa tới. Hai là bố-thí cho người đi xa. Ba là bố-thí cho bệnh nhân. Bốn là bố-thí thức ăn cho người đang bị đói. Năm là bố-thí pháp cho người biết pháp. Năm pháp bố-thí này nếu ai thực hành làm ngay, thì được phúc báo hiện tại."

Các cô nghe xong, vâng lời lễ tạ lui ra. Về nhà gặp cô gái ở nhỏ bèn hỏi:

"Bà chủ ở đâu?"

"Bà đang ở trên gác, đêm qua bà ngủ không được, vừa mới ngủ đấy."

"Em đi lên gọi bà dậy."

"Em không dám!"

"Không dám gọi thì để chị gọi."

"Tùy ý chị."

"Bà ơi! Mời bà dậy!"

"Ngươi hỏi gì?"

"Thưa bà, Tôn giả Xá-lợi-phất và Tôn giả Mục-kiền-liên đến rừng này con đã mời ngài đến nhà dùng bữa cơm ngọ hôm nay."

Cô Ưu-ba-tư-na vui vẻ! Lấy bộ khoen vàng thưởng cho cô gái ở.

"Thưa bà, Tôn giả có những lời rất hay giáo hóa cho con."

"Con nhớ không? Nói cho ta nghe!"

"Thưa bà, Tôn giả nói rằng: Ưu-ba-tư-na là người Ưu-bà-di, khéo biết thời và khéo biết việc thích ứng. Phật vẫn thường khen năm pháp thí được phúc vô lượng: Thứ nhất là thí cho người ở xa tới. Thứ hai là thí cho người đi đường xa. Thứ ba là thí cho người có bệnh hoạn. Thứ tư là bố-thí thức ăn cho người đương bị đói. Thứ năm là bố-thí pháp cho người biết pháp. Năm pháp thí này nếu ai thực hành làm ngay, thì được phúc báo hiện tại."

Ưu-ba-tư-na nghe xong sung sướng quá, cũng như hoa sen khi gặp ánh nắng của mặt trời mà tung nở, trong lòng sáng tỏ tự nhiện phấn khởi tinh thần cũng như hoa sen kia đua nở vậy.

Ưu-ba-tư-na tháo chuỗi hột vàng trên cổ tặng thêm cho cô gái ở. Cô gái ở vui mừng, đỡ lấy rồi nói:

"Mời bà dậy đi! Rửa tay, rửa mặt sửa soạn các món ăn mà cúng dàng, con sẽ đi mời các ngài hầu bà."

"Ta vui lòng lắm! Nếu con đã vì ta làm việc này, hãy cứ làm đi, không phải nói nữa, ta cho tùy ý, và cũng không riêng gì cho ta, nếu cho làm việc tốt lành ấy, bất luận tại gia, hay xuất gia, nơi tụ lạc, thành ấp đều được sáng thịnh yên vui."

Nói xong Ưu-ba-tư-na đứng lên đi rửa tay, bảo gia nhân và các người lân cận, người nấu cơm kẻ đốt lửa, gánh nước hái rau, kê bàn, trải chiếu, hái hoa phân phó các việc xong, còn mình lấy thuốc giã rây hòa luyện cẩn thận. Khi các thứ đã đầy đủ rồi sai người đi mời hai tôn giả và các thầy tỳ-khưu.

Được tin mời, hai tôn giả và các thầy tỳ-khưu đắp y tề chỉnh đi phó trai. Các vị tới nhà thăng tòa ngồi yên tĩnh.

Ưu-ba-tư-na ra lễ bái mừng! Cầm thau món ăn sẻ vào các bát, sắc hương thơm ngát một lòng thành kính dâng lên.

Sự cúng dàng được phúc báo tùy theo lòng thành kính: Làm thức ăn ngon, lại đẹp thì được nhan sắc đẹp; mùi ngon thơm tốt thì được phúc danh thơm đồn xa; món ăn đầy đủ, được phúc báo tuỳ ý muốn gì được nấy, thân người vạm vỡ khỏe mạnh.

Chúng tăng độ xong, ngài Tôn giả Xá-lợi-phất làm phép chú nguyện.

Ưu-ba-tư-na thưa:

"Kính xin tôn giả hô đến tên ông Tỳ-sa-môn Thiên-vương."

Ngài chú nguyện xong, hỏi:

"Con đối với Tỳ-sa-môn Thiên-vương có nhân duyên gì mà hô tên ông ấy?"

"Kính bạch Tôn giả! Thực là một việc ly kỳ quá! Tối hôm qua con đương tụng kinh, ông Thiên-vương ấy đứng ở trên hư không, khen con và gọi con là chị. Lúc ấy con hỏi ông là ai nghe tiếng, mà không thấy người, ông ấy nói: Tôi là Quỷ-vương Tỳ-sa-môn Thiên-vương thấy người tụng kinh tôi đứng đây nghe, tôi muốn lấy trân bảo cõi trời tặng nhưng không phải một thứ mà chị ưa muốn, nên xin tặng một lời đó thôi! Con lại hỏi, ông muốn bảo gì? Ông ta nói: 'Sáng mai, Tôn giả Xá-lợi-phật và Tôn giả Mục-kiền-liên đến rừng này, chị nên sửa trai cúng dàng, khi cúng thì hô đến tên tôi.' Con lại hỏi: 'Xưng tên ông thì được lợi ích gì?' Ông ta nói: 'Tai tôi nghe được rất xa, nếu xưng tên tôi thì thêm thế lực của tôi, và uy đức của họ hàng tôi, tôi sẽ dùng thần lực sai quỷ thần ủng hộ cho người đó, thoát khỏi những khổ nạn, bởi nhân duyên ấy nên xưng tên.'"

Tôn giả nói:

"Đấy, cũng là một việc lạ, con ở đạo người, kẻ kia ở đạo trời, họ đối với con có lòng kính trọng lại còn nhận là chị em."

"Kính thưa Tôn giả! Còn một việc lạ nữa: Trong nhà con thường có thân nhân đi lại viếng thăm một cách thân mật và cũng như một bạn gái vậy, khi con bố thí, thì vị thần bảo con rằng: Vị này là A-la-hán, vị này là Tu-đà-hoàn, vị này là Tư-đà-hàm, kẻ này là phàm phu, người này là trì giới, kẻ này phá giới, người này trí tuệ, kẻ này ngu si. Con tuy nghe thấy nhưng ý của con không phân biệt phá giới hay trì giới, trí tuệ hay ngu si, bất luận vị nào con đều coi như một vị La-hán."

Tôn giả nói:

"Cũng hay lắm, ngay đấy con có tâm bình đẳng không phân biệt."

"Bạch Tôn giả! Con lại có một việc lạ nhất: Con là phận nữ nhi tại gia mà tiêu diệt được hai người thân kiến, đắc quả Tu-đà-hoàn!"

Tôn giả nói:

"Đấy con có phước lớn làm thân gái mà chứng được quả Tu-đà-hoàn!"

"Bạch Tôn giả! Con lại có một việc kỳ nữa: con sinh hạ được bốn đứa con đều ác kiến, chồng con cũng là tà ác quá đỗi, đối với Phật, Pháp, Tăng chẳng biết tin kính, con cúng dàng Tam-bảo; hoặc cho kẻ bần cùng, lại sinh lòng giận tức tiếc của, và nói rằng: Ta làm khổ sở mới có tiền, lại đem làm việc vô ích! Tuy thế, đạo tâm bố thí cúng dàng tu thiện của con, không hề thay đổi và cũng không buồn hận gì!"

Tôn giả nói:

"Làm thân đàn bà suốt đời không bao giờ được tự tại, khi còn bé nhỏ ở với cha mẹ, thì cha mẹ cấm đoán, khi có chồng thì chồng đàn áp dưới ách di nô, khi già thì con cái ngăn đón, riêng đối với phúc lực của con thì không bị chồng cấm đoán, tùy ý tu thiện. Này Ưu-ba-tư-na, tối hôm nay đức Thế Tôn sang rừng Tỳ-nữu-can-đặc, con hãy lại viếng thăm ngài."

Nói xong hai tôn giả và các thầy tỳ-khưu ra về. Ưu-ba-tư-na thầm nghĩ: "Tôn giả mách bảo thật là một việc rất hay, ta sắm sửa vật thực để cúng dàng."

Ngày mai Ưu-ba-tư-na gọi các người thân tín đi viếng thăm Phật. Tới nơi rừng Tỳ-nữu-can-đặc, thấy đức Thế Tôn dung nhan tươi sáng như vừng nhật nguyệt, uy phong lẫm liệt, cô và mọi người sụp lạy trước ngài, dâng hoa lên cúng rồi lui ngồi về một bên.

Hôm đó, đức Thế Tôn thuyết pháp nói về công đức bố thí, trì giới, sinh thiên, đoạn dục và Niết-bàn. Nghe thuyết pháp xong nàng bạch Phật rằng:

"Kính lạy đức Thế Tôn! Thôn xóm con thuần những người tà kiến, không biết Phật, Pháp, Tăng, và không ưa việc bố thí. Vì thế những vị sa-môn, bà-la-môn, có vào làng không ai biết cúng dàng, nên các vị chỉ vào nhà con. Kính xin ngài có thời gian nào đến ấp làng con giáo hóa cho mọi người biết tín ngôi Tam-bảo, hơn nữa chúng con lại được cúng dàng."

Bạch xong lễ tạ lui ra, lần lượt đi thăm các vị tỳ-khưu, cuối cùng thấy một vị mang bệnh nằm trong hang cỏ, liền hỏi:

"Đại Đức bệnh hoạn thế nào? Đau lâu mau thế nào? Phải dùng những thức gì điều trị, xin cho con được rõ."

"Tới đây thủy thổ bất hòa, tôi không hợp nên phải thụ bệnh, giờ đây nếu được thứ thịt tươi ăn thì khỏi."

"Bạch Đại Đức, ngày mai con xin dâng đại đức dùng, việc ấy không khó!"

"Hay lắm! Quý hoá lắm!"

Ưu-ba-tư-na lễ sát dưới chân xin phép ra về, đi đường thầm nghĩ rằng: "Ta có phúc đức lớn, hôm nay được yết kiến Phật và các Tôn giả."

Ngày mai sai người ở đi chợ mua thịt, không mua được trở về thưa rằng:

"Thưa bà, hôm nay ngày rằm chợ không bán thịt, và hôm nay ngày quốc cấm, nếu ai sát sinh bán thịt sẽ bị trọng phạt!"

"Thế à! Em cầm một ngàn đi mua, chỉ lấy số thịt giá một trăm đồng thôi, hoặc có kẻ nào ham lợi thì họ bán!"

Kẻ đó mang tiền đi chợ lần nữa, nhưng vì luật nhà vua quá nặng nên không ai giết lợn bán; người ở về thưa rằng:

"Thưa bà, hôm nay ngày quốc cấm không ai dám giết thịt bán."

"Em cầm tiền vàng đi các nhà đồ tể mua một giá rất đắt!"

Vâng lời bà chủ đi mua, nhưng các nhà sát sinh cũng không ai dám mổ heo bán, về thưa cùng bà chủ rằng:

"Thưa bà con đã hết lời năn nỉ họ, nhưng luật nước quá nặng, không ai dám giết heo bán, xin bà liệu cách khác."

"Thôi để ta liệu!"

Ưu-bà-tư-na thầm nghĩ rằng: "Ta đã hứa dâng ngài dùng mà không có thì ngài mong ta, hoặc vì thế mà ngài chết thì lỗi tại ta. Song lại nhớ tới vị Bồ-tát ngày xưa vì một con chim bồ câu, còn cắt thịt để cứu mạng sống của nó, phương chi đây là một vị tỳ-khưu ta không nên quá yêu thân ta, ta nên cắt thịt của ta để cứu lấy bịnh của ngài". Nghĩ xong đi tắm rửa sạch sẽ gọi một người thân tín nhất vào phòng nói rằng:

"Ngươi làm ơn lấy dao này cắt thịt bên vế đùi cho ta một cân."

Người đó cầm dao cắt, trong lúc xẻo thịt, mặc lòng đau đớn khổ não; nhưng Ưu-bà-tư-na cứ bấm gan chịu. Đứa ở gái lấy băng buộc chặt lấy chỗ đau. Sau mang ra nhào các thứ dược thảo nấu chín, bỏ vào cà-mèn, đưa đến rừng dâng lên vị tỳ-khưu có bệnh.

Tỳ-khưu ăn thịt xong, thân thể an lạc các bệnh đều khỏi, lành mạnh như xưa.

Đoạn này chồng của Ưu-ba-tư-na về, không thấy vợ liền hỏi gia nhân rằng:

"Chúng bây đâu!"

"Dạ! Ông chủ hỏi gì ạ?"

"Chúng bây có biết Ưu-ba-tư-na đi đâu không?"

"Dạ! Thưa ông, bà đương nghỉ trong phòng!"

Vào phòng thấy vợ nhan sắc biến đổi, có vẻ đau đớn, hỏi:

"Em đau à? Coi vẻ ủ rũ đấy!"

Bước ra sai người gọi thầy lang về chẩn mạch. Thầy lang đến.

"Thưa bác, nhà tôi bị đau, nhờ bác chẩn mạch cho thuốc."

"Vâng! Chị ấy nằm đâu?"

"Trong nhà, mời bác vào!"

"Thế nào, bác đau sao?"

"Bệnh tôi lúc nào cũng đau, hiện đang đau lắm không ngớt đau chút nào."

Thầy lang chẩn mạch không biết bịnh gì, yên lặng lui ra. Thầy lang nói:

"Bác ạ, tôi không rõ bác gái bệnh gì!"

Chồng Ưu-ba-tư-na vào phòng hỏi:

"Bệnh em làm sao nói cho tôi biết?"

"Thầy lang có giỏi cũng không biết được bệnh tôi! Thôi anh không phải lo, ít ngày em sẽ khỏi bệnh."

Anh chàng lui ra, gọi gia nhân hỏi:

"Lũ bây có biết Ưu-ba-tư-na bệnh gì không?"

"Thưa ông, bọn tôi không biết, ông hỏi người hầu cận bà thì biết."

Anh chàng gọi đứa ở gái ra chỗ vắng hỏi:

"Mi có biết Ưu-ba-tư-na bệnh gì không, nói thực cho ta biết."

"Thưa ông! Bà cắt thịt đùi ra, nấu cúng dàng cho một vị tỳ-khưu ăn, nên bà bị đau đó!"

Anh chàng nghe nói, hầm hầm nổi giận ra ngoài đường lớn tiếng nói:

"Làm Sa-môn Thích Tử mà ăn thịt người, có khác gì Đồ Bác Túc Vương ngày xưa không?"

Chàng lê la nói mãi, khiến cho những người tín đồ của Phật vừa tủi thẹn vừa bực tức! Anh chàng dám mạ Phật, Pháp, Tăng, rồi một số đông đến chỗ Phật lễ xong lui ngồi một bên.

Phật hỏi:

"Các ngươi tại sao buồn thế?"

"Kính lạy đức Thế Tôn! Có một chàng dòng phạm-chí ra chỗ đông người lớn tiếng phỉ báng Phật, Pháp, Tăng rằng: trước đây Đồ Bác Túc Vương ăn thịt người, ngày nay thầy sa-môn đệ tử của Phật cũng ăn thịt người, cúi xin đức Thế Tôn ra lịnh cho các vị, từ nay không được ăn thịt nữa."

Đức Phật dạy đánh chuông họp chúng rồi gọi vị tỳ-khưu có bệnh lên hỏi. Vị tỳ-khưu lên lễ Phật xong lui ngồi về một bên.

Phật hỏi:

"Ông bệnh gì?"

"Kính lạy đức Thế Tôn, vài hôm trước con mắc chứng bệnh sốt, nhưng hôm nay đã bớt nhiều."

Phật hỏi:

"Hôm nay ngươi ăn món gì?"

"Bạch lạy Thế Tôn! Con ăn thịt và uống nước thịt."

"Ăn thịt tươi hay thịt khô?"

"Dạ! Con ăn thịt tươi!" (Thịt tươi tức là thịt không để cách đêm)

Phật nói:

"Nghe đây! Bất luận tươi hay khô, trước khi ăn ngươi có hỏi tịnh hay bất tịnh không?"

"Dạ! Lạy đức Thế Tôn, bệnh con đau quá, được thịt thì ăn ngay chứ không kịp hỏi."

Phật nói:

"Tỳ-khưu tại sao lại dùng món ăn bất tịnh? Phép của tỳ-khưu những món ăn của thí chủ, trước khi ta ăn phải hỏi, đây là thịt gì? Nếu thí chủ nói: Đây là tịnh nhục, thì phải xem xét có thể tin được mới ăn, nếu không tin được thì không ăn."

Từ đấy Phật cấm các vị tỳ-khưu không được ăn thịt bất tịnh như sau: Nếu tỳ-khưu nhìn thấy họ giết con vật ấy, thì không được ăn. Nghe thấy tiếng nó kêu khi bị người giết, không được ăn. Nghi ngờ cũng không được ăn. Như thế là phân biệt nên ăn hay không.

Khi đó Ưu-bà-tư-na được tin Phật cấm các vị tỳ-khưu không được ăn thịt, chính bởi tại mình, trong lòng phát sinh đau khổ, buồn phiền, bởi vì mình mà các vị sư không được ăn thịt liền kêu chồng đến nói rằng:

"Anh mạ Phật, Pháp, Tăng có tội lớn, ngày mai anh mời Phật và chư sư về nhà cúng dàng và sám hối, nếu anh nghe lời tôi thì đi ngay, bằng không thì tôi sẽ tự sát thân tôi trước mặt anh cho biết."

Anh chàng vốn không có lòng kính tin Phật, sau cũng vì sợ vợ tự tử, đáp rằng:

"Vâng! Tôi xin tuân lời của cô, xin cô đừng nói nữa, tôi sẽ đi mời Phật ngay bây giờ!"

Nói xong anh chàng đi ngay, tới thưa rằng:

"Thưa Ngài Cù-đàm Sa-môn, ngày mai chúng tôi xin mời ngài, và mấy vị đệ tử đến nhà dùng cơm."

Đức Phật thấy anh lỗ mãng vô lễ, ngài từ bi lẳng lặng tỏ ý nhận lời.

Anh chàng cũng biết ngài nhận lời của mình, vái tạ ra về, khi tới nhà nói với vợ rằng:

"Ông Cù-đàm đã nhận lời mời của tôi rồi đấy!"

Ưu-ba-tư-na sai gia nhân sửa soạn các món ăn, hương hoa, ghế ngồi trang trí trong nhà rất tôn nghiêm, sớm mai sai người vào rừng mời Phật.

Khi Phật và các vị tỳ-khưu đến nhà ngồi an tĩnh, không thấy Ưu-ba-tư-na, ngài hỏi:

"Ưu-ba-tư-na đâu? Không thấy ra chào?"

Anh chàng đáp:

"Dạ! Đương bị đau bệnh nằm trong giường."

Nói xong chạy vào phòng gọi:

"Thầy cô gọi cô đó!"

"Anh ra bạch rằng: Ưu-ba-tư-na lễ dưới chân Phật và các vị Thánh-tăng, vì có bệnh đau quá không thể ra được, cúi xin xá tội. Nhưng anh phải ăn nói cho có lễ độ mới được!"

Anh chàng ra thưa rằng:

"Dạ! Thưa ngài, Ưu-ba-tư-na lễ dưới chân Phật, Pháp, Tăng, vì mang bệnh đau quá không thể ra chào được."

Phật kêu:

"A-nan!"

"Dạ!"

"Ông vào phòng gọi Ưu-ba-tư-na ra ta hỏi."

"Dạ!"

Tôi vào tới phòng, Ưu-ba-tư-na cố gượng ngồi dậy chắp tay nói:

"Kính bạch Đại Đức, con xin lễ dưới chân Phật, Pháp, Tăng, rất muốn ra yết kiến đức Thế Tôn, như kẻ đói được cơm, kẻ rét được áo mặc, như khi nóng nực được mát mẻ, như kẻ lạc đường muốn về lối cũ. Con muốn ra lễ kính Phật cũng như thế, tâm con khao khát, nhưng thân con hiện giờ đau lắm không ra được! Kính xin đại đức ra bạch Phật hộ con."

Tôi đi ra trình Phật những lời của Ưu-ba-tư-na vừa nói, thì Phật bảo tôi rằng:

"Ông cho người khiêng Ưu-ba-tư-na ra đây!"

"Dạ! Con xin tuân lệnh."

Tôi bảo gia nhân khiêng đến trước Phật.

Khi đó đức Như Lai phóng quang minh, ánh sáng chiếu vào chúng sinh nào thì chúng sinh ấy được phần lợi ích, kẻ điên rồ được an chính, kẻ loạn tâm được bình tĩnh, kẻ bệnh hoạn được hết bệnh hoạn. Ưu-ba-tư-na nhờ oai thần của Phật, ánh hào quang soi tỏ cõi lòng, ngay giờ phút đó được lành mạnh hết đau.

Ưu-ba-tư-na kính sợ vui mừng giao cảm, đứng lên sụp lễ dưới chân đức Thế Tôn, lui ra cầm một cái bình bằng vàng lấy nước rửa chân Phật, đặt các món ăn, sắc đẹp mầu thơm ngào ngạt dâng cúng đức Thế Tôn và các hàng Thánh tăng. Dùng cơm xong Phật thuyết về luận "Bố-thí", luật "Trì-giới", tu "Thập-thiện", quả báo sinh thiên, sinh tử là tội lỗi của tham dục, muốn xuất ly sinh tử phải tu "Tịch-diệt", diệt khổ được an vui, nói về Mười hai nhân duyên luân chuyển không dứt.

Ưu-ba-tư-na nghe Phật thuyết pháp xong thì đoạn tuyệt được lòng tham dục, giận tức, si mê, chứng quả "A-na-hàm". Người chồng cô tự bỏ được tà kiến, biết tôn kính ngôi Tam bảo, và xin thụ giới Ưu-bà-tắc, tất cả họ hàng quyến thuộc đều xin thụ Tam-quy Ngũ-giới.

Bốn chúng đệ tử Phật, khi đó có người đắc quả Tu-đà-hoàn, có người đắc quả Tư-đà-hàm, có người đắc quả A-la-hán, mọi người ai nấy đều vui vẻ khát ngưỡng Pháp-bảo Vô-lượng.

Ngoài ra còn có nhiều người nghĩ như vầy: "Kẻ nữ nhân dám cả gan cắt thịt cúng dàng sa-môn, thực là một chuyện chưa từng thấy bao giờ! Chúng ta nếu bỏ quê hương nhà cửa, cũng là một việc khó."

Sau đó những người dân bản xứ, có nhiều người bỏ nhà cửa họ hàng đi xuất gia, chăm chỉ tu hành đoạn trừ kết lậu, thành ngôi A-la-hán từ đó nơi thôn dã ấy nhiều người biết tin theo đạo Phật, giáo pháp được lan rộng khắp nơi.

Cũng bởi thế, những người có trí tuệ sáng suốt cho đến kẻ nữ nhân cũng chăm tụng đọc kinh Phật, tinh siêng không biết mỏi mệt, nên cũng nhiều người đắc quả.

Kẻ trượng phu lòng chăm tu đạo, há lại không thành công sao?

Coi đây, các thiện nam tử, thiện nữ nhân cần phải tu đạo nghiệp, sợ sinh tử khiến cho kết sử nhẹ bớt, có ngày sẽ lìa được sinh tử, tuy đời mạt pháp chưa được độ, song, công đức ấy cũng được sinh nhân thiên, hưởng phúc vô cùng tận.

Ngài Di Lặc Thế Tôn cách năm mươi sáu ức bảy ngàn muôn năm sẽ thành Phật thuyết pháp độ sinh, bấy giờ tùy lòng cầu nguyện của mình muốn chứng đạo quả nào sẽ được đạo quả ấy. Mọi người đều tôn kính tuân theo phụng hành.

HẾT QUYỂN BA

QUYỂN THỨ 4
PHẨM THỨ MƯỜI TÁM:
XUẤT GIA CÔNG ĐỨC

Chính tôi được nghe: Một thuở nọ đức Phật ở nước Ma-già-đà, tại thành Vương-xá trong vườn Trúc Ca-lan-đà.

Buổi thuyết pháp này đức Phật nói về công đức xuất gia. Ngài nói rằng:

"Nếu người nào cho con trai con gái, đứa ở trai đứa ở gái, hoặc người dân hay chính mình đi xuất gia, công đức ấy thực là vô biên nếu đem tỷ với phước báu của bố thí, dầu có được hưởng phúc đến mười đời trên cõi nhân, cõi thiên cũng không bằng công đức cho một người đi xuất gia hay tự mình đi xuất gia."

Tại sao thế? Vì phúc báo bố thí chỉ có hạn định, còn phúc xuất gia không có hạn định, nên không thể bì kịp, hoặc phúc báu trì giới, hoặc phúc của các vị thần tiên có đủ năm phép thần thông, cho đến phúc báu cùng tột của cõi trời Phạm-thiên, đem ví với phúc báu xuất gia trong Phật pháp cũng không sánh nổi, hơn nữa người xuất gia còn được đạo Niết-bàn, nên phúc ấy không thể nói bàn cho xiết được.

Giả như có người nào, xây tháp bằng thất bảo, cao tới cõi trời Đao-lợi, công đức ấy cũng chưa bằng cho người đi xuất gia, vì tháp thất bảo kia có ngày bị kẻ gian ác ngu si phá hủy.

Muốn cầu một pháp lành, ngoài Phật pháp ra không còn pháp gì có thể cao hơn. Cũng tỷ như một trăm người, bị lòa đôi mắt, gặp thầy thuốc chữa lành sáng tỏ, hoặc trăm người bị tội móc mắt gặp được người có sức hùng mạnh cứu thoát, phước cứu hai người nói trên, tuy lớn nhưng không bằng cho một người đi xuất gia.

Đức xuất gia cao cả, phúc cứu hai người lành đôi mắt chỉ được một đời, rồi đây nó cũng bị hoại.

Cho người đi xuất gia, hay tự mình đi xuất gia, sau khi được thành tựu quả Bồ-đề họ sẽ đem giáo lý đạo Phật giáo hóa chúng sinh, được con mắt trí tuệ muôn ngàn kiếp bất diệt, vì con mắt trí tuệ không bao giờ bị hoại.

Những người được hưởng phúc trong cõi nhân cõi thiên, chỉ phóng túng say mê về dục vọng, họ không có con mắt trí tuệ nhận xét: Nó là giả dối, không sự thật, nó là hố lửa sâu, thui đốt con người ngu si tham vọng, nó làm hầm cạm bẫy đưa dắt người vào nơi ác thú luân hồi.

Pháp xuất gia tiêu diệt họ hàng nhà ma, làm lợi ích cho dòng xuất thế của Phật pháp, nuôi thiện pháp, trừ tội cấu, thêm phúc lành, được thành Phật.

Đức Phật nói: "Công đức xuất gia cao như núi Tu-di, sâu như biển cả, rộng như hư không."

Những ai làm cản trở người phát tâm đi xuất gia, kẻ đó sẽ bị tội đọa vào địa ngục hắc ám, và không có mắt, cũng ví như tất cả các nước sông lớn sông nhỏ, ngòi, lạch, suối, ao, đều chảy về biển, tội báo của kẻ đó cũng thế, những tội ác chất ở thân kẻ đó cũng ví như núi Tu-di bị thời tai kiếp đốt cháy tiêu tan, kẻ đó vào địa ngục hỏa thiêu vô thời hạn, cũng như vị thuốc độc Ca-lưu-lâu-he-ni đem tỷ với vị thạch, một sự báo ứng của thiện ác cũng thế.

Cho người đi xuất gia, hay chính mình đi xuất gia, công đức như trời xanh, như biển thẳm. Người xuất gia lấy kinh điển làm nước, để rửa những cấu nhơ của nghiệp kết sử, trừ bỏ được khổ, sinh, già, bệnh, chết, và làm cái nhân của đạo Niết-bàn, lấy giới làm chân bước lên đất thanh tịnh trang nghiêm, lấy luật làm mắt để coi xem những thiện ác của thế gian, đi trên đường bát-chánh tới thành Niết-bàn, vì những lợi ích ấy nên cho người đi xuất gia, hay tự mình đi xuất gia.

Thời đó có một Trưởng giả tên là Thi-lợi-bí-đề (Hán dịch là Phúc Tăng) tuổi đã một trăm, nghe biết người ta thuật lại công đức xuất gia cao cả như vậy, ông thầm nghĩ như vầy: "Ta nay tuổi đã già yếu đối với việc xuất gia tu đạo trong Phật pháp, phúc đức lớn lao, sao lại không xuất gia chả uổng lắm ư?"

Nghĩ xong gọi vợ con lên bảo:

"Bà và các con ở nhà làm ăn, tôi muốn đi xuất gia tu đạo, có vui lòng không?"

Ông lão này vợ con đều ghét bỏ, vì ông chỉ ăn hại, không làm được việc gì, lại hay bẳn gắt, nên họ đều mừng và trả lời:

"Dạ! Phải, nguyện ông đi cho rồi, đi sớm được giờ phút nào, là hay cho lũ tôi giờ phút đó!"

Ông lên đường đi hỏi thăm đến vườn Trúc nơi đức Thế Tôn ngự. Tới nơi không may ngày đó Phật đi vắng, ông vào hỏi các vị tỳ-khưu rằng:

"Bạch Đại Đức, Phật ngài ngự phòng nào, xin chỉ giùm tôi?"

"Đức Thế Tôn, ngài đi giáo hóa nơi khác không có ở nhà!"

"Bạch Đại Đức, Phật đi vắng thì vị thượng túc của ngài là ai?"

Các vị đều chỉ tay đến chỗ ngài Xá-lợi-phất. Ông lão lọm khọm chống gậy tới, bỏ gậy xuống đất chắp tay làm lễ thưa rằng:

"Bạch lạy Đại Đức Tôn giả con một lòng thành kính tới đây xin xuất gia học đạo, cúi xin ngài từ bi thâu nạp, được đội ơn vạn bội!"

Ngài Xá-lợi-phất đưa mắt nhìn xong tự nghĩ rằng: "Người này già yếu, học hỏi, tọa thiền, trợ việc chúng, trong ba việc, không làm được một, có tu cũng vô ích."

Nghĩ rồi đáp rằng:

"Ông già yếu lắm rồi, không thể xuất gia được."

Sau ông đi thưa với Ngài Ca-diếp, Ngài Ưu-ba-ly, Ngài A-nâu-lâu-đà, cuối cùng đến năm trăm vị La-hán, các vị đều hỏi:

"Ông đã thưa với vị nào chưa?"

Ông đều thưa với các vị rằng:

"Trước hết con hướng đức Thế Tôn, nhưng ngài không có ở tinh-xá, con có thưa với Ngài Tôn giả Xá-lợi-phất, ngài nói rằng ông già yếu lắm rồi, không thể xuất gia được." Thì các vị đều trả lời rằng:

"Ngài Xá-lợi-phất là một vị trí tuệ thứ nhất, còn không dám thâu nạp vào hàng xuất gia, ta cũng thế, cũng tỷ như một ông thầy thuốc giỏi, biết bệnh nhân không thể chữa được, ngoài ra các thầy lang khác cũng phải khoanh tay, còn chữa sao nổi, độ sao được!"

Có lẽ ông lão này tử tướng đã xuất hiện, nên Ngài Xá-lợi-phất không độ, cho đến các vị tỳ-khưu cũng từ chối.

Ông Thi-lợi-bí-đề xin xuất gia không được, trở ra ngoài ngõ Trúc viên than khóc một mình rồi lẩm bẩm nói: "Ta từ thuở sinh làm người đến nay, chưa làm một lỗi gì lớn, thế mà tại sao chỉ riêng một mình ta không được xuất gia? Ông Ưu-ba-ly là người bần tiện, ông Ni-đề là người hốt phân thuê, ông Ương-quật-ma-la là kẻ giết người rất nhiều, ông Đà-tắc-ky là kẻ ác nhân làm giặc, mà còn được xuất gia? Vậy mình có tội gì không được xuất gia?"

Đương phàn nàn một mình, hốt nhiên thấy Phật đứng ở trước mặt. Ông nhìn thấy quang minh chói sáng, tướng mạo đoan nghiêm, tựa như vua thiên Đế Thích trên cung trời Đao-lợi.

Phật hỏi:

"Thi-lợi-bí-đề làm sao khóc?"

Ông vui mừng quá! Vội vàng cúi đầu lễ dưới chân khóc mà bạch rằng:

"Kính lạy đức Thế Tôn! Có những chúng sinh: Kẻ giết người, kẻ làm giặc, kẻ nói dối, kẻ phỉ báng, kẻ hạ tiện, những kẻ đó đều xuất gia, con xét thân con từ thuở sinh làm người đến nay đã một trăm tuổi chưa từng làm điều gì ác, mà các vị tỳ-khưu không thâu nhập cho con được xuất gia! Bạch lạy đức Thế Tôn! Ở nhà thì vợ con ghét bỏ, đến đây nương bóng từ bi. Ngài không có ở Tịnh-xá, các vị tỳ-khưu cho con già quá không nhận, bây giờ về cũng khốn nên con muốn bỏ mạng ở nơi đây."

Phật hỏi:

"Ai nói người này được xuất gia, kẻ kia già không được xuất gia?"

"Kính lạy đức Thế Tôn, ngài Thượng túc Xá-lợi-phất!"

Ngài an ủi ông rằng:

"Thôi chớ buồn nữa, ta sẽ cho ông xuất gia tu học. Ông Xá-lợi-phất không phải là một người đã chăm làm những hạnh khổ trong ba đại kiếp a-tăng-kỳ và đã tu phúc trong trăm kiếp, ông không phải đời nầy đời khác đã chăm làm những việc rất khó, như: chặt đầu móc mắt, chẻ xương lấy tủy, óc, cắt thịt chọc tiết, lột da, chẻ xương chân tay, cắt cái mũi bố thí; ông không phải là người đã đem mình cứu hổ đói nhảy xuống hố lửa sâu, đóng trên mình một ngàn cái đinh để cầu nghe đạo, khoét mình ra một ngàn lỗ để đốt đèn; ông không phải là người đã đem quốc, thành thê, tử, nô tỳ, voi, ngựa, thất bảo ra bố thí; ông không phải là người kiếp sơ a-tăng-kỳ cúng dàng tám vạn tám ngàn đức Phật, kiếp hậu a-tăng-kỳ cúng dàng mười vạn ức đức Phật, xuất gia giữ giới đầy đủ đối với pháp tự tại; ông Xá-lợi-phất không có thể nói: Người này được xuất gia, hay kẻ kia không được xuất gia. Ta một người đối với pháp tự tại cỡi xe Lục-độ, mặc áo giáp Nhẫn-nhục, ngồi tòa Kim-cương, dưới cội cây Bồ-đề hàng phục Ma-vương thành ngôi Vô Thượng Pháp Vương, không ai bằng ta, người an tâm theo ta về Tinh-xá, ta sẽ cho xuất gia."

Đức Thế Tôn an ủi xong làm cho nỗi phiền não của ông được tiêu tan, trong lòng vui vẻ sạch lâng! Theo sau Phật về.

Khi về tới Tinh-xá, đức Phật gọi ông đại Mục-kiền-liên giao cho phải chịu trách nghiệm dạy bảo và thế phát làm lễ xuất gia.

Vì đức Phật có con mắt trí tuệ nhận thấy những chúng sinh có duyên với người nào thì người ấy mới độ được. Tỷ như người có duyên với Phật thì Phật độ cho họ, người khác không độ được, người có duyên với người khác thì người khác độ, Phật không độ được, người có duyên với Ngài Xá-lợi-phất thì Ngài Xá-lợi-phất độ cho họ, chứ Ngài Mục-liên, Ngài Ca-diếp, Ngài A-na-luật, Ngài Kim-tỷ-la và tất cả vị thanh văn sao độ cho họ được, vì họ không có duyên với các vị.

Nói tóm lại những người có duyên với mình, thì mình độ, không có duyên thì không thể độ được.

Ngài Mục-liên vâng lời Phật lãnh trách nhiệm, rồi thầm nghĩ như vầy: "Ông lão này niên cao già yếu, tụng kinh, tọa thiền, trợ việc chúng ba việc không được một. Song, Phật đã giao cho ta lẽ nào dám trái mạng."

Sau ít bữa thế phát đăng đàn thọ giới cụ túc. Tuy thế ông lão đã có trồng nhân lành với Phật pháp từ đời quá khứ, đã từng tu tập các công đức, các pháp môn của Phật giáo, nên kiếp này tuy xuất gia muộn, nhưng sự tinh anh học hiểu rất mau chóng.

Từ khi ông được thế phát xuất gia làm sa-môn ngày đêm cố gắng tu tập nghe rành hiểu rõ, nên chẳng bao lâu đã khai ngộ.

Hiềm vì tuổi già sức yếu nên oai nghi lễ kính đối với các Thượng Tọa không đủ bổn phận, các vị niên thiếu tỳ-khưu, thấy ông có những hành vi thô tháo, không có lễ độ nhà thiền, cũng có khi răn bảo hoặc quở trách, thì ông lại kiêu căng tự đại, cậy mình niên cao học rộng, không chịu cung kính thừa sự. Thấy các vị có cử chỉ đối với mình như vậy, ông thầm nghĩ vầy: "Ta ở tại gia vợ con ghét bỏ xúc não, nay đi xuất gia, mong được chỗ an vui, qua con mắt trái ngược nơi tục lụy, ai ngờ lại bị các tỳ-khưu niên thiếu khinh miệt, không biết ta phải tội gì đến thế, lại thêm nghiệp phiền não cho ta, thà bỏ mạng cho qua đời là hết chuyện."

Ông liền đi sang khu rừng, bên đó có một con sông, vừa sâu vừa chảy mạnh, cởi áo cà-sa vắt trên cành cây, quỳ thẳng chắp tay hướng lên tấm áo khóc mà thề rằng:

"Con xin bỏ mạng nơi đây, nhưng không bỏ Phật, Pháp, Tăng, cái áo của con đây, xin dâng cúng các vị tỳ-khưu trì giới thanh tịnh tinh tiến tu hành, nguyện xả thân này, được sinh vào nhà phú quý vui vẻ! Họ hòa thuận không làm ngăn cản những thiện pháp con muốn làm, và được gặp ngôi Tam bảo xuất gia tu đạo, đắc ngộ minh sư, thiện hữu, chỉ bảo cho những ý nghĩa lý sâu huyền tu chứng thành công trên đường giải thoát an lạc."

Thế rồi, ông nhảy xuống sông. Khi đó Ngài Mục-kiền-liên ở trong rừng Trúc, dùng thiên nhãn nhìn xem ông đệ tử già mình làm gì, chợt thấy ông nhảy xuống sông, ngài dùng lực thần túc vớt ông lên bờ, rồi bay tới tận nơi hỏi:

"Pháp tử làm gì thế?"

Thi-lợi-bí-đề ngửa mặt nhìn thấy thầy, thẹn hổ quá! Và cũng không biết dùng lời lẽ gì để thưa cùng thầy, ông thầm nghĩ: "Ta không nên nói dối thầy, đời đời bị tội không lưỡi. Song, thầy ta có thần thông biết trước, nếu ta nói dối, thầy ta cũng biết. Trên đời những người có trí tuệ thông minh, tính chất thật thà ngay thẳng, các ông trời còn phải kính trọng, nếu người có trí tuệ mà tâm siểm dối, cũng làm nhân sư và được người ta cúng dàng. Người không có trí tuệ mà tâm ngay thẳng, tuy không giúp được người, nhưng đã tự cứu được mình, nếu kẻ vừa ngu si vừa siểm nịnh lừa dối thì bị người ta khinh rẻ chê bai, là đồ hèn hạ, dẫu có nói gì người ta đều cho là kẻ lừa bịp không tin dùng, ấy thế nếu nói dối thầy, dĩ nhiên không hay cho bản thân ta." Nghĩ vậy bèn thưa rằng:

"Bạch thầy con đã chán cái cảnh tục lụy, đi xuất gia để cầu an lạc, trái lại không thấy an lạc, mà chỉ thấy phiền não nhiều! Vì thế con muốn bỏ mạng ở đây, xin thầy xá tội!"

Ngài Mục-liên thầm nghĩ: "Ông lão này nếu ta không dùng một phương pháp sợ hãi thì đối với việc xuất gia của ông không kết quả."

Nghĩ xong, nói:

"Pháp tử hãy nắm chặt lấy góc áo cà-sa của ta, khi bay lên hư không phải chính niệm chớ có loạn tưởng."

"Dạ! Thầy dạy con xin tuân mạng."

Ông nắm áo cẩn thận, ngài bay vút lên hư không như cơn gió thổi mạnh, ông đệ tử nắm áo ngài, cũng như luồng gió cuốn bụi, như chiếc bông bay trên không gian. Chỉ một chớp loáng đã tới biển cả. Ngài hạ chân xuống bãi, hai thầy trò đi trên bãi biển, gặp một người con gái mới chết nằm phơi thây dưới ánh mặt trời, ruồi nhặng ào ào bâu kín, nhìn thấy một con trùng bò ra rồi chui vào lỗ mũi, sau lại luồn ra hai mắt, qua mắt rút vào lỗ tai, coi rất ghê sợ. Ngài đứng lại lập phép quán tưởng, quán xong lại đi.

"Bạch Hòa Thượng! Người con gái này vì lý do gì chết tại đây? Lại có con trùng bò ra, rúc vào như vậy?"

"Một lát ta sẽ nói cho hay!"

Hai thầy trò đi được vài dặm, gặp một người con gái, đội cái vạc bằng đồng đến mé biển đổ nước đầy, đun lửa sôi sùng sục, cởi áo nhảy vào trong vạc nước sôi ấy, tóc lông rụng hết, chân tay rã rời, xương thịt tả tơi, nhừ nát thân thể, nước sôi mạnh quá làm cho xương thịt tung hết ra ngoài, gặp một cơn gió làm cho da thịt chắp liền với nhau, thành lại hình người như cũ, người con gái ấy cứ xé thịt mình ra, rồi bỏ vào mồm ăn như ngon lành lắm. Ông đệ tử già sợ quá hỏi:

"Bạch Hòa Thượng! Cô này tội gì như vậy, xin thầy nói cho con được rõ?"

"Hãy khoan! Lát nữa ta nói cho hay!"

Hai thầy trò đi khoảng vài dặm, thấy một thân cây to lớn, có rất nhiều sâu bám kín, cho đến cành lá chỗ nào cũng có sâu ăn rúc, lại nghe thấy tiếng kêu khóc! Làm cho chấn động, như tiếng kêu trong địa ngục. Sợ quá, hỏi:

"Bạch Hòa Thượng! Tiếng kêu đó là những người nào, tại nguyên nhân gì?"

"Hãy khoan! Rồi ta sẽ nói."

Thầy trò lại bắt đầu đi, vừa được một lát, thấy một quả núi lớn có rất nhiều dao kiếm nhọn sắc, cắm ngược mũi lên trời, tua tủa như các hàng cây mọc, lại thấy một người nằm lăn mình từ trên đỉnh núi xuống đến chân, thân thể người ấy bị dao kiếm đâm nát tươm, máu chảy lênh láng coi rất rùng rợn, hoặc có cái dao, cái kiếm nào bị đổ, người ấy lại dựng đứng lên như cũ, rồi bắt đầu trèo lên đỉnh núi lăn như trước, cứ như thế mãi không thôi. Sợ quá, hỏi:

"Bạch Hòa Thượng! Người này tại sao khổ như thế?"

"Hãy khoan, tới thời ta sẽ nói!"

Qua quả núi này thấy một người con trai to lớn, chung quanh mình mọc hình những đầu các con thú rất ghê gớm, lại thấy các quỷ thần ác, tay cầm cung hoặc nỏ, mỗi cái tên có ba ngạnh, đầu bịt sắt nhọn có thuốc độc, và cháy đỏ, họ thi nhau, tranh nhau bắn người con trai ấy, thân thể cháy xám đen, kêu la thảm thiết! Sợ quá hỏi:

"Bạch Hòa Thượng! Người này phải tội gì như vậy?"

"Hãy khoan, rồi ta sẽ nói."

Thầy trò đi được vài dặm thấy một quả núi lớn, núi này thuần xương không có đất đá, cao tới bảy trăm do tuần, che khí sáng mặt trời, làm cho khoảnh bể ấy vị tối om, thầy trò trèo lên đi trên sườn núi một cách dạo chơi ung dung, thong thả. Thi-lợi-bí-đề tự nghĩ, giờ đây ta hỏi những việc vừa qua có lẽ thầy ta nói, nghĩ xong hỏi:

"Bạch Hòa Thượng! Xin thuật lại những chuyện việc vừa qua cho con rõ."

"Pháp tử để ý nghe cho kỹ, ta sẽ nói cho rõ nguyên nhân các câu chuyện vừa qua cho biết."

"Dạ con xin chú ý nghe."

"Đầu tiên người con gái chết nằm trên bãi biển: Cô đó vợ của anh Tát-bạc người nước Xá-vệ có nhan sắc đẹp, nên anh chồng cô yêu mến lắm. Tát-bạc đi buôn, vì quá yêu vợ, nên anh đưa vợ đi buôn, cùng với năm trăm người khách buôn ra biển. Cô này hay điểm tô má phấn, môi son, trâm gài, lược giắt, ra ngắm vào vuốt, soi gương nhìn thấy mặt đẹp khởi lòng kiêu mạn, lại thêm ham mến cái đẹp của mình. Thuyền đương đi gặp phải con rùa lớn, nó đạp thuyền bị thủng đắm chìm dưới đáy biển, mọi người đều bị chết cả, biển không chứa tử thi. Vì thế các quỷ Dạ-xoa, quỷ La-sát làm sóng gió đánh giạt những thây ấy lên bờ, chúng sinh tùy theo tâm ái luyến và lòng tưởng niệm khi chết sẽ bị đọa vào nơi ước muốn ấy. Cô này vì yêu sắc đẹp của mặt mình, tiếc sắc đẹp nên bị đọa làm con trùng để coi cái bộ mặt, thế cho nên con trùng cứ vơ vẩn từ mồm rúc ra, lại luồn qua mũi sang tai, vào mắt, mà không được giải thoát.

"Nếu ai hỏi: Cứ theo tâm ái luyến tham trược đâu, thì sinh nơi đó, vậy ai yêu địa ngục làm chi, mà vào địa ngục cho khổ, thì trả lời họ rằng: 'Kẻ nào lúc bình sinh ăn trộm tiền của Tam bảo hoặc của cha mẹ, hoặc sát nhân, tội ấy rất lớn phải đọa vào địa ngục hỏa thiêu. Kẻ đó trước hết mắc phải bệnh phong hàn lãnh, làm cho bức não thân tâm, trong lúc óc bệnh luôn luôn nghĩ đến nóng vì trong người lạnh, nên muốn tìm đến chỗ có lửa, đương khi tưởng niệm thì chết, hồn trút khỏi xác, tất nhiên nó sẽ theo lòng tưởng niệm mà đọa vào hỏa ngục.'

"Nếu kẻ nào ăn trộm đèn thờ Phật cùng các đồ vật khác, hoặc của chư tăng, đèn đuốc, củi cỏ, hoặc phá phòng tăng, giảng đường, hoặc mùa đông rét mướt lột áo của người, hoặc cậy thế lực, trời rét lấy nước hành phạt người bằng cách dội nước lên đầu, khiến người ta chết rét, hoặc cướp trộm lột áo người ta. Tội báo ấy sẽ bị đọa vào địa ngục hàn băng.

"Trước hết kẻ đó bị chứng bệnh nhiệt, làm nóng sốt thân thể cường nhiệt luôn luôn nghĩ đến giá lạnh, trong khi tưởng niệm ấy thì chết, hồn trút khỏi xác liền đọa vào địa ngục lạnh, như địa ngục: Ưu-bát-la, Bát-đâu-ma, Câu-vật-đà, Phan-đà-lợi v.v... trong những ngục hàn lãnh này, kẻ tội nhân lạnh buốt, thân thể khô khan như hạt đậu rang, óc tủy như gạo rang, xương đầu tan vụn ra trăm ngàn muôn phần, xương mình gãy nát như tên vót nhọn.

"Nếu kẻ nào mang lòng ham sẻn giụt của người, làm cho người ta chết đói, đói hoặc ăn uống không có thời tiết, kẻ ấy sẽ đọa vào loài quỷ đói, trước hết mắc phải bệnh khí, bụng đầy, ăn uống không tiêu, thầy thuốc xem bệnh lấy những thức ăn dỗ dành: Thứ này ngon, thứ này ngọt, thứ này chua, để dễ tiêu, ngươi cố gắng ăn đi thì bệnh sẽ khỏi. Kẻ bệnh nhân ấy tự phát lòng nóng giận nói: Tôi ghê lắm! Tôi sợ lắm! Bao giờ cho con mắt tôi không trông thấy các món ăn này, trong lúc đương tưởng niệm ấy thì chết, hồn trút khỏi xác cứ theo tâm tư, tưởng ấy đọa vào quỷ đói (ngạ quỷ).

"Cũng có kẻ ngu si không tin ngôi Tam bảo, hoặc phỉ báng hoặc khinh hủy, không theo đức đạo làm người: Cha con hoặc mẹ con, anh em, tông thân dâm dục hỗn độn không phân biệt, hoặc bất hiếu không tin tội phúc vân vân...

"Khi ốm nằm tựa như con chó, co quắp không thẳng, đó là do nghiệp sử nhiên, không muốn nghe lời nói lành. Cha, mẹ, anh, em, họ biết rằng: Bệnh nhân phải chết, họ khuyên rằng: 'Tụng kinh cho ngươi nhé! Quy y Phật cho ngươi nhé! Ngươi nên ngắm kính hình tượng Phật và mời chư tăng về thuyết pháp cho ngươi nghe nhé, ngươi chịu khó niệm Phật cho khỏi tội lỗi được nhiều phúc đức, những của vật này đem bố thí cầu phước cho ngươi nhé!'

"Khuyên thế, nhưng tâm kẻ đó vẫn không vui vẻ! Lại sân nộ ác ý nói: Tôi nguyện rằng 'không bao giờ nghe thấy những lời nói như vậy, đối với tôi, là không có gì hết, không phúc đức chi hết, chết là hết.'

"Kẻ đó chết, hồn trút khỏi xác đọa vào loài súc sinh, vì súc sinh không có văn hóa, đạo đức, không tôn thân cha mẹ, anh em, cũng do tâm niệm của họ gây nên cả.

"Nếu ai ham tu điều lành, trồng nhân cõi người, giữ năm giới, người ấy sẽ không bị bệnh hoạn làm bức bách thân tâm tới khi chết tâm ý không rối loạn, biết rằng sắp chết, nên anh em họ khuyên rằng: 'Người muốn nghe kinh pháp không? Muốn ngắm hình tượng Phật không? Muốn gặp chư tăng nghe thuyết pháp không? Muốn thọ trai thọ giới không? Muốn cúng dàng Tam Bảo không?'

"Bệnh nhân đáp: 'Hay lắm! Tôi muốn như thế lắm!'

"Họ lại nói tiếp cho nghe: 'Tụng kinh ngắm hình Phật, sẽ được thành Phật đạo; cúng dàng in kinh pháp, sinh nơi nào cũng có trí tuệ cao sáng hiểu thấu các pháp tướng; cúng dàng tăng, sinh nơi nào cũng được giàu sang sung sướng, ý muốn dùng gì cũng đầy đủ.'

"Bệnh nhân nghe xong sung sướng phát nguyện rằng: 'Nguyện cho con sinh nơi nào cũng được gặp ngôi Tam bảo nghe pháp ngộ đạo.'

"Người đó khi chết được sinh làm người, nếu người nào trồng nhân thập thiện để cầu sinh thiên hoặc trì giới thanh tịnh làm hạnh bố-thí ham nghe kinh pháp, chăm tu mười điều: Không sát sinh, không trộm cắp, không tà dâm, không nói dối, không nói lưỡi đôi chiều, không nói ác, không giận tức, không ngu si, người ấy lúc mệnh chung được an vui và nằm ngửa, được nhìn thấy hình tướng Phật, và nghe nhạc trời, nhan sắc hòa vui, cất tay hướng lên, phút cuối cùng tắt thở hồn bay lên trời.

"Đây vợ Tát-bác vì ham luyến cái sắc đẹp của mình, cho nên lúc chết, phải sinh làm con trùng, ở ngay xác chết của mình, sau khi bỏ thân trùng phải đọa vào địa ngục chịu khổ vô cùng."

"Bạch Hòa thượng! Kẻ thiếu phụ tự ăn thịt của mình, căn nguyên tại sao xin nói cho con được rõ?"

"Người này ở nước Xá-vệ là đứa ở gái của một người Ưu-bà-di. Người Ưu-bà-di này, nguyện cúng dàng một vị tỳ-khưu trì giới thanh tịnh trong một khóa an cư là chín mươi ngày, làm riêng một căn nhà, cho vị đó ở, hàng ngày sửa soạn các món ăn ngon lành thơm sạch, tới bữa ăn sai đứa ở gái dâng ngài các món ăn ngon. Song, nó đều xơi hết, chỉ dâng ngài các món thừa không ngon. Qua một thời gian, Ưu-bà-di thấy nhan sắc nó béo tốt đẹp đẽ, hỏi: 'Mi ăn vụng các món ăn của thầy ta hay sao độ nầy mập mạp vậy?'

'Thưa bà đâu có, con cũng tin tội phúc chứ, con đây không phải là kẻ tà kiến đâu, có lẽ nào con dám ăn trước, thầy ăn xong có còn thừa cho con, con mới dám ăn! Con thề rằng: Nếu con ăn trước thầy thì đời đời con phải tự ăn thịt của con.'

"Pháp tử nên biết! Chính đứa ở gái ăn vụng thức ăn của vị tỳ-khưu, sau chối và thề nguyện nên phải thụ quả báo tự ăn thịt mình. Như nay tức là Hoa báo, sau phải đọa vào địa ngục, lúc bấy giờ mới chính là quả báo, khổ đau vô cùng tận, nói không xiết."

"Bạch Hòa thượng! Còn cây to lớn có những con trùng ăn rúc, tiếng kêu dữ dội như thế là do nhân duyên gì?"

"Đó là một vị tỳ-khưu giữ của thường trụ, tên là Lại-lợi-cha, lấy của thường trụ và những hoa quả, thức ăn uống cho anh em họ hàng và người bạch y, những người ấy sau khi chết, phải đọa vào địa ngục lớn làm những con trùng, con sâu này để ăn rúc thân cây, còn thân cây này là vị tỳ-khưu nói trên (Lại-lợi-cha)".

"Bạch Hòa thượng! Cái người bị bắn kêu khóc lửa cháy cả toàn thân đó là vì tội gì như vậy?"

"Người này lúc sinh thời, là một gã đi săn, sát hại các loại cầm thú, bởi tội ấy, chết phải đọa xuống địa ngục, chịu khổ báo như vậy, chưa biết ngày nào được thoát!"

"Bạch Hòa thượng! Cái người lăn từ trên đỉnh núi xuống, máu me đẫm mình, họ tạo tác tội gì, xin nói cho con được rõ?"

"Người này ở thành Vương-xá, là một ông đại tướng đi tiên phong sát hại nhân dân, giết người không nhởn, vì thế phải tội báo này, sau phải đọa vào đại địa ngục chịu lấy sự thống khổ vô thời hạn."

"Bạch Hòa thượng! Còn cái núi xương đây là gì?"

"Núi xương này là con cá Ma-kiệt, chính nó là tiền thân của ông, vì ngươi còn là phàm phu, cách ấm bị mê, nên không biết đấy thôi!"

Thi-lợi-bí-đề nghe xong tâm hồn thổn thức, sợ hãi thưa rằng:

"Bạch Hòa thượng! Tâm hồn con còn mê tối không hiểu biết, cúi xin Hòa thượng nói nguyên nhân tội gì, con phải làm thân cá?"

"Pháp tử nên biết, sinh tử luân chuyển không có bờ bến, nhưng đối với nghiệp báo của thiện ác thì không sai lạc, không tài nào trốn thoát được, tạo nghiệp gì phải báo nghiệp đó.

"Đây, từ đời quá khứ, có một ông vua ở Châu-diêm-phù-đề tên là Đàm-ma-la-bí-đề (Hán dịch là Pháp Tăng). Ông chăm làm việc bố-thí, giữ giới, nghe kinh, có tâm từ bi, tính không bạo ác, không bao giờ làm tổn thương đến tính mạng của một loài nào. Xứng đáng một ông vua có đạo đức. Ông dùng chánh pháp để trị dân, làm vua đã được hai mươi năm, đương buổi thừa nhàn đánh bạc chơi vui, lúc ấy có người phạm tội sát nhân, quan tòa vào tâu rằng:

'Tâu bệ hạ! Ngoài thành có kẻ phạm tội ghét người, trị tội thế nào xin cho hạ thần được rõ?'

"Nhà vua mãi chơi không suy xét rõ, đáp rằng: 'Cứ theo quốc pháp mà trị tội.'

"Theo quốc pháp, nếu kẻ nào mà giết người thì bị tử hình, chiếu luật đem người đó ra xử trảm. Xong cuộc vui chơi, nhà vua hỏi các quan rằng: 'Kẻ tội nhân ấy nay ở đâu, để ta đoán quyết?'

"Các quan tâu: 'Theo quốc pháp, phạm nhân đã đem ra xử tử rồi.'

"Nhà vua nghe nói giựt mình! Lo sợ ngã xuống đất, tả hữu đỡ dậy hồi lâu tỉnh lại, than phiền:

'Các cung tần mỹ nữ, voi ngựa ở lại đây, riêng ta phải vào địa ngục chịu đau khổ một mình. Khi ta chưa làm vua thì cung điện này cũng có người cai trị, chẳng bao lâu ta chết, cung này tiếp tục cũng có người thống ngự, ta làm vua giết hại mạng người, đó là làm vua đồ tể. Chẳng biết đời đời kiếp kiếp nó sẽ đưa ta đến chốn nào? Ta quyết định không làm vua nữa, từ nay quyền chính giao cho các ông ở lại trông coi việc nước, tôi vào núi để tu đạo, cầu giải thoát từ đây.'

"Sau một thời gian, ông vua này chết phải đọa sinh làm loài cá Ma-kiệt ở trên bể lớn thân dài bảy trăm do tuần. Các ông vua kế vị và các ông quan đại thần nước ấy, cậy có quyền thế ức hiếp nhân dân làm những điều tàn nhẫn, vợ bỏ chồng, con lìa cha, bóc lột dân đen, sau khi chết bị đọa làm cá Ma-kiệt hết thảy, có những con vi trùng ở trong vẩy rỉa rúc ăn thịt, đau như lưỡi câu sắt móc mình. Lúc bị cắn đau sát mình vào núi pha lê làm cho những con trùng bị giập chết, máu chảy đỏ ngầu trong trăm dặm bể, vì tội ấy chết phải đọa vào địa ngục. Những con cá này, cứ mỗi giấc ngủ là một trăm năm lúc tỉnh dậy đói quá không có thức ăn phải há mồm cho nước biển, thuyền bè, tôm, cá chảy vào. Giữa lúc há miệng thì có năm trăm người lái buôn trong thuyền vì nước chảy mạnh quá nên chiếc thuyền này theo dòng trôi thẳng vào mồm cá. Mọi người đều khủng khiếp lo sợ! Gào khóc la, kẻ niệm Phật, người cầu kinh, kẻ kêu trời! Người khấn đất! Kẻ cầu thần! Cũng có người kêu gọi cha mẹ vợ con! Rồi kể lể rằng: Hôm nay là phút cuối cùng từ biệt cõi nhân gian thôi! Thôi! Không bao giờ ta được thấy gia đình lần thứ hai nữa. Thuyền sắp tới mồm cá, sự sợ hãi dồn dập vì thế nên nhiều người lớn tiếng niệm 'Nam Mô Phật.' Cá Ma-kiệt nghe tiếng niệm Phật, động lòng từ bi ngậm mồm lại, nước hết chảy, thuyền được yên, mọi người thoát chết trong mồm cá.

"Cũng vì thế nên cá bị chết đói, thần hồn được sinh vào thành Vương-xá. Sau khi cá chết, quỷ Dạ-xoa, La-sát vứt con cá ấy lên bãi biển, trải qua những ngày tháng mưa gió dãi dầu, da thịt tiêu tan còn đống xương tại đây. Lắng nghe, ông vua Pháp Tăng thuở đó nay chính là Thi-lợi-bí-đề, bởi tội sát nhân phải đọa làm con cá Ma-kiệt ở dưới bể này, nay đã được làm thân người sao không chán ghét sinh tử để an tâm tu đạo giải thoát hay sao? Lại còn muốn chết ở nơi đây làm chi? Nếu chết sẽ bị đọa vào địa ngục, bấy giờ muốn ra cũng khó."

Thi-lợi-bí-đề nghe Hòa thượng giảng thuyết xong, biết rõ thân cũ của mình, tự xét biết sợ sinh tử, nhớ nghĩ phép tu, để lòng chú ý quan sát đống xương cá là tiền thân của mình, thấu hiểu pháp vô thường, chán lìa sinh tử, giữa giờ phút ấy được trút hết lậu, đắc quả La-hán. Ngài Mục-kiền-liên hoan hỷ nói:

"Pháp tử, công việc của người làm đã được thành tựu hãy theo đây nhân lực của ta, người tự dùng lấy thần túc mà đi."

Nói xong, ngài rướn mình lên hư không như chim phượng hoàng vỗ cánh. Ông Thi-lợi-bí-đề cũng bay theo sau, như chim mẹ bay trước chim con bay sau, một lát đã tới rừng Trúc từ từ hạ xuống Tịnh-xá.

Các vị niên thiếu tỳ-khưu chưa biết ông đã đắc đạo, nên các ngài vẫn coi thường và có khi còn la mắng. Vì ông đắc đạo, tâm đã điều thuận, nên vẫn êm đềm vui vẻ, không nói sao hết.

Đức Phật thấy thế, muốn ngăn đón tâm ngã mạn của các niên thiếu tỳ-khưu và muốn hiển dương cái đức của vị lão thành nên giữa trong đại chúng Phật nói:

"Thi-lợi-bí-đề hôm nay ra biển về phải không?"

"Dạ! Lạy đức Thế Tôn có đấy ạ!"

"Ra biển thấy những gì nói cho ta nghe?"

Thi-lợi-bí-đề cung kính trình bày những việc nói trên cho Phật nghe.

Phật nói:

"Quý hóa! Hôm nay thấy sự thật như vậy có lẽ từ nay ngươi được thoát cái khổ sinh tử, chứng đạo Niết-bàn, và có thể nạp thụ sự cúng dàng của người cõi nhân, cõi thiên, công việc làm của tỳ-khưu ngươi đã được đầy đủ."

Nghe Phật nói xong các niên thiếu tỳ-khưu vừa lo vừa sợ, hối hận thầm nghĩ:

"Chính ông lão này là người hiền nhân trí tuệ, lũ ta thực không hiểu biết gì, từ trước đến nay tự cao tự đại, phải tội phạm đến hiền giả, tội ấy không phải nhẹ, ta nên xin sám hối trước là hơn!"

Các niên thiếu tỳ-khưu đều đứng dậy, tới trước ông Thi-lợi-bí-đề năm thể chạm xuống đất bạch rằng:

"Bạch Đại đức các thiện nhân sinh, lòng từ bi cũng sinh theo! Trước đây chúng tôi đối với Đại đức lầm lỗi, cúi xin từ bi xá bỏ, được ân triêm công đức."

"Tôi đối với tất cả mọi người đều có thiện tâm, hối quá có thể được lắm! Hay lắm!"

Ông Thi-lợi-bí-đề thấy các niên thiếu tỳ-khưu còn có ý sợ sệt, nên ông thuyết pháp xuất ly sinh tử cho các vị nghe, từ đó các tỳ-khưu gắng tiến tu hành, không lâu đã ngắt bỏ được lậu nghiệp thành ngôi La-hán. Cũng do nhân duyên này mà tiếng khen đồn khắp thành Vương-xá.

Thật lạ quá! Ông lão một trăm tuổi mới xuất gia còn thành công đắc quả, thuyết pháp cao siêu thực là chưa từng có!

Từ đó trong thành nhiều người cho con trai, con gái, đứa ở trai, đứa ở gái đi xuất gia hoặc tự họ đi xuất gia.

Công đức xuất gia vô lượng vô biên như thế! Ông Thi-lợi-bí-đề đã một trăm tuổi mới xuất gia tu hành còn đắc đạo quả, thành tựu công đức lớn lao, những ai đã luống tuổi tại sao không xuất gia tu đạo, chăm chỉ tinh tiến tu hành để cầu một phúc báo vô biên ấy? Mọi người đều hoan hỷ phụng hành.

❈

PHẨM THỨ MƯỜI CHÍN: SA-DI HỘ GIỚI

Chính tôi được nghe: Một thuở nọ đức Phật ở nước An-đà.

Bấy giờ, Thế Tôn ca ngợi người trì giới.

Người đã thọ giới phải giữ giới, dầu cho mất thân mạng cũng không nên phá giới. Tại sao? Giới là nền tảng của người tu đạo, là một lối đi vững chắc qua trời người lên cõi Phật, là một bí pháp hết lậu nghiệp, là con đường thẳng vào thành Niết-bàn, là chốn an lạc giải thoát đời đời.

Người giữ giới được thanh tịnh, công đức ấy vô lượng vô biên; ví như biển lớn, sâu không đáy, rộng không bờ, thâu nạp muôn loài, như A-tu-la Ma-kiệt ngư, cùng tất cả các loài thủy tộc.

Giới cũng như thế, thâu nạp những người tam thừa, sinh trưởng ở đó. Biển lớn kia có rất nhiều vàng, bạc, ngọc lưu ly, pha lê, xà cừ, mã não, san hô, hổ phách. Nhân có giới mới sinh ra các pháp lành; bốn phi thường, ba mươi bảy phẩm trợ đạo, thiền, tam muội, giải thoát, giải thoát tri kiến v.v...

Bể lớn kia đáy bằng ngọc kim cương, chung quanh bằng núi kim cương, có bốn sông lớn chảy vào luôn luôn, mà nước bể vẫn không đầy vơi.

Biển giới cũng thế, lấy giới làm đáy, lấy luận làm núi vây quanh, bốn A-hàm làm sông, muôn dòng nước chảy vào trong bằng phẳng không thêm bớt.

Tại sao các sông vẫn chảy vào biển, mà nước biển vẫn không đầy? Vì sức lửa ở ngục A-tỳ bốc lên, nên nước biển vẫn không đầy, các sông thường chảy ra biển, nên nước biển không bao giờ vơi.

Biển giới của Phật pháp cũng thế, không phóng dật tham lam cảnh dục nên không tăng, đủ công đức nên không giảm. Như thế biết rằng giữ giới là một công đức lớn lao.

Sau thời Phật vào Niết-bàn, nước An-đà có một vị tỳ-khưu, tu hạnh Đầu-đà thích ở nơi vắng vẻ, oai nghi đầy đủ, giới đức hoàn toàn.

Khi Phật còn tại thế, ngài thường khen các vị tu hạnh Đầu-đà.

Những vị tỳ-khưu tu hạnh Đầu-đà không hay ở chung với Tăng chúng; vì những vị ấy ít lòng dục, tri túc, không bỏn xẻn tham lam tích trữ, thường ngày đi xin ăn ngồi trơ trên mặt đất, không nhà không cửa, ngày chỉ một bữa ăn, với một tấm áo là đủ, lại chăm tọa thiền tụng kinh. Những người như thế rất đáng tôn trọng, mới xứng đáng ngôi Pháp Vương Tử.

Trái lại những vị tăng không có một trong đức hạnh nói trên, phần nhiều chỉ đa dục, lòng tham không biết chán, súc tích tiền của, tham lam tật đố, ghen ghét đầy lòng si ái mê muội, bởi thế cho nên mất công đức lớn, khiến cho người dân chán ghét, có khi còn làm cho người ta phỉ báng Tam Bảo là khác.

Vị tỳ-khưu nói trên đức hạnh thuận hòa, có đủ lục thông, tam minh và tám phép giải thoát oai nghi đĩnh đạc, tiếng khen vang dội muôn phương, đáng làm một vị sa-môn.

Bấy giờ có một người Ưu-bà-tắc tin kính ngôi Tam bảo, giữ năm điều răn cẩn thận, lại chăm bố-thí tu đức, được nhiều người khen ngợi Ưu-bà-tắc nguyện chung thân cúng dàng vị tỳ-khưu nói trên.

Phúc cúng dàng theo nhân hưởng quả: Nếu thỉnh tăng đến nhà cúng dàng các vị phải đi đường xa, hoặc nóng, lạnh, gió, giá rét, bị mỏi mệt xảy ra thì làm phế bỏ sự hành đạo của chư tăng. Người thí chủ sau có được hưởng quả báo tốt lành nhưng phải mệt nhọc, còn các vị đi ngoài đường khất thực thì không kể, mới có thể được, phúc báo ấy thì hơn; còn những vị tại chùa, mình mang thức ăn lại nơi cúng dàng thì lại sinh được hưởng phúc báo tự nhiên, không khó nhọc mà vật chất tự nhiên đầy đủ tùy ý muốn.

Ông Ưu-bà-tắc này vì lòng tin chắc chắn, nên ông sai người mang đến tận nơi cúng dàng.

Sa-môn có bốn thứ hay dở khó nhận xét, cũng như quả Am-la xanh chín khó hiểu biết.

Cũng có vị tỳ-khưu coi tướng mạo oai nghi đĩnh đạc, ung dung văn vẻ thế mà trong bụng đầy sân si, làm các hạnh phi pháp phá giới. Tỷ như quả Am-la ngoài vỏ coi chín đẹp, nhưng trong lòng sống sượng.

Cũng có vị bề ngoài coi thô sơ, oai nghi tầm thường bên trong có đầy đủ đức hạnh, nào trí tuệ, thiền định, đạo đức. Cũng như quả Am-la trong chín, ngoài xanh.

Cũng có vị hình tướng cục mịch nói năng thô lỗ, không có oai nghi đức độ, phá giới tạo ác, trong lòng đầy sân si, ngã mạn, tật đố, tham dục. Cũng như quả Am-la trong ngoài đều xanh.

Cũng có vị oai nghi nghiêm chỉnh giữ giới thanh tịnh, bên trong đầy đủ đạo đức, trí tuệ rộng sâu, thiền định giải thoát, cũng như quả Am-la trong ngoài đều chín.

Tại thành này có ông Trưởng giả tin kính ngôi Tam Bảo, sinh được cậu con trai, ông muốn cho cậu đi xuất gia và nghĩ rằng: "Phải tìm một vị minh sư đạo đức, học vấn tinh thông cho con mình nương theo, ở bầu thì tròn, ở ống thì dài, gần người lành, thì phát sinh lòng lành, gần kẻ ác sẽ tập nhiễm thói ác. Ví như gió không có thơm hôi, thổi qua rừng Chiên-đàn thì thấy gió thơm tho, nếu thổi qua rừng Chiêm-bặc thì thấy gió hôi thối, cũng như tấm áo sạch để ở bồ hương, áo ấy sẽ thơm, nếu để chỗ hôi dĩ nhiên bị hôi. Gần bậc thiện trí thức, tính tình cao thượng, gần kẻ hèn hạ lòng dạ xấu xa."

Nghĩ như vậy rồi ông dẫn con đến vị tỳ-khưu nói trên, thưa rằng:

"Bạch Đại đức! Cháu trai này là con của tôi, muốn để xuất gia tu học, kính xin Đại đức từ bi tế độ!"

Vị tỳ-khưu dùng đạo nhãn quan sát, xem căn khí có lớn lao không? Có thể làm hưng long cho Phật giáo được không? Có thể tu trì giới hạnh được không? Mới nhận lời, xem xong đáp:

"Quý hóa! Ông cho cháu đi xuất gia để nối chí Phật chủng, hay lắm tôi vui lòng tế độ!"

Trưởng giả vui mừng lễ tạ ra về.

Đoạn này nói người Ưu-bà-tắc cúng dàng vị tỳ-khưu: Một hôm Ưu-bà-tắc có người bạn thân rủ đi xem hội, ông muốn cho cả nhà cùng đi, nhưng nghĩ "ai là người coi nhà, nếu bắt buộc một người ở lại thì không đành lòng." Ông họp gia đình lại nói rằng:

"Mai đi xem hội, ai vui lòng ở lại coi nhà?"

Cô con gái của ông đáp:

"Thưa cha! Con xin coi nhà để cha mẹ và toàn gia đi xem hội!"

Ông vui vẻ nói:

"Hay lắm! Con ở nhà trông nhà cho cha, chớ đi chơi đâu nhé!"

Sáng ngày mai cả nhà đi hết, ông quên không dặn con gái dâng cơm vị tỳ-khưu, nên cô đóng chặt cửa ngõ vào nhà ngồi xem sách, đọc chuyện để giải buồn.

Bữa cơm ngọ đã tới, mặt trời chừng xế trưa. Vị tỳ-khưu không thấy mang cơm đến, thầm nghĩ rằng:

"Người trần tục bận nhiều công việc, hôm nay có lẽ họ quên dâng cơm?"

Ngài gọi chú Sa-di con ông Trưởng giả lại bảo:

"Con đi lại nhà ông Ưu-bà-tắc lấy cơm, hôm nay có lẽ họ quên. Theo lời Phật dạy, con phải giữ oai nghi cho cẩn thận, vào các thôn xóm không được sinh tâm tham trước, tỷ như con ong lấy mật, chỉ cốt lấy mật, chứ không làm tổn thương đến sắc hương của hoa. Con cũng phải như thế, đến nhà người ta, chớ sinh lòng tham sắc đẹp v.v... giữ được cấm giới, là giữ được đạo. Ông Đề-bà-đạt-đa tuy tụng được nhiều kinh, vì tạo ác phá giới phải đọa vào địa ngục A-tỳ, ông Cù-ca-lợi tội phỉ báng phá giới phải đọa địa ngục, ông Chu-lợi-bàn-đặc chỉ tụng được câu kệ, vì giữ giới hoàn toàn nên được chứng quả La-hán. Giới là lối vào đạo Niết-bàn, là nhân thụ hưởng khoái lạc, cõi trời cõi người.

"Tỷ như quy chế trường trai ba hoặc bốn tháng, của phái bà-la-môn họ mời những vị cao minh giữ giới trong sạch, trước hết họ đưa cho mỗi vị một phong bao, trong để vị ngọt. Bọn ấy có một người tuy học cao nhưng tính tình không được liêm khiết, tham mùi ngọt ăn hết, tới ngày nhập hội mọi người xuất trình phong bao để vào, ông này không có phong bao cũng bước vào, người gác cửa hỏi: 'Phong bao của ông đâu?' 'Có, nhưng đã ăn hết vị ngọt!' 'Thôi! Ông không được vào nữa, ông tham một chút mùi ngọt thiệt hại cho ông bốn tháng các mùi thơm ngon và các trân bảo khác, thôi ông đi ra!'

"Cũng thế! Con vào thôn xóm chớ tham một việc nhỏ, lỡ phá giới của tam thế chư Phật, thì mất các sự khoái lạc của năm món dục, vui trong cõi nhân, thiên, và những Pháp bảo! Vô lậu ba mươi bảy phẩm trợ đạo Niết-bàn v.v... Phải nhớ! Chớ phá giới của tam thế chư Phật, làm ô nhục cho Tam bảo, cha mẹ, sư tăng."

"Dạ! Lạy thầy con xin ghi nhớ!"

Sa-di lễ tạ lui ra, mang bình đeo bát đến nhà kia, gõ cửa. Cô gái chạy ra hỏi:

"Ai gõ cửa đấy! Có việc gì?"

"Thưa! Tôi là Sa-di lại lấy cơm về dâng thầy!"

Cô ngó thấy Sa-di đến vui vẻ, bụng bảo dạ rằng:

"Ta hằng mong ước được gặp, hôm nay thật là toại nguyện cho ta lắm!"

Mở cửa chắp tay vái chào:

"Mô Phật! Mời ngài vào nhà con!"

Cô này xinh đẹp vô song, dong tư yếu điệu, năm ấy mới mười sáu tuổi, vì tình yêu nồng nhiệt phát động lòng dâm dục mạnh như lửa đốt! Cô làm ra vẻ õng ẹo, chớp mắt dương mi, lườm nguýt, cười nói lộ tướng dâm dục.

Sa-di nói:

"Cô này có chứng bệnh phong hay sao? Điên cuồng như vậy hay bệnh dương giản?"

Cô đáp:

"Em không có bệnh chi hết!"

Sa-di thầm nghĩ: "Cô gái này ý muốn phá hủy giới đức thanh tịnh của ta đây, ta phải nhớ lời thầy dạy: Cẩn thận giữ oai nghi."

Sa-di vốn vững lòng không thay đổi ý chí, cô này lễ dưới chân thưa rằng:

"Bạch ngài! Em luôn luôn ước nguyện được gặp để ngỏ bày tâm sự, nhưng chưa gặp lúc nào vắng vẻ, em tưởng tượng ngài có tâm thương em, nhà em giàu có vàng bạc đầy kho, chẳng khác gì bảo tàng của nhà vua Tỳ-sa-môn Thiên-vương trên thượng giới, nhưng chưa có người làm chủ. Vậy, ngài hãy ném lòng làm chủ nhà em, em cùng ngài loan phượng trăm năm, suốt đời em xin tôn kính hầu hạ, xin đừng từ chối để mãn nguyện lòng mông ước của em."

Sa-di thầm nghĩ: "Ta có tội gì gặp các duyên này? Ta thà chết ở đây chứ không chịu phá giới của tam thế chư Phật. Ngày xưa có vị tỳ-khưu đến nhà dâm nữ, bị cưỡng bách hành dục, còn đâm đầu vào hố lửa chết, quyết không chịu phạm giới; các tỳ-khưu bị cướp lấy cỏ trói, chịu gió gào, nắng hét, trùng cắn, vì giữ giới không dám dứt cỏ mà đi; con ngang nuốt chuỗi ngọc, tỳ-khưu nhìn thấy, vì giữ giới bị đánh vỡ đầu mà không nói; thuyền bị ngụp vào biển, hạ tọa tỳ-khưu dâng phao cho thượng tọa, còn mình chịu chết chìm nơi biển cả. Các tiền bối đã khinh thân hộ giới, mình là kẻ nào mà không giữ giới? Riêng những người đó là đệ tử Phật hay sao? Là vì họ giữ được giới cấm, đức Thế Tôn là thầy của họ, không phải là thầy của ta hay sao? Hột hồ ma ép chung với hoa Chiêm-bặc thì hôi, ta đã gặp được bậc thiện trí thức dạy bảo ta, dắt dìu ta, học đạo vô vi giải thoát an lạc, còn tham chi tình ái, tạo nghiệp luân hồi sinh tử làm gì, thà chết thân nầy quyết không phá giới để ô nhục cho Tam bảo, phụ mẫu, sư tăng. Nếu ta ra về, sợ cô tránh sự hổ thẹn, với sự nồng nàn của lòng dâm dục của cô, lôi kéo ta, phỉ báng ta, thôn xóm họ biết thì không tránh được sự ô nhục! Ta sẽ quyên sinh tại đây!"

Đáp rằng:

"Cô hãy cho tôi vào phòng nghỉ, thư thả tôi sẽ thưa chuyện cùng cô."

"Vâng! Mời ngài vào phòng khách!"

Vào phòng, Sa-di đóng cửa chặt, cởi áo giắt lên giá hoan hỷ quỳ thẳng chắp tay hướng về thành Câu-thi-na, nơi Phật nhập Niết-bàn tự thệ nguyện:

"Kính lạy đức Thế Tôn! Con không bỏ Phật, Pháp, Tăng, không bỏ Hòa thượng A-xà-lê và không bỏ chánh giới của Như Lai, chính con vì hộ trì giới để xin bỏ thân này. Nguyện cho con sinh vào nơi nào cũng được để phụng hành ngôi Tam bảo và được xuất gia học đạo, tu phạm hạnh thanh tịnh tẩy trừ cho hết lậu nghiệp, thành đạo vô thượng Bồ-đề."

Khấn nguyện xong rút dao đâm cổ chết! Máu chảy linh láng thân thể đỏ ngầu.

Cô đứng ngoài chờ lâu quá, nóng ruột bước lên gõ cửa bước vào, nhìn thấy tình nhân Sa-di của mình chết nằm trên mặt đất, coi rất rùng rợn, cô thất sắc, lúc đó lòng dục nguội lạnh, tâm hồn tán loạn hoảng hốt, lấy tay cào lên đầu làm cho tóc rối như tơ, tỏa che khắp mặt, lăn khóc mê hồn, rồi ngất đi.

Khi cha mẹ cô trảy hội về đứng ngoài cửa gọi con gái, gọi mãi không thấy trả lời, sai người trèo qua vào trong mở cổng, ông vào phòng thấy con gái như thế, sửng sốt hỏi:

"Ôi! Con sao thế con? Cha đi vắng ở nhà ai làm phạm đến tiết hạnh con đấy ư? Con nói cho cha hay."

Cô yên lặng không nói gì cả, và thầm nghĩ: "Nếu mình nói thật cho cha nghe thì rất xấu hổ, nếu đổ lỗi cho bác Sa-di, thì vô tình mình đã vu oan cho người lương thiện, tội ấy đọa địa ngục chịu khổ vô cùng, thôi cứ nói rõ cho cha ta nghe là hơn."

"Thưa cha! Hôm nay Hòa thượng sai bác Sa-di đến nhà ta lấy cơm, con quá yêu người đòi hỏi lòng yêu cho toại ý muốn, nên con quấy nhiễu người, và bắt theo ý muốn của con. Sư bác Sa-di quyết giữ giới thanh tịnh nên người vào phòng tự sát, con nghĩ thân con nhơ bẩn lại làm hại thanh tịnh của người, tội ấy không phải nhỏ, con sợ quá, cũng không biết làm thế nào được nữa, xin cha xá tội."

Ông vẫn thản nhiên không kinh khủng gì, vì ông tự biết đó là do nghiệp báo sử nhiên, ông nói:

"Tất cả muôn pháp đều thuộc vô thường, con chớ có lo!"

Ông bước vào phòng tới trước thi hài Sa-di, lễ bái khen rằng:

"Quý hóa thay! Khí cao như trời mây, tri kiến như sắt đá, bỏ mạng để hộ giới của tam thế chư Phật, trên đời có một không hai."

Luật nước ấy, nếu tu sĩ nào chết ở nhà ai thì nhà ấy phải nộp cho chính phủ một ngàn quan tiền vàng. Theo lệ có một không hai.

Nhà vua hỏi:

"Khanh có lỗi gì?"

"Tâu bệ hạ! Có một tu sĩ chết tại nhà hạ thần."

"Vì lý do gì?"

Ông cứ thực trình bày như trên cho vua nghe. Nhà vua nghe xong, cũng cảm phục tâm hồn cao thượng của Sa-di và nói:

"Sa-di bỏ mạng để hộ giới, không có lỗi gì, khanh mang tiền về, ta sẽ đi cùng khanh."

Nhà vua lên xe đi đến nhà ông Ưu-bà-tắc, thấy Sa-di thân đỏ như cây gỗ Chiên-đàn, một lòng kính cẩn lễ sát đất, khen lao công đức. Nhà vua đưa một cỗ xe quý nhất rước ông Sa-di ra nơi bằng phẳng cao sạch, lấy các thứ gỗ để đứng trên đài cao cho các người dân xem coi, giữa lúc đó vua tuyên bố rằng:

"Người con gái này có thể đẹp nhất thời nay, trong hàng nữ lưu, nhưng con người còn chịu ách được dục vọng kìm hãm nơi tâm ai là không yêu quý mê say! Đây, ông Sa-di vì chưa đắc đạo, đem thân sinh tử hộ giới bỏ mạng thực là hiếm có trên thế gian này!"

Sau nhà vua mời Hòa thượng lên đài thuyết pháp, xong cuộc thuyết pháp này có rất nhiều người phát tâm xuất gia trì giới, ai nấy đều cảm mến đức tin cao thượng của Sa-di, cúi đầu lễ Hòa thượng mà lui.

PHẨM THỨ HAI MƯƠI:
NGƯỜI KHÔNG TAI, MẮT, LƯỠI

Lúc bấy giờ, đức Thế Tôn ở nước Xá-vệ, tại tịnh xá Kỳ-đà giảng thuyết chính pháp cho bốn chúng.

Nước ấy có ông trưởng giả nhà giàu sinh hạ năm cô con gái, không có con trai. Giữa lúc vợ ông có mang thì ông chết.

Luật nước: Nếu ai không có con trai, sau khi chết tài sản sẽ thuộc về chánh phủ.

Sau khi ông Trưởng giả nầy chết, chánh quyền địa phương lại tịch biên tài sản. Người con gái lớn của ông đến tâu vua:

"Tâu bệ hạ! Cha con mới chết, không có con trai, nhưng hiện nay mẹ con đương có mang, không rõ trai hay gái. Vậy, xin bệ hạ khoan thứ cho một thời gian, để mẹ con ở cữ xong, nếu là con gái, khi đó chánh phủ tịch thâu tài sản cũng không muộn, xin bệ hạ minh xét."

Vua Ba-tư-nặc, nghe lời cô tâu rất có lý, khen phải và nói:

"Con nói có lý, phải lắm, ta sẽ cho quan địa phương biết, không lo."

Cô bái tạ lui ra.

Chẳng bao lâu bà Trưởng giả sinh được đứa con trai nhưng không có chân, tay, tai, mắt, có mồm, không lưỡi cũng như một cục thịt lại có nam căn, nên họ cho là con trai, đặt tên là Man-từ-tỳ-lê.

Bấy giờ cô gái lớn lên tâu vua và trình bày rõ cho ông nghe. Vua nghe xong, ngẫm nghĩ hồi lâu rồi nói rằng:

"Em con tuy thế nhưng cũng có thể là con trai, vậy tài sản này em con có quyền được hưởng hết, chánh phủ sẽ không thâu biên nữa!"

"Dạ! Đội ơn bệ hạ! Con xin cáo lui!"

Tuy thế, cô vẫn buồn. Vì sao? Một đứa em chẳng ra giống người được hưởng cả một gia nghiệp, con gái thực là vô ích, luật chi mà luật lạ như vậy!

Cô giận thân gái đớn hèn, luật nước bất công, từ đó bỏ nhà đi hầu hạ các phu chủ nhà khác, một cách kính trọng từ tốn, khi nấu ăn, khi dâng nước, chẳng khác đứa ở gái nhà họ.

Gần đấy có ông Trưởng giả thấy cô như vậy tới hỏi:

"Con ơi! Nhà con giàu có, đâu cần con phải đi hầu hạ người, đạo vợ chồng nhà ai, có lễ phép của nhà ấy, tại sao con làm thế?"

"Thưa bác, cha con chết rồi! Của cải đầy kho tài sản rất nhiều, sinh hạ được năm chúng con là gái, gia nghiệp này phải nộp cho chánh phủ, chúng con không có quyền an hưởng. May sao mẹ con mới sinh được đứa em trai, lại không có tai, mắt, mũi, lưỡi, tay chân, nên nhà vua cho em trai con được làm chủ ăn hưởng của này, con gái thực là vô ích nên con buồn mà làm thế!"

"Thôi con đừng buồn làm chi, muốn thoát thân con gái, đời sau được thân nam tử trượng phu, con đi cùng bác đến yết kiến Phật."

"Dạ! Bác cho con đi cùng."

Tới chốn Phật cúi đầu làm lễ xong, ông Trưởng giả bạch Phật rằng:

"Kính lạy đức Thế Tôn! Man-từ-tỳ-lê có phúc duyên gì, được sinh vào nhà giàu sang, và không biết có tội gì mà không có tai, mắt, mũi, lưỡi, cúi xin ngài chỉ bảo cho chúng con được rõ."

Phật dạy:

"Trưởng giả muốn biết chuyện ấy, ta sẽ vì ông mà nói."

"Dạ! Con xin chú ý nghe!"

"Trưởng giả! Việc này về đời quá khứ, có hai anh em con ông Trưởng giả, người anh tên là Đàn-nhã-thế-chất, người em tên là Thi-la-thế-chất. Người anh nết na trung chính thành thực và hay làm hạnh bố thí, cứu đỡ kẻ bần cùng cô lộ; bởi thế nên trong nước đều kính nể tôn trọng, sau nhà vua dùng ông làm chức Bình sự để xử đoán những việc kiện tụng trong nước. Luật pháp nước ấy thời đó, những người vay nợ không phải viết văn tự, nếu ai có việc gì chỉ đến quan Bình sự chứng nhận cho là đủ. Ông Thi-la-thế-chất nhà giàu hay cho vay nợ lấy lãi; hôm đó có người lái buôn đến vay ông một số tiền lớn để đi buôn, ông đồng ý cho vay. Ngày giao tiền ra tòa Bình sự, ông đem theo đứa con trai nhỏ của ông, vì ông chỉ có một mình nó.

"Ông thưa rằng: 'Thưa anh Bình sự! Người lái buôn đây, vay em một số tiền ngần này, để ra biển buôn bán, anh chứng nhận cho, nếu tôi không may chết thì số tiền này trả về cho con tôi.'

"Bình sự gật đầu nói: 'Được, không sao, chú cứ yên tâm cho vay, chỉ cốt sao họ đi buôn được tốt lành trở về là hơn!'

"Qua thời gian không lâu Thi-la-thế-chất chết, người lái buôn ra bể không may gặp trận bão đánh đắm thuyền mất cả, nhưng anh ta bám được một khúc gỗ trôi giạt vào bờ, thoát chết về nước nhà!

"Người con ông Thi-la-thế-chất biết tin ông lái buôn vay tiền của cha mình, ra biển bị đắm thuyền được thoát chết trở về, song biết rằng bị tổn hại mất cả, nên không đòi nợ.

"Khi đó có một người lái buôn khác thương tình anh buôn bán thất bại, cho anh mượn một số tiền đi buôn chuyến nữa. Lần này đi gặp sự tốt lành trở về được lãi rất nhiều, chở đầy thuyền các quý vật ở hải ngoại về, nào là vàng bạc, châu ngọc vân vân.

"Chuyến này anh được phát tài, mời anh em họ hàng thân quen, ăn uống vui mừng trả các món nợ, nhưng món nợ của ông Thi-la-thế-chất to quá anh thầm nghĩ rằng: 'Chuyến trước ta về, không thấy con ông ta đòi hỏi gì, một là lúc ta vay cậu còn bé quá không nhớ, hai là thấy ta buôn thua lỗ mà không hỏi, vậy ta hãy thử xem cậu ta còn nhớ hay không, thì biết.'

"Hôm đó anh ta mặc áo mới đẹp cỡi ngựa đi chợ, tới chợ gặp cậu con trai ông Thi-la-thế-chất, cậu hỏi: 'Tát-bạt! Hồi này nghe biết anh buôn bán phát tài, hôm nay mang tiền trả số nợ của cha tôi ngày trước có phải không?'

"Anh giả đò, ngẩn ngơ ra một lúc, rồi đáp rằng: 'Thực thế ư? Tôi không rõ, cậu lầm đấy không phải đâu, hay là ai? Cậu về mở sổ coi?'

"Anh dùng mưu để quỵt số tiền nợ, về nhà lấy một viên bảo châu đến nhà ông Bình sự nói với bà ấy rằng: 'Thưa bà! Tôi có vay của ông Thi-la-thế-chất một số tiền nhỏ, bây giờ con ông ta đòi trả, đối với gia đình tôi không thể trả được, vậy tôi xin biếu bà viên ngọc này, trị giá mười vạn, nếu cậu ấy kiện tôi thì bà nói với quan lớn, bác đơn đi, để tôi không phải trả số nợ ấy!'

"Đáp: 'Quan lớn nhà tôi trung trực lắm anh ạ, tôi không dám nói đâu!'

"Anh ta năn nỉ mãi thí dỗ bà một cách khéo léo, bà bùi tai nói: 'Thôi anh để đó về đi, mai lại đây tôi trả lời.'

"Đến tối quan lớn về, bà đem chuyện đó nói nhưng ông ta gạt phắt đi, rồi nói rằng: 'Bà chỉ lôi thôi! Điều thứ nhất nó là cháu tôi, và chẳng phải tôi là người trung chính thành thực nên nhà vua mới cử làm chức Bình sự, không làm càn thế được đâu, mai nó lại đây bà cho lính đuổi nó ra.'

"Anh lái buôn buổi sáng mai đến. Bà nói rằng: 'Không được đâu anh ạ! Tôi có nói nhưng quan không nghe, trả lại anh viên ngọc này.'

"Anh lái buôn ngẫm nghĩ hồi lâu, đưa thêm hai viên ngọc nữa rồi nói: 'Thưa bà lớn! Cũng là một việc nhỏ, bà chỉ mất một lời nói, mà được ba mươi vạn đồng; cậu ấy là cháu của ông, dẫu có thắng kiện được số tiền thường của tôi bà cũng chẳng được gì vào tiền đó, xin bà hoan hỷ nhận cho viên ngọc này. Thưa bà, ngọc này đắt lắm và hiếm lắm, bà để cho các cậu, các cô sau này có hơn không?'

"Bà nghe êm tai và lòng tham của bà nổi lên, nhận liền và hứa rằng: 'Anh cứ yên tâm, tôi sẽ thu xếp bằng xong.'

"Đến tối quan lớn về, bà nói năn nỉ mãi, nhưng ngài không nghe, ông gắt nói: 'Không có lý như vậy, tôi là một người có tin cho thiên hạ, nếu tôi làm điều gian dối ăn hối lộ, thì hiện đời này họ không tin tôi, hơn nữa đời sau tôi sẽ bị đau khổ nhiều kiếp.'

"Nói xong, ông đứng lên vào phòng nghỉ. Lúc đó bà mới sanh được một cậu con trai chưa biết đi. Bà cũng giận bế con theo vào phòng nói rằng: 'Tôi với ông kết duyên với nhau hai thân như một, gặp việc gì dẫu chết cũng không bỏ nhau và cũng không làm trái ý nhau, huống đây là một việc nhỏ, tôi nói với ông hết lời mà ông không nghe, thì tôi còn sống làm chi nữa, nếu ông không giúp tôi việc này, tôi sẽ giết đứa con tôi trước, sau tôi tự sát thân tôi cho qua đời.'

"Bình sự nghe vợ nói tắt cổ như người bị nghẹt, muốn nuốt vào không được, khạc ra thì vướng! Thầm nghĩ: 'Ta có một đứa con, nếu chết thì gia nghiệp này giao phó cho ai? Nếu theo ý muốn của đàn bà làm trái pháp luật, hiện đời này không ai tín dụng, đời sau sẽ bị khổ, khó tả xiết.'

"Một việc khó giải quyết cho ông quá! Không thể từ chối được, ông phải tắc lưỡi nhận lời, rồi đáp: 'Thôi bà cứ yên tâm.'

"Thấy ông đã vui lòng nhận lời, nên bà rất vui vẻ! Sớm mai anh lái buôn đến bà tươi cười nói: 'Việc đó quan đã nhận lời cho anh rồi đấy! Hôm qua tôi phải làm ráo riết quan mới nhận, chứ chẳng dễ đâu.'

"Lái buôn nghe bà nói nết mặt tươi hơn hớn!

'Dạ! Thưa bà lớn, quý hóa lắm muôn đội ơn bà! Dạ xin phép bà cháu về!'

'Phải, anh về, cứ an tâm đừng lo.'

"Ngày mai anh lái buôn sớm rửa mặt, mặc áo mới đẹp, đeo rất nhiều vàng ngọc trên mình cỡi voi đi chợ. Cậu con ông Thi-la-thê-chất thấy anh ra cách lắm tiền, nhiều của thầm nghĩ rằng: 'Có lẽ anh lái buôn hôm nay đem tiền ra trả mình đây!'

"Nhưng không! Không thấy anh nói gì, có vẻ làm lơ, cậu tới nơi hỏi: 'Tát-bạt! Món tiền cha tôi, anh trả đi chứ?'

'Tôi không nhớ vay lúc nào cả! Nếu vay tất phải có ai chứng kiến chứ?'

'Anh quên rồi sao, có quan Bình sự chứng kiến.'

"Nói xong hai người đưa nhau đến quan Bình sự.

'Thưa bác, anh này có vay của cha con một số tiền đi buôn, bác làm chứng, lúc ấy con cũng ở đó, thực thế xin bác xét.'

"Bình sự nói: 'Cháu quên đấy, việc này bác không biết, thôi cháu ạ, đừng kiện tụng lôi thôi nữa.'

"Không! Thưa bác lúc đó bác bảo với cha con rằng: 'Được không sao! Chú cứ an tâm cho họ vay!' Bác không lấy tay chỉ vào số tiền ấy là gì, nay bác lại bảo là không biết!"

"Bình sự nói: 'Bác là người xử đoán cho toàn quốc, có lẽ nào bác làm trái pháp, cháu chớ nói nhiều nữa.'

"Anh giận quá, nhưng không biết làm gì hơn, anh nói: 'Thưa bác! Bác là người trung chính nên nhà vua cử bác làm Bình sự, người trong nước tin dụng bác, tôi là cháu ruột của bác mà bác xử phi lý như vậy nữa là người ngoài, bác còn làm oan uổng đến đâu. Thôi! Cháu cũng không biết nói sao, hư thực đời sau sẽ biết.'"

Nói tới đây đức Phật nhắc lại cho ông Trưởng giả biết rằng:

"Trưởng giả, ông nên biết! Quan Bình sự thuở đó nay chính là Man-từ-tỳ-lê, không tai, mắt, mũi, lưỡi, hỗn độn như vậy. Bởi một câu nói dối ngày đó phải đọa vào địa ngục lớn, chịu khổ không cùng, khi thoát khỏi địa ngục, trong năm trăm đời chịu thân hỗn độn như vậy, do cũng hay làm việc bố-thí nên sinh vào nhà phú quý sang trọng và được làm tài chủ. Sự báo ứng của thiện ác dẫu cho lâu bao nhiêu kiếp, cũng không xóa nhòa được. Vì thế các ông cũng nên chăm chỉ giữ gìn thân, miệng, ý cho cẩn thận, chớ tạo ác nghiệp."

Tất cả đại chúng nghe Phật nói xong, có người đắc sơ quả cho đến tứ quả, cũng có người phát tâm vô thượng Bồ-đề, ai ai cũng vui mừng kính mến đức Phật làm lễ mà lui.

PHẨM THỨ HAI MƯƠI MỐT:
HAI VỢ CHỒNG NGHÈO

Chính tôi được nghe: Một thời đức Thế Tôn ở nước Xá-vệ, tại tinh xá Kỳ-hoàn giảng thuyết cho bốn chúng tu tập.

Thuở đó có ông Trưởng giả sinh được cô con gái, dung nghi tốt đẹp, vào bậc nhất nhì hạng nữ lưu trong nước. Lạ thay! Cô này sinh ra đã có miếng lụa trắng bọc quanh người. Thấy thế, cha mẹ cô cho là quái gở, mời thầy tướng về coi, thầy nói:

"Ông bà không lo, cô gái của ông bà có phúc đức lớn, và tôi xin đặt tên cho cô là Thúc Ly."

Thúc Ly lớn thì miếng lụa cũng lớn theo. Cô xinh đẹp lại con nhà sang trọng, nên trong nước nơi xa, nơi gần, đều đến cầu hôn, nhưng cô không ưng thuận một ai.

Hôm ấy, cha cô gọi thợ gốm về nhà làm các đồ nữ trang, cô hỏi:

"Thưa cha! Cha làm những vật này để làm gì?"

"Con đã lớn tuổi, cha làm cho những vật này để gả chồng cho con."

"Thưa cha! Vợ chồng chỉ có nhất thời, con xét vô ích, chỉ gây thêm cái đau khổ cho mình mà thôi, ý con muốn xuất gia tu đạo giải thoát là hơn."

Ông bà chỉ sinh được mình cô, nên tuỳ ý chứ không cưỡng ép. Hôm sau, ông đi mua lụa sạch điệp về may áo, cô hỏi:

"Thưa cha! Lụa này để may áo gì?"

"Cha may áo Ngũ-điều cho con đi xuất gia!"

"Thưa cha! Khỏi phải may nữa! Tấm áo con đương mặc đây đủ rồi, xin cha dẫn con đến nơi Phật ngự!"

Hôm sau, cả hai ông bà và cô cùng đi yết kiến Phật. Tới nơi cô cúi đầu làm lễ bạch rằng:

"Kính lạy đức Thế Tôn! Thân người khó được, gặp Phật tại thế lại khó hơn, cúi xin ngài từ bi tế độ cho con được xuất gia tu đạo!"

Phật dạy:

"Thiện lai tỳ-khưu!"

Ngài nói dứt lời đầu cô rụng hết tóc, còn tấm lụa trên mình cô biến thành áo cà-sa Ngũ-điều. Phật giao cô cho bà Đại-ái-đạo Tỳ-khưu-ni dạy bảo pháp tu; cô tu hành tinh tiến, chẳng bao lâu chứng quả A-la-hán.

Thấy thế cho làm lạ nên tôi (A-nan) quỳ xuống thưa rằng:

"Kính lạy đức Thế Tôn! Thúc Ly Tỳ-khưu-ni xưa tu công đức gì, nay được sinh vào nhà tôn quý, lại có mảnh lụa trắng sinh theo, xuất gia chưa được bao lâu đã chứng quả La-hán, cúi xin chỉ giáo cho chúng con được rõ."

Phật dạy rằng:

"Này ông A-nan hãy nghe cho kỹ, tôi sẽ nói cho ông hay!"

"Dạ con xin chú ý nghe!"

"A-nan! Đời quá khứ đã quá lâu xa, có đức Phật ra đời, hiệu là Tì-bà-thi, thường ngày, ngài cùng các đệ tử đi tế độ nhân gian, đi đến đâu vua quan dân chúng cúng dàng rất đông, và đặt ra những kỳ đại hội để thỉnh Phật thuyết pháp. Khi đó một thầy tỳ-khưu có lòng quảng đại, muốn tiếp phúc cho nhân dân, nên ngài chăm đi khuyến hóa từng nhà, làm hạnh bố-thí và nghe giảng thuyết chánh pháp của Như Lai.

"Thuở đó, có một thiếu phụ nhà rất nghèo khổ, hai vợ chồng chỉ có mảnh vải che thân, nếu chồng đi xin thì chồng mặc, vợ trần truồng ngồi trong đống cỏ khô; nếu vợ đi xin thì vợ mặc, chồng trần truồng ngồi trong đống cỏ khô. Thầy tỳ-khưu đi qua ngó thấy cô, ngài nói rằng: 'Cô nên biết: được sinh làm người là khó, gặp Phật tại thế lại khó hơn, hiện nay đức Phật đang thuyết pháp, cô đi đến nghe thuyết pháp được phúc vô lượng, con người tham sẻn bị tội nghèo đói, chăm làm hạnh bố-thí được phúc giàu sang.'

'Dạ! Kính bạch Đại đức, con rất sung sướng được nghe lời của ngài giáo hóa, xin ngài hãy đứng đây chờ con một chút!'

"Cô vào nhà bảo chồng rằng: 'Anh ơi! Ngoài ngõ có một vị sa-môn khuyên chúng ta nên đến gặp Phật, để nghe Phật thuyết pháp, và khuyên ta nên làm việc bố-thí, là vì đời trước không biết bố thí nên kiếp này bị nghèo cùng khổ não, bây giờ ta phải làm cách gì, để trồng cái nhân lành, ngõ hầu kiếp sau mới có phần an hưởng.'

'Nhà ta nghèo đói như thế này, được bữa hôm mất bữa mai, biết lấy gì mà bố-thí.'

'Anh ơi! Đời trước tham sẻn, lại không biết làm hạnh bố-thí cho nên đời này, bị nghèo khốn, nếu kiếp này không làm nhân bố-thí đời sau lấy phúc gì để nương cậy? Bây giờ anh hãy nghe tôi, tôi quyết định bố-thí.'

"Người chồng thầm nghĩ: 'Hay là vợ ta có chút của riêng,' thì cứ đồng ý đi: 'Phải, em cứ bố-thí đi, việc đó anh rất vui lòng!'

'Thưa anh! Em muốn đem mảnh vải của em đang khoác đây ra để cúng dàng, anh có ưng thuận không?'

'Hai vợ chồng chúng ta chỉ có một mảnh vải này, che thân để hằng ngày đi xin nuôi nhau, bây giờ đem cúng dàng thì lấy gì che thân mà đi xin, ngồi nhìn nhau mà chết hay sao?'

'Anh ơi! Con người ai cũng phải chết, không bố-thí với bố-thí, rồi cũng chết cả, thà bố-thí mà chết, đời sau còn có phúc lành, hưởng quả báo giàu sang, không làm hạnh cúng dàng bố-thí sau rồi cũng chết, trái lại đời sau không có nhân lành trông cậy.'

"Người chồng nghe vợ nói phải, vui vẻ đáp: 'Em nói thế hay lắm! Bây giờ, chúng ta giữ lấy phần chết, đem cúng dàng cầu phúc lành cho đời sau!'

"Cô thấy chồng có lòng cương quyết và vui vẻ, nên ra thưa với thầy tỷ-khưu rằng: 'Kính bạch Đại đức, xin ngài trèo lên mái nhà, con có chút vật mọn dâng ngài về cúng Phật.'

'Muốn cúng thì dâng trước mặt ta, để ta chú nguyện cho, trèo lên mái nhà làm chi?'

'Bạch Đại đức, vợ chồng con chỉ có một mảnh vải này, trong nhà không có vật gì khác nữa, sợ lõa lồ thân thể đàn bà xấu ác, tội nghiệp.'

"Nói xong vào nhà đóng cửa, cởi mảnh vải vất qua cửa sổ cúng dàng. Thầy tỳ-khưu thấy vợ chồng nhiệt tâm như vậy, mặc dầu bẩn cũng cứ nhận làm phép chú nguyện mang về dâng Phật.

"Tỳ-khưu vừa về tới tinh-xá, Phật hỏi ngay: 'Tỳ-khưu mang mảnh vải ấy lại đây cho ta!'

'Dạ! Kính lạy đức Thế Tôn, nhận lòng thành cúng dàng của vợ chồng nhà nghèo.'

"Phật liền đỡ lấy, và có vẻ thương!

"Lúc đó có ông vua, hoàng hậu, cung phi, thể nữ, quan đại thần, dân chúng đương ngồi nghe Phật thuyết pháp, ai cũng có chút tâm lạ với Phật, vì Phật cầm cái mảnh vải đầy nhơ bẩn cáu ghét tanh hôi. Phật biết tâm của đa số người như thế, ngài nói:

'Ta xem trong đại hội này, phát tâm làm việc bố-thí lớn và thanh tịnh, thì không ai hơn được người này!'

"Nghe Phật nói, tất cả đại hội đều sợ. Bà hoàng hậu vui vẻ cởi áo của mình và nữ trang, vua cũng lấy áo và tiền bạc, sai người mang đến cho hai vợ chồng Đàn-ly-già, và mời ngay đến chốn Phật nghe pháp.

"Nhân thế đức Phật thuyết về phúc báu bố-thí và tội keo sẻn trộm cắp cho đại chúng nghe, khi đó có rất nhiều người phát tâm tu hạnh bố-thí!"

Tới đây Phật nhắc lại rằng:

"A-nan! Ông nên biết vợ Đàn-ly-già, thuở đó nay là Tỳ-khưu-ni Thúc Ly vì phát tâm thanh tịnh cúng dàng, nên trong chín mươi mốt kiếp, sinh nơi đâu cũng có tấm lụa sinh theo, lại được giàu sang sung sướng an vui. Cũng bởi nghe Phật thuyết pháp và có tâm cầu giải thoát, nên đời nay được gặp ta chứng quả A-la-hán như thế đó, các ông cũng nên tinh tiến nghe pháp và bố-thí, ngày sau sẽ kết quả trang nghiêm."

Phật thuyết xong, có rất nhiều người phát tâm cúng dàng, làm hạnh bố-thí, ai nấy đều vui vẻ lễ kính mà lui.

PHẨM THỨ HAI MƯƠI HAI:
BÀ LÃO BÁN NGHÈO

Khi bấy giờ, Tôn giả Ca-chiên-diên đi giáo hóa ở nước A-lê-đề, gặp một bà lão đương ngồi khóc ở bên bờ sông. Ngài hỏi:

"Bà lão tại sao khóc?"

"Bạch tôn giả! Con tuổi tác già yếu, vì túng thiếu nghèo khổ phải đi ở mướn cho nhà ông Trưởng giả; ông ấy cay nghiệt quá! Nhà giàu lòng tham sẻn bạo ác, không có từ tâm. Sớm hôm bắt con hầu hạ, ngoài ra còn làm các việc, ít khi được nghỉ ngơi; hoặc có lầm lỗi gì, thì bị đánh đập, áo không đủ che thân, cơm không đủ no miệng, chết cũng không được, sống thì khổ, vì thế nên con khóc!"

Ngài nói:

"Nghèo sao bà không bán nó đi?"

"Bạch tôn giả, nghèo làm sao bán? Và ai là người mua?"

"Nghèo có thể bán được lắm! Muốn bán để ta bán hộ!"

"Bạch tôn giả! Bán bằng cách nào, xin ngài nói cho con được biết?"

"Muốn bán phải nghe lời ta dạy."

"Dạ! Con xin tuân mạng!"

"Trước khi bán, bà phải đi tắm rửa cho sạch sẽ."

Khi bà lão tắm xong, ngài dạy tiếp:

"Người thế gian khi có phúc được hưởng giàu sang, chỉ buông lung tâm tính say mê dục lạc, đã không bố-thí, lại còn sinh lòng gian lận hiếp đáp người lấy của, keo sẻn tham lam nên bị quả báo nghèo đói, đau khổ về thể xác lẫn tinh thần. Bà muốn được an vui sung sướng trên cõi nhân thiên, phải thành kính thụ trì Tam quy Ngũ giới, mỗi tháng sáu ngày thụ phép Bát-quan-trai, ngoài ra chăm niệm Phật, trồng các công đức lành; làm hạnh bố-thí đời được hưởng phúc an lành!"

"Bạch tôn giả, con nghèo cùng lắm, thân con hoàn toàn không có một chút gì. Còn cái bình này là của chủ con, không biết lấy gì bố-thí được?"

"Bà đem cái bát lấy ít nước lại đây dâng ta. Ta sẽ chú nguyện cho."

Bà lão vui mừng, thành kính cầm bát ra sông múc nước dâng ngài. Chú nguyện xong, ngài hỏi rằng:

"Bà có chỗ nằm ngồi gì không?"

"Bạch tôn giả! Không có! Nếu lúc nào xay lúa giã gạo xong con nằm ngay bên cối ngủ; mùa xuân, mùa thu, làm lụng xong, cũng ngủ ở đó, ngoài ra không xay lúa, thì ra đồng phân trâu trữ để bón lúa, nằm ngủ tại bên."

Tôn giả nói:

"Bà giữ tâm cho khéo, làm lụng hầu hạ phải cung kính cẩn thận, chớ sinh lòng hiềm thù, oán giận, chờ chủ nhà đi ngủ xong, mở cổng ra ngoài, lấy nắm cỏ khô trải một bên, cung kính chắp tay quan sát hình tướng Phật, chớ có ác niệm."

Theo lời tôn giả dạy, cũng làm đúng như thế, đến quá nửa đêm bà lão chết, thần hồn được sinh lên cõi trời Đao-lợi.

Sớm mai, ông Trưởng giả thấy mụ già chết nằm ngoài ngõ, giận nói:

"Con mụ này đã chết tại đây tối qua rồi, lũ bay lôi nó ra rừng cho ta!"

Tụi gia nhân Trưởng giả, lấy dây buộc vào chân lôi mụ ra rừng lạnh vất bỏ, không chôn cất chi hết.

Khi đó trên cung trời Đao-lợi có ông Thiên-tử mệnh chung, họ hàng có năm trăm người, thần hồn bà lão được thay thế.

Phép sinh thiên, những người lợi căn thông minh có thể nhớ được nhân do đời trước của mình tại nhân duyên gì được sinh. Còn kẻ độn căn ngu tối thì quên hết, ham hưởng dục lạc cõi thiên, chứ không biết nguyên uy lúc tiền sinh. Bà lão này cũng thế quên hết, chỉ mãi vui dục lạc với năm trăm thiên-tử. Lúc đó Ngài Xá-lợi-phất cũng ở cõi trời Đao-lợi biết thế hỏi:

"Ngươi nhân phúc gì được sinh lên đây?"

"Bạch tôn giả con không nhớ, xin tôn giả chỉ giáo cho!"

Ngài bèn cho mượn phép đạo nhãn, xem biết tiền thân của mình, là mụ già ở của ông Trưởng giả, do nhờ Tôn giả Ca-chiên-diên dạy phép niệm Phật và lực của ngài mà được thác sinh lên đây.

Thiên tử cảm ơn ngài Xá-lợi-phất, rồi đưa năm trăm thiên-tử kia xuống nhân gian, nơi rừng lạnh đốt hương cúng dàng tử thi bà lão. Những thiên-tử thân có hào quang chiếu sáng khắp rừng và nơi thôn dã ấy. Ông trưởng giả thấy biến tướng như thế, không biết tại sao, gọi tất cả mọi người xa gần đến xem, đến tận nơi, thấy các ông thiên-tử đương cúng dàng tử thi mụ già của nhà mình. Thưa rằng:

"Thưa quý ông! Mụ già này là người ở nhà tôi, bẩn lắm. Lúc sinh thời là kẻ ác kiến, nay đã chết, tại sao quý ngài lại cúng dàng?"

Ông thiên-tử ấy, liền nói nguyên nhân cho mọi người nghe. Nói xong ai nấy đều sợ hãi! Một lòng thành kính làm lễ thi hài cho mụ già xong, rủ nhau đến yết kiến Tôn giả Ca-chiên-diên.

Mọi người tới nơi làm lễ xong lui ngồi về một bên. Ngài thuyết pháp nói về luận "bố thí", luật "trì giới", luận "sinh thiên" tiền của, sắc đẹp, danh vọng, ăn ngon, ngủ kỹ là nhân của tâm ác đạo: nó tạm thời khoái lạc! Lại bị lâu kiếp đau khổ: Ly dục là một pháp an vui, bất diệt.

Năm trăm thiên-tử nghe xong được xa lìa trần cấu, đắc "pháp nhãn tịnh", cúi đầu bái tạ bay về thiên cung.

Nhân gian những người được nghe tôn giả nói, ai nấy đều phát tâm ly dục, làm hạnh bố-thí, cầu đạo giải thoát bái tạ lui ra.

HẾT QUYỂN BỐN

QUYỂN THỨ 5
PHẨM THỨ HAI MƯƠI BA: KIM THIÊN

Chính tôi được nghe: Một thời đức Phật ở nước Xá-vệ, tại vườn cây của ông Cấp-cô-độc và Thái tử Kỳ-đà giảng thuyết chánh pháp cho bốn chúng tu tập.

Tại thành này, có ông trưởng giả nhà giàu sinh được cậu con trai mình sắc vàng, phúc đức đầy đủ.

Cũng lạ thay: Khi sinh cậu tự nhiên nứt ra một cái giếng ngay giữa vườn, ngang dọc mỗi bề tám thước, sâu tám thước, giếng nước ngọt thơm, uống vào mát mẻ khoái lạc, và cũng thấy no đủ; nếu không ăn cơm cũng được sức mạnh như thường, dưới lòng giếng lại có nhiều vàng bạc. Ông trưởng giả lấy phân cấp cho mọi người, nhân thế ai muốn gì cũng được, là vì ai cũng được ông ban phát vàng bạc cho họ tiêu xài.

Đặt tên cậu là Tu-việt-na-xà-đề (Hán dịch là Kim Thiên). Sau khi cậu lớn, tài nghệ tinh thông, nhân từ đạo hạnh, vì thế nên ông bà yêu quý không bao giờ làm trái ý. Sau ông nhờ những người lái buôn tìm một cô gái có đức hạnh sánh duyên cùng cậu.

Thuở đó ở nước Diêm-ba có cô con gái ông trưởng giả tên là Bạt-na-ba-bà-tô (Hán dịch là Kim Quang Minh). Cô này dung tư yểu điệu, thân thể vàng chói. Khi sinh cô ra điềm lành cũng biến hiện, như sinh cậu Kim Thiên không khác.

Ông thân phụ cô nghĩ như vầy: "Con ta phúc đức xinh đẹp, ít người sánh kịp, phải tìm gả cho một người hiền sĩ, tướng mạo anh tuấn trượng phu, chứ không thể gả cho kẻ tầm thường được."

Danh đức cô này đồn khắp nước Xá-vệ, trái lại tiếng khen của cậu Kim Thiên cũng làm cho nhà cô nghe biết. Nên chi hai ông trưởng giả rất hoan hỷ, vì thân thế đôi bên cũng là một nhà thế phiệt, anh đức không kém nhau. Hai ông đồng ý gả con cho nhau, từ đó trai tài gái sắc kết duyên về nước Xá-vệ, chung hưởng cuộc đời vui thú.

Ông thân phụ của Kim Thiên muốn cho vợ chồng Kim Thiên thấm nhuần giáo lý đạo Phật, một hôm mời Phật về nhà cúng trai. Khi Phật và chư Tăng dùng cơm xong, ngài thăng tòa thuyết pháp nói về "Bát Khổ" tức là: sinh khổ, già khổ, bệnh khổ, chết khổ, ái biệt ly khổ, cầu chẳng được khổ, oán ghét ở với nhau là khổ, năm ấm nồng nhiệt khổ; và nói về Tám Giải Thoát an lạc.

Vợ chồng Kim Thiên nghe xong như người tỉnh giấc mơ, như kẻ khát được uống nước cam lộ, tâm trí mở mang, hiểu thấu đời là vô thường, ngay giờ phút đó ông bà trưởng giả và vợ chồng cậu, phá tan được những ác kiến trong hai mươi ức kiếp, đắc quả Tu-đà-hoàn.

Đức Thế Tôn sau khi trở về tinh-xá, vợ chồng Kim Thiên đều xin đi xuất gia, vì đã hiểu đạo nên ông bà chấp thuận không ngăn cản.

Hai người đến cúi đầu lễ Phật bạch rằng:

"Kính lạy đức Thế Tôn! Được Pháp bảo vô thượng của Như Lai tuyên diễn, chúng con nhận thấy đời là vô thường, ảo mộng, đạo an lạc vô vi phải cầu, nên chúng con thành kính xin ngài từ bi tế độ cho xuất gia tu đạo".

Phật dạy: "Thiện lai tỳ-khưu!"

Ngài nói dứt lời, tóc của hai người đều rụng hết, áo mặc tại mình biến thành áo cà-sa.

Kim Thiên được ở chung với tỳ-khưu-tăng, còn Kim Quang Minh được Phật giao cho bà Đại-ái-đạo giáo hoá.

Tu học không bao lâu, hai người đều đắc quả A-la-hán, "Tam Minh", "Lục Thông", "Tám Giải Thoát" công đức rất viên mãn.

Thấy thế tôi (A-nan) hỏi Phật rằng:

"Kính lạy đức Thế Tôn, chẳng hay vợ chồng Kim Thiên trước tu công đức gì, mới sinh ra đã nhiều trân bảo, thân thể có sắc vàng, tu hành chưa được bao lâu đã đắc quả giải thoát, cúi xin nói cho chúng con được rõ?"

Phật dạy:

"A-nan! Ông nên biết: Cách đây chín mươi mốt kiếp, hồi ấy có đức Phật ra đời hiệu là Tì-bà-thi, sau khi ngài nhập Niết-bàn, các thầy tỳ-khưu đi giáo hóa nhân gian, đến thôn xóm kia dân chúng tranh nhau cúng dàng. Lúc đó có hai vợ chồng nhà nghèo tự niệm rằng: Lúc sinh thời cha mẹ ta giàu có, tiền của đầy kho, nay ta bị nghèo cùng cơ khổ! Nằm ngồi trên chiếc chiếu manh, áo không đủ che thân, nhà không một đấu gạo. Khi nhà giàu sang, lắm tiền nhiều của, thì không được gặp các vị Thánh tăng, rồi òa lên khóc, nước mắt rơi xuống cánh tay. Vợ hỏi:

'Tại sao anh khóc?'

'Em không biết hay sao? Các vị Thánh tăng tới đây, nhân dân tranh nhau cúng dàng, nhà ta nghèo không có gì để trồng thiện duyên với các vị, đời nay bần cùng, rồi sau lại khốn khó, thế nên anh khóc!'

'Thôi anh khóc làm gì! Anh vào kho tìm xem có được đồng nào thì đem cúng dàng.'

"Anh đứng lên vào kho tìm mãi, may sao được một đồng tiền vàng, mừng quá mua một cái bình mới đựng nước trong sạch rồi bỏ đồng tiền vàng ấy vào trong; cô vợ mua một cái gương sáng, chung đem cúng dàng, tới nơi tinh-xá dâng lên chư tăng. Chư tăng nhận và làm phép chú nguyện, vợ chồng vui vẻ ra về. Qua được ít năm, hai vợ chồng đều chết cả, do nhân duyên ấy được sinh lên cõi trời Đao-lợi."

Tới đây Phật nhắc lại rằng:

"A-nan! Hai vợ chồng nghèo thuở đó, nay chính là vợ chồng Kim Thiên, bởi kiếp trước thành kính cúng tiền vàng, gương nước, nên đời đời được phước báo thân thể tươi đẹp, sắc vàng. Từ đó đến nay đã chín mươi mốt kiếp đều được hưởng quả báo tốt lành như nay. Thuở ấy vì phát tâm cầu đạo vô thượng nên đời nay gặp ta được thoát sinh tử, đắc đạo Niết-bàn. A-nan! Phúc đức phải nên tu, như kẻ nghèo kia cúng dàng một chút mà phúc báo lớn lao như vậy."

Bấy giờ tôi và đại chúng nghe Phật nói xong, ai nấy đều ham làm việc cúng dàng bố-thí, vui mừng lễ tạ lui ra.

PHẨM THỨ HAI MƯƠI BỐN: TRÙNG TÍN

Chính tôi được nghe: Một thời đức Phật ở nước Xá-vệ tại vườn cây của ông Cấp Cô Độc và Thái tử Kỳ-đà.

Thuở đó có ông trưởng giả, nhà giàu lại không có con trai, ông bà thường hay đi cầu đạo ở các miếu thần, vì lòng thành kính khẩn nguyện, nên bà sinh được cậu con trai quý.

Một hôm, ông bà ẵm cậu đến bờ sông, để thưởng thức các thú vui ngày đầu năm của gia tộc: ăn các mùi ngon, uống các rượu tốt, ca hát, nhảy múa xem các trò vui.

Ông vừa bế cậu vừa nhảy múa, múa xong lại trao cho bà. Muốn cho cậu bé tươi cười vui vẻ, nên bà cứ tung cậu lên lại đỡ lấy, vừa cười, vừa đi trên mé sông. Vì bỡn với cậu con quý của bà, nên tâm hồn tán loạn không cẩn thận, sẩy tay đánh rơi cậu bé xuống sông kêu chổm. Bà hô la khẩn tiếng, có nhiều người nhảy xuống mò. Nhưng ôi thôi! Sông sâu nước chảy mạnh tuyệt vô tăm tích! Ông bà trưởng giả ngất đi hồi lâu mới tỉnh.

Cuối dòng sông này có một thôn nhỏ, thôn ấy có một nhà giàu cũng không có con. Hết sức cầu trời khẩn đất, đền nọ, miếu kia, vẫn vô hiệu quả.

Hôm ấy ông sai người ở trại thả lưới tại cuối con sông này, bắt được con cá lớn đem về mổ ra, thấy một đứa bé trai bị con cá nuốt mà vẫn còn sống; anh bế nó ra tắm rửa sạch sẽ rồi đưa cho ông chủ. Ông chủ xem xong vui vẻ nói:

"Nhà ta từ trước đến nay chí thành cầu đảo, hôm nay thực là trời cho ta đứa con này."

Ông trao cho bà ẵm nuôi bú mớm cẩn thận.

Ông trưởng giả mất con hay tin có người mách bảo, cuối dòng sông này có người bắt được con cá lớn mổ ra được đứa con trai vẫn còn sống.

Ông bà rủ nhau đến xem, quả nhiên là con của ông thật. Ông thưa rằng:

"Thưa ông! Đây chính là con tôi, bữa trước bà cháu giỡn chơi với nó không may đánh rơi xuống sông, phúc đức quá! Ông bà lại cứu được cháu. Vậy xin ông bà cho tôi chuộc lại, bao nhiêu chúng tôi cũng xin trả."

"Thưa ông, nhà tôi thành kính cầu đảo thần kỳ đã lâu, được sự báo ứng cho tôi đứa con này, tôi để nuôi chứ không thể bán được!"

"Thưa ông bà, chúng tôi thương con đứt ruột, giờ đây được thấy cháu như người sống lại, ông bà hoan hỷ, nếu ông bà có lấy nửa gia tài tôi cũng xin vâng!"

"Thôi ông đừng nói nữa làm chi có chuyện lạ như vậy. Con ông rơi xuống sông là mất rồi, nếu bị cá nuốt thì chết rồi, còn sống sao được, đây là cái thai của con cá, đâu phải người đẻ."

Hai ông tranh luận mãi không giải quyết được, đưa nhau lên vua xử đoán. Ông mất con tâu rằng:

"Tâu Bệ hạ! Bữa trước vợ tôi ẵm nó đi chơi sẩy tay rơi xuống sông, xin Bệ hạ minh xét."

Ông được con nói:

"Tâu Bệ hạ! Người ở nhà tôi đánh lưới được con cá, đem về thấy đứa bé nầy ở trong bụng, chứ không phải anh ấy sinh nó ra."

Nhà vua nói:

"Bây giờ có một đứa bé hai nhà cùng nhận. Trẫm không biết cho ai là phải. Vậy hãy nghe ta giải quyết, đứa bé này ta cho hai nhà nuôi chung, sau nó sẽ là con của hai nhà, mỗi nhà cưới cho nó một con vợ, vợ nhà ai sinh thì thuộc con nhà ấy.

Hai ông đều thưa:

"Dạ! Muôn tâu Bệ hạ, chúng con xin tuân mạng."

Cứ thế, hai ông về nuôi chung, năm qua tháng lại không bao lâu đã lớn, mỗi nhà đều cưới cho một cô vợ, đôi bên cha mẹ giàu một mình cậu tận hưởng.

Nhân có việc cậu đi sang xứ khác, cũng là đại nhân duyên, khi xong việc ra về gặp Phật đi du hóa nhân gian. Cậu nhìn thấy Phật oai đức lớn lao, quang minh sáng sủa, đầy vẻ tôn nghiêm và thấy các người dân theo Phật tu học rất nhiều, liền tới trước lễ Phật rồi lui ngồi về một bên nghe Phật thuyết pháp. Như cây kia bị nắng héo khô hạn, gặp trận mưa tưới mát, cành lá xanh tươi, cậu được nghe Phật thuyết pháp cũng thế, nghe xong lễ tạ lui ra.

Về nhà cậu rất sung sướng, với một ý niệm xuất gia sắt đá đã phát khởi tự đáy lòng, mặc dầu cho đôi bên cha mẹ lắm bạc nhiều tiền, vinh hoa phú quý, cậu coi nó như mây bay, như bọt nước, thưa với cha mẹ đôi bên rằng:

"Kính thưa song thân, lúc con mới sinh, đã mắc nạn rơi xuống sông bị cá nuốt mạng thoát chết, con nhìn lại đời không có gì vững chắc, dù cho lắm bạc nhiều tiền, quyền cao chức trọng, vợ đẹp hầu sinh, không ai tránh khỏi hai chữ vô thường, chỉ có xuất gia cầu đạo giải thoát là vui thú nhất. Vậy kính xin cho con xuất gia tu học!"

Ông bà trưởng giả nghe cậu nói có lý cao siêu, nên vui lòng cho tùy ý cậu.

Sau khi được sự đồng ý của đôi bên cha mẹ, cậu lên đường đi đến chốn Phật cúi đầu làm lễ bạch rằng:

"Kính lạy đức Thế Tôn, thân người khó được, đời là ảo mộng con thành thực trút bỏ nơi tục lụy, tới đây cầu Thế Tôn cho con được nhập đạo tu hành, xin từ bi tế độ!"

Phật nói:

"Thiện lai Tỳ-kheo!"

Ngài nói dứt lời tóc trên đầu cậu tự nhiên rụng hết, áo mặc trên mình biến thành áo cà-sa. Phật đặt pháp hiệu cho là "Trùng Tín."

Chăm chỉ tu hành không lâu đã đắc quả A-la-hán. Thấy thế tôi hỏi Phật rằng:

"Kính lạy đức Thế Tôn! Không hay Trùng Tín quá khứ kiếp làm hạnh gì, trồng nhân lành gì, rơi vào mồm cá không chết, hơn nữa lại được hưởng hai gia nghiệp giàu có, cúi xin Ngài chỉ giáo cho chúng con được rõ nguyên nhân?"

Phật dạy rằng:

"A-nan! Ông nên biết, đời quá khứ đã quá lâu có đức Phật ra đời hiệu là Tỳ-bà-thi. Một hôm, Ngài đương thuyết pháp cho đại chúng, khi đó có một ông trưởng giả đến dự thính. Buổi ấy, Phật nói về phúc bố thí, phúc trì giới, ông vui mừng phát khởi lòng tin mạnh mẽ, xin Phật thụ tam quy và thụ giới bất sát, thụ xong đem một đồng tiền dâng Phật. Bởi thế cho nên đời đời được phúc báo vô biên, trên cõi nhân gian, ít người bì kịp. A-nan! Ông trưởng giả thuở đó nay chính là Trùng Tín tỳ-kheo. Từ đó tới nay Trùng Tín đã được hưởng phú quý trong chín mươi mốt kiếp, nay được hưởng thụ gia nghiệp của đôi nhà. Do Trùng Tín giữ giới bất sát được hoàn toàn, nên cá nuốt không chết, và cũng thụ tam quy nên nay mới được gặp Ta, tắm gội pháp hóa của Ta và đắc quả A-la-hán, giải thoát sinh tử ba cõi."

Khi đó tôi và tất cả mọi người nghe Phật nói xong, ai nấy đều hoan hỷ phát tâm tu đạo, cúi đầu lễ tạ lui ra.

❀

PHẨM THỨ HAI MƯƠI LĂM: TÁN ĐÀN NINH

Chính tôi được nghe: Một thời đức Phật ở nước Xá-vệ, tại vườn cây của ông Cấp Cô Độc và Thái tử Kỳ-đà, cùng với một ngàn hai trăm năm mươi vị đại tỳ-kheo ở đó.

Bấy giờ có năm trăm người ăn mày, hằng ngày cứ theo Phật và chư Tăng xin ăn, ngoài ra không xin ai hết, đã lâu năm vẫn không thôi. Khi đó tự bảo nhau rằng:

"Lũ ta sống nhờ dưới bóng Phật và chư Tăng, đã lâu ngày, xét rằng: "Cứ như thế này mãi cũng vô ích, ngày qua tháng lại, không lại hoàn không, một mai quỷ vô thường tới bắt, chúng ta nhờ thế lực gì cứu thoát, chi bằng chúng ta xin Phật xuất gia tu đạo, cầu giải thoát là tối diệu."

Bàn xong họ đến lễ Phật bạch rằng:

"Kính lạy đức Thế Tôn, chúng con bạc phúc sinh nơi hạ tiện, mong ơn cao cả hàng ngày được sống dưới bóng Từ Quang, hôm nay bọn chúng con tất cả năm trăm người một lòng thành kính cầu xin xuất gia tu đạo, cúi mong từ bi tế độ! Sợ rằng chúng con là kẻ ăn xin, vào chúng tu hành làm nhơ tiếng của ngôi Pháp Vương, việc đó có được xin Ngài chỉ giáo?"

Phật dạy:

"Pháp của Ta thanh tịnh, không phân biệt giàu, nghèo, sang, hèn; cũng ví như nước trong sạch, đem rửa những đồ nhơ bẩn thì các vật quý vật hèn, của tốt của xấu, trai hay gái đều trong sạch cả. Pháp của Ta ví như lửa cháy, tất cả núi, sông, đá, đất, hoặc trên trời dưới biển muôn vật bất luận lớn nhỏ, nếu đốt đều cháy tiêu tan. Pháp của Ta cũng như hư không, con trai, con gái, giàu nghèo, sang hèn, ai cũng có thể vào được."

Nghe Phật nói xong, tất cả bọn đều vui mừng. Cúi đầu lạy sát đất đồng thành xin nhập đạo tu hành.

Phật nói:

"Thiện lai Tỳ-kheo!"

Tất cả năm trăm người đều rụng hết tóc, áo cà-sa thấy mặc tại mình, biến thành những vị Sa-môn tu hành không bao lâu đã dứt hết lậu nghiệp, thành ngôi A-la-hán.

Khi đó, trong nước các nhà hào trưởng và nhân dân hay tin Phật cho những người ăn mày xuất gia nhập đạo, họ rất không bằng lòng và nói:

"Những kẻ ăn mày hèn hạ, Phật cũng cho họ xuất gia đứng vào hàng Tăng chúng. Chúng ta có tác phúc mời Phật và chư Tăng, quyết không cúng dàng bọn họ, và cũng không thể cho họ ngồi giường chiếu của nhà mình được."

Thái tử Kỳ-đà biết thế, sửa soạn cơm chay chu đáo, sai người đi mời Phật, dặn rằng:

"Anh đi mời Phật và chư Tăng, chứ không mời bọn ăn mày."

Người đó đến lễ Phật và bạch rằng:

"Kính lạy đức Thế Tôn! Thái tử Kỳ-đà ngày mai xin mời Thế Tôn và chư Tăng đến vương cung thụ trai, cho Hoàng gia được ân triêm công đức; song Thái tử có dặn con, không mời những ông ăn mày, xin Ngài từ bi hỷ xả cho."

Phật mỉm cười nhận lời!

Sáng mai lúc sắp đi phó trai, Phật bảo năm trăm khất sĩ rằng:

"Hôm nay Ta và các Thánh Tăng đi phó trai tại nhà Thái tử Kỳ-đà, các ngươi đi sang xứ Uất-đan-việt ở Bắc phương, lấy thứ lúa tám cánh mang về nhà Thái tử, nơi ta phó trai, rồi cứ theo thứ tự mà ngồi!"

"Dạ lạy đức Thế Tôn, chúng con xin thụ giáo."

Khi Phật đi khỏi, các vị La-hán dùng thần túc bay đi lấy lúa, trở về như đàn chim nhạn trên hư không, tới vương cung từ từ hạ xuống, oai nghi đĩnh đạc, bước vào thứ tự ngồi nghiêm chỉnh.

Thái tử thấy các vị này có thần túc tướng mạo oai nghiêm, phúc đức đầy đủ, khen thầm trong bụng! Tự nghĩ: "Hôm nay nhà ta có phước lắm! Mừng lắm!"

Thái tử tới trước Phật, quỳ thẳng chắp tay bạch rằng:

"Kính lạy đức Thế Tôn! Các vị Hiền Thánh Đại Đức từ đâu lại, cúi xin Ngài chỉ giáo?"

Phật nói:

"Kỳ-đà! Chắc ông không biết! Các vị tỳ-kheo này trước đây là người ăn mày, mới theo Ta tu học đã chứng thánh quả, bữa qua Thái tử không mời, hôm nay sang xứ Uất-đan-việc lấy lúa tám cánh về ăn đấy!"

"Thế Tôn công đức vô lượng vô biên khó tả xiết, những người ăn xin đứng vào hàng hèn hạ nhất còn được đặc ân cao quý, đời hiện tại an lạc, lai sinh nhàn cư đạo Vô Vi. Lòng đại bi vô cùng cực không bỏ sót một chúng sinh nào."

Lại bạch rằng:

"Kính lạy đức Thế Tôn! Các vị tỳ-kheo quá khứ trồng nhân lành gì? Tu công đức gì? Nay được gặp Thế Tôn! Và không rõ tại tội gì sinh nơi nghèo khổ phải đi ăn mày, kính xin Ngài chỉ giáo cho!"

Phật dạy:

"Kỳ-đà ông nên biết! Đời quá khứ không biết lượng nào kiếp số, cũng Châu Diêm-phù-đề này, có một nước lớn tên là Lợi-ba-la-nại, nước ấy có một quả núi rất lớn tên là Sự-bạt-ta (Hán dịch là Tiên Sơn). Trước những thời cổ xưa, có các thứ đức Phật tu trong núi này, thời nào không có Phật lại có các vị Bích Chi Phật, hoặc có các vị Tiên sĩ, chứ không bao giờ vắng các vị Hiền Thánh.

"Thời đó, núi này có hai ngàn vị Bích Chi Phật, gặp lúc hỏa tinh xuất hiện kéo dài mười năm, đồng ruộng khô khan, không cày cấy gì được, nhân dân bị đói khát đau khổ. Lúc ấy, có ông trưởng giả tên là Tán Đàn

Ninh, nhà giàu thóc gạo nhiều, ông thường cung cấp cho các đạo sĩ. Hôm ấy có một ngàn vị Bích Chi Phật đến nói với ông rằng:

'Thưa Trưởng giả! Chúng tôi ở trong núi, gặp lúc hạn, nhân dân đói thiếu, đi xin không được, Trưởng giả có thể cung cấp cho chúng tôi ở tại đây tu hành được không? Bằng không chúng tôi sẽ đi nơi khác!'

"Trưởng giả đáp: 'Kính xin quý vị ngồi chơi để chúng tôi trả lời sau!'

"Ông gọi người coi kho hỏi: 'Thủ kho! Gạo còn nhiều không? Có thể cúng dàng được một ngàn tu sĩ ở tại đây được không?'

'Dạ! Thưa Trưởng giả! Số thóc gạo còn rất nhiều, có thể cúng dàng được.'

"Ông đáp lời rằng: 'Dạ! Thưa quý vị, chúng tôi xin thành tâm cúng dàng, quý vị hoan hỷ và xin ở luôn tại nhà tôi cho tiện.'

"Hôm sau lại có một ngàn vị nữa đến thưa với ông rằng: 'Thưa Trưởng giả! Chúng tôi có một ngàn vị tu tại núi này, Ngài có thể cúng dàng được, thì quý hóa lắm, bằng không phải đi nơi khác.'

'Dạ! Xin quý Ngài ngồi chơi!'

"Trưởng giả gọi thủ kho hỏi: 'Anh xem có thể cúng dàng được một ngàn vị nữa không?'

'Dạ! Thưa Trưởng giả đủ.'

"Ông ra đáp lời quý vị rằng: 'Dạ! Thưa quý Ngài chúng tôi xin thành tâm chúng dàng!'

"Ông cúng dàng hai ngàn vị Bích Chi Phật, thuê năm trăm người hàng ngày để thổi cơm gánh nước giặt giũ quần áo, hầu hạ các vị đầy đủ, và một người coi đúng giờ đi mời các vị ăn cơm.

"Bọn năm trăm người thấy sự hầu hạ mỏi mệt, phát giận nói với nhau rằng: 'Chúng ta chịu sự cực khổ buổi sớm ban hôm không được lúc nào nhàn rỗi cũng chỉ vì bọn ăn mày này.'

"Người mời này nuôi một con chó, mỗi khi đi mời cũng cho nó đi theo. Một hôm mải chơi quên không đi mời, con chó có linh giác, biết rằng chủ quên mời nó tự đi đến chỗ các vị Bích Chi, sủa lớn mấy tiếng. Các vị hiểu nó đến mời, chú nguyện cho nó thoát khỏi thân súc sinh, sớm được gặp gỡ ngôi Tam Bảo.

"Hôm đó thụ trai ngọ xong, các vị nói với ông Trưởng giả rằng: 'Thưa Trưởng giả, trời sắp mưa ông nên cấy lúa là được.'

'Dạ! Các Ngài dạy bảo chúng tôi xin thọ giáo.'

"Ông sai canh điền bắt trâu cày ruộng. Quả nhiên trời mưa, trồng các thứ lúa đều được tốt tươi. Nhưng lạ thay, những cây lúa ấy sinh ra những quả bầu. Ông Trưởng giả lấy làm lạ, đến hỏi các vị, các vị nói rằng:

'Trưởng giả không lo! Cứ tưới bón vun sới cho nó, một mai nó sẽ kết thành thóc gạo.'

"Sau ngày bầu chín, người ta mang về bổ xem, quả nhiên thấy lúa ở trong đầy ăm ắp.

"Ông trưởng giả vui mừng, nhân dân cho là điềm lạ! Vụ lúa này ông trưởng giả được rất nhiều thóc, chứa đầy kho đụn, còn thừa phân cấp cho nhân dân, từ đó mỗi người được no nê sung sướng, mưa thuận gió hòa, được mùa lúa tốt.

"Khi đó, bọn năm trăm người nói với nhau rằng: 'Năm nay được mùa lúa tốt no nê sung sướng là do nơi các vị Đại sĩ. Trước đây chúng ta nói xấu các vị, phải đối trước quý Ngài tạ lỗi, kẻo lại sinh chịu quả báo đau khổ.'

"Mọi người ai nấy đều sợ nghiệp báo, nên cùng nhau đến trước các vị Bích Chi Phật, sụp lạy thiết tha sám hối. Các vị thấy họ đã phát thiện tâm, cũng vui lòng! Hỷ xả cứu tế.

"Họ thấy các vị đã hoan hỷ rồi, mọi người đồng thanh phát nguyện rằng: 'Nguyện cho chúng con được thoát ba đường ác, lại sinh tri ngộ Hiền Thánh đắc quả giải thoát!'"

Tới đây Phật nhắc lại rằng:

"Thái tử ông nên biết: Năm trăm người nói xấu các vị Bích Chi Phật thuở đó nay là năm trăm vị ăn mày, vì một lời nói ác nên trong năm trăm đời, phải đi ăn mày, cũng do có lòng sám hối phát nguyện. Ông trưởng giả Tán Đàn Ninh, chính là tiền thân của Ta; người coi kho này là ông Tu-đạt; người đi mời hằng ngày, nay là vua Ưu Điền; con chó lúc ấy vì sủa mấy tiếng, nên đời đời được âm thanh tốt, nay là ông Mỹ Âm trưởng giả.

Thái tử Kỳ-đà và tất cả trong Hoàng cung, dân chúng nghe Phật nói xong, ai nấy đều cảm mến lòng từ bi thương đời của Ngài một cách bình đẳng tuyệt đối, nên nhiều người phát khởi lòng hướng theo tâm cao cả, tiêu trừ tâm ngã mạn kiêu căng.

Lúc đó có người đắc Sơ quả cho đến Tứ quả. Tất cả đều tạ lễ lui ra.

❀

PHẨM THỨ HAI MƯƠI SÁU: BỐ THÍ ĐẦU

Chính tôi được nghe: Một thời đức Phật ở một nước Tỳ-xá-ly, trong vườn cây A-la. Khi đó đức Thế Tôn hỏi tôi (A-nan) rằng:

"Những người được phép Tứ thần túc thì thọ được một kiếp, như Ta được Tứ thần túc còn phải tu tập. Vậy có biết Như Lai thọ được bao nhiêu không?"

Ngài hỏi luôn ba lần như thế. Lúc đó tôi bị ma yếm chăng? Nên cứ lặng yên không trả lời. Phật lại bảo:

"A-nan! Ông hãy đi đến chỗ tĩnh mịch mà suy xét."

Tôi vâng lời đứng dậy đi vào trong rừng. Vừa đi khỏi, thì ma Ba-tuần đến bạch Phật rằng:

"Kính lạy đức Thế Tôn! Ngài ở đời giáo hóa đã lâu, tế độ nhân gian được thoát sinh tử, nhiều như số cát sông Hằng, nay tuổi đã già yếu, Ngài nên vào Niết-bàn đi!"

Phật lấy chút đất để trên móng tay hỏi Ba-tuần rằng:

"Đất trên móng tay ta nhiều hay đất quả địa cầu nhiều?"

"Kính lạy Ngài, đất quả địa cầu nhiều."

"Ta độ chúng sinh cũng ít như đất trên móng tay vậy, còn những chúng sinh chưa được độ cũng nhiều như đất quả địa cầu. Cách ba tháng nữa, Ta sẽ vào Niết-bàn."

Ba-tuần nghe Phật nói xong vui mừng bái tạ lui ra!

Tôi ngồi trong rừng, chợt ngủ mê thấy một cây to lớn che khắp cả hư không, cành lá um tùm hoa quả tốt tươi, công đức của cây này vi diệu vô cùng, không thể tả xiết. Bỗng nhiên có một trận cuồng phong làm cho cành lá tan nát tơi bời! Tôi lo sợ quá! Giật mình tỉnh dậy lồng ngực hãy còn đập liền hồi, tôi thầm nghĩ như vầy: "Ta mộng thấy cây này là một cây mà tất cả thiên hạ được nhờ, tự nhiên lại bị trận gió làm tan nát như thế, đức Thế Tôn của ta tế độ cho khắp nhân, Thiên, Phàm Thánh, muôn loài hàm sinh đều lợi ích. Cũng như cây này che chở cho khắp thiên hạ, mộng này có lẽ đức Thế Tôn vào Niết-bàn. Tôi đứng lên vào tinh xá cúi đầu làm lễ bạch Phật rằng:

"Kính lạy đức Thế Tôn! Vừa đây con mộng thấy, một cây to lớn che chở cho muôn loài bỗng gặp cơn gió lớn, đập gẫy tan tành, con dự đoán hay Thế Tôn sắp vào Niết-bàn, lạy Ngài có phải, cúi xin chỉ giáo?"

Phật dạy rằng:

"Thực thế đấy! Sau ba tháng nữa Ta vào Niết-bàn; cũng như lời Ta vừa nói đây, những người được phép Tứ thần túc thì thọ một kiếp, như Ta được Tứ thần túc còn phải tu tập. Vậy Như Lai thọ được bao nhiêu ư? Ta hỏi luôn ba lần như thế mà ngươi không đáp, ngươi đi khỏi ma Ba-tuần lại mời Ta vào Niết-bàn và Ta đã hứa."

Tôi nghe xong như sét đánh bên tai, lo sợ quá! Buồn khổ quá! Giờ đây Ngài vào Niết-bàn, chúng sinh biết nương tựa vào đâu? Sau đó các đệ tử ai ai cũng âu sầu buồn bã, xúm xít thăm hỏi Ngài.

Phật dạy rằng:

"Tất cả thế gian đều bị luật vô thường chuyển biến luôn luôn, nay còn mai mất, không có nhất định, từ loài người, loài vật cho đến núi sông vũ trụ bao la, không có một vật gì được tồn tại mãi mãi đâu. Ta vì chúng sinh trong pháp giới, việc nên làm Ta đã làm xong, những việc phải nói, Ta đã nói hết, các ông nên chăm chỉ tu hành, lo buồn làm chi vô ích."

Ngài Xá-lợi-phất than rằng:

"Than ôi! Con mắt sáng của thế gian đến ngày diệt, đức Như Lai vào Niết-bàn, chúng sinh hết chỗ trông nhờ!"

Ông nói xong quỳ bạch rằng:

"Kính lạy đức Thế Tôn, con không nỡ nào nhìn thấy Ngài nhập Niết-bàn, con xin nhập Niết-bàn trước, cúi xin Ngài hoan hỷ cho con được thỏa nguyện."

Ông thưa luôn ba lần như vậy.

Phật nói:

"Nếu tới thời ông nên biết các Hiền Thánh cũng nên tịch diệt."

Nghe Phật nói xong, ông quỳ thẳng đi bằng hai gối, nhiễu Phật một trăm vòng, rồi đỡ lấy chân Phật để lên đầu ba lần, bạch rằng:

"Kính lạy đức Thế Tôn! Hôm nay là lần cuối cùng con từ biệt Ngài!"

Nói rồi cúi đầu khoanh tay nghiêm kính đi ra. Ngài trở về nước La-duyệt-kỳ là nơi sinh quán; ông Sa-di Quân Đề đưa tin cho vua quan và các nhà thân tín hay, để họ đến thăm viếng.

Vua A-xà-thế biết tin Ngài vào Niết-bàn, tự nói rằng:

"Tôn giả Xá-lợi-phất là một vị đại tướng trong Phật Pháp. Than ôi! Ngài nhập Niết-bàn chi sớm thế? Biết lấy ai để trấn tĩnh lũ tà gian."

Khi vua quan dân chúng đến đông đủ, họ thưa rằng:

"Kính lạy đức Tôn giả! Được tin Ngài sắp vào Niết-bàn, chúng tôi đây như con mất cha, như gà mất mẹ, không chốn nương thân, không bề trông cậy."

Ngài đáp rằng:

"Các Phật tử chớ buồn chi! Tất cả muôn vật trên thế gian này đều thuộc hai chữ *Vô Thường*, đã có sinh tất nhiên phải có tử, ba cõi đều khổ, ai là người được an vui! Các vị đời trước trồng nhân lành sinh gặp Phật tại thế, kinh pháp khó được nghe, thân người khó được, phải chăm tu phúc nghiệp, để cầu thoát khỏi sinh tử luân hồi là cốt yếu."

Cứ như thế, Ngài tùy theo tâm chúng sinh mà giảng giải rất khéo léo, cũng như thầy thuốc tùy theo bệnh mà cắt thuốc, để khiến cho họ được phần lợi ích.

Khi giảng xong, cũng có người đắc Sơ quả cho đến Tứ quả, cũng có người phát tâm cầu đạo Vô thượng, ai nấy tâm ý an hòa tạ lễ lui ra.

Giờ này đã quá nửa đêm, Ngài nghiêm tĩnh tâm ý để tại trước mặt, vào cõi Sơ thiền, từ Sơ thiền vào cõi Nhị thiền, từ cõi Nhị thiền vào cõi Tam thiền, từ cõi Tam thiền vào cõi Tứ thiền, từ cõi Tứ thiền vào cõi Không xứ, từ cõi Không xứ vào cõi Thức xứ, từ cõi Thức xứ vào cõi Bất dụng xứ, từ cõi Bất dụng xứ vào cõi Phi hữu tưởng phi vô tưởng xứ, lại từ cõi Phi hữu tưởng phi vô tưởng vào Định diệt tận, từ Định diệt tận nhập Niết-bàn.

Ông Thiên Đế-thích biết thế, đem họ hàng một trăm ngàn người mang hương hoa xuống cúng dàng rồi than rằng:

"Tôn giả trí tuệ rộng sâu, như trời cao, như biển lớn, biện luận ứng cơ, mau hư chớp loáng, âm thanh như nước chảy, giới, định, tuệ hoàn toàn, là một đại tướng trong Phật pháp, thay đức Như Lai chuyển Pháp luân. Ôi! Ngài nhập Niết-bàn, mất con mắt sáng cõi nhân thiên."

Từ thành thị cho đến thôn quê, người đông như kiến cỏ, mang hương hoa đến cúng dàng, ai nấy đều sa nước mắt.

Ông Thiên Đế-thích và ông Tỳ-yết-ma đem xe cõi trời xuống rước: Ngài đi trước, đi sau có bộ Thiên, bộ Long, quỷ thần, vua quan, dân dung, đến một nơi bình thản cao sạch. Vua Đế-thích sai các quỷ Dạ-xoa ra bờ biển lấy gỗ chiên-đàn, gỗ ngưu-đầu về chất thành một đống, đổ dầu Tô phóng hỏa thiêu thi hài Tôn giả.

Đốt xong mọi người bái tạ ra về. Chờ cho lửa tắt, ông Sa-di Quân Đề thu Xá-lợi của thầy và tấm áo cà-sa đem về chốn Phật, bạch Phật rằng:

"Kính lạy Đức Thế Tôn! Thầy con là Xá-lợi-phất đã nhập Niết-bàn, đây là Xá-lợi và áo bát, xin Thế Tôn chứng minh."

Thấy ông Quân Đề bạch xong cảm động quá! Tôi quỳ xuống bạch Phật rằng:

"Kính lạy đức Thế Tôn! Ông Xá-lợi-phất với Phật Pháp là một đại tướng, vào Niết-bàn sớm quá, sau khi Ngài nhập diệt chúng con biết nương cậy vào đâu?"

Phật dạy rằng:

"Tuy ông Xá-lợi-phất nhập Niết-bàn, song pháp thân và giới, định, huệ, giải thoát, giải thoát tri kiến của ông đâu có nhập Niết-bàn, vì ông không nỡ nhìn thấy ta nhập Niết-bàn, nên ông nhập trước Ta đấy thôi. Chẳng những đời nay như thế, đời quá khứ, ông cũng không đành lòng nhìn ta chết, ông còn tự chết trước Ta."

"Kính lạy đức Thế Tôn! Đời quá khứ Tôn giả Xá-lợi-phất chết trước Ngài, việc đó thế nào, cúi xin nói cho chúng con và chúng sinh đời sau được rõ."

"A-nan ông nên biết! Đời quá khứ đã lâu lắm, cũng Châu Diêm-phù-đề này, có một ông vua tên là Chiên-đà-bà-la-tỳ (Hán dịch là Nguyệt Quang) thống lãnh tám vạn bốn ngàn nước nhỏ, sáu muôn núi sông, tám muôn ức tụ lạc, ông có hai muôn phu nhân và thể nữ, bà thứ nhứt tên là Tu-ma-đàn (Hán dịch là Hoa Thị), một vạn quan Đại thần, ông quan lớn nhất tên là Ma-chiên-đà (Hán dịch là Đại Nguyệt), năm trăm Thái tử, người thứ nhất tên là Thi-la-bạt-đà (Hán dịch là Hiền Thọ).

"Thành ấy ngang dọc bốn trăm do-tuần, làm thuần bằng vàng bạc, lưu ly, pha lê, bốn mặt có bốn trăm hai mươi cửa, đường sá thành phố trang nghiêm. Trong nước ấy có bốn hàng cây bằng vàng, bạc, lưu ly, pha lê, cành vàng lá bạc, hoặc pha lê lá lưu ly. Những hồ ao bằng bốn thứ trân bảo, cát dưới lòng ao bằng bốn thứ bảo nói trên. Trong cung nhà vua chu vi bốn mươi dặm, làm thuần bằng vàng bạc, lưu ly, pha lê. Thời đó nước giàu dân mạnh, an vui sung sướng!

"Một hôm vua ngồi trên bảo điện thốt nhiên nghĩ như vầy: 'Người ta ở trên đời tôn vinh hay phú quý, thiên hạ kính nể muốn gì được nấy cũng do quả báo tích đức tu thiện đời trước đem lại. Cũng ví như kẻ nôn phu, mùa Xuân mất công cày bừa gieo mạ cấy lúa, tới mùa Hạ, mùa Thu gặt hái được thóc gạo đem về ăn uống. Nếu mùa Xuân họ không mất công cày cấy, dĩ nhiên mùa Hạ, mùa Thu không gặt hái thu hoạch được. Ta cũng thế, đời trước tu phúc lành, đời nay hưởng quả tốt, nếu bây giờ ta không tiếp tục tu theo, đời sau lấy gì an hưởng?'

"Nghĩ rồi bảo các quan đem tiền của ở trong kho ra bố thí, và sắc lệnh cho tám vạn bốn ngàn ông vua, cũng phải mở kho bố thí cho dân.

"Khi đó các ông vua phải tuân theo mệnh lệnh, thông cáo cho toàn cõi biết.

"Ngày phát chẩn nhân dân kéo nhau đến kinh thành đông như kiến cỏ, kẻ mạnh cõng người yếu, kẻ sáng dắt người mù, ai nấy đều được nhà vua phân cấp tiền gạo, áo quần đầy đủ, từ đó muôn dân được an vui sung sướng. Danh đức lừng lẫy, tiếng khen đồn khắp bốn phương.

"Thuở đó có một ông vua nước nhỏ ở bên cạnh, tên là Tỳ-ma-tư-na, thấy nhân dân ca tụng và cảm phục vua Nguyệt Quang, đem lòng ghen ghét, ngày quên ăn, đêm quên ngủ, ông thầm nghĩ như vầy: 'Nếu ta không dùng mưu tiêu diệt được Nguyệt Quang, có lẽ danh tiếng của ta không bao giờ hiển đạt!' Nghĩ xong ông triệu tập các thầy Bà-la-môn trong nước đến, cúng dàng ba tháng rất trịnh trọng, xong ba tháng ông nói với các vị rằng: 'Thưa quý giáo sĩ! Tôi có một việc đáng lo! Đến nỗi ngày quên ăn, đêm mất ngủ, quý Ngài có phương tiện gì giải quyết hộ?'

"Thầy Bà-la-môn hỏi:

'Tâu Bệ hạ! Có việc chi xin nói cho chúng tôi rõ, nếu giúp được chúng tôi xin hết sức.'

'Thưa quý Ngài! Hiện nay vua Nguyệt Quang muôn phương mến phục, phúc đức lớn lao! Dĩ nhiên có sự lo lớn cho tôi sau này! Quý Ngài có thần phép gì tiêu diệt ông đó hộ?'

'Tâu Bệ hạ! Vua Nguyệt Quang là người có đức lớn, thương dân như con, dân coi vua như cha mẹ, chúng tôi nỡ đem tâm gì để mưu hại, thà chịu chết chứ không nỡ hại người hiền.'

"Nói xong mấy ông đều xin cáo thoái. Vua Tỳ-ma-tư-na rất bực mình, liền hạ chiếu cho toàn quốc biết: 'Nếu ai lấy được đầu vua Nguyệt Quang tôi sẽ gả con gái, và phân nước cho một nửa để cai trị!'

"Khi đó có một người dòng Bà-la-môn tên là Lao Độ Sai, ở núi Hiếp, đến xin đi lấy đầu vua Nguyệt Quang, nhà vua vui vẻ nói: 'Nếu khanh làm được việc này, ta sẽ giữ lời hứa và định đến hôm nào đi, xin cho biết.'

"Lao Độ Sai nói: 'Xin khất Bệ hạ bảy ngày nữa.'

"Nói xong từ tạ ra về, về nhà nhập thất bảy ngày, trì chú hộ thân.

"Qua bảy ngày, đến cung vua, nhà vua cung cấp lương thực tiền lộ phí; khi bước ra đi cương quyết nói:

'Xin Bệ ạ chớ lo! Tôi thề rằng: Nếu không lấy được đầu vua Nguyệt Quang, quyết không về, cam đoan thế nào cũng lấy cho bằng được!'

"Khi đó trong nước vua Nguyệt Quang có những điềm bất thường xuất hiện:

- Động đất.

- Chớp giật, tinh rơi, sấm động.

- Ban ngày sương khói kéo mờ mịt.

- Sao chổi mọc.

- Mưa đá, sét đánh tứ tung.

- Các loài chim kêu rất thảm thiết ở hư không, và nó tự nhổ lông cánh rơi đầy mặt đất.

- Hổ, báo, sài, lang, tự đâm mình xuống hố, hoặc kêu gào thảm khốc.

- Tám vạn bốn ngàn ông vua nước nhỏ đều mộng thấy cành phướn vàng của nhà vua, bị gẫy, trống vàng vị thủng.

- Ông vua Đại Nguyệt mơ thấy quỷ lại cướp mũ vàng của vua mang đi.

"Thấy điềm bất tường biến hiện, bá quan văn võ đều lo.

"Khi đó ông thần coi thành biết Lao Độ Sai đến xin đầu vua. Ông hóa phép làm cho mơ màng không biết lối vào, cứ đi lẩn quẩn bên ngoài thành.

"Ông trời Tịnh Cư thấy thế báo động cho nhà vua hay rằng: 'Bệ hạ làm hạnh bố thí, hiện có người đến xin, đương ở bên ngoài thành mà không được vào.'

"Nhà vua thức dậy ngạc nhiên rồi gọi ông Đại Nguyệt vào: 'Ông ra ngoài cổng thành, cấm không được ai ngăn giữ người nào vào xin.'

"Đại Nguyệt ra cổng thành, nhìn ngơ ngác không thấy ai là người ngăn cấm cả. Khi đó ông thần coi thành hiện lên nói rằng:

'Thưa Đại thần! Hiện có một người dòng Bà-la-môn, ở nước khác đến xin đầu vua, vì thế nên tôi không cho vào.'

'Nếu quả như vậy, là một tai hại lớn, xong vua đã ra lệnh chúng ta không được trái ý.'

"Theo lời ông Đại Nguyệt nói, nên ông thần tha cho Lao Độ Sai.

"Đại Nguyệt thầm nghĩ rằng: 'Nếu kẻ này xin đầu vua, thì ta dự lấy năm trăm đầu bằng thất bảo, về đặt thợ làm.'

"Lao Độ Sai như người tỉnh giấc mơ, bước vào cung vua lớn tiếng nói:

'Tôi ở nơi xa nghe biết nhà vua làm hạnh bố thí, ai muốn xin gì cũng cho, tôi tới đây xin một việc rất khó.'

"Nhà vua thấy người có vẻ ngỗ nghịch, ăn nói thô lỗ biết rằng kẻ này thử thách ta, mừng thầm! Tự đứng dậy ra đón chào, và hỏi thăm từ đâu tới, và đi đường có đỡ mỏi mệt không, rồi hỏi:

'Ngài muốn dùng gì xin cứ nói, dầu khó khăn đến đâu, nếu có thể tôi xin biếu Ngài!'

"Lao Độ Sai nói: 'Ngài bố thí tiền, của, thức ăn, cho đến mọi vật, tuy có phúc báu nhưng chưa lớn bằng phúc bố thí vật trong thân mình. Vậy tôi chỉ xin cái đầu của nhà vua, có thể được xin cho biết?'

"Nhà vua nói:

'Dạ! Xin vui lòng biếu Ngài một cách thành thực.'

'Ngài cho tôi bây giờ, hay ngày nào?'

'Dạ! Xin khất Đại đức bảy ngày nữa.'

"Vừa lúc đó ông Đại Nguyệt đem năm trăm cái đầu thất bảo đến, đấm tay vào ngực nói với Lao Độ Sai rằng:

'Đầu vua bằng xương thịt, huyết máu hợp thành, hôi thối và là vật bất tịnh nhơ bẩn, bác xin làm chi? Bác lấy đầu thất bảo này mang về có thể sung sướng suốt đời.'

'Thưa Ngài đầu thất bảo tôi cũng không thiếu, chỉ thiếu đầu vua mới đến đây.'

"Thấy Lao Độ Sai ương ngạnh quá, nói không vào, Đại Nguyệt dịu giọng năn nỉ thì dỗ rất ngọt ngào. Song Lao Độ Sai quyết định không nghe. Ông phẫn uất quá, quả tim nổ thành bảy miếng, chết liền trước mặt nhà vua.

"Khi đó nhà vua và triều thần văn võ thương ông quá! Mọi người đều sa nước mắt! Và thu xếp làm lễ an táng cho ông.

"Xong việc an táng cho ông Đại Nguyệt, nhà vua sai các quan cỡi voi đi tám ngàn dặm báo cáo cho trong nước biết rằng:

'Quốc dân nên biết, vua Nguyệt Quang thực hành bố thí, trước đây phân cấp cho nhân dân các món ăn dùng, bây giờ có tên Lao Độ Sai ở nước khác đến xin đầu, Ngài quyết định bố thí cho thành đại nguyện, vậy để quốc dân được rõ.'

"Được tin như vậy, ai cũng buồn, tám vạn bốn ngàn vua nước nhỏ, khi tới đủ đều tâu với vua rằng:

'Tâu Bệ hạ! Tất cả Châu Diêm-phù-đề nhờ đức độ của Ngài được mưa hòa gió thuận, thái bình thịnh trị, cây cỏ xinh tươi, mùa màng lúa tốt, no nê sung sướng, thóc gạo ngon thơm, muôn dân an lạc. Tại sao Ngài vì một người mà không thường tất cả muôn phương?'

"Một vạn quan Đại thần đồng thanh nói:

'Xin Bệ hạ miễn bỏ việc bố thí đầu, chưa từng thấy có sự quái lạ như vậy! Bây giờ Ngài nghe một kẻ khốn nạn, dở hơi để lũ chúng tôi buồn bực!'

"Hai muôn bà phu nhân và năm trăm thái tử, gieo mình xuống đất khóc lóc! Xin vua miễn bỏ việc bố thí đầu, nhưng nhà vua vẫn khoan hòa nét mặt an ủi nói:

'Xin các vương hầu khanh tướng, hãy bình tĩnh nghe tôi nói, con người vì kết buộc tình ân ái từ kiếp vô thủy, nên chịu ách sinh tử lâu dài, chưa thấy ai đã thực hành bỏ được, nhất là yêu tiếc bản thân. Xét rằng từ vô biên kiếp đến nay, sống chết đã bao đời không tả xiết, lúc ở trong địa ngục, một ngày bỏ thân vô số, chết trong nước sông phân, nằm sắt, ôm cột đồng, ngâm mình trong nước phân sôi, khi ngồi trên xe lửa, khi nằm dưới hố than. Còn nhiều địa ngục không kể, bị đau khổ vô cùng không nói hết, thì những thân ấy đã bỏ đi nhiều vô hạn lượng lại không có phúc báu gì.

'Khi làm loài súc sinh bị loại người chém giết, thịt nát xương tan, thì những thân ấy toàn là vô phúc đọa lạc.

'Khi làm loài quỷ đói, lửa trong mình phát ra, hoặc vòng dao lửa bay tới chém thân chặt đầu, chết đi sống lại vô số, những thân ấy đều không có phúc báu, nên bị đọa đày.

'Khi ở nhân gian vì lòng tham giận tàn sát lẫn nhau, cũng do tài sắc kết buộc, những thân ấy bị chết rất nhiều, hoàn toàn không làm được một chút chi cho bản giác.

'Hiện tại thân tôi đây toàn thị nhơ bẩn, rồi một ngày kia cũng bị tiêu không, tôi bỏ cái đầu nhơ uế xấu xa này, để đổi lấy pháp thân thường, lạc, ngã, tịnh, an vui vô cùng kiếp! Hơn nữa tôi còn có thể đem lợi ích cho toàn thể đời vị lại, phải nhìn xa, phải trông rộng, không cục hạn mặt cái thân hèn mọn bé nhỏ này, có lợi ích lớn như thế, can tôi làm chi. Tôi bố thí cái đầu này để cầu thành Phật, sau khi thành tôi sẽ độ thoát cho lũ các ông qua khỏi nỗi khổ sinh, già, bệnh, chết, được an vui giải thoát đời đời, ngăn cản đạo tâm Vô thượng của tôi làm chi?'

"Tất cả mọi người nghe nhà vua giảng thuyết vừa xong ai nấy đều phải nín thinh, không dám trả lời sao hết.

"Nhà vua thấy quần chúng đã an tâm, ngoảnh bảo Lao Độ Sai rằng:

'Bây giờ ta cho nhà người được tự do lấy đầu.'

"Lao Độ Sai đáp:

'Tâu Bệ hạ, hiện tôi có một mình, lực yếu thế cô, chung quanh vua quan dân chúng nhiều, nếu nhà vua có cho, xin ra hậu viên, nơi vắng, chỉ riêng một mình tôi với nhà vua mà thôi, thì mới dám chặt đầu.'

"Nhà vua tuyên bố với đại chúng rằng:

'Tất cả các ông có yêu tôi, kính tôi, xin chớ làm hại Lao Độ Sai.'

"Nói xong cùng Lao Độ Sai ra hậu viên. Lao Độ Sai nói:

'Sức vua hùng tráng khỏe mạnh, cắt đầu đau đớn, lúc đó lại hối tiếc thì sao? Vậy nhà vua hãy lấy dây buộc cổ treo lên cành cây để tôi cắt cho dễ.'

"Nhà vua ngồi dưới gốc cây to lớn, lấy tóc buộc vào thân cây nói rằng:

'Ông cắt đầu xong để lên trên bàn tay tôi, tôi dâng biếu ông. Chắp tay kính cẩn nguyện rằng: Kính lạy thập phương tam thế Hùng Sư, nguyện công đức này không cầu làm Phạm vương, Ma vương, Đế-thích, Chuyển Luân Thánh Vương để vui sướng ở ba cõi, con xin cầu thành Phật, độ chúng sinh, đưa dắt muôn loài đến cõi Niết-bàn an lạc.'

"Lao Độ Sai vừa giơ dao lên chém, trên cây có ông Thụ Thần, chỉ ngón tay vào đầu làm cho Lao Độ Sai rời rụng chân tay vất dao xuống đất, mê mệt ngã quay lơ.

"Nhà vua ngửa mặt bảo Thụ Thần rằng:

'Thụ Thần ông nên biết, từ đời quá khứ tới nay, dưới gốc cây này, tôi đã bố thí chín trăm chín mươi chín cái đầu, hôm nay bố thí cái nữa, là đủ ngàn. Đối với nguyện bố thí của tôi đã sắp được hoàn toàn, ông đừng làm rắc rối nữa, cản trở đạo tâm bố thí của tôi làm chi!'

"Ông Thụ Thần nghe vua nói xong, liền buông thả Lao Độ Sai được bình phục như cũ.

"Thoát ách ông Thụ Thần làm ám ảnh, Lao Độ Sai đứng dậy múa dao chém ngang cổ vua một nhát rất mạnh, đầu rơi vào tay, nhà vua kính cẩn dâng lên biếu Lao Độ Sai.

"Ngay giờ phút này, trời đất đều chấn động, các cung điện trên thiên cung nghiêng ngã, các ông thiên tử không biết điềm tướng gì, ngó cõi nhân gian, thấy một vị Bồ-tát vì chúng sinh bố thí đầu, đều bay xuống xem, cảm động quá! Rơi lệ như mưa, lại khen rằng:

'Bồ-tát, Ngài làm hạnh xuất tục siêu phàm, chưa từng ai dám cả gan làm hạnh bố thí được như Ngài, vô cùng tận chúng sinh đều phải thán phục, sự thực hành vô ngã tướng này.'

"Vua Tỳ-ma-tư-na sau khi hay tin Lao Độ Sai đã lấy được đầu trở về nước vui mừng quá! Vì sức vui lên cực độ vỡ tim chết.

"Lao Độ Sai xách đầu ra về, vua quan dân chúng, phu nhân, thái tử nhìn thấy đều lăn đùng ra đất, gào khóc! Có người cảm thương quá thổ quyết chết! Có người đứng ngay đơ không biết gì, các bà dứt tóc ra từng mảnh, người xé quần xé áo, người cào mặt be bét, máu chảy đầm địa, lăn lộn trên mặt đất!

"Lao Độ Sai đem đầu đi được mấy hôm, thấy hôi thối ghê tởm, vất xuống đạp lên trên mà đi, nhân dân thấy, họ la mắng dữ dội. Anh là kẻ bất lương, ác độc, không dùng xin làm chi, đi tới đâu họ cũng nguyền rủa chửi mắng, họ lại ngăn cấm không được ai cho ăn, nên anh chịu nhịn đói, nửa đường gặp người quen, anh hỏi thăm vua Tỳ-ma-tư-na họ đáp rằng: 'Nhà vua mừng quá vỡ tim chết.'

"Lao Độ Sai buồn quá, vỡ tim chết liền. Vua Tỳ-ma-tư-na và Lao Độ Sai, hai người đều phải vào địa ngục A-tỳ-nê-lộ, còn những người vì thương vua mà chết, nên được sinh thiên."

Nói tới đây Phật nhắc lại rằng:

"A-nan! Ông nên biết vua Nguyệt Quang thuở đó chính là tiền thân của Ta; vua Tỳ-ma-tư-na nay là Ma Ba-tuần; Lao Độ Sai nay là ông Điều Đạt; ông Thụ Thần nay là ông Mục-kiền-liên; ông quan Đại Nguyệt nay là ông Xá-lợi-phất. Thời bấy giờ ông không nỡ thấy ta chết, mà ông tự chết trước, cho đến ngày nay ông cũng không nỡ nhìn thấy ta vào Niết-bàn mà ông nhập trước đấy thôi."

Tôi cùng tất cả đại chúng nghe Ngài nói xong, vừa thương Phật vừa cảm tấm lòng nhiệt thành của Tôn giả Xá-lợi-phất, có thủy chung với Phật, đồng thanh tán thán công đức rất nhiều, ai nấy đều phát tâm hiếu kính, nên có người đắc Sơ quả, đến Tứ quả, có người phát tâm Vô thượng, tạ lễ mà lui.

HẾT QUYỂN NĂM

QUYỂN THỨ 6
PHẨM THỨ HAI MƯƠI BẢY: BỐ THÍ MẮT

Chính tôi được nghe: Một thuở nọ đức Phật ở nước Xá-vệ, tại vườn cây của ông Cấp Cô Độc và thái tử Kỳ-đà.

Bấy giờ, đức Thế Tôn đương tuyên diễn Chánh pháp cho đại chúng nghe, những người dự thính cũng đông, họ kéo nhau đi toán này toán khác tấp nập.

Lúc đó, có một người dòng Bà-la-môn mù, ngồi bên lề đường, thấy người đi nhộn nhịp hỏi rằng:

"Hôm nay các ông đi đâu đông thế?"

Họ đáp rằng:

"Anh không biết hay sao?"

"Dạ! Chúng tôi không được biết!"

"Ít được gặp Phật ra đời lắm anh ạ, hiện Ngài đương thuyết pháp ở nước ta, chúng tôi đi nghe thuyết pháp đây!"

Người này tuy mù nhưng có một đặc tài là hiểu biết tám thứ tiếng. Anh ta chỉ nghe lời nói là phân biệt được, kẻ tôn sang, hay người bần tiện. Tám thứ tiếng là: Điểu thanh, Tam xích điểu thanh, Phá thanh, Nhạn thanh, Cổ thanh, Lôi thanh, Kim linh thanh, Phạm thanh.

Điểu thanh: Là người nói tiếng như chim kêu, người này có tính quên ơn sinh thành dưỡng dục (bất hiếu), tâm địa không có liêm khiết.

Tam xích điểu thanh: Người này bẩm tính hung tàn bạo ngược, hay làm hại người thương tổn cho nhân vật, ít có lòng từ bi hòa thuận.

Phá thanh: Tức là người con trai nói tiếng như đàn bà, đàn bà nói tiếng như đàn ông, kẻ này bạc phúc bần cùng hà tiện.

Nhạn thanh: Tiếng nói như chim nhạn kêu (ken két) người nay có tính hớt của người làm của mình, ăn cắp lời của người làm lời của mình. Nhưng hay chơi nhiều bạn thân, và hay đón tiếp người xa lạ bốn phương.

Cổ thanh: Tiếng nói vang vang như tiếng trống, người này biện luận nhanh chóng, giải thích đạo lý sâu huyền có thể làm quốc sư.

Lôi thanh: Tiếng nói ầm ầm như tiếng sấm vang, người này trí tuệ sâu rộng, phân tách được pháp tính giáo hóa cho thiên hạ.

Kim linh thanh: Tiếng nói như tiếng chuông, người này giàu có, lắm tiền của vàng bạc.

Phạm thanh: Tiếng nói như cõi trời Phạm thiên, người này phúc đức cao dày, nếu tại gia thì làm Chuyển Luân Thánh Vương, nếu xuất gia thì thành Phật.

Anh mù nói:

"Các ông làm ơn dắt tôi đi với. Tôi có thể phân biệt được tám thứ tiếng, nếu thực là Phật tôi nghe tiếng nói, thì tôi biết, vì Phật nói thuộc tiếng Phạm thiên.

"Phải! Anh có đi tôi vui lòng dắt anh."

Khi tới nơi anh lắng tai nghe Phật thuyết pháp, quả nhiên âm thanh của Ngài như tiếng Phạm, vui mừng quá!... Tự nhiên hai con mắt của anh hết mù, được sáng tỏ như mọi người, nhìn thấy Phật sắc vàng chói lọi, đủ ba mươi hai tướng tốt, và tám mươi vẻ đẹp, một lòng cung kính lễ dưới chân Phật. Khi Ngài thuyết pháp, anh chí tâm nghe nhận, nên phá tan được ác kiến trong hai mươi ức kiếp, chứng quả Tu-đà-hoàn, đắc tuệ nhãn, cúi đầu bạch Phật rằng:

"Kính lạy đức Thế Tôn! Không biết được duyên lành gì, con tới đây nhờ sức từ bi hai mắt được sáng tỏ, đời là vô thường không thể bảo đảm, cúi xin Thế Tôn cho con được nhập đạo tu hành?"

Phật nói:

"Thiện lai Tỳ-kheo!"

Nói dứt lời tóc anh rụng hết, áo mặc trên mình biến thành áo cà-sa, đầy đủ vẻ Sa-môn.

Theo Phật tu học không bao lâu, được đắc quả La-hán, cắt đứt đường luân hồi sinh tử, thấy thế đại chúng đều cho làm lạ, tôi từ tòa đứng lên tới trước Phật quỳ thẳng chắp tay bạch rằng:

"Kính lạy đức Thế Tôn! Ngài xuất thế làm lợi ích cho muôn loài chúng sinh, kẻ mù được sáng tỏ con mắt, ơn ấy vô cùng cao cả. Như người Bà-la-môn này, trong chốc lát được sáng con mắt thịt, hơn nữa lại được con mắt tuệ, không biết đời trước có duyên gì với Ngài, cúi xin nói cho chúng con được rõ?"

Phật nói:

"A-nan ông nên biết không những nay Ta cho người này được con mắt sáng, đời quá khứ ta đã khoét con mắt của Ta cho họ một lần."

"Kính lạy Ngài! Việc cho mắt đời quá khứ thế nào, xin nói cho chúng con được biết?"

"A-nan! Đời quá khứ cách đây đã lâu lắm, không biết bao nhiêu kiếp a-tăng-kỳ, cũng Châu Diêm-phù-đề này, có một thành tên là Phú-ca-la-bạt, ông vua đó tên là Tu-đề-la (Hán dịch là Khoái Mục). Ông có con mắt sáng trông xa bốn mươi dặm, nhìn suốt qua tường vách, bởi thế nên đặt tên là Khoái Mục.

"Vua Khoái Mục, thống trị tám vạn bốn ngàn nước nhỏ, sáu muôn núi sông, tám ức tụ lạc, hai muôn phu nhân thể nữ, một vạn quan đại thần, năm trăm thái tử. Người thứ nhất tên là Thi-la-bạt-đề (Hán dịch Giới Hiền). Nhà vua từ bi đạo hạnh đối với dân như cha hiền thương con. Chăm dạy dân tu thiện, vì thế nên trong nước thanh bình không có đao binh biến khởi, mưa hòa gió thuận, được mùa lúa tốt nhân dân an vui sung sướng.

Một hôm nhà vua ngồi trên bảo điện tự nghĩ như vậy: 'Ta được làm nhân chúa, phúc như tứ hải, ra lời nói thiên hạ tùng phúc, như gió thổi lướt ngọn cỏ, đó cũng do phước đã gây từ bao đời trước, nếu đời nay không tạo nhân lành, đời sau lấy gì trông cậy, dĩ nhiên bị đau khổ.

Tỷ như kẻ nông phu, mùa Xuân mất công cấy lúa, mùa Hạ được gặt, hái, thâu hoạch, nếu mùa Xuân trễ biếng không làm, dĩ nhiên mùa Hạ không có lúa gặt, sự đói thiếu sẽ đưa lại cho họ.'

"Định xong, hạ lệnh cho bá quan văn võ, mở kho lấy vàng bạc tiền của quần áo, thóc gạo thức ăn dùng, đem ra ngoài thành bố thí cho nhân dân, và sắc lệnh cho tám vạn bốn ngàn nước nhỏ, mở kho bố thí. Từ đó nhân dân được no nê sung sướng, ca tụng ân đức của nhà vua, vang dội khắp thiên hạ.

"Bấy giờ có một ông vua nước nhỏ, tên là: Ba-la-bà-bạt-di, ông này không tuân theo sắc lệnh của vua Khoái Mục, trị dân có năm điều quá trớn. Tính nết vội vàng ít suy nghĩ, lại hay ham sắc dục, không để ý đến việc nước, không biết thâu dụng những người trung lương hiền sĩ, bắt dân làm nhiều việc vô ích, các nhà thương mại ngoại quốc đến buôn bán, đánh thuế quá nặng, khiến nhân dân oán ghét. Trong triều lúc đó có một quan tên là Lao Đà Đạt thông minh, thao lược, hiểu biết đạo lý can vua rằng:

'Tâu Bệ hạ! Ngài có năm điều không hay, nếu không sửa đổi lại, một ngày gần đây tai họa sẽ tới!'

"Nhà vua nói: 'Những việc gì khanh nói cho ta hay?'

"Lao Đà Đạt tâu:

'1. Bệ hạ có tính vội vàng ít suy nghĩ, không lo việc lớn sau sẽ hối.

'2. Ham mê sắc dục, không đoái đến việc nước, để cho những kẻ gian thần làm phi pháp, oan uổng nhân dân, muốn kêu không có chỗ minh xét.

'3. Trong nước có những người trung lương, hiền sĩ không thâu dụng, không biết phòng ngừa việc chưa xảy ra.

'4. Bắt nhân dân cực khổ làm những việc vô ích, oán hận rất nhiều.

'5. Nhà thương mại các nước tới buôn bán, đánh thuế quá nặng! Cho nên các hàng hóa bị ách tắc đỏ. Năm việc này là triệu chứng vong quốc, xin Bệ hạ ra lệnh đổi ngay để theo chánh sách cũ.

'Hiện nay vua Tu-đề-la (Khoái Mục) ban ơn cho dân chúng, các nước đều khâm phục, chỉ có nước ta không chịu theo, nên dân chúng oán hận. Xin Bệ hạ mở kho bố thí cho nhân dân, thì con cháu sẽ được hưởng phúc lâu dài.'

"Vua nghe xong, thay sắc mặt, nổi giận nói: 'Khanh biết trước thế ư? Để thử xem, chúng oán hay tự miệng khanh nói ra! Ta quyết định không thay đổi chánh sách!'

"Lao Đà Đạt thầm nghĩ như vầy: 'Mình thấy nhà vua trị chính không khéo để giới thiệu những người trung thành ra giúp nước, đã không nghe, lại còn phát giận với ta, tất nhiên có nguy hại cho ta. Vậy ta phải lập kế cứu lấy dân.'

"Lao Đà Đạt bị tiết lộ kế hoạch. Nhà vua sai quân vây bắt. Lao Đà Đạt cũng biết trước, lên ngựa tẩu thoát, quân sĩ đuổi theo sau, ông quay súng bắn chết mười tám người, còn thì chạy tán loạn.

"Sang nước Phú-ca-la-bạt vào yết kiến vua Khoái Mục; vua hỏi han vui vẻ, đối đáp sự lý phân minh. Thấy người có tài, nên nhà vua dùng ông làm việc triều chính, dần dần thân cận, ông trình bày sự hành động của Ba-la-bà-bạt-di cho vua Khoái Mục nghe.

"Khi đó vua Khoái Mục hỏi bá quan rằng:

'Nước vua Ba-la-bà-bạt-di có thuộc quyền ta cai trị không?'

"Bá quan đáp: 'Tâu Bệ hạ có, nhưng họ dè chừng làm lơ, ít khi lui tới, và không chịu tuân lệnh của Bệ hạ!'

"Lao Đà Đạt nói: 'Tâu Bệ hạ! Ông vua đó ngoan cố và mờ ám lắm! Có tính hoang dâm vô độ, dân chúng chán ghét, coi như kẻ thù, xin Bệ hạ cấp cho binh mã, hạ thần sang tiêu diệt.'

"Vua Khoái Mục đồng ý cấp binh mã và hạ lệnh cho các nước đem binh đến trợ chiến.

"Vua nước bên cạnh thấy thế sang mách. Vua Ba-la-bà-bạt-di chạy trốn, ra đi mặc một cái áo rách, lẩn thân nơi kín đáo.

"Quan phụ tướng tìm hỏi: 'Bệ hạ lo gì xin cho biết?'

'Khanh không biết sao! Trước đây Lao Đà Đạt trốn sang nước Phú-ca-la-bạt, hắn mưu với vua Khoái Mục sắc lệnh cho tám vạn bốn ngàn nước đem đại hùng binh tiêu diệt nước ta, và bắt ta đó.'

"Đại thần thưa:

'Xin Bệ hạ hãy yên trí, để tập họp bá quan bàn tính, và cũng không lo. Hạ thần đã có biện pháp.'

"Nhà vua nghe theo phụ tướng, trở về bảo điện triệu tập quần thần văn võ đông đủ nói:

'Bá quan nên biết: nước nhà nguy ngập đến nơi, vua Khoái Mục sắp đem quân sang đánh, bá quan làm thế nào kháng cự nổi?'

"Khi đó mỗi ông bàn một cách, đều vô hiệu quả. Ông phụ tướng này đứng lên nói rằng:

'Tôi nghe vua Khoái Mục tự thề rằng: chỉ trừ cha mẹ không bố thí, còn thân mình cho đến quốc thành thê tử ngoại vật, ai xin gì cũng cho. Nước ta có một người Bà-la-môn mù bây giờ sai họ đến xin mắt, nếu được ta không cần phải đánh, họ cũng tự rút lui.'

"Lập tức cho kêu người Bà-la-môn đến. Quan phụ tướng nói:

'Nước ta sắp bị giặc đến xâm chiếm, mong người giúp cho một việc.'

'Kính thưa phụ tướng, tôi hèn đớn mù lòa thế này thì làm gì được mà phụ tướng nói giúp nước.'

'Anh hãy nghe tôi nói: bây giờ vua Khoái Mục nay mai sẽ đem quân đến đây đánh nước ta, chúng tôi khỏe mạnh và có con mắt sáng, còn có thể chạy được, anh mù lòa như vậy thì làm sao chạy! Tất nhiên bị nó giết. Tôi biết vua Khoái Mục có nguyện rằng: Ai xin gì cũng cho, chỉ trừ cha mẹ là không cho thôi; bây giờ anh đến xin đôi mắt, quyết thế nào cũng được, nếu anh xin được, thì không đánh họ cũng phải rút quân; vì thế mà vua kiếm anh đến đây để nhờ việc đó.'

'Thưa phụ tướng, vậy tôi đi bằng cách nào?'

"Ta sẽ cho người dắt anh đi, lo gì việc đó!'

"Khi đó nước vua Khoái Mục có nhiều điềm bất tường biến hiện: đất động, sao chổi mọc, mưa đá, mây kéo mờ mịt suốt ngày, chim chóc kêu thảm thiết, hổ, báo, sài, lang gầm hét, dân chúng đều kháo nhau là điềm bất tường.

"Khi anh Bà-la-môn tới nước vua Khoái Mục, vào trước sân rồng lớn tiếng nói rằng:

'Tâu Bệ hạ, hạ thần ở nước ngoài, nghe thấy danh đức Ngài làm hạnh bố thí, nên không quản xa xôi đến đây để ăn xin.'

"Nhà vua từ trên ngai rồng bước xuống hỏi:

'Ông ở đâu tới đây? Đường sá xa xôi đi khỏi mệt không, tới đây muốn xin gì?'

'Tâu Bệ hạ! Phước bố thí về ngoại vật bé nhỏ, chỉ có bố thí nội thân mới lớn, tôi bị mù đôi mắt đã lâu, đến đây để xin Ngài hai con mắt.'

"Nhà vua nghiêm nét mặt nói:

'Cũng được, ta vui lòng!'

'Tâu Bệ hạ, việc đó lâu mau thế nào ạ?'

'Anh yên tâm, bảy ngày nữa.'

Vua Khoái Mục sau khi nhận lời cho mắt, làm chiếu chỉ thông tư cho tám vạn bốn ngàn nước biết rằng:

'Các Vương Hầu nên biết, tôi vì thực hành hạnh bố thí sau bảy ngày nữa sẽ khoét mắt cho người Bà-la-môn, vậy hôm đó quý Ngài đến đông đủ.'

"Vua quan các nước tiếp được chiếu chỉ, khi đến đông đủ đều thưa rằng:

'Tâu Bệ hạ! Hạnh bố thí công đức của Ngài nhận thấy lớn lao vô cùng cực, việc khoét mắt cho kẻ Bà-la-môn, xét rằng vô ích quá, Ngài là đấng Nhân chúa dùng con mắt sáng, đưa dắt dân làm những công đức lành, phúc đức như trời biển, như núi non, giờ đây mất hai con mắt, cũng như cả quốc dân mất con mắt sáng, cúi xin miễn bỏ việc đó.'

"Quan bản triều, Hoàng Hậu, cung phi thể nữ, thái tử, ai nấy, đều tức bực trong lòng, vì can vua không được. "Toàn thể đều âu sầu buồn bã, đến nỗi đêm quên ngủ ngày quên ăn. Ông Thái Tử Giới Hiền tâu rằng:

'Kính lạy Phụ Vương! Cho con xin thay để kẻ Bà-la-môn khoét mắt con, con tuy chết nhưng thiên hạ không bị nguy ngập.'

"Nhà vua thấy họ can gián nhiều quá, đứng trước đại chúng lớn tiếng nói rằng:

'Kính thưa quý Vương hầu, cùng toàn thể! Chính tôi bố thí mắt này phải có một mục đích: Tôi xét rằng từ đời quá khứ đến nay, trong kiếp sinh tử lâu dài, nếu góp lại những xương thân ấy, có thể lớn gấp bao lần núi Tu-di, máu tiết chảy ra, có lẽ nhiều hơn nước bốn biển, những lúc biệt ly nước mắt khóc người thân nhiều hơn nước đại hải, khi ở trong địa ngục, những thân bị đốt cháy hoặc mổ xẻ thì những con mắt ấy bỏ đi vô số. Khi làm loài ngạ quỷ lửa trong mình phát ra thui đốt, từ thân này qua thân khác, phá hoại bao nhiêu con mắt.

'Lúc đọa làm súc sinh bị loài người đâm chém, nấu rang, hết thân này lại thân khác. Thì những thân ấy đã tiêu hủy mất bao nhiêu con mắt kể sao cho xiết.

'Khi làm người sống lâu hoặc chết non, tranh tài, tranh sắc, tranh danh, đánh giết lẫn nhau, nhiều ai tính xuể, thì những con mắt ấy, đều tan không, tóm lại cũng là vô ích vì không dùng nó để làm công đức.

'Hoặc ở cõi trời vui năm cảnh dục chốn thiên cung, khi hết phúc, cũng phải đọa đày theo nghiệp, những thân mạng nhiều không số tính. Xét lại từ đời vô thỉ, nổi chìm trong ba cõi, sống thác theo năm thú, cũng do ái tình bổn thân của nghiệp tham, sân, si tạo tác, thân người tan vụn như vi trần, ai đã từng đem thân ấy bố thí để cầu thành Phật. Đây là một bộ mắt tanh hôi chẳng bao lâu sẽ bị tiêu không vô ích. Tôi bố thí đôi mắt tanh này, nguyện mười phương chư Phật cho tôi con mắt "*Nhất Thiết Trí.*" Sau này thành Phật tôi sẽ đem lại con mắt trí tuệ thanh tịnh cho tất cả quý vương hầu cùng pháp giới chúng sinh, can tôi làm chi! Ngăn cản làm chi!'

"Tất cả mọi người nghe vua nói xong, không ai dám trả lời sao hết, nín thinh như thóc lép. Vua Khoái Mục thấy mọi người đã an lòng, ngoảnh bảo tả hữu rằng:

'Các ông hãy lấy dao khoét đôi mắt hộ tôi.'

"Họ thưa: 'Tâu Bệ hạ! Thà cái thân của chúng tôi có chịu chết tan như hạt cải, chứ không nỡ nào đem cái tay này mà khoét mắt của Bệ hạ.'

'Các ông hãy tìm hộ cho một người, con mắt họ đen hắc và hay nhòm xuống lại đây.'

"Đúng như trực, tìm một người tới vua đưa cho con dao, bảo anh chàng hắc-mục-thị-hạ rằng:

'Anh hãy khoét mắt cho ta.'

"Anh không e dè gì, vua bảo là làm ngay, cầm dao khoét luôn con mắt bên tả để vào tay vua. Nhà vua nâng lên trán lập thệ rằng:

'Nguyện đem mắt này bố thí cho kẻ mù, để cầu thành Phật, kẻ Bà-la-môn được mắt này có thể trông sáng suốt.'

"Nói rồi nhà vua để vào hố mắt cho họ. Khi được mắt để vào, anh Bà-la-môn nhìn thấy vua và tất cả mọi người chung quanh mừng quá tâu rằng:

'Tâu Bệ hạ! Thôi xin một con là đủ nhìn, Bệ hạ để lại dùng, tôi không lấy nữa.'

'Ta đã hứa cho nhà ngươi cả, thì ta cứ cho, vui lòng mà lấy, không sao!'

"Khoét luôn mắt nữa để vào tay vua, vua lập thệ rằng:

'Nguyện đem mắt này, một lòng thành thực bố thí để cầu thành Phật, kẻ Bà-la-môn được mắt này coi xem sáng tỏ.'

"Nói xong để vào hố mắt cho anh Bà-la-môn. Quý hóa thay! Lạ lùng thay! Anh chàng mù được mắt ông Quốc vương nhìn xa trông suốt, đang tối được sáng, đang mù được mở. Nhà vua hy sinh con mắt ai dám cả gan, phải chăng người siêu phàm xuất tục coi thân mình tựa đống tro tàn, đem đổi lấy pháp thân bất diệt. Đổi mắt đã lạ chưa? Một phương thuốc huyền diệu phát xuất từ đây.

"Ngay lúc ấy, trời đất chuyển động, các cung điện trên thiên cung đều nghiêng ngả, những ông Thiên tử thấy sự chuyển biến, nhìn xem có một vị Bồ-tát khoét mắt bố thí, họ đều bay xuống tung hoa cúng dàng, và khen rằng:

'Bồ-tát làm hạnh bố thí không đoái thân mình, phước ấy Ngài cầu làm gì?'

'Thưa Ngài, tôi hy sinh cặp mắt này, không cần làm vua Ma vương, Phạm thiên, Đế-thích hay Chuyển Luân Thánh Vương để hưởng dục lạc trong ba cõi, mục đích cầu thành Phật và độ sinh thoát khỏi luân hồi, cho họ được an vui đạo Niết-bàn.'

'Rất quý tấm lòng cao thượng của Ngài, nhưng xin hỏi Ngài đau đớn như vậy có phàn nàn gì không?'

'Sự phàn nàn hối hận quyết không có một mảy may!'

'Tôi thấy Ngài huyết chảy như lưu ly, thân thể xanh lợt, tự nói không, việc đó khó tin.'

'Quý Ngài không tin, tôi xin thề rằng: Tôi một lòng thành thực làm hạnh bố thí để cầu thành Phật, nếu miệng nói tâm nghĩ đúng, thì cặp mắt tôi lại được bình phục như cũ.'

"Nói dứt lời cặp mắt của Ngài, tự nhiên lại được hoàn toàn, xem coi sáng tỏ hơn xưa. Khi đó, tất cả trời người ai nấy đều vui mừng và cảm tâm sắt đá của nhà vua, ai ai cũng khen rằng:

'Sau này Ngài thể nào cũng được thành Phật.'

"Khi đó vua Khoái Mục bảo anh Bà-la-môn rằng:

'Hôm nay tôi cho ông cặp mắt thịt, lai sinh thành Phật tôi sẽ cho ông con mắt trí tuệ. Nói xong sai người dẫn anh vào kho, tha hồ cho lấy vàng bạc mang về bản quốc.

"Vua Ba-la-bà-bạt-di hay tin ra đón, bắt gặp hỏi rằng:

'Anh xin mắt được chăng?'

'Tâu Bệ hạ! Xin được và đã nhìn thấy sáng suốt.'

'Thế nào! Vua Khoái Mục sống hay chết?'

'Tậu Bệ hạ! Khi mổ mắt nhà vua đau đớn huyết chảy đẫm người coi rất ghê sợ, các ông Thiên tử đến hỏi thăm, Ngài có thệ nguyện, khi tuyên thệ xong, tự nhiên hai mắt lại được bình phục như cũ, có lẽ còn sáng suốt hơn trước.'

"Ông vua này nghe nói tức giận quá, vỡ tim chết."

Nói tới đây Phật nhắc lại rằng:

"A-nan! Ông nên biết: Vua Khoái Mục thuở đó chính là tiền thân của Ta đấy; vua Ba-la-bà-bạt-di nay là ông Điều Đạt; anh Bà-la-môn xin mắt vua Khoái Mục thuở đó chính là anh mù vừa đắc đạo đây. Đời quá khứ, được hàm ân Ta, khỏi mù, đời nay gặp Ta sáng tỏ con mắt thịt, đồng thời lại được cả mắt tuệ. Ta cũng vì chúng sanh đời đời làm những hạnh khổ tích công tu đức đến nay được thành Phật. Vậy các ông cũng nên chăm chỉ mà tu hành cầu đạo vô vi an lạc làm lòng.'

Nghe Phật nói xong, tôi và toàn thể, đều cảm niệm ân đức bao la của Ngài, rồi đó có người đắc Sơ quả, cho đến Tứ quả, vui mừng tạ lễ mà lui.

✿

PHẨM THỨ HAI MƯƠI TÁM: NĂM TRĂM NGƯỜI MÙ

Chính tôi được nghe: Một thời đức Phật ở một nước Xá-vệ tại vườn ông Cấp Cô Độc và rặng cây của Thái tử Kỳ-đà.

Bấy giờ nước Tỳ-xá-ly có năm trăm người mù đi ăn mày, nghe thấy người ta nói: Đức Như Lai ra đời rất là hiếm có, nếu chúng sinh nào được gặp, bất luận có bệnh hoạn gì cũng nhờ Ngài cứu được, kẻ mù sẽ được sáng con mắt, kẻ điếc sẽ được nghe rõ, kẻ còng gù sẽ được thẳng thiu, kẻ khấp khểnh sẽ được duỗi thẳng, kẻ cuồng si sẽ được áo cơm, kẻ sầu khổ sẽ được an vui.

Năm trăm người bàn nhau rằng:

"Lũ ta sinh nơi hạ tiện, đã bị nghèo đói, lại mù đôi mắt, trên đời không ai khổ hơn, vậy chúng ta đến chốn Phật nhờ Ngài tế độ."

Bàn nhau xong rồi hỏi thăm người đi đường rằng:

"Đức Thế Tôn bây giờ ở nước nào, các ông bảo cho biết?"

Họ đáp rằng:

"Ngài đang ở nước Xá-vệ."

Lẩm bẩm nói rằng:

"Ai là người thương lũ chúng tôi? Làm phúc đưa chúng tôi đến nước Xá-vệ nơi Phật ngự."

Nhưng không! Không ai giúp. Sau họ đi xin tiền, góp lại được năm trăm đồng, đứng bên lề đường lớn tiếng nói:

"Ai dắt chúng tôi đến nước Xá-vệ, xin trả năm trăm đồng!"

Khi đó có một người nhận, lấy tiền rồi bảo năm trăm người rằng:

"Các anh hãy nắm vào vai nhau, làm thành một hàng dọc, còn tôi đi trước dẫn đường."

Khi đến nước Ma-kiệt-đề, tới một cánh đồng rộng thấy mỏi mệt quá, anh lẩn mất, năm trăm người trơ trọi không biết lối đi, lúng túng, đường đi chẳng đi, đi xuống ruộng, dẫm nát nhừ đồng lúa. Thấy năm trăm người mù đi trên ruộng của ông, dầy xéo tan nát lúa mạ mất nhiều, ông nông phu nổi giận mắng rằng:

"Các anh mù, đường chẳng đi, đi giữa ruộng làm nát lúa, có lên không?"

"Dạ! Thưa ông, chúng tôi mù lòa không nhìn rõ, xin ông tha cho."

"Các anh ở đâu tới đây?"

"Thưa ông, chúng tôi ở nước Tỳ-xá-ly, nghe đồn đức Phật từ bi cứu thế, hiện Ngài ở nước Xá-vệ, chúng tôi thuê một người dắt, tới đây họ bỏ trốn mất, thành ra lẩn quẩn ở chốn này, ông làm phúc cứu giúp, ơn ấy không bao giờ dám quên!"

Nghe họ nói thế, ông cũng thương, về sai người dắt họ đến nước Xá-vệ, thì nhằm lúc Phật sang nước Ma-kiệt-đề, người ấy lại dắt đến nước Ma-kiệt-đề, thì Phật vừa sang nước Xá-vệ, cứ thế đến bảy lần vẫn không gặp Phật.

Họ mong muốn được gặp Phật, như kẻ đói mong được cơm ăn, kẻ khát mong được nước uống, một lòng chân thành khát ngưỡng đức Thế Tôn, vì thế tuy mù con mắt thịt, nhưng con mắt tâm của họ đã từng nhìn thấy Phật, nên họ vẫn hoan hỷ không biết mỏi mệt. Khi đó đức Thế Tôn xem biết thiện căn của họ đã thuần thục, lòng tin đã chắc, nên Ngài ở lại nước Xá-vệ cho họ được gặp.

Lần này đến nước Xá-vệ, năm trăm người được gặp Phật, nhờ ánh hào quang, mọi người hết mù, sáng tỏ đôi mắt, nhìn thấy Phật thân vàng chói lọi, vui mừng quá! Cùng nhau tới trước lễ Phật đồng thanh bạch rằng:

"Kính lạy đức Thế Tôn! Chúng con sinh nơi hèn hạ, ra đời thuần thấy đau khổ! Hôm nay nhờ oai thần của Ngài được sáng tỏ con mắt, chúng con một lòng thành kính, cúi xin từ bi tế độ cho nhập đạo tu hành."

Phật mỉm cười nói:

"Thiện lai Tỳ-kheo!"

Ngài nói dứt lời, năm trăm người đều rụng hết tóc, áo cà-sa thấy mặc tại mình, theo Phật tu hành, không bao lâu đã đắc A-la-hán.

Thấy thế tôi thưa Phật rằng:

"Kính lạy đức Thế Tôn! Ngài xuất thế làm lợi ích cho muôn loài chúng sinh, những người này trong giây phút được sáng tỏ con mắt thịt, hơn nữa lại đắc quả La-hán, không rõ kiếp xưa họ tạo tội gì, cúi xin nói cho chúng con được rõ?"

Phật dạy rằng:

"A-nan! Không những kiếp này ta cứu họ khỏi tối con mắt, mà đời quá khứ cách đây vô lượng kiếp Ta đã cứu họ thoát khỏi khổ hắc ám một lần."

"Kính lạy Ngài, cúi xin chỉ giáo cho chúng con được ân triêm công đức."

"A-nan! Ông lắng nghe: Cách đây đã nhiều vô lượng kiếp, cũng tại Châu Diêm-phù-đề này, thuở ấy có năm trăm người lái buôn đi qua một cánh đồng rộng, tới con đường hiểm vào một hang núi hóa. Hang ấy tối om, sợ kẻ cướp đánh giết lấy tiền và hàng hóa, không biết làm thế nào, họ chỉ biết khấn trời vái tất cả thần kỳ trên rừng dưới biển ủng hộ cho họ. Trong bọn ấy có một người thấy anh em lo sợ bảo rằng:

'Các bạn cứ an tâm, đừng lo nữa, tôi có cách làm cho sáng sủa để các anh đi.'

"Người đó lấy lụa Bạch Điệp cuốn vào cánh tay tẩm dầu đốt, đi bảy ngày mới qua hang núi. Khi được an lành vô sự, mọi người vui mừng và cám ơn lắm!

"A-nan! Người đốt cánh tay thuở đó, có phải là ai đâu, chính là Ta đấy. Ta từ đời vô thỉ tới nay, đem quốc thành vợ con huyết nhục bố thí chúng sinh, bởi thế đời nay được đặc tôn trong ba cõi, còn năm trăm người lái buôn tức là năm trăm người mù nay. Đời quá khứ Ta lấy thân sinh tử bố thí cho họ được sáng sủa, giờ đây thành Phật, Ta lại cho họ con mắt trí tuệ."

Tất cả đại chúng nghe Phật nói xong, ai nấy đều hoan hỷ. Nhân nghe thuyết pháp cũng có người đắc sơ quả cho đến tứ quả, cũng có người đắc nhân Bích Chi Phật, ngoài ra còn rất nhiều người được độ, cúi đầu tạ lễ mà lui.

❁

PHẨM THỨ HAI MƯƠI CHÍN:
PHÚ-NA-KỲ

Chính tôi được nghe: Một thời Đức Phật ở một nước Xá-vệ, tại vườn của ông Cấp Cô Độc và rặng cây của Thái tử Kỳ-đà.

Thuở bấy giờ nước Phóng Bát có ông Trưởng giả tên là Đàm-ma-tiện (Hán dịch: Pháp Quân), nhà giàu nhất nước ấy. Vợ ông sinh được đứa con trai, nhân gặp lúc nhà vua xuất quân đi đánh trận, nên đặt tên là Tiện Na (Hán dịch: Quân). Sau bà lại sinh được cậu nữa, giữa lúc nhà vua thắng trận, nên đặt tên là: Tỷ Kỳ-đà Tiện Na (Hán dịch: Thắng Quân).

Phải khi ông trưởng giả mắc bệnh, các thầy lang đến chữa được tiếp đãi trọng hậu, ăn uống rất đàng hoàng, tiền vàng khá nhiều. Nhưng không may gặp bọn thầy lang gian ác, cho trái thuốc, cốt ngâm bệnh ông lê nhê mãi không khỏi để chúng kiếm nhiều tiền.

Ông có một người ở gái, hàng ngày thuốc thang cơm cháo hầu hạ, nó biết mưu của bọn thầy lang như thế, nên nó thưa với ông rằng:

"Thưa ông! Các ông lang không tốt đâu! Họ ác lắm! Thấy ông giàu có, cho ông uống trái thuốc, dềnh dang cho lâu khỏi, để cầu lợi. Vậy để tôi cứ như lần trước, theo đúng phép điều trị thì khỏi!"

Ông nói:

"Phải! Mi nói đúng, cho mi được tùy ý!"

Sau, cô điều dưỡng cho ông được khỏi bệnh. Một thời gian sau trưởng giả khỏe mạnh, cô thưa với ông rằng:

"Thưa trưởng giả! Tôi hầu hạ thuốc thang cho ông nay ông đã khỏi bệnh. Vậy tôi xin ông một điều, nếu ông vui lòng tôi xin nói?"

Trưởng giả đáp:

"Mi cứ việc nói."

"Tôi mong ước đã lâu, muốn để vui thú ân tình với ông một đêm, xin ông đừng từ chối!"

Ông trưởng giả mỉm cười gật đầu. Cô mừng quá, đêm hôm ấy cùng ông thỏa mãn ân tình, sau cô có thai, qua thời gian sinh một cậu con trai, vì được mãn nguyện vọng, nên đặt tên là Phú-na-kỳ (Hán dịch là Mãn Nguyện).

Song cũng hay! Cậu bé kháu khỉnh, khi lớn có đức tướng khôi ngô, lòng dạ ngay thẳng trung chính, và thông minh, về mặt thương mãi có tinh thần hơn người, lại biết cách trồng cây, nuôi súc vật, đi đến đâu cũng gặp tốt lành. Như vậy, là do tinh khí của ông Trưởng giả, nên được thông minh xuất chúng, chỉ nỗi làm con người ở gái, nên đứng vào hàng nô tỳ hèn hạ, không được cao quý bằng con bà lớn.

Khi đó Trưởng giả mắc bệnh, biết mình phải chết, gọi hai con lên dặn rằng:

"Con người có sinh phải có tử, xem trong mình cha không có phần nào ở với con được nữa, vậy sau khi cha chết, các con nên ở với nhau, chớ phân chia tài sản!"

"Dạ! Xin cha cứ an tâm điều dưỡng thuốc thang, nếu cha có mệnh hệ nào, chúng con, anh em ở với nhau, xin nhớ lời cha dạy."

Được ít ngày ông chết, anh em ăn ở với nhau, trên thuận dưới hòa, sống chung một nhà đoàn viên vui vẻ! Không xảy ra chuyện chi xích mích. Qua thời gian khá lâu, cũng vì sự sinh sống, hai người anh con bà lớn đi ra nước ngoài buôn bán, vợ con và tài sản đều giao cho Phú-na-kỳ là em thứ ba ở nhà coi sóc, đảm nhiệm việc gia đình.

Theo lời hai anh, Phú-na-kỳ ở nhà phụng sự gia nghiệp, tăng gia sản xuất để nuôi gia đình một cách rất chu đáo, đối với hai chị dâu và các cháu. Một hôm đứa con trai nhỏ của Thắng Quân đến xin tiền Phú-na-kỳ, phải lúc không sẵn, Phú-na-kỳ nói:

"Hôm nay chú không sẵn, cháu muốn mua gì để chú mua cho!"

Nó giận chạy về mách mẹ rằng:

"Mẹ ơi! Chú Phú-na-kỳ không có công tâm, con bác muốn gì chú cũng cho; hôm nay con xin tiền mua quà chú không cho!"

"Thế à! Làm sao con đứa ở lại thiên lệch như vậy? Thôi không thèm để mẹ bảo cho."

Sau khi Thắng Quân về, chị Hai chưa nguôi cơn giận, đem chuyện đó nói với chồng. Thắng Quân cũng si mê nổi giận nói:

"Con đứa ở sao dám thiên lệch như vậy? Nó muốn chết ư? Ta sẽ giết nó cho xem!"

Thắng Quân lên nói với anh cả rằng:

"Thưa anh, theo lời cha dặn lúc sinh thời, anh em ở chung nhau, nhưng em thấy chú Phú-na-kỳ quá đáng, em xin anh cho ở riêng!"

"Thôi chú ạ! Phú-na-kỳ tốt lắm đấy, chú nghe chi trẻ con đàn bà, trái lời cha dặn là bất hiếu!"

Thắng Quân nói tới hai lần không thôi. Người anh biết rằng nếu ở chung rồi sẽ xảy ra những chuyện không hay, bất đắc dĩ phải cho phân cư. Tất cả ruộng vườn, của cải, súc vật chia ra bốn phần: Anh cả hai phần, Thắng Quân một phần, còn một phần cho Phú-na-kỳ. Gia tài chia xong, Thắng Quân nói:

"Phần anh thì anh lấy, còn của Phú-na-kỳ để em giữ."

Người anh biết ý Thắng Quân muốn hại Phú-na-kỳ, nên khéo léo cho Phú-na-kỳ đi ở nơi xa. Lúc bước ra đi, Phú-na-kỳ được chị cả cho năm đồng tiền ăn đường.

Phú-na-kỳ sang tỉnh khác làm ăn, hôm ấy ra chợ mua củi, đưa về cởi ra được mấy đoạn gỗ chiên-đàn và mấy đoạn gỗ ngưu-đầu, đem chặt ra mười đoạn cất đi.

Cũng do phúc của Phú-na-kỳ đến ngày phát hiện, khi đó Hoàng hậu mắc bệnh nhiệt, phải dùng hai thứ gỗ nói trên uống thì khỏi. Nhà vua cho người đi tìm không được, phải viết bản cáo thị: "Nếu ai tìm được gỗ chiên-đàn, ngưu -đầu sẽ trả cho ngàn lạng vàng."

Phú-na-kỳ mừng quá, đem vâng vua một đoạn, vua cho một ngàn lạng vàng, cứ thế, dâng vua hết mười đoạn, được mười ngàn lạng vàng.

Đem về mua mười mẫu đất, xây cất nhà cửa, xe, ngựa, lục súc, nuôi nô tỳ, thuê người làm lụng, từ đó gia nghiệp trở nên phong phú.

Bấy giờ có năm trăm người buôn biết Phú-na-kỳ khá vốn, rủ ra biển buôn bán. Phú-na-kỳ thưa với anh cả rằng:

"Thưa anh, em muốn ra biển buôn bán, và tìm trân bảo, có được xin anh cho phép?"

"Được lắm, tôi sẽ cấp thêm tiền và cho một người đi cùng chú."

Phú-na-kỳ ra biển buôn bán phát tài, và lấy được rất nhiều ngọc thạch, hột xoàn, trân bảo, vàng bạc nên mừng thầm, lớp này về nhà được giàu có, của này ăn đến bảy đời không hết.

Đương lúc thuyền trôi lênh đênh trên mặt biển, một trời một vực, thốt nhiên mọi người đều nhìn thấy ba mặt trời xuất hiện, lạ quá hỏi người lái đò rằng:

"Hôm nay, sao lại có ba mặt trời, ông có biết là điềm gì không?"

"Các ông nên biết: Đây là điềm nguy biến cho chúng ta đấy, không bao giờ có ba mặt trời, ở biển này có loài cá Ma-kiệt lớn dày bảy trăm do-tuần, mỗi giấc ngủ của nó là một trăm năm, khi thức giấc, nó há mồm cho nước biển và tôm cá chảy vào làm món ăn, trên kia là mặt trời chính, còn hai là mắt cá, giữa khoảng trắng kia là răng nó, nước đương chảy vào chỗ tối kia là mồm nó, nguy đến nơi rồi các bạn ơi! Bọn ta chết trong mồm cá này đây, thật là hết lối tẩu thoát!"

Thuyền cứ theo dòng nước chảy vào mồm cá, khi gần tới nơi, có một người Ưu-bà-tắc theo Phật giáo lớn tiếng nói rằng:

"Các bạn! Cái chết của chúng ta tới nơi rồi, các bạn mau mau, dốc lòng kính niệm 'Nam mô Phật'; Ngài là một đấng đức nhân trong ba cõi, không ai bằng. Ngài có đại lực cứu khổ ban vui trong chớp mắt!"

Ai nấy đều lo chết, nghe ông hiền giả nói xong, một lòng thành kính tha thiết, đồng thanh niệm Nam mô Phật.

Cá Ma-kiệt nghe được danh hiệu Phật, phát từ tâm, ngậm mồm lại, rồi lăn xuống đáy biển, mọi người đều thoát nạn trở về nước.

Về đến nhà, Phú-na-kỳ lấy mâm đựng các của quý ngoài biển, đem biếu người anh cả tên là Tiện-na rồi nói rằng:

"Thưa anh, em đã vì gia đình, sinh kế mà lập nghiệp, bây giờ nhà cửa ruộng đất, các trang vật đầy đủ, con cháu ăn đến bảy đời không hết, xin biếu anh cả, em xin anh cho xuất gia theo Phật tu hành cho thoát ách đau khổ!"

"Phải! Chú nói hay, tôi cũng không muốn trái ý, song chú hãy còn ít tuổi, chưa hiểu lẽ nhân luân, Phật Pháp cao sâu, làm sao theo nổi, chú hãy lui lại vài năm nữa hãy đi tôi rất đồng ý!"

"Thưa anh! Mạng người vô thường, sớm còn chiều mất không có nhất định, không có bảo đảm, bữa trước đây em ra biển gặp cá Ma-kiệt suýt chết! Chết hụt, cũng nhờ ơn đức của Phật cứu sống, vậy anh hãy hoan hỷ cho em đi, đừng gần em nữa, vì em đã quyết định như vậy."

"Thôi, chú đã có tâm như vậy, tôi cũng không dám cản chú xuất gia, tôi vui lòng!"

"Dạ! Anh hoan hỷ nhé!"

Phú-na-kỳ rủ năm trăm người lái buôn đến nước Xá-vệ yết kiến Phật, tới nơi cúi đầu lễ sát đất bạch rằng:

"Kính lạy đức Thế Tôn! Chúng con tới đây cầu xin xuất gia tu đạo, cúi xin Ngài từ bi tế độ."

Đức Thế Tôn nhìn thấy họ tội căn đã hết, quả Bồ-đề đã phát sinh, nên Ngài mỉm cười nói:

"Thiện lai Tỳ-kheo!"

Nói dứt lời, năm trăm người đều biến thành các vị Sa-môn theo Phật tu học, chẳng bao lâu tâm trí giác ngộ, dứt hết lậu nghiệp ba cõi, đắc quả La-hán. Duy có Phú-na-kỳ kết sử nặng quá, phải giảng thuyết cho nghe nhiều cũng không giác ngộ, sau thành tâm cố gắng lập chí tu học, được chứng Sơ quả, từ đó tinh tiến ngồi thiền tụng kinh, không dám lười biếng.

Ngày an cư đã tới, Đức Thế Tôn cho các vị Tỳ-kheo ai muốn an cư ở đâu cũng được tùy ý. Phú-na-kỳ tới trước Phật bạch rằng:

"Kính lạy đức Thế Tôn! Khóa hạ năm nay, đệ tử xin đến nước Phóng Bát an cư, xin từ bi hoan hỷ."

Phật dạy:

"Pháp Tử, người nước Phóng Bát bạc ác, tin theo tà đạo, kiến thức hẹp hòi, con là kẻ sơ học, đối với giáo pháp của Ta chưa hiểu bao nhiêu, nếu bị họ hủy nhục thì làm thế nào?"

"Kính lạy đức Thế Tôn! Nếu họ có hủy nhục con, một cách tệ mạt đi nữa, nhưng họ không làm hại con thì cũng được!"

"Nếu kẻ gian ác nó làm hại con, thì sao?"

"Kính lạy Ngài! Nếu nó làm hại, mà không giết con cũng còn hàm ơn họ!"

"Nó giết con không ích gì cho con, lúc đó con làm thế nào?"

"Kính lạy Ngài! Tất cả vạn vật, có hình phải có hoại, nếu họ giết con thì con chịu chết!"

"Nó hủy hoại con, làm nhục con, mà nó không giết con, thì con có giận nó không?"

"Dạ, lạy đức Thế Tôn! Con không có giận, chính kẻ đó lấy một sự không có căn cứ, vô cớ hủy nhục con, phỉ báng con, hoặc đem dao gậy đánh đập con, sau giết con, mà chưa chết hẳn, tới phút cuối cùng, con cũng không có một niệm giận họ!"

Phật khen rằng:

"Đệ tử! Nếu con thực hành được như vậy thì rất hay, sẽ làm hiển dương cho ngôi Tam Bảo!"

Phú-na-kỳ cúi đầu lễ Phật, rồi cầm bát mang áo ra đi. Tới nước Phóng Bát, nghỉ tại rừng một đêm, sớm ngày mai vào thành khất thực, đến một nhà đại phú Bà-la-môn, anh chủ nhà chạy ra đuổi mắng!

Phú-na-kỳ qua nhà khác, anh này cứ theo sau phỉ báng, mắng nhiếc và đánh đập luôn tay. Nhưng Phú-na-kỳ vẫn bình tĩnh coi như không, nét mặt vẫn tươi như hoa mới nở! Vui vẻ! Và không nói năng gì. Anh chàng đánh chán tay, mỏi cánh, mắng rát cổ, thấy Phú-na-kỳ không thay đổi sắc mặt và oán giận gì, nên anh tự thẹn hổ trong lòng, là vì vô cớ đánh người, trách mình là kẻ tàn nhẫn quá, rồi đến xin tạ lỗi.

Trong ba tháng an cư, Phú-na-kỳ chăm chỉ tu hành, được hết mọi kết sử, tội chướng tiêu tan, hốt nhiên giác ngộ: đắc quả vô lậu, giải thoát sinh tử ba cõi, thành ngôi A-la-hán.

Hết ba tháng an cư, từ giã các người thân tín, về nhà dặn anh rằng:

"Anh chớ có ra biển, ngoài biển có nhiều sự nguy hiểm, tiền của em để lại cho anh, có thể anh dùng trong bảy đời không hết."

Dặn xong ra về, khi tới tịnh xá và lễ Phật, chúc mừng Phật, rồi về phòng nghỉ.

Tiện Na không nghe lời Phú-na-kỳ dặn, một hôm cùng với những người lái buôn ra biển, lấy rất nhiều gỗ chiên-đàn, gỗ ngưu-đầu, đầy thuyền chở về. Giữa biển thuyền trôi lênh đênh, gặp một con rồng, làm giông tố dữ dội, nó muốn đánh đắm thuyền để cướp lại gỗ, tất cả mọi người la ó, khóc than! Kêu trời vái đất ầm ĩ! Tiện Na nhớ rằng vì không nghe lời em, nên nay bị nạn, khi đó chỉ lớn tiếng gọi chú Phú-na-kỳ, gọi liên hồi khan tiếng!

Khi đó Phú-na-kỳ ở nước Xá-vệ tại tịnh xá Kỳ-hoàn, đương tọa thiền, bỗng nghe thấy tiếng anh mình kêu mắc nạn, lấy thiên nhãn nhìn thấy Tiện Na đương ở ngoài biển bị con rồng hãm hại, bèn dùng La-hán thần túc hóa ra một con chim Kim Xúy Điểu, xòe cánh dài tám vạn do-tuần, bay đến khủng bố Rồng! Rồng thấy chim sợ hãi, lặn chìm xuống đáy biển, nhờ sức thần túc của Phú-na-kỳ mà sóng gió đều im, mọi người thoát nạn trở về nước nhà.

Khi Tiện Na về tới nhà, Phú-na-kỳ thưa với anh rằng:

"Anh muốn được phước báo trang nghiêm trên cõi nhân thiên, cho muôn ngàn thế hệ sau này, thì lấy gỗ chiên-đàn làm một tòa lâu đài, mời Phật về ngự, và thuyết pháp cho quốc dân nghe."

"Việc làm tôi xin làm chu đáo, nhưng còn thỉnh Phật thì phải làm thế nào? Và sắm sửa những gì cúng dàng? Chú cho biết để sắp đặt."

"Việc đó anh không lo! Để em chịu trách nhiệm!"

Sau khi Tiện Na làm xong các tòa lâu đài bằng gỗ chiên-đàn các công việc sắp đặt chu đáo. Phú-na-kỳ lấy lò đốt hương trầm lên một lầu cao, hướng về rừng Kỳ-hoàn, lễ Phật cùng Thánh chúng khấn rằng:

"Kính lạy đức Bổn Sư Thích-ca Mâu-ni Phật! Cùng chư vị Hiền Thánh từ bi chứng giám, sớm ngày mai tới nước hèn mạt này, giáo hóa cho lũ ngu si mê muội, được dùng thần thông phóng nước đến rửa chân Phật."

Khấn nguyện xong, khói hương ấy bay tới đầu đức Thế Tôn, kết thành cái tán bằng khói hương. Sau Phú-na-kỳ dùng thần thông phóng nước đến rửa chân Phật.

Tôi thấy điềm lạ, quỳ xuống bạch rằng:

"Kính lạy đức Thế Tôn! Ai phóng nước và khói tới đây, xin nói cho chúng con được rõ?"

"Hôm nay tỳ-kheo Phú-na-kỳ ở nước Phóng Bát, khuyên người anh thỉnh mời ta và các Tăng chúng, nên phóng nước và khói tới đây để làm tin về việc thỉnh. Vậy ông đi phát thẻ cho các vị Thần túc tỳ-kheo sớm mai đến nhà Tiện Na thụ trai."

Tôi theo lời Ngài đi phát thẻ cho các vị có thần túc và dặn sớm mai đến nước Phóng Bát.

Ông Kỳ Kiền Trực Kỳ (Hán dịch: Tục Sinh), giữ chức trực nhật (làm cơm hàng ngày), ông đã đắc quả A-na-hàm, ngồi kiết-già phu, thân phóng quang minh, chiếu sáng bốn phương, đem theo các thứ dùng bữa ăn, bay trên hư không tới nước Phóng Bát.

Tiện Na trông thấy hỏi:

"Đây là thầy em hay sao?"

"Không phải, đây là người sửa soạn cơm cho các tỳ-kheo, tới trước để giúp bữa trai hôm nay."

Tiện Na đem âm nhạc ra cúng dàng, Ngài từ từ hạ xuống vào nhà.

Lần thứ hai có mười sáu vị Sa-di, trong đó có ông Quân Đề, dùng thần túc biến hóa ra rừng cây, hái các thứ hoa quả, biến hóa rất nhiều, phóng quang minh chiếu sáng cả trời đất, người cỡi ngựa hoặc cỡi lạc đà đi tới.

Tiện Na hỏi:

"Đây là thầy của em hay sao?"

"Không phải! Đây là những đệ tử Sa-di cùng thầy với em; mới có bảy tuổi đã đắc quả La-hán, lậu nghiệp đã hết, thần túc đầy đủ, lại đây trước để hái hoa cúng dàng."

Tiện Na đem hương hoa, âm nhạc ra cúng dàng, các vị từ từ hạ xuống vào nhà.

Sau có các vị cao niên trưởng lão Đại A-la-hán, hóa ra ngàn con rồng kế thân làm tòa, đầu ngóc ra bốn bên, gầm thét vang trời, mồm rồng phun ra nước mưa thất bảo, ở trên đặt những tòa lớn, bằng bảy thứ báu ngọc, bay bổng trên không gian, phóng quang minh chiếu sáng khắp thiên hạ, đến nước Phóng Bát.

Tiện Na hỏi:

"Đây là thầy của em hay sao?"

"Không phải, đây là nhóm ông Kiều-trần-như, lúc Phật mới thành đạo, thuyết pháp ở vườn Lộc Uyển, bọn ông cả thảy năm người được độ đầu tiên, có thần thông vô ngại."

Tiện Na nghe nói thêm lòng cung kính, đem hương hoa âm nhạc ra cúng dàng, các vị từ từ hạ xuống vào nhà.

Sau ngài Ca-diếp hóa ra một ngàn nhà giảng, bằng thất bảo, phóng quang minh ở trong mình ra, chiếu khắp bốn phương, bay đến nước Phóng Bát.

Tiện Na hỏi:

"Đây là thầy em hay sao?"

"Không phải, đó là ngài Ma-ha Ca-diếp, hay tu hạnh Đầu Đà thương kẻ ty tiện, chăm cấp giúp kẻ nghèo cùng."

Tiện Na vui vẻ đem hương hoa âm nhạc ra cúng dàng. Ngài từ từ hạ xuống vào nhà.

Sau Ngài Xá-lợi-phất, ngồi tòa ngàn con Sư tử, hướng đầu ra bốn phương, mồm phun nước mưa thất bảo, gầm thét, làm chấn động cả trời đất, trên mình Sư Tử bày tòa bằng thất bảo, thân ngài phóng quang minh chiếu soi bốn phương, bay trên hư không, đi đến nước Phóng Bát.

Tiện Na hỏi:

"Đây là thầy em phải không?"

"Không phải, đó là vị đại đệ tử của thầy em! Trí tuệ bậc nhất, tên là Xá-lợi-phất."

Tiện Na vui mừng, lấy hương hoa âm nhạc ra cúng dàng, ngài từ từ hạ xuống nhà.

Sau ngài Mục-kiền-liên hóa ra một ngàn con voi, quay đầu ra bốn bên, mỗi con có sáu ngà, mỗi đầu ngà có bảy hồ tắm, trong mỗi hồ có bảy hoa sen, trên mỗi hoa có bảy người ngọc nữ, ngoài ra còn biến hiện rất nhiều, phóng hào quang sáng lớn, làm vang động cả bốn phương trời, trên đầu voi bảy tòa thất bảo, ngài ngồi trên, bay đến nước Phóng Bát.

Tiện Na hỏi:

"Đây là thầy em phải không?"

"Không phải, đó là đệ tử của thầy em, tên là Đại Mục-kiền-liên, thần thông bực nhất, đức hạnh đầy đủ."

Tiện Na vui mừng đem hương hoa âm nhạc ra cúng dàng. Ngài từ từ hạ xuống vào nhà.

Sau ngài A-na-luật tự hóa ra bảy ao tắm bằng thất bảo; trong ao có hoa sắc vàng; hoa lá bằng thất bảo. Ngài ngồi kiết-già phu trên hoa, cổ ngài đeo chiếc nhật quang soi khắp thiên hạ, những ánh hào quang ấy thuần sắc vàng bay trên không gian đến nước Phóng Bạt.

Tiện Na hỏi:

"Đây là thầy của em phải không?"

"Không phải, đó là đệ tử của thầy em tên là A-na-luật-đề, đối với đại chúng, là một vị thiên nhãn bực nhất."

Tiện Na vui mừng! Cung kính lấy hương hoa kỹ nhạc ra cúng dàng. Ngài từ từ hạ xuống vào nhà.

Sau em Phật là Nan-đà, hóa ra ngàn cỗ xe ngựa thất bảo trên xe che tán thất bảo, phóng quang minh chiếu ra bốn phương, bay trên hư không, đến nước Phóng Bát.

Tiện Na hỏi:

"Đây là thầy của em phải không?"

"Không phải, đó là em của Phật tên là Nan-đà, tướng mạo và đức hạnh đầy đủ."

Tiện Na vui mừng! Lấy hương hoa âm nhạc ra cúng dàng. Ngài từ từ hạ xuống vào nhà.

Sau ngài Tu-bồ-đề hóa ra bảy quả núi ngọc, ngài ngồi trong hang lưu ly, thân phóng quang minh nhiều sắc lẫn nhau, chiếu sáng trời đất, bay đến nước Phóng Bát.

Tiện Na hỏi:

"Đây là thầy của em phải không?"

"Không phải, đó là đệ tử của thầy em tên là Tu-bồ-đề, học nhiều trí tuệ sâu rộng, là một vị bậc Nhất giải rõ pháp "Không".

Tiện Na vui mừng! Lấy hương hoa âm nhạc ra cúng dàng. Ngài từ từ hạ xuống vào nhà.

Sau đó ông Phân-nậu-văn-đà Ni Tử, hóa ra một ngàn thân Ca-lâu-la Vương, kết thành toà ngồi, đầu hướng ra bốn bên, mồm ngậm các thứ châu bảo, phát ra những tiếng hòa nhã, ở trên bảy tòa thất bảo, bay trên không gian đến nước Phóng Bát.

Tiện Na hỏi:

"Đây là thầy của em phải không?"

"Không phải, ông đó cùng đồng thầy với em, tên là Phân-nậu-văn-đà Ni Tử, một vị biện tài đệ nhất."

Tiện Na vui vẻ! Lấy hương hoa âm nhạc ra cúng dàng. Ngài từ từ hạ xuống vào nhà.

Sau có Ngài Ưu-ba-ly hóa ra ngàn con nhạn giụm mình vào nhau đầu quay ra ngoài, tiếng kêu hòa nhã! Mồm ngậm các thứ châu bảo, bay liệng trên không gian, trên mình bày tòa quý đẹp, phóng đại quang minh chiếu khắp bốn phương, bay đến Phóng Bát.

Tiện Na hỏi:

"Đây là thầy em phải chăng?"

"Không phải, đó là đệ tử của thầy em, tên là Ưu-ba-ly, một vị trì luật bực nhất trong hàng tỳ-kheo."

Tiện Na vui mừng! Lấy hương hoa âm nhạc ra cúng dàng. Ngài từ từ hạ xuống vào nhà.

Sau đó hai mươi ức vị Sa-môn, hóa ra những hàng cây ở trên hư không, dùng ngọc lưu ly xanh làm lối kinh hành, giữa hai hàng cây giáp nhau, làm bằng thất bảo, bên lề đường cũng bằng thất bảo, các vị đi trên lối kinh hành đến nước Phóng Bát.

Tiện Na hỏi:

"Đây là thầy em phải chăng?"

"Không phải, đây là hai mươi ức vị Sa-môn, đệ tử trong các hàng tỳ-kheo, tinh tiến hơn hết."

Tiện Na vui mừng, đem hương hoa âm nhạc ra cúng dàng, các Ngài từ từ hạ xuống vào nhà.

Sau có ông Đại-kiếp-tân-ninh, hóa ra bảy hàng cây báu, trên cây có rất nhiều hoa quả, dưới gốc có bảy tòa cao đẹp, Ngài ngồi trên tòa phóng quang minh. Bay trên hư không đến nước Phóng Bát.

Tiện Na hỏi:

"Đây là thầy em phải chăng?"

"Không phải, đây là một vị cùng thầy với em, tên là Đại-kiếp-tân-ninh, oai nghi đĩnh đạc, dũng mãnh nghiêm chỉnh đệ nhất."

Tiện Na vui mừng, đem hương hoa âm nhạc ra cúng dàng. Ngài từ từ hạ xuống vào nhà.

Sau có ông Tân-đầu-lư Phả-la-đỏa-sà ngồi tòa hoa sen, cổ đeo chiếc nguyệt quang, phóng ra ngàn tia sáng, soi khắp trời đất, bay trên không gian đến nước Phóng Bát.

Tiện Na hỏi:

"Đây là thầy em phải chăng?"

"Không phải, đó là đệ tử Phật, tên là Tân-đầu-lư Phả-la-đỏa-sà, một vị tọa thiền giỏi nhất."

"Tiện Na vui vẻ, đem hương hoa âm nhạc ra cúng dàng. Ngài từ từ hạ xuống vào nhà.

Sau có ông La-hầu-la hóa làm vua Chuyển Luân; có ngàn người con và thất bảo vây quanh trước sau, bay trên không gian đến nước Phóng Bát.

Tiện Na hỏi:

"Đây là thầy em phải không?"

"Không phải, đó là con Phật, tên là La-hầu-la ở tại gia sẽ thống trị bốn thiên hạ, thất bảo tự nhiên đầy đủ, không phải dùng quân đội và khí giới, mà có thể dẹp yên được giặc, bỏ ngôi cao quý xuất gia tu đạo, được đắc quả A-la-hán, đủ sáu phép thần thông, giờ đây biến thân để biểu lộ cái ngôi của Ngài."

Tiện Na vui vẻ đem hương hoa âm nhạc ra cúng dàng. Ngài từ từ hạ xuống vào nhà.

Đây là năm trăm đệ tử của Phật, có phép thần thông vô ngại biến hiện phi thường không tả xiết.

Khi đó, đức Thế Tôn biết các vị đã đi đến nước Phóng Bát rồi, Ngài bèn phóng hào quang chiếu sáng trời đất thuần sắc vàng.

Thấy điềm tướng này, Phú-na-kỳ bảo Tiện Na rằng:

"Thưa anh! Đức Thế Tôn sắp đến, nên Ngài phóng hào quang cho biết trước!"

Đức Thế Tôn đương ngồi trên tòa, la chân xuống đất, tất cả trên trời dưới đất đều rung động sáu lần.

Phú-na-kỳ nói:

"Động đất này là do đức Thế Tôn, Ngài la chân xuống đất làm chấn động như thế đó."

Đức Thế Tôn vừa ra khỏi tinh xá, Ngài dừng lại nhập định, thì thần kim cương đứng ở tám mặt; bốn ông Thiên vương đi trước, vua Đế-thích với các ông Thiên tử cõi Dục và năm trăm ngàn muôn chúng thị vệ bên tả, vua Trời Đại Phạm và các ông Thiên tử cõi Sắc, với vô số người đứng bên hữu. Tôi (A-nan) đứng sau Phật cùng với đại chúng, phóng quang minh chiếu khắp trời đất, bay trên hư không đến nước Phóng Bát.

Đi được nửa đường, gặp năm trăm nông phu đương cày ruộng, các con trâu tự nhiên đứng dừng lại không kéo cày nữa, một vẻ trầm tĩnh và kính cẩn biểu lộ, ngửa mặt nhìn lên trời, các người nông phu ngửa nhìn theo trâu, họ đều quỳ xuống bạch Phật rằng:

"Kính lạy đức Thê Tôn! Để lòng thương lũ chúng con, tạm xuống chỗ này giáo hóa chúng con thoát ly được những nỗi đọa đày thể xác lẫn tinh thần, đời đời được an vui sung sướng!"

Phật lấy lòng từ bi và biết những người này duyên lành đã tới, nên Ngài từ từ hạ xuống thuyết pháp cho họ nghe.

Họ được lãnh hội giáo lý của Ngài, tâm trí tự nhiên sáng tỏ, hiểu thấu đời là vô thường không gì vững chắc, liền ngắt dứt được hai mươi ức kiếp tội ác, thành ngôi Tu-đà-hoàn, còn những con trâu, sau khi chết được sinh lên trời, ai nấy đều vui mừng khôn xiết, lễ sát dưới chân Phật.

Thuyết pháp xong, đức Phật lại bay lên hư không mà đi, đi chưa được bao xa có năm trăm kẻ đồng nữ chơi ở một cánh đồng rộng, nhìn xuống đất có ánh sắc vàng, ngửa mặt lên trời thấy Phật, chúng nó vui mừng chắp tay bạch Phật rằng:

"Kính lạy Phật! Xin Ngài xuống đây thuyết pháp cho chúng con nghe!"

Phật biết những đứa này có túc duyên, căn lành với Tam Bảo đã chín, Ngài từ từ hạ xuống, mọi đứa tới gần cúi đầu lễ kính, đức Phật tùy theo căn cơ của nó, nói những lời đạo đức, giảng dạy môn tu. Chúng nghe xong đều phát trí sáng, đắc quả Tu-đà-hoàn, chúng vui mừng tha thiết lễ dưới chân Phật.

Cảm hóa đã xong, Ngài cùng với các đệ tử đi bộ trên hư không, qua khoảng rừng xanh, có năm trăm ông tiên nhìn thấy Phật và đại chúng, họ đều tha thiết lễ kính và bạch rằng:

"Kính lạy đức Thế Tôn! Nhân Ngài qua đây, chúng con được hạnh ngộ, ngưỡng mong ơn từ bi cao cả tế độ lũ chúng con được nhập đạo tu hành."

Phật coi duyên trước của những người này, biết có thể độ được, nên Ngài từ từ hạ xuống trước mặt, mọi người cúi đầu lễ sát đất. Phật nói:

"Thiện lai Tỳ-kheo!"

Nói xong râu tóc họ rụng hết, biến thành các vị Sa-môn, Ngài giảng giải cho nghe, mọi người đều được sáng tỏ cõi lòng, hết lậu nghiệp đắc quả A-la-hán. Phật bay lên hư không thì những người này họ cũng bay theo.

Phú-na-kỳ xa ngó thấy Phật và đại chúng sắp tới bảo anh rằng:

"Phật sắp tới anh ạ!"

Tiện Na vui mừng, lấy hướng hoa âm nhạc ra cúng dàng, Phật và đại chúng Tăng từ từ hạ xuống vào nhà thứ tự ngồi an tĩnh.

Tiện Na và gia quyến, sửa soạn cỗ bàn trai nghi trịnh trọng thành kính dâng Phật và đại chúng.

Phật dùng cơm xong, rửa tay súc miệng, thăng tòa thuyết pháp cho cả nhà Tiện Na và toàn thể dân nước nghe. Xong cuộc thuyết pháp này, gia quyến Tiện Na đều chứng quả Tu-đà-hoàn, còn những người trong nước một số rất đông được độ.

Thấy thế, tôi (A-nan) hỏi Phật rằng:

"Kính lạy đức Thế Tôn! Phú-na-kỳ đời quá khứ tạo ác nghiệp gì phải sinh làm con kẻ hạ tiện? Thuộc nô tỳ nhà người? Và có phước gì gặp Phật được thoát sinh tử? Cúi xin đức Thế Tôn từ bi chỉ thị."

Phật dạy:

"A-nan! Ông muốn biết hãy nghe cho kỹ và nghĩ cho khéo, tôi sẽ nói cho hay!"

"Dạ! Lạy đức Thế Tôn, chúng con xin chú ý nghe!"

"A-nan! Đời quá khứ đã lâu, thời đức Phật Ca-diếp giáng thế độ sinh. Bấy giờ có ông trưởng giả, nhà rất giàu có, cũng vì việc cầu phước, nên ông làm một ngôi chùa và phòng Tăng, dâng bốn món: áo mặc, thức ăn, giường tòa, thuốc thang đầy đủ, cúng dàng Phật và các vị Thánh Tăng. Sau khi ông chết, người con trai của ông đi xuất gia, không có người thừa tự, nên sự cúng dàng ngày một thiếu hụt, các sư phải giải tán đi nơi khác, chùa chiền bỏ hoang vu, không người sửa chữa, bị mục nát, điêu tàn! Người con trai ông đi xuất gia, khi trở về thấy thế, đi nói với dân làng và bè bạn thân quen, bỏ tiền ra tu bổ lại ngôi chùa, và mời các Sư Tăng về cúng dàng như xưa. Bấy giờ các Sư Tăng đến tu rất đông, phần nhiều là những vị Cao Tăng đại đức tu hành tinh tiến, đức hạnh đầy đủ.

"Người con trai ông khi đó làm chủ chùa. Trong các Sư Tăng phân công mỗi người một chức, để chấp tác việc chùa. Hôm đó có một vị phải phiên trực nhật, nhổ cỏ quét đất vun thành một đống ở giữa sân chưa kịp hốt. Ông chủ chùa bẳn gắt mắng rằng: 'Ai quét sân nhổ cỏ để đây không hốt đi, làm ăn thế à? Không khác gì đứa nô tỳ, lười lẫm như vậy?'

"Trái lại sư này đã tu chứng đến quả vị La-hán, mà ông không biết!"

Nói tới đây Phật nhắc lại rằng:

"A-nan! Ông chủ chùa thuở đó chính là Phú-na-kỳ, bởi một lời nói ác, mắng vị La-hán thành nhân, tỷ dụ Ngài như đứa nô tỳ, vì tội ấy nên trong năm trăm năm, thường phải làm thân nô tỳ. Cũng do công đức sửa lại chùa chiền, khuyên người cúng dàng Tăng, đền tội đã xong, nay được gặp Ta đắc giải thoát; những người nước này được giáo hóa, là những người ngày xưa giúp việc làm chùa và cúng dàng chúng Tăng, nên đời đời sung sướng, hôm nay gặp Ta đều giải thoát cả.

Khi đó tôi và đại chúng nghe xong đều vui mừng, tạ lễ mà lui.

PHẨM THỨ BA MƯƠI:
NI-ĐỀ

Chính tôi được nghe: Một thời Đức Phật ở nước Xá-vệ, tại vườn của ông Cấp Cô Độc, và rặng cây của Thái tử Kỳ-Đà.

Bấy giờ trong thành Xá-vệ người ở đông đúc, chỗ cư xử chật hẹp, nhà xí ít, đi đại tiểu tiện phần nhiều phải ra ngoài thành, những nhà giàu sang họ đi vào trong một cái bô, đậy nắp cẩn thận, mướn người xách ra ngoại thành đổ.

Khi đó có ông Ni-đề nhà nghèo, hàng ngày sinh sống bằng nghề đổ phân thuê. Đức Thế Tôn luôn luôn nghĩ đến chúng sinh có duyên, kẻ nên độ trước thì độ trước, kẻ nên độ sau thì độ sau, cũng như cây kia nở hoa trước, thì kết quả trước, cây này nở hoa sau, thì kết quả sau, tùy theo những chúng sinh căn lành đã chín, hoặc sớm hoặc muộn đều được độ cả. Ngài biết ông Ni-đề căn lành đã thuần thục, nghiệp chướng đã tiêu, nên một hôm tôi theo Ngài vào thành để cứu ông ra con đường giải thoát.

Khi đức Thế Tôn và tôi tới đầu phố, thì ông Ni-đề đang gánh hai cái thúng phân đi đổ. Ông nhìn thấy Phật trong lòng tủi hổ, quẹo đi ra con đường khác để lánh mặt; vừa ra khỏi đường, bỗng nhiên gặp Phật, sợ quá tẻ ra lối khác, tâm ý lộn xộn, đập thùng vào bờ tường gạch, phẩn bắn đầy người, ông ngồi thụp xuống và không dám nhìn Phật.

Đức Thế Tôn tới gần an ủi và nói rằng:

"Ni-đề, muốn theo Ta xuất gia tu đạo cho thoát khỏi các nỗi đau khổ không?"

"Dạ! Kính lạy đức Thế Tôn! Ngài là dòng Kim-luân-vương, các đệ tử của Ngài là những quý nhân, con là kẻ hạ tiện hèn hạ, đâu dám xuất gia đồng hàng cùng các đệ tử của Ngài được!"

"Ni-đề! Nghe Ta nói: Pháp của Ta thanh tịnh nhiệm mầu, cũng ví như nước sạch có thể tẩy trừ được tất cả cấu uế nhơ bẩn, cũng như đống lửa cháy lớn có thể đốt tiêu mọi vật, mặc dù vật lớn hay nhỏ, cứng hay mềm, tốt hay xấu, đã bỏ vào thì thành tro than hết. Pháp của Ta cũng thế, rộng rãi vô biên, giàu nghèo, sang hèn, trai gái, nếu ai muốn tu Ta sẽ độ hết."

Ông Ni-đề nghe Phật nói xong, lòng tin chắc chắn, phục xuống lạy và thưa rằng:

"Dạ! Kính lạy đức Thế Tôn! Ngài đã giàu lòng thương đến con, vậy cúi xin Ngài cho con được nhập đạo tu hành."

Thấy ông bẩn thỉu quá, Phật sai tôi đưa ông ra sông tắm, và cho ông một tấm áo mới, mặc về tinh xá Kỳ-hoàn, Phật thuyết pháp cho ông nghe như sau:

"Sinh tử là đau khổ phải nên sợ! Niết-bàn là pháp an vui lâu kiếp bất diệt, phải nên kính."

Ông nghe Phật thuyết pháp xong hốt nhiên giác ngộ, chứng được Sơ quả, chắp tay lễ kính thọ giáo làm Sa-môn.

Phật nói:

"Thiện lai Tỳ-khưu!"

Ngài nói dứt lời, tóc của ông rụng hết, áo cà-sa thấy mặc tại mình.

Phật dạy:

"Ni-đề! Ông nên biết: Sắc thân năm ấm nầy là khổ, những ác nghiệp gây ra từ mắt, tai, mũi, lưỡi, thân, ý, tập hợp ở tâm thức nên đoạn nó đi. Diệt phải nên chứng, đạo phải nên tu."

Nghe Phật nói xong, tự nhiên giác ngộ, dứt hết lậu nghiệp, đắc quả A-la-hán, đủ ba phép minh và sáu phép thần thông.

Khi bấy giờ trong nước họ nghe biết đức Phật độ cho ông Ni-đề, ai cũng lắc đầu lè lưỡi có ý khinh bỉ, nói cùng nhau rằng:

"Ông Ni-đề là người đổ phân thuê, đứng vào hàng hạ tiện, tại sao Phật lại độ cho ông ấy đi xuất gia. Lũ ta lễ bái làm sao? Thỉnh Phật và Tăng đến cúng dàng không mời kẻ đó! Lúc làm trai nghi họ lại ngồi bẩn giường nhà ta."

Họ xôn xao đồn khắp trong thành, ai ai cũng nghe biết; sau đến tai vua, vua nghe thấy tâm cũng không hoan hỷ, thầm nghĩ rằng:

"Ta phải can thiệp việc này, nếu để Phật độ những người nghèo hèn xuất gia thì khi cúng dàng lễ bái không tiện."

Nghĩ xong lên xe đi đến rừng Kỳ-hoàn. Khi tới cửa rừng, vua dừng chân đứng nghỉ, nhìn thấy một vị sư ngồi trên tảng đá lớn vá áo, ở dưới có bảy trăm người cõi trời dâng hoa cúng dàng, lễ kính, đi nhiễu xung quanh. Nhà vua tới gần thưa rằng:

"Kính thưa Tôn giả! Tôi muốn vào yết kiến Phật xin ngài vào thông bạch cho."

"Phải! Bệ hạ để tôi vào thưa trước giùm."

Nói xong rẽ qua hòn đá đi vào trong bạch Phật rằng:

"Kính lạy đức Thế Tôn! Vua Ba-tư-nặc ở ngoài cửa rừng muốn xin vào yết kiến đức Thế Tôn."

Phật nói:

"Ni-đề hãy dùng đạo lực đi ra nói rằng: Ta cho vào."

Ông Ni-đề từ tảng đá lớn ấy bước ra cũng như người nhô khỏi mặt nước không có vướng vít gì, bảo nhà vua rằng:

"Thưa Bệ hạ! Tôi đã thưa với Phật, xin ngài cứ việc đi vào."

Vua Ba-tư-nặc thầm nghĩ như vầy: "Việc ta định hỏi trước, hãy khoan, ta sẽ hỏi Phật, vị Tỳ-khưu này ở đâu tới đây có thần lực cao siêu, hơn nữa lại được các người cõi trời kính phục cúng dàng như vậy?"

Khi tới nơi cúi đầu dưới chân Phật, đi ngang về bên hữu ba vòng, lui đứng về một bên bạch Phật rằng:

"Kính lạy đức Thế Tôn! Bên ngoài cửa rừng có một vị Tỳ-kheo, thần lực cao siêu đi vào trong hòn đá cũng như người đi dưới nước, đá vẫn không nứt vỡ, họ tên gì, và ở đâu tới đây xin nói cho con được biết?"

Phật dạy:

"Đó là một người hèn hạ nhất ở trong nước nhà vua đấy, tên là Ni-đề hàng ngày đi đổ phân thuê, tôi thương tình độ cho xuất gia tu học, chưa được bao lâu đã thành Thánh quả. Hôm nay nhà vua đến đây cũng định hỏi tôi việc đó!"

Nghe Phật nói thế nhà vua tàm quý, tự bỏ hết tâm kiêu mạn, nhân thế Phật nói rằng:

"Phàm con người ở trên đời, tôn, ty, sang, hèn, giàu, nghèo, khổ, vui, cũng do tạo ác nghiệp, hay thiện nghiệp đời quá khứ. Người nhân từ đạo đức, khiêm nhượng, kính trên nhường dưới, đó là bậc quý nhân; kẻ hung ác tàn bạo, ương ngạnh, kiêu ngông, vô lễ độ, không phân phải trái thiện ác là kẻ hạ ngu tiểu nhân."

"Kính lạy đức Thế Tôn! Bậc Đại Thánh xuất thế! Cứu tế cho muôn loài đến những người hạ tiện, đê hèn còn cứu khổ ban vui, không bỏ sót tầng lớp người nào, nếu có duyên lành. Ông Ni-đề tại nhân duyên gì phải sinh nơi hạ tiện? Làm phúc gì được gặp Thế Tôn? Hơn nữa lại được chứng quả A-la-hán, cúi xin từ bi chỉ dạy."

"Nhà vua nghe cho kỹ, Ta sẽ nói rõ nguyên nhân cho biết."

"Dạ! Lạy đức Thế Tôn! Con xin chú ý nghe, cúi xin chỉ giáo."

"Đây cũng một câu truyện đời quá khứ, thời đức Phật Ca-Diếp giáng thế độ sinh. Sau khi Ngài vào Niết-bàn, có mười vạn vị Tăng cùng ở với nhau một Tùng-lâm. Hôm ấy vị Sa-môn chủ Tùng-lâm mắc bệnh phải uống thuốc hạ, ông cậy thế làm một vị chủ không chịu đi ra nhà cầu, mua một cái bình bằng bạc mạ vàng, đi đại tiểu tiện vào trong, rồi bắt một người đệ tử đem ra ngoài đổ. Song người đệ tử ấy đã đắc quả Tu-đà-hoàn. Bởi thế! Vì không có tâm khiêm nhường, không phân biệt được người hay kẻ dở, cậy mình có thế lực, giữ việc Tăng chúng, gặp chút bệnh nhẹ lười biếng không chịu đi, sai vị Thánh nhân đổ phân cho mình. Vì nhân duyên ấy bị lưu lãng trong vòng sinh tử, thường phải làm kẻ hạ tiện trong năm trăm đời, đi đổ phân thuê, cho đến ngày nay không thôi. Cũng do công đức xuất gia trì giới, nên gặp Ta cứu thoát.

Nhà vua nên biết ông chủ Tùng lâm thuở đó, nay là tỳ-khưu Ni-đề đấy."

"Dạ! Kính lạy đức Thế Tôn, quý hóa thay! Ngài xuất thế thực là hiếm có, làm lợi ích cho không biết lượng nào chúng sinh đau khổ."

"Quý hóa! Như thế đấy, ông nói cũng phải, chúng sinh luân chuyển trong ba cõi không có định, người tích thiện tu nhân, được sinh vào nhà tôn quý, kẻ tạo ác phóng túng vô lễ độ, phải sinh nơi hèn hạ."

Nghe Phật nói! Nhà vua rất vui mừng bỏ hết tâm kiêu mạn, khinh người, đứng lên quỳ thẳng ôm lấy chân ông Ni-đề lễ lạy, và cầu xin ông xá tội.

Đức Thế Tôn nhân vì ông thuyết pháp nói về luận "Bố thí", luật "Trì giới", luận "Sinh thiên". Kẻ tà dâm phạm dục là hạnh bất chính, đoạn dục là hạnh an vui.

Bấy giờ tất cả mọi người dự thính, ai nấy đều vui mừng, tự thệ bỏ tâm kiêu ngạo tuân lời Phật dạy, tu hành tạ lễ mà lui.

HẾT QUYỂN SÁU

QUYỂN THỨ 7

PHẨM THỨ BA MƯƠI MỐT:
ĐẠI-KIẾP-TÂN-NINH

Chính tôi được nghe: Một thời Phật ở nước Xá-vệ, tại vườn Cấp Cô Độc, cây của Thái Tử Kỳ-đà.

Về phương Nam nước Xá-vệ có một nước tên là Kim-địa. Ông vua nước đó tên là Kiếp-tân-ninh, con trai ông tên là Đại-kiếp-tân-ninh. Trí óc thông sáng sức lực khỏe mạnh, sau khi nhà vua băng hà, thái tử Đại-kiếp-tân-ninh lên nối ngôi, thống trị ba vạn sáu nước, quân lính rất nhiều, thiên hạ vô địch, tiếng anh hùng đã lừng lẫy bốn phương. Nhưng xứ trung tâm không có giao thông.

Bấy giờ có một người lái buôn đến nước Kim-địa buôn bán, đem dâng vua bốn thứ lụa Bạch điệp rất tốt. Vua nhận rồi hỏi rằng:

"Vật này mua ở xứ nào?"

"Tâu Bệ hạ! Mua ở các nước trung tâm!"

"Các nước trung tâm tên chi?"

"Tâu Bệ hạ! Tên là La-duyệt-kỳ, Xá-vệ, và còn nhiều nước khác nữa."

"Các vua xứ trung tâm, tại sao không đem lụa này dâng ta?"

"Tâu Bệ hạ, đối với lực lượng họ cũng chẳng kém gì ta nên họ không dâng!"

Vua Kim-địa thầm nghĩ như vầy: "Thế lực của ta có thể toàn thu được thiên hạ về một mối, họ không chịu thần phục ta, ta sẽ cử đại hùng binh sang đánh!"

Nghĩ xong hỏi lái buôn rằng:

"Các nước xứ trung tâm, nước nào lớn hơn và hùng mạnh hơn?"

"Tâu Bệ hạ, nước Xá-vệ lớn nhất và hùng mạnh nhất!"

Nhà vua nói:

"Tốt lắm, Trẫm nhận lễ này cho anh và cho anh ra!"

"Dạ! Tâu Bệ hạ, thần xin cáo lui."

Nhà vua thảo tờ chiếu chỉ, sai người mang sang cho vua Ba-tư-nặc như sau:

"Ba-tư-nặc! Ông nên biết: Nước ta hùng mạnh khắp cõi Diêm-phù-đề đều biết, mà khanh lại tuyệt giao với ta. Ta sai người mang chiếu chỉ này, bảo cho khanh biết: Nếu khanh đương nằm nghe thấy chiếu chỉ của ta đến, thì phải ngồi dậy ngay! Nếu đương ngồi phải đứng dậy ngay! Nếu đương ăn phải nhổ ra ngay! Nếu đương tắm phải quấn tóc lại ngay! Nếu đương đứng phải chạy đến đỡ lấy ngay! Sau bảy ngày nữa sẽ biết ta! Nếu không theo đúng lời nói đây, ta sẽ đem đại hùng binh sang tiêu diệt nước của nhà ngươi!"

Vua Ba-tư-nặc tiếp được tờ chiếu chỉ vua Kim-địa, sợ toát mồ hôi! Bối rối không biết nghĩ sao, liền đi cầu Phật giải quyết.

Bạch Phật rằng:

"Kính lạy đức Thế Tôn! Vua Kim-địa cậy sức hùng mạnh, hẹn bảy ngày nữa đem binh sang đánh, con vừa nhận được thơ. Cúi xin đức Thế Tôn đoán cho!"

Phật dạy:

"Nhà vua không lo! Về bảo sứ giả rằng: Ta cũng có một ông Đại vương nước lớn, ông đó theo Phật giáo, cũng gần đây, vậy nhà ngươi mang tờ chiếu này đến cho Đại vương ta coi!"

Sứ giả đi cùng vua Ba-tư-nặc đến rừng Kỳ-hoàn.

Đức Thế Tôn tự biến ra vua Chuyển-luân, sai ông Mục-kiền-liên làm một vị đại tướng cầm quân, cơ nào đội ấy rất hùng mạnh, biến rừng Kỳ-hoàn ra một cái thành lớn, bằng thất bảo, chung quanh thành có bảy lần hào lũy, thành có bảy lần hàng cây cũng bằng thấy bảo, dưới hào có hoa sen, đủ các sắc, quang minh sáng sủa, các cung điện trong thành thuần bằng thất bảo. Vua Chuyển-luân ngồi trên bảo điện tôn nghiêm đáng sợ.

Sứ giả vào tới thành, nhìn thấy vua Chuyển-luân, lẫm liệt như ông Thiên Đế-thích trên cung trời Đao-lợi, tâm hồn kinh ngạc, sợ hãi! Thầm nghĩ như vầy: "Vua Kim-địa vô cớ lại chiêu cái họa vào thân!"

Vừa run, vừa sợ! Không biết tính cách gì nói cho tiện, quỳ xuống dâng lá thơ thưa rằng:

"Kính tâu Đại Vương! Con là sứ thần của vua Kim-địa, tuân mạng dâng bức thơ này lên Đại Vương!"

Vua Chuyển-luân, vất tờ thơ ấy xuống đất, đạp lên trên nói:

"Ta làm một ông Đại Vương thống trị bốn thiên hạ, chúa nhà ngươi điên cuồng sao dám vô lễ, về ngay bảo cho chúa nhà ngươi biết rằng: mau mau lại đây triều cống nước ta! Đương nằm nghe thấy lời của ta đến, phải ngồi dậy ngay! Đương đứng phải bước lại ngay! Hẹn bảy ngày nữa phải đến! Nếu trái lệnh ta, khi chịu chết đừng có hối hận!"

"Dạ muôn tâu Đại Vương! Hạ thần xin phụng mạng!"

Sứ giả về nước nhà, tâu vua Kim-địa những lời nói trên, và trình bày thế lực cho nghe. Kim-địa nghe xong núng thế, tự trách mình đã quá kiêu ngạo, rồi thảo thơ đi mời các vua nước nhỏ đến, để đi yết kiến vua Chuyển-luân (Phật). Song hãy còn ngờ sai sứ đến tâu rằng:

"Tâu Bệ hạ! Tiểu vương Kim-địa phái hạ thần đến đây, kêu với Bệ hạ đưa ba vạn sáu ngàn vua các nước đến yết kiến, hay đi một nửa, xin cho hạ thần được rõ?"

Đại Vương đáp:

"Cho để lại một nửa, tới đây một nửa?"

Sứ giả về tâu rằng:

"Tâu Bệ hạ! Đại Vương cho để lại một nửa, sang một nửa!"

Vua Kim-địa sửa soạn binh nhung đầy đủ lương thực, và đưa một vạn tám ngàn vua nước nhỏ sang. Tới nơi thấy thành quách trang nghiêm thuần bằng thất bảo, quân đội hùng mạnh, vua Chuyển-luân như ông trời Đế-thích, oai phong lẫm liệt, cảnh giới không khác thiên cung. Song lại nghĩ như vầy: "Đức tướng và cảnh giới tuy hơn, nhưng lực lượng chưa chắc đã hơn ta."

Vua Chuyển Luân biết ý nghĩ của ông như vậy, sai quân lấy cung cho vua Kim-địa giương thử. Kim-địa cầm cung giương không nổi.

Thấy giương không nổi, vua Chuyển-luân cầm lấy cung giương lên như bỡn, rồi Ngài trao cho Kim-địa bắn thử, nhưng bắn không nổi.

Vua Chuyển-luân cầm lấy cung, bắn tiếng kêu, làm chấn động ba ngàn thế giới, lại bắn thêm một phát nữa, hóa ra năm mũi tên, các đầu tên đều tỏa ra vô số quang minh, trên đầu tia sáng đều có các hoa sen lớn, to như vành bánh xe, trên mỗi một hoa, đều có một ông Chuyển-luân Vương ngồi tòa thất bảo, ngọc nữ đông đủ. Những tia sáng của hoa làm đoạt ánh sáng mặt trời, mặt trăng, trong ba ngàn cõi, hào quang ấy làm cho tất cả chúng sinh trong năm thú được lợi ích.

Trên các cõi trời, những người được thấy ánh hào quang, và được nghe thuyết pháp, thân tâm họ đều được thanh tịnh an vui! Rồi có người đắc quả thứ hai, hoặc thứ ba; cũng có người phát tâm cầu đạo Vô thượng Chánh đẳng Chánh giác, dự vào ngôi bất thoái.

Những chúng sinh ở đạo người được thấy hào quang, và nghe tiếng thuyết pháp, ai nấy đều vui mừng! Sau có người đắc nhị quả hoặc tam quả, cũng có người phát tâm xuất gia, và phát tâm cầu đạo Vô thượng Bồ-đề, dự vào ngôi bất thoái.

Trong loài ngạ quỷ được thấy hào quang này và nghe tiếng thuyết pháp, đều tiêu hết nghiệp, thân tâm an lạc, nhiệt não tiêu tan, phát sinh tâm tôn kính đức Phật, họ đều được giải thoát loài ngạ quỷ, sinh lên thiên đường hoặc sinh cõi nhân gian.

Loài súc sinh được gặp ánh quang minh này, lòng tham dục, sân si tự nhiên tiêu diệt, sinh lòng tôn kính đức Phật, đều thoát khỏi loài súc sinh, hóa sinh về cõi người cõi trời.

Những người trong địa ngục, được gặp ánh quang minh này, kẻ rét được ấm áp, kẻ nóng được mát mẻ, kẻ đau khổ được an lành, thân tâm vui sướng kính mến Phật, liền thoát khỏi địa ngục sinh về cõi người, cõi trời.

Đại-kiếp-tân-ninh và các ông vua thuộc xứ Kim-địa, thấy phép thần biến như vậy, vui sướng, tôn kính, cảm phục, sợ hãi vua Chuyển Luân có thần biến và đức độ vô biên, ngay lúc ấy tâm của các ông vua đều giũ hết mọi trần cấu đắc Pháp Nhãn Tịnh.

Đức Phật thấy các ông đã chuyển tâm quy hướng, nên Ngài thu nhiếp thần lực, hiện lại nguyên hình, các đệ tử vây quanh trước sau.

Kim-địa và các ông vua thấy Phật, oai đức phi thường thần thông hiển hách, sinh tâm cung kính, cùng nhau quỳ thẳng chắp tay bạch Phật rằng:

"Kính lạy đức Thế Tôn! Chúng con tuy làm nhân chúa, còn mê muội chịu ách luân hồi sinh tử, muốn trút bỏ kiến thức hẹp hòi của chúng sinh, ràng buộc, cúi xin ngài từ bi cho xuất gia học đạo!"

Đức Phật khen ngợi, và nói lên rằng:

"Thiện lai tỳ-khưu!"

Nói dứt lời râu tóc các ông đều rụng hết, áo cà-sa thấy mặc tại mình, nghe Phật thuyết pháp được hết lậu nghiệp thành ngôi La-hán.

Thấy thế, tôi (A-nan) tới trước quỳ thẳng chắp tay bạch Phật rằng:

"Kính lạy đức Thế Tôn! Vua Kim-địa, trước tu hạnh gì, nay được làm nhân chúa, lại được gặp Thế Tôn, đắc quả La-hán cúi xin nói cho chúng con, và chúng sinh đời vị lai được rõ?"

Phật dạy:

"A-nan, tất cả chúng sinh do tạo, công đức lành đời trước mà được hưởng quả báo tốt đời này. Đây cũng một thời quá khứ sau khi Phật Ca-diếp nhập Niết-bàn; có một ông trưởng giả, bỏ tiền ra xây tháp, làm chùa, và các phòng xá, cúng dàng chư Tăng, nào áo mặc, thuốc thang giường tòa, các món ăn, sau khi ông chết trải qua lâu năm, chùa tháp hư hỏng và các món ăn cũng không còn nữa, nên các sư phải đi xứ khác. Con ông ta đi xuất gia làm tỳ-khưu, trở về nhà thấy thế, ra khuyến hóa nhân dân, tu sửa chùa tháp, đặt các giường tòa, và các đồ ăn dùng cúng dàng chư Tăng đầy đủ, rồi phát nguyện rằng: 'Nguyện công đức này, đời mai sau cho con được phú quý trường thọ, gặp Phật nghe pháp và đắc đạo quả!'

A-nan ông nên biết, con trưởng giả ở thời đó, chính là vua Kim-địa tên là Đại-kiếp-tân-ninh, còn những người dân góp tiền của cúng dàng, nay là một vạn tám ngàn các ông vua nước nhỏ bây giờ."

Nghe Phật nói xong ai nấy vui vẻ, phát tâm cầu đạo tu phúc, tuân theo lời vàng ngọc, tạ lễ lui ra.

PHẨM THỨ BA MƯƠI HAI:
TỲ-KHEO-NI VI DIỆU

Chính tôi được nghe: Một thời đức Phật ở nước Xá-vệ, tại tinh xá Kỳ-hoàn, sau khi vua Ba-tư-nặc đã băng hà, Thái tử Lưu Ly chấp chính, bạo ngược tham tàn, thả voi đạp chết nhân dân vô kể.

Bấy giờ các con gái trong nhà quý phái, thấy thế chán đời, rủ nhau đi xuất gia tu đạo để cầu giải thoát rất đông.

Nhân dân họ thấy các cô hoặc họ Thích, hoặc các nhà Hầu Tước, là những dòng họ tôn sang bỏ sự vinh hoa sung sướng, xuất gia tu đạo, cả thảy năm trăm người, nên họ rất tôn kính, tranh nhau cúng dàng.

Một hôm các cô ấy bàn nhau như vầy:

"Chúng ta tuy được xuất gia, mang danh là tỳ-khưu-ni, song đối với Phật pháp chưa hiểu biết gì; chưa được uống Pháp dược, để tiêu những tập chướng dâm, nộ, si từ đời vô thuỷ. Bây giờ phải đến bà Thâu-lan Nan-đà tỳ-khưu-ni xin học hỏi, và để bà truyền pháp Bát kính cho."

Các cô cùng nhau đến làm lễ và thưa rằng:

"Kính thưa bà, chúng con không biết có phúc duyên gì, được hạnh phùng Tam Bảo xuất gia tu đạo, làm tỳ-khưu-ni, song đối với giáo lý cao siêu của đức Phật chưa hiểu biết gì, hôm nay chúng con cả thảy năm trăm người, đến đây cầu xin bà từ bi thí pháp nhũ, cho chúng con được ân triêm công đức!"

Bà Thâu-lan Nan-đà nói:

"Các cô sinh trưởng nơi tôn sang, tôn vinh phú quý, vinh hoa thiếu chi, đương tầm tuổi trẻ, xuất gia học đạo làm gì cho khổ một đời tươi trẻ! Thôi đem áo bát cho tôi, trở về lấy chồng, hưởng cuộc đời êm ấm nơi khuê các, cho khoái lạc, tội chi làm tỳ-khưu-ni ở nơi chốn chùa chiền khô quạnh, chôn dìm cuộc đời như đống tro tàn lạnh lẽo!"

Các cô nghe bà nói xong, lòng dạ hoang mang, sa nước mắt tạ lễ lui ra. Trong khi đi bảo nhau rằng:

"Chúng ta muốn thoát khỏi con đường tình ái, ngu si, mê muội của thế gian, đến đây bà đã không khuyên bảo lũ ta được gì, lại đem những lời lẽ lôi kéo chúng ta vào nơi hang hầm miệng sói, trụy lạc đời đời. Vậy chị em ta đến bà Tỳ-khưu-ni Vi Diệu, cầu bà tế độ."

Năm trăm cô đến chỗ bà Tỳ-khưu-ni Vi Diệu, cúi đầu lễ sát đất thưa rằng:

"Kính thưa bà, chúng con ở tại tập tục mê muội, tuy đã đi xuất gia, nhưng tâm ý vẫn còn tham ái, lòng dục vẫn thường phát khởi như lửa đốt, không cách gì ngăn cản nổi, xin bà thuyết pháp để giải thoát cái tội căn ấy cho lũ chúng con!"

Bà Tỳ-khưu-ni Vi Diệu đáp rằng:

"Trong ba đời quá khứ, hiện tại, vị lai, các cô muốn hỏi gì?"

"Dạ! Kính thưa bà, đời quá khứ và đời vị lai, còn viễn vọng, chúng con không dám hỏi, xin hỏi bà: cái tội thắt chặt của sự dâm dục đời hiện tại, nó xấu hay tốt, nó hay hay nó dở, có kết quả gì cho mình không? Có lợi ích hay không có lợi cho tương lai, xin bà giải thích!"

"Các cô muốn biết rõ hãy để ý nghe!"

"Dạ chúng con xin chú ý nghe!"

"Các cô nên biết! Tất cả trời người, cho đến vạn vật có hình thức trên vũ trụ này, loài nào cũng do nghiệp ái dục mà sinh ra. Dâm dục ví một dám lửa cháy dữ dội nó có thể đốt tiêu hủy núi rừng, cây, cỏ, gỗ, đá cho đến vũ trụ bao la, kẻ mắc phải dâm dục, cũng như bị giặc vào phá nhà; kẻ đó sẽ đọa xuống tam đồ ác đạo, không có kỳ hẹn được ra.

"Những ai luyến gia nghiệp, đó là tham sự sum họp ân yêu vui vầy! Vì nhân duyên ấy nên sanh già bệnh chết, biệt ly, huyễn quan xúc não! Đương yêu nhau bị ly biệt, thương tiếc khóc than! Luyến ái tổn hại đến tâm can ngất đi sống lại, tâm ý trói buộc như lao ngục. Tôi vốn là một con nhà dòng Phạm Chí, cha tôi là một người được tôn quý nhất trong nước. Buổi đó ông trưởng giả dòng Phạm Chí, có người con trai xinh đẹp trí óc thông minh. Thấy ta xinh đẹp lại dòng quý phái, nên ông nói với cha mẹ ta, cưới ta về cho con trai ông. Sau khi đã thành gia thất, vợ chồng ăn ở với nhau được một đứa con trai. Đã lâu ngày xa cha cách mẹ, lòng nhớ mong không tả xiết! Giữa lúc ta đang có mang, sợ sinh tử vô thường nên ta xin phép chồng về nhà thăm cha mẹ; chồng ta ưng thuận cho đi. Buổi sáng ấy, hai vợ chồng ẩm con và mang đồ hành lý ra đi, đi chừng được nửa đường trời vừa sẩm tối, vợ chồng nằm nghỉ dưới gốc cây to, không may lúc canh khuya ta đau bụng sinh, huyết chảy ra lênh láng, các loài rắn độc, thấy mùi tanh tìm lại, cắn chết chồng ta đương lúc ngủ say! Ta gọi mãi không thấy trả lời. Trời vừa tảng sáng, cầm tay kéo dậy, thấy lạnh buốt ngay đờ như cục gỗ, không còn tri giác, xem kỹ biết rằng rắn cắn, thương quá! Trời ơi! Khổ chi đến nỗi thế này! Khi đó hồn phách ta không biết bay đâu? Ngất đi mê mết! Thằng nhỏ ngồi bên vừa gọi vừa khóc! Dần dần tỉnh dậy. Rồi ta cõng thằng nhỏ trên vai, tay ẩm đứa con mới sinh nở, vừa đi vừa khóc! Qua quãng đường vắng, tới một con sông lớn, nước không sâu lắm, không có thuyền qua, ta phải để thằng nhỏ trên bờ, ẩm đứa bé bơi qua sông, sang tới bờ để đứa bé bên này, lại ngồi sang đón thằng nhỏ, không may, thằng nhỏ té xuống sông lúc nào mất, ta lại bơi sang bờ sông bên này, thì đứa bé mới sinh đã bị hổ tha, chỉ thấy những giọt máu chảy ròng ròng trên mặt đất, ta buồn khổ quá! Chết ngất đi hồi mới tỉnh lại. Thơ thẩn một mình bước trên đường đi, vừa được vài dặm, gặp một người bạn thân của cha ta, ông hỏi rằng:

'Con đi đâu về? Sao bác coi con nhem nhuốc tiều tụy như vậy?'

'Thưa bác! Hôm qua vợ chồng nhà con ẩm cháu về thăm cha mẹ, đêm qua không may chồng con bị rắn cắn chết, sáng hôm nay mất hai đứa cháu: một đứa lăn xuống sông, một đứa bị hổ tha, thực là đau khổ cho con quá!'

'Ôi thế ư! Hôm qua nhà con bị phát hỏa, cha mẹ con, và cả nhà con đều bị chết hết rồi, còn gì đau khổ hơn cho con nữa!'

"Nghe xong như sét đánh bên tai, ta ngã lăn ra đất, chết ngất đi hồi lâu mới tỉnh lại! Hết khóc lại than, thực là một sự vô cùng thảm khốc!

Ông ấy thương ta đau khổ! Đưa ta về nhà nuôi nấng coi ta như con đẻ.

"Qua thời gian lâu, ta dần dần nguôi cơn đau khổ, nơi đó có người con trai, cũng dòng Phạm Chí, thấy ta xinh đẹp, cậy người mối lái, muốn cùng ta kết bạn trăm năm. Ta cùng người ấy kết duyên với nhau, thấm thoát đã có mang. Mãn tháng nọ ngày tới kỳ hoa nở, hôm đó giữa lúc canh khuya, ta đau bụng sanh, thì chồng của ta đi ăn uống nhậu nhẹt, hay cờ bạc ở đâu về, gõ cửa gọi, giữa giờ phút sanh cháu nhỏ, nên không ra mở cửa được, anh chàng tức giận phá cửa vào, đánh đập liên hồi, ta kêu van và nói:

'Thưa anh, em đương đau bụng sanh, chứ không phải lười hay khinh mà không ra mở cửa cho anh!'

"Kẻ vũ phu nổi giận giết tươi đứa con của ta mới sanh, rồi bắt ta phải ăn sống đứa con ấy. Ta không chịu ăn, vì đánh đau quá! Nên ta nhắm mắt ăn liều, ăn xong tự hối hận trong lòng: 'Đời mình bạc phúc, gặp kẻ bất nhân.' Sáng ngày hôm sau, bỏ nhà ấy đi đến nước Ba-la-nại, ngồi ở ngoài thành, con trai ông trưởng giả tại đây mới chết vợ, hàng ngày ra viếng mộ ở ngoài thành, thấy ta anh hỏi:

'Cô ở đâu tới, tại sao ngồi một mình ở đây?'

"Khi đó ta nói thật những chuyện như trên cho anh nghe, anh bảo ta rằng:

'Cô cùng tôi vào nơi quán uống nước!'

"Khi ngồi chơi uống nước chuyện trò vui vẻ, anh hỏi:

'Bây giờ có người muốn kết duyên cùng cô, vậy cô có đồng ý không?'

'Thưa anh, em thấy ngán lắm! Vui không được bao nhiêu, mà sự khổ đưa lại dồn dập, kẻ hiền lương không gặp, gặp kẻ bất nhân, lại gây thêm phần đau khổ.'

'Đời ở một mình sao?'

'Em không ở một mình, nhưng nếu gặp hiền nhân, có đạo đức có học vấn.'

'Thôi cô ơi! Nói gần nói xa chẳng qua nói thật, chính tôi con trai ông trưởng giả thành này vừa mới chết vợ, thấy cô là người hiền đức, muốn làm bạn trăm năm cô nghĩ sao?'

"Ta thấy có vẻ tướng hiền hòa, lại dòng quý phái, nên đồng ý kết duyên cùng anh. Nhưng cũng không may cho ta, vợ chồng ăn ở với nhau chưa được ba năm, anh mắc bệnh chết.

"Luật nước ấy: nếu vợ chết thì chồng được phép lấy vợ khác, nhưng nếu chồng chết thì chôn theo cả vợ. Như thế, ta cũng bị chôn luôn với chồng một huyệt! Nhưng ta chưa chết hẳn, tối hôm đó tụi cướp đến đào mả để lấy những trang vật vàng bạc của ta. Anh tướng cướp thấy ta xinh đẹp bắt về làm vợ, anh giặc này chưa được bao ngày, bị họ bắt được chém mất đầu, bọn bộ hạ của anh cướp lấy xác mang về bắt ta đem chôn sống cùng anh giặc một thể. Vừa được ba ngày các con hổ bới mả định ăn thịt, trời tang tảng sáng chúng thấy người đi chợ đông, bỏ chạy, nhân thế ta dùn mả lên, ngồi than một mình rằng: 'Chẳng biết kiếp trước ta làm tội gì, mà nay gặp nhiều tai nạn như vậy? Chết đi sống lại mấy lần, làm thân nữ nhi thực là tội nghiệp.'

"Xét rằng: Muôn vàn các bạn gái khác, chồng con cũng chẳng qua dưới ách nô lệ, của tâm hồn mê muội ngu si, không biết nhận thức một hạnh trong sáng thanh cao, bước lên con đường chân chính, tìm hiểu chân lý, tu hành cho thoát khỏi nơi phàm tục! Đó cũng chỉ vì nghiệp tham ái vô minh che tối, khi mới biết nhận thức con người, đã ngăm ngăm trong đáy lòng toan tính những đường duyên nợ, chịu chết nơi sào huyệt của dục vọng cám dỗ, vì thế mới chìm đắm nơi biển cả sinh tử luân hồi, ta sực nhớ rằng trước đây có người họ Thích xuất gia tu đạo, nay đã thành Phật, vậy đến đó để nương thân cho thoát khổ. Đứng dậy bước đi, dạ đói thân đau, đường xa nhiều hiểm trở, vừa đi vừa hỏi thăm, đến nơi rừng Kỳ-hoàn trời vừa sẩm tối. Xa xa nhìn thấy đức Như Lai sáng rực như quả núi vàng, oai phong lẫm liệt, đầy vẻ từ bi, sung sướng quá! Ta quỳ xuống một lòng thành kính hướng về Ngài, tha thiết ân cần cầu tế độ. Ngài đến tận nơi, khi đó hình thể ta lõa lồ ngồi dưới đất, thẹn hổ phải lấy tay che vú. Phật sai Ngài A-Nan đem cho ta tấm áo, ta tới trước đức Thế Tôn cúi đầu lễ dưới chân, và trình bày những thống khổ vừa qua và xin xuất gia tu đạo.

"Ngài sai ông A-Nan đem ta giao cho bà Đại Ái Đạo dạy bảo. Theo lời dạy, bà cho ta thọ giới Tỳ-kheo, rồi dạy ta pháp "Tứ Đế" (là khổ, tập, diệt, đạo), vô thường, vô ngã. Ta chăm chỉ tu hành chẳng bao lâu đã chứng được đạo quả, hiểu biết đời quá khứ, và đời vị lai, coi thấy những tội ta đã tạo từ đời quá khứ, nên phải chịu ác báo không sai một tí nào!"

"Kính thưa bà, đời quá khứ bà phạm tội gì, đời này bị quả báo như vậy? Xin bà nói cho chúng con được rõ?"

"Muốn biết các cô hãy để ý nghe!"

"Dạ, chúng con xin chú ý nghe!"

"Đời ấy cách đây đã quá lâu, thuở đó có ông trưởng giả nhà giàu, nhưng không có con, sau ông lấy một người vợ lẻ; vì có sắc đẹp nên ông mến lắm! Hai người với tình yêu khắng khít, chẳng bao lâu sinh được đứa con trai; từ đó ông lại càng say đắm hơn xưa, thấy thế người vợ cả thầm nghĩ như vầy: 'Công ta khó nhọc, làm ăn chắt bóp nên được giàu có, sau này đứa con vợ lẻ nó hưởng tất, thật là luống công vô ích cho ta, chi bằng ta giết quách nó đi là xong!'

"Định kế như vậy rồi lấy một cái kim dài, chờ lúc vắng người, cắm ngập vào giữa đỉnh đầu đứa bé. Cách ít ngày đứa trẻ ấy chết, vợ nhỏ thương con khóc suốt ngày đêm không ngớt tiếng! Rồi tự nghĩ rằng: 'Con ta không ốm không đau, tự nhiên mà chết, chắc rằng chị cả giết nó đây!'

"Hỏi: 'Con tôi có tội gì, mà chị nỡ giết nó?'

"Vợ lớn đáp: 'Ô hay! Cô nói quàng nói điên như vậy? Tôi thề rằng nếu tôi giết con cô, thì đời đời chồng tôi bị rắn cắn chết, có con thì bị nước ngập hổ tha, lang bắt, còn thân tôi sẽ bị chôn sống, và tôi tự ăn thịt con tôi, cha mẹ và cả nhà tôi sẽ vị chết cháy trong đống lửa.'

"Các cô nên biết người vợ lớn của ông trưởng giả thuở đó chính là tiền thân của ta; vì ta không biết tin tội phúc báo ứng, ác tâm giết đứa con trai của người vợ bé ngày đó, rồi lại tự thề như vậy, cho nên kiếp này chịu lấy quả báo đau khổ, cũng đúng như lời thề ngày xưa không khác."

"Kính thưa bà! Bà tu công đức gì, kiếp này được gặp Phật và đắc đạo giải thoát, xin bà nói cho chúng con được biết?"

"Các cô để ý nghe: Đời quá khứ đã xa xưa, ở nước Ba-la-nại có một quả núi lớn gọi là Tiên Sơn, trong núi có nhiều những vị Bích Chi Phật, Thanh văn và ngoại đạo thần tiên. Khi đó có vị Duyên giác vào thành khất thực, bà trưởng giả thành ấy hoan hỷ cúng dàng, Ngài dùng cơm xong bay lên hư không hiện ra các phép thần biến. Thấy thế bà trưởng giả chắp tay cung kính, hướng lên Ngài mà khấn rằng: 'Kính lạy đức Tôn giả! Xin cho con đời sau cũng được đắc đạo như Ngài!'

"Các cô nên biết: Bà trưởng giả ngày đó, chính là tiền thân của ta, vì sự thành kính cúng dàng vị Thánh Tăng, và phát nguyện nên đời nay được gặp Phật, đắc quả La-hán! Thân ta bây giờ tuy đắc quả La-hán nhưng thường thường bị đau nhói một cái từ đầu xuống chân không khác chi cái kim đâm đau thấu tận xương! Như thế đó, tội báo mặc dầu cho lâu kiếp đến đâu cũng không thể xóa nhòa được."

Năm trăm Ni cô nghe bà kể lại lịch kiếp tiền sinh như vậy, ai nấy trong lòng run sợ, tự quan sát cái căn bản của dâm dục, cũng như một đám lửa cháy hừng, tâm tham dục mất hẳn. Coi những nỗi đau khổ của thế gian, khác chi lao ngục, trần cấu tự nhiên tiêu hết, tâm ý sáng tỏ, hiểu thấu đạo mầu; bình tĩnh thâm tâm, nhập định Diệt Tận, thành ngôi La-hán, khi xuất định thưa với bà Vi Diệu rằng:

"Thưa bà, chúng con bị triền miên với lòng dâm dục không gỡ nổi, hôm nay nhờ ơn bà đã được giải thoát."

Phật khen bà Vi Diệu rằng:

"Quý hóa, bà Vi Diệu thuyết pháp lợi mình lợi người, chính là đệ tử của tam thế chư Phật!"

Các cô, và đại chúng dự thính ai nấy đều hoan hỷ tạ lễ mà lui.

✦

PHẨM THỨ BA MƯƠI BA:
LÊ-KỲ-DI

Chính tôi được nghe: Một thời Đức Phật ở nước Xá-vệ, tại vườn cây của ông Cấp Cô Độc và Thái tử Kỳ-đà. Tại bản triều vua Ba-tư-nặc có ông quan Đại thần tên là Lê-kỳ-di, nhà giàu, sinh được bảy người con trai; sáu cậu đã lập gia đình xong xuôi, còn cậu thứ bảy chưa có vợ, ông tự nghĩ: "Tuổi đã già yếu, còn đứa con trai út, nếu lập gia đình cho nó thì phải tìm nơi xứng đáng, và con người xinh đẹp."

Một hôm có người bạn thân dòng Phạm Chí đến chơi, trong lúc chuyện trò vui vẻ, ông nói:

"Thưa bác! Tôi còn thằng cháu trai út, muốn lấy vợ cho nó, nhưng chưa tìm được nơi đâu xứng đáng. Bác từ trước đến nay đi du lịch các nước đã nhiều, vậy phiền bác nơi đâu con nhà tử tế, có nết tinh khiết, hiền hậu hòa nhã, để bác giới thiệu cho cháu một người!"

"Dạ! Việc chi chứ việc ấy, tôi có thể giúp được."

Qua thời gian sau, ông bạn thân này sang nước Đặc-xoa-thị-lợi, gặp năm trăm đồng nữ đi hái hoa. Ông theo sau để quan sát, tới một suối nước chảy cô nào cô ấy đều tụt giày dép lội qua, duy có một cô để cả giày lội theo; đi một lát tới con sông nhỏ, các cô kia đều vén quần lội qua, nhưng cô nói trên, không vén để cả quần lội theo; khi đi tới rừng cây, các cô kia đều trèo lên cây hái hoa, bắt trái, cô này không trèo, đợi các cô kia xuống, xin được rất nhiều. Ông tới trước hỏi cô kia rằng:

"Thưa cô, tôi xin hỏi cô một vài điều có được không?"

"Dạ, xin ông cứ hỏi, không sao!"

"Vừa đây qua suối, các cô kia đều tụt giày dép lội qua riêng cô không tụt là có ý gì?"

"Thưa ông, sở dĩ giày dép, chính là để giữ cho cái chân, khỏi dẫm phải gai góc mảnh sành, và các vật có thể làm hại chân; trên mặt đất, còn có thể trông thấy mà tránh, dưới nước làm sao trông thấy, những gai góc độc trùng mà tránh, vì thế nên tôi không tụt!"

Ông hỏi tiếp:

"Qua sông, các cô kia đều vén quần lội, riêng cô để cả quần là ý nghĩa chi?"

"Thưa ông, người con gái phải có sự kín đáo nhiệm nhặt, lõa lồ thân thể, thô con mắt bàng quan, và tự thẹn cho mình nên tôi không vén!"

Ông hỏi tiếp:

"Các cô kia đều trèo cây, tại sao cô không trèo?"

"Thưa ông leo cây sợ cành gãy, làm nguy hại cho mình, vì thế nên tôi không trèo?"

"Xin lỗi cô tên chi, cha mẹ cô thế nào!"

"Thưa ông tên tôi là Tỳ-xá-ly, mẹ tôi là em vua Ba-Tư-Nặc tên là Đàm Ma La Tiện. Phạm tội trốn sang nước này, làm bạn với ba tôi sinh ra tôi."

"Cha mẹ cô bình sinh cả chứ?"

"Dạ thưa ông, cha mẹ cháu hãy còn bình sinh cả!"

"Tôi muốn theo cô về thăm ông bà có được không?"

"Dạ, thưa ông được!"

Cô đưa ông về tới nhà, rồi vào thưa với cha rằng:

"Thưa cha, có người Bà-la-môn muốn vào thăm cha!"

Ba cô bước ra nhà khách, hai người gặp nhau, chuyện trò vui vẻ! Ông Bà-la-môn thưa rằng:

"Thưa ông, cô gái này là con ông phải không?"

"Dạ, thưa phải cháu ngoan lắm!"

"Ông đã lập gia đình cho cháu chưa?"

"Dạ chưa có, cháu còn đi học!"

"Thưa ông, nước Xá-vệ có quan Đại thần là Lê-kỳ-di ông có quen không ạ?"

"Dạ, chính tôi quen ông ấy đã lâu."

"Thưa ông, cậu con trai út của ông Lê-kỳ-di, người thông minh lắm muốn để xin cô gái của ông cho cậu ấy, có được không ạ?"

"Dạ, được lắm, tôi rất bằng lòng, là vì ông ấy với tôi là bạn thân, hơn nữa nhà ông ấy là dòng quý phái, đôi bên đều xứng đôi cả."

"Dạ, xin ông tôi cáo lui."

Ông định về báo tin cho ông Lê-kỳ-di nhưng lại gặp một người bạn thân về nước Xá-vệ, ông biên thơ gửi cho ông Lê-kỳ-di.

Được thơ rồi, ông Lê-kỳ-di sắm sửa lễ vật, và tiền bạc lên xe sang nước Đặc-xoa-thị-lợi. Đến nơi ông sai người vào hỏi han các công việc trước.

Ông Đàm Ma La Tiện tiếp đãi rất trịnh trọng. Lê-kỳ-di tới sau, chủ khách tương kiến hai họ vui vẻ! Hỏi han trao đổi ý kiến, thỏa thuận cuộc hôn thú của hai nhà. Công việc đã xong, họ trai đưa cô dâu chuẩn bị về nước Xá-vệ. Khi bước ra đi bà mẹ dặn cô rằng:

"Con về nhà chồng luôn phải mặc áo mới đẹp, ăn uống cho ngon lành, ngày nào cũng phải soi gương, chớ quên lời mẹ dặn!"

"Dạ, lạy mẹ con xin vâng lời mẹ dặn không dám trái."

Ông Lê-kỳ-di nghe thấy bà dâu gia dặn con gái như vậy, tự hậu để tâm và thầm nghĩ rằng: "Nhân sinh nhất thế, khổ, vui, áo mặc, miếng ăn ngon đâu có nhất định, ngày nào cũng soi gương, thực là cả một sự vô lý."

Sau khi hai họ từ biệt bước lên đường, cô dâu cùng chàng rể, ngựa võng nghênh ngang, người đông như hội, pháo nổ vang trời, cũng hình như một đám rước thần. Nửa đường tới một nhà hàng có hiên mát mẻ, những người đi trước đều vào nhà này nghỉ, cô dâu tới sau thưa với bố chồng rằng:

"Thưa cha! Nhà này không nghỉ được, mau mau phải ra ngoài nghỉ!"

Ông cũng phải theo ý cô ra nghỉ một nơi khác, cũng có số người không chịu đi, một lát có đàn voi tới, cọ vào cột làm đổ nhà đè chết mấy người. Ông Lê-kỳ-di thầm nghĩ rằng:

"Mình thoát chết là nhờ con dâu!"

Rồi lại bắt đầu đi, tới một bờ khe suối, mọi người dừng chân đứng nghỉ. Cô đến sau nói rằng:

"Nghỉ ở đây không hay, phải lên ngàn cao kia mới được!"

Khi đó mọi người đều phải theo lời cô, lên tới ngàn cao, chỉ trong chốc lát mây kéo đen, sấm sét vang dội, mưa như trút nước xuống, chảy tràn ngập cả bờ khe suối ấy, ông Lê-kỳ-di tự niệm rằng: "Ta thoát chết hai lần là do con dâu cứu sống!"

Lại bắt đầu đi, lúc về tới nhà, họ hàng thân quen kẻ xa người gần, tấp nập đến chào mừng.

Hôm đó ông Lê-kỳ-di thiết đãi họ hàng ăn uống rất linh đình vui vẻ! Cuộc nghinh hôn tới đây đã xong.

Một hôm ông Lê-kỳ-di họp gia đình lại nói rằng:

"Các con, bây giờ cha đã già yếu, việc gia đình cha không thể kham nổi, tất cả cơ nghiệp tài sản này, kho tàng chìa khóa, con nào đảm đang nổi, cha sẽ giao phó cho?"

Sáu cô dâu đều từ chối không dám nhận, cô Tỳ-xá-ly thứ bảy, đứng lên thưa rằng:

"Thưa cha các chị con không ai dám nhận, vậy con xin nhận để đỡ cha!"

Ông Lê-kỳ-di vui vẻ giao phó cho cô tất cả công việc trong gia đình. Từ đó cô chăm chỉ thức khuya dậy sớm, bảo ban thầy tớ các công việc rất chu đáo; tới bữa dâng cơm cha mẹ ăn trước, sau đến các anh các chị cháu trai cháu gái, rồi đến các gia nhân, phân phó công việc được ổn thỏa, rồi cô mới đi ăn cơm, thường thường cứ như thế.

Ông thấy cô là một người trung kiên cẩn thận, khác hẳn những người thường, và quái sao không thấy cô theo lời mẹ dặn lúc bước ra đi.

Ông hỏi:

"Trước khi con về làm dâu, mẹ con có dặn phải mặc áo mới đẹp, ăn thức ăn ngon lành, và ngày nào cũng soi gương, thế sao con không theo lời của mẹ con đã dặn?"

Cô quỳ xuống thưa rằng:

"Thưa cha! Mẹ con dặn mặc áo mới đẹp nghĩa là áo mặc bao giờ cũng phải cho sạch sẽ, lúc khách tới nhà quan chiêm cho khỏi thô con mắt. Dặn con ăn thức ăn ngon lành: không phải ăn những thứ thịt ngon béo, ý mẹ con dặn bao giờ cũng phải ăn sau, lúc đói gặp thức nào cũng ngon cũng tốt cả. Còn soi gương, là không phải gương bằng đồng bằng kính, ý nói phải dậy sớm bao phất trong nhà những giường ghế cho sạch sẽ cẩn thận, chăn chiếu mền mùng cho gọn gàng. Mẹ con dặn là ý như vậy!"

"Ừ, hay lắm! Mẹ con là người có đức lớn, cha cũng phải kính phục."

Ông mừng thầm con dâu có tài, có đức, tinh thần minh mẫn, biệt đãi hơn trước, từ đó công việc trong gia đình ông cứ thản nhiên, không phải nghĩ tới.

Một hôm nhà vua cùng triều thần văn võ bá quan, đương ngồi trên bảo điện để bàn việc nước, tự nhiên thấy những chùm lúa tám cánh rơi xuống sân rồng. Họ nhìn lên trời thấy một đàn chim nhạn bay qua, thấy thứ lúa quý, nhà vua giao cho mỗi ông quan một ít về trồng.

Ông Lê-kỳ-di đem về giao cho cô Tỷ-xá-ly là con dâu thứ bảy, dặn rằng:

"Lúa này nhà vua giao cho đem về trồng, con hộ cha việc đó."

Sau một thời gian Vương Phu Nhân mắc bệnh, các thầy lang chẩn mạch xong tâu với vua rằng:

"Tâu Bệ hạ, bệnh của phu nhân, phải dùng thứ lúa tám cánh ở bãi biển thì khỏi!"

Nhà vua triệu các quan vào nói rằng:

"Trước đây tôi có giao cho các ông thứ lúa tám cánh, đem về trồng, nay lúa đã chín chưa?"

Các ông kia tâu rằng:

"Tâu Bệ hạ! Vì không hợp thủy thổ, lúa có lên, nhưng không kết quả."

Ông Lê-kỳ-di về nhà hỏi con dâu rằng:

"Con trồng lúa tám cánh có tốt không? Nhiều hột không? Nhà vua đương cần làm thuốc cho Hoàng Hậu!"

"Thưa cha mùa này con trồng được nhiều lúa, tốt lắm, nếu dùng làm thuốc thì cấp cho toàn quốc cũng đủ!"

"Con đem cho cha một ít vào dâng vua."

"Dạ, để con cho người xay giã cẩn thận đã."

Hôm sau ông đem gạo tám cánh vào dâng vua rồi tâu rằng:

"Tâu Bệ hạ, tuân theo thánh chỉ, hạ thần trồng được rất nhiều, nay xin dâng Hoàng Thượng một mớ gạo tám cánh đã làm cẩn thận!"

"Tốt lắm, khanh khéo tay trồng cấy!"

Vua sai người đem gạo ấy nấu cơm. Hoàng Hậu ăn xong thì khỏi bệnh.

Thời đó nước Đặc-xoa-thị-lợi với nước Xá-vệ có sự xích mích về việc thương mãi, nên thường hay xảy ra cuộc xung đột giữa hai nước. Tuy thế nhưng vua nước Đặc-xoa-thị-lợi vẫn còn e dè, sợ nước Xá-vệ có nhiều nhân tài, nên nhà vua lập thế để thử xem có hay không thì biết.

Lần đầu sai người mang sang nước Xá-vệ hai con ngựa cái, để xem có thể phân biệt được con nào là mẹ: con nào là con. Vì hai con đều lớn bằng nhau.

Khi đó tất cả vua quan triều thần văn võ bá quan đều không thể phân biệt nổi, đâu là mẹ, đâu là con. Ông Lê-kỳ-di về nhà có vẻ buồn. Cô dâu hỏi:

"Thưa cha, hôm nay cha vào triều có chuyện chi? Thấy cha không vui!"

"Con ơi! Nước Đặc-xoa-thị-lợi, cử người mang sang hai con ngựa cái, để xem con nào là mẹ, con nào là con, tất cả triều thần văn võ bá quan đều không ai biết, nếu không giảng nổi, họ sẽ đem quân sang đánh, vì thế nên cha buồn."

"Thưa cha việc ấy không khó! Chỉ lấy một bó cỏ ngon, cho ăn, nếu thấy con nào ăn thong thả và nhường, là mẹ, con nào ăn dành và hấp tấp là con."

Cha nghe có lý, vào tâu vua như lời cô nói. Nhà vua sai người lấy cỏ cho ngựa ăn thử, quả thấy như lời cô nói là đúng. Nhà vua kêu sứ thần đến chỉ vào con ngựa ăn chậm là mẹ, con ăn bốp là con. Sứ thần chịu nhận là phải. Sau khi sứ ra về, nhà vua rất mừng, phong thưởng tước lộc cho ông Lê-kỳ-di rất nhiều.

Sứ thần về tới nước nhà tâu vua đúng sự thật như trên. Nhà vua lại mang sang hai con rắn, dài bằng nhau, lớn bằng nhau, đố biết con nào đực, con nào cái.

Tuân lệnh lần thứ hai, sứ thần mang rắn sang hỏi vua Ba-tư-nặc. Lần này từ vua đến quan tịt mít, không ai giải đáp nổi.

Ông Lê-kỳ-di về nhà nói với con dâu rằng:

"Con ơi, hôm nay nước Đặc-xoa-thị-lợi, mang sang hai con rắn hỏi con nào đực, con nào cái, tất cả vua quan trong triều không ai đoán quyết nổi, vậy con có cách gì biết, nói cho cha rõ?"

"Thưa cha, việc ấy cũng không khó! Chỉ lấy một thước lụa rất nhẵn, mềm, nhũn trải trên một cái nong, bỏ nó vào rồi nhìn xem: con nào nằm im, con hay chạy thì biết: vì con cái thuộc âm tính, thấy mát êm bụng, lòng dục phát động, nên nó nằm im; con đực thuộc dương tính (nóng động tính) thấy người thì sợ muốn tìm lối tẩu thoát nên chạy lung tung."

Ông nghe có lý, vào tâu vua như lời nói trên. Vua sai người lấy lụa làm đúng, quả nhiên thấy rõ sự thực.

Một diệu kế này biết đúng, nên nhà vua sai người gọi sứ đến bảo cho biết. Sứ thần phải phục cái tài của nhà vua nhận xét đúng sự thật.

Sau khi sứ thần ra về, nhà vua rất hài lòng và thưởng cho ông Lê-kỳ-di rất nhiều vàng bạc.

Sứ thần về tâu vua Đặc-xoa-thị-lợi sự nhận xét đúng của vua Ba-tư-nặc, nhà vua vẫn còn chưa tin hẳn, nên lại bắt sứ thần mang sang cây gỗ dài một trượng, gốc ngọn bằng nhau nhẵn trơn không có dấu vết, đố biết gốc ngọn.

Sứ thần tuân mạng mang sang nước Xá-vệ, lần này cũng không ai biết. Ông Lê-kỳ-di lại về hỏi con dâu:

"Con ơi! Lần này nước Đặc-xoa-thị-lợi mang sang một cây gỗ nhẵn trơn không có dấu vết, đố biết gốc ngọn, trong triều không ai quyết đoán nổi, vậy con có cách gì nói cho cha hay?"

"Thưa cha, việc ấy càng không khó, chỉ đem bỏ xuống sông thì biết: đầu nào chìm là gốc; đầu nào nổi là ngọn; vì gốc bao giờ cũng nặng, nên chìm; ngọn bao giờ cũng nhẹ, nên nổi."

Ông Lê-kỳ-di tâu vua như lời nói trên, vua sai đem ra sông bỏ, quả nhiên một đầu chìm, và một đầu nổi, vua gọi sứ ra nói rằng:

"Sứ thần ông nên biết: đầu chìm kia là gốc, đầu nổi là ngọn."

Sứ thần nói:

"Dạ tâu Bệ hạ, đúng như lời Ngài nói, hạ thần xin chịu!"

Sứ thần về bản quốc tâu vua rằng:

"Tâu Bệ hạ! Lần này vâng lệnh Bệ hạ đưa gỗ sang, họ đều nói đúng cả, như vậy biết rằng nước Xá-vệ có rất nhiều nhân tài, theo như hạ thần nhận thấy."

Nhà vua nghe nói cũng phải cảm phục, và thôi việc gây chiến với nước Xá-vệ. Muốn để hai nước có tình thân mật, nên nhà vua nước Đặc-xoa-thị-lợi sai người mang vàng bạc và các của quý sang biếu vua Ba-tư-nặc rồi gởi lời nói:

"Chúng tôi đáng khen ngợi trong nước của nhà vua, lắm hiền tài vậy từ nay nên gắng công tu nghĩa hiếu, và dạy dân theo chánh giáo."

Khi đó vua Ba-tư-nặc triệu ông Lê-kỳ-di bảo cung hỏi rằng:

"Các việc giải đáp vừa qua, tại sao khanh biết?"

"Tâu Bệ hạ! Đó là con dâu của hạ thần, chứ tiểu thần đâu có trí tuệ siêu nhân, hơn các hàng nam tử văn khoa. Nhà vua nghe nói rất quý kính, rồi tặng cho cô chức "Đệ tam muội".

Qua một thời gian nữa, cô Tỳ-xá-ly đẻ được ba mươi quả trứng, bửa ra được ba mươi hai cậu con trai, cậu thứ nhất, đoan nghiêm đặc sắc, sau lớn tuổi, sức lực hùng mạnh vô song, có thể đánh nổi ngàn người, cha mẹ rất yêu quý! Trong nước ai cũng kính nể. Sau cưới vợ cho các cậu, nguyên những con gái các nhà hào hiền trong nước.

Bà Tỳ-xá-ly vốn là người tín sùng ngôi Tam Bảo, thường hay đi nghe Phật thuyết pháp. Hôm ấy bà thỉnh Phật và chư sư về cúng trai. Khi Phật dùng cơm xong thăng tòa thuyết pháp, cả nhà người lớn người nhỏ đều đắc quả Tu-đà-hoàn, duy có cậu con út của bà, sự hiểu biết kém, nên không đắc đạo quả gì. Cậu hãy còn có tính hung hăng, ngày ngày cỡi voi trắng đi chơi. Hôm đó đi qua một cái cầu gỗ lớn, giữa cầu con trai quan Phụ Tướng ngồi trên xe, hai cậu tranh nhau. Cậu nào cũng cậy ta là con nhà quan lớn, không chịu tránh. Cậu con bà Tỳ-xá-ly nổi giận, trên mình voi nhảy xuống, đẩy đổ xe và con quan con Phụ Tướng xuống hào lầy, trầy trược cả thân thể, máu me chảy đầm đìa, trở dậy vừa đi vừa khóc, về nhà thưa với cha rằng:

"Thưa cha, con út của bà Tỳ-xá-ly vô cớ đẩy xe và con xuống hào; làm con bị đau đớn như thế này!"

Quan Phụ Tướng thấy con đau quá nổi giận nói:

"Nó sức lực khỏe mạnh, hơn nữa lại thân với nhà vua, thôi con đừng khóc nữa, để cha trả thù cho!"

Ông quan Phụ Tướng này mượn người làm ba mươi hai cái roi ngựa bằng thất bảo, trong ruột roi, cắm một con dao nhọn, rồi ông mang đi tặng cho con trai bà Tỳ-xá-ly mỗi cậu một cái.

Các cậu này còn ít tuổi, tính khí nông nổi, được roi vui mừng thường mang roi đi chơi, vô tâm, không hiểu cái thâm ý của quan Phụ Tướng.

Luật nước cấm ngặt khi vào nhà vua không được đeo dao, nếu ai trái lệnh sẽ bị tội tử hình.

Những con bà Tỳ-xá-ly ra vào nhà vua, là chuyện thường, không ai bị cấm đoán, vì nhà vua rất yêu đãi đối với bà Tỳ-xá-ly.

Hôm đó quan Phụ Tướng vào tâu vua rằng:

"Tâu Bệ hạ, ba mươi con bà Tỳ-xá-ly, khỏe mạnh lắm, một người có thể địch được ngàn người, chúng đương mưu kế để hại nhà vua!"

Nhà vua nghe ông nói, nhưng cũng chưa lấy gì làm tin; ông lại thưa rằng:

"Tâu Bệ hạ, việc này hạ thần quan sát có sự thật, và có bằng chứng lắm! Vì hạ thần thấy mỗi cậu có một cái roi; trong roi đều có một con dao nhọn ở trong ruột!"

Nhà vua liền sai người lấy roi xem, quả nhiên thấy con dao ở trong roi thực, chứng tỏ như thế, nhà vua sai các lực sĩ, gọi ba mươi hai cậu vào trong cung, thu hết roi, rồi xử tử ngầm không cho ai biết, chặt đầu ba mươi hai cậu bỏ vào hòm gỗ niêm phong cẩn thận, mang lại cho bà Tỳ-xá-ly.

Giữa ngày hôm ấy, bà Tỳ-xá-ly mời Phật và chư sư về nhà cúng trai, trong nhà đương nhộn nhịp; kẻ bưng cơm người rót nước tấp nập, bà thấy người nhà vua khiêng một cái hòm đến, tự mừng thầm và nói rằng:

"Hôm nay có lẽ nhà vua cho người mang các món ăn tốt đến giúp ta cúng dàng hẳn!"

Bà sai người mở xem.

Phật nói:

"Hãy khoan! Để ta dùng cơm xong rồi sẽ mở!"

Khi thụ trai xong, đức Phật gọi bà lên ngồi một bên Ngài nói rằng:

"Thân này vô thường, nó chịu đựng những sự đau khổ! Rồi lại thành không, chính là không có ta; kiếp sống rất nhiều nguy hiểm tai nạn, sợ hãi mà nó không tồn lập được bao lâu; nó trói buộc bằng mọi sự phiền não, chua xót khó tả xiết, ân ái có ngày biệt ly! Thương luyến lẫn nhau, làm thân mình và thức tâm mệt nhọc, không ích gì cho đạo, ta nói đây, chỉ riêng những người có trí tuệ, mới nhận thức được pháp thiết yếu này."

Nghe Phật nói xong bà tín ngộ, liền chứng được quả A-na-hàm, vui mừng chắp tay bạch Phật rằng:

"Kính lạy đức Thế Tôn, con xin bốn điều như sau: Con xin cúng dàng các vị tỳ-khưu bệnh, và các món ăn tùy theo bệnh. Con xin cúng dàng các vị khán bệnh. Các vị tỳ-khưu ở xa tới con xin cúng dàng trước. Các vị tỳ-khưu đi xa con xin cúng dàng lương thực.

Lạy đức Thế Tôn! Các vị bệnh hoạn vì không có thuốc tốt và món ăn ngon lành nên bệnh lâu khỏi, hoặc khó chữa, hoặc nhân thế mà bị mạng chung. Các vị khám bệnh phải trông nom bệnh nhân, nên không đi khất thực được, vì thế nên con xin cúng. Các vị ở nơi xa mới tới, chưa quen biết ai, đi khất thực gặp chó dữ hoặc gặp kẻ bất nhân làm thương tổn đến thân thể, hoặc sỉ nhục, vì thế nên con xin cúng dàng trước. Các vị đi xa phải có bè bạn, nếu không có lương thực đem theo hoặc đi không kịp, đường sá nguy hiểm, nhiều độc thú, đi một mình, sợ mắc tai nạn, vì thế nên con xin cung cấp lương thực."

Đức Thế Tôn thấy bà xin bốn việc ấy nên Ngài khen rằng:

"Quý hóa, có tâm như thế công đức rất lớn, như thế cũng khác chi cúng Phật!"

Nói xong đức Phật và chư sư trở về rừng Kỳ-hoàn.

Sau khi đức Phật về, bà sai người mở hòm xem nhà vua cho cái gì, trái lại thấy ba mươi hai cái đầu lâu người, chính là các con trai của bà. Vì bà đã hiểu biết đời là vô thường, và đắc quả A-na-hàm, tâm ái luyến thế gian đã đoạn hết, nên không có ảo não khóc than gì mà chỉ nghĩ thoáng câu:

"Đau khổ thay! Thương xót thay! Có sinh tất có tử; nổi chìm trong năm thú; khổ gì đến như thế!"

Bấy giờ ba mươi hai nhà vợ, nghe biết con rể chết về tay nhà vua, họ nói rằng:

"Nhà vua vô cớ giết oan người lương thiện!"

Lòng thương con rể phẫn uất nổi lên cực độ! Họ đem quân đến vây kinh thành nhà vua để báo thù.

Vua Ba-tư-nặc chạy sang với Phật, họ đuổi theo, sang vây rừng Kỳ-hoàn. Khi đó tôi (A-Nan) ra mời họ vào để hỏi nguyên lý là câu chuyện gì.

Ba mươi hai ông bố vợ của con bà Tỳ-xá-ly vào lễ Phật xong lui về một bên, tôi quỳ thẳng bạch Phật rằng:

"Kính lạy đức Thế Tôn! Ba mươi hai người con của bà Tỳ-xá-ly, đời quá khứ có tạo ác gì với nhà vua không? Mà nay bị ông giết, cúi xin Ngài chỉ giáo cho chúng con được rõ?"

Phật dạy:

"Truyện oan trái tiền khiên này, về đời quá khứ, cách đây đã lâu lắm. Thuở bấy giờ có ba mươi hai người chơi thân với nhau, một hôm đi bắt trộm được một trâu, để ăn uống cùng nhau cho thỏa chí. Gần đấy có một bà lão nhà nghèo, lại không có con, nên các anh này đưa trâu để giết nhờ. Bà cũng vui vẻ cho giết, trong nhà bà có đủ củi đóm, nồi nấu, dao, quạt, cho mượn. Lúc sắp bị giết, con trâu quỳ xuống nói rằng: 'Xin các anh tha tôi! Nếu các anh giết tôi đời sau tôi cũng không tha các anh đâu, dầu cho các anh tới ngày được đạo giải thoát, tôi quyết định trả thù bằng được.' Mấy anh nghe trâu nói, nhưng lòng bất nhân không nghe, xúm nhau lại vật trâu ra giết, mổ, sả, xào xáo, chưng kho, ăn uống no say. Bà lão hôm đó cũng được bữa no, rồi nói rằng: 'Nhờ các anh được bữa thịt nên thân, hết thèm thuồng.'

"A-Nan ông nên biết: Con trâu thuở đó, nay là vua Ba-tư-nặc, các anh ăn trộm trâu, ngày đó, nay là ba mươi hai người con của bà Tỳ-xá-ly. Bởi quả báo ấy nên trong năm trăm đời thường bị ông giết lại, cho đến ngày nay không thôi. Bà lão là người giúp đỡ và vui mừng trong cuộc giết trâu, nên trong năm trăm đời phải làm mẹ những người này, mà chịu lấy sự thống khổ chua xót ấy!"

Nghe xong biết rõ câu chuyện oán báo của đôi bên, tôi lại hỏi Phật rằng:

"Kính lạy đức Thế Tôn! Những người này có phúc gì được sinh vào nhà giàu sang và thân thể khỏe mạnh, cúi xin Ngài chỉ bảo cho."

Phật dạy:

"A-Nan ông nên biết: Đây cũng là một đời quá khứ, thời đức Phật Ca-diếp, có một bà lão biết tin kính ngôi Tam Bảo, nhà rất giàu. Một hôm bà lấy các thứ hương hoa với dầu để sơn tháp, đi nửa đường gặp ba mươi hai cậu con trai, nhân dịp bà khuyên các cậu ấy rằng:

'Các cậu đi đâu? Đây có một việc phúc đức lắm, hôm nay tôi đi sơn tháp Phật, nếu các cậu sơn giúp tôi, thì đời được sức lực khỏe mạnh và đẹp đẽ!'

'Thế ư cụ? Vâng cụ đã dạy, các cháu xin đi.'

"Sơn xong các cậu ấy đều thưa rằng:

'Thưa cụ! Do cụ khuyên các cháu trồng phúc lành, xin đem công đức này, nguyện cho cháu sinh nơi nào cũng được tôn vinh phú quý, và đời đời chúng cháu được làm con cụ; cụ là mẹ chúng cháu, và được gặp Phật nghe pháp chóng đắc đạo quả!'

"Bà lão nói: 'Quý hóa! Các cậu phát nguyện như thế! Nhờ công đức Tam Bảo gia hộ, sau này thế nào chả được như nguyện!'"

A-nan ông nên biết: Bà lão thuở đó nay là bà Tỳ-xá-ly, ba mươi cậu con trai này đó, nay làm con trai bà.

Khi đó những quan quân vây rừng Kỳ-hoàn, nghe Phật nói xong họ biết rằng đó là do sự oan báo trả nợ của đôi bên, nên lòng căm giận của họ tự nhiên tiêu mất, rồi tự đến trước vua Ba-tư-nặc tạ lỗi.

Tới đây đức Thế Tôn, nhân vì bốn chúng đệ tử, nói rộng các thiện nghiệp nên tu, ác nghiệp nên bỏ, và giảng giải rõ ràng pháp Tứ Diệu Đế.

Đức Phật thuyết xong, tất cả mọi người ai nấy đều vui mừng, tạ lễ lui ra.

❀

PHẨM THỨ BA MƯƠI BỐN:
THIẾT ĐẦU LA KIỆN NINH

Chính tôi được nghe: Một thời đức Thế Tôn ở nước La-duyệt-kỳ, tại vườn Trúc. Khi đó tôi mặc áo chỉnh tề, tới trước quỳ thẳng chắp tay bạch Phật rằng:

"Kính lạy đức Thế Tôn! Nhóm ông Kiều-trần-như đời trước có nhân gì tốt với Ngài, trống Pháp bắt đầu kêu, bọn ông được nghe trước, nước Cam Lồ được uống trước, cúi xin nói rõ cho chúng con và chúng sinh đời sau được biết nguyên do?"

Phật dạy:

"A-nan ông nên biết: Năm người này, đời xưa ăn thịt của ta trước tiên, nên được lành mạnh, qua lúc đói khổ, vì nhân duyên ấy, nên đời nay được nghe pháp của ta trước, và được giải thoát đầu tiên!"

Tôi lại thưa rằng:

"Kính lạy Ngài! Đời trước bọn ông ấy ăn thịt Ngài, câu chuyện đó tại nhân duyên sao! Cúi xin Ngài dạy bảo cho chúng con được biết?"

Phật dạy:

"A-nan ông nên biết: Từ khi đó tới nay đã lâu lắm, có tới vô lượng vô kiếp a-tăng-kỳ, cũng Châu Diêm-phù-đề này, có một ông vua nước lớn, tên là Thiết Đầu La Kiện Ninh, thống trị tám vạn bốn ngàn nước nhỏ, sáu muôn núi sông, tám mươi ức tụ lạc, hai muôn phu nhân thể nữ. Nhà vua rất từ bi, luôn luôn thương dân chăm làm những việc lợi ích cho quốc gia xã hội, ít có sự lợi ích cho riêng mình, gia đình mình, nên họ yêu quý ông như một người cha lành.

"Thời ấy gặp hỏa tinh xuất hiện, các nhà thiên văn học tâu vua rằng:

'Tâu Bệ hạ! Điềm hỏa tinh xuất hiện là triệu chứng đại hạn, có lẽ kéo dài mười hai năm. Vậy Bệ hạ nên làm thế nào cho dân tránh khỏi sự chết đói?'

"Nghe lời các nhà thiên văn nói thế, nhà vua lo buồn quá đến nỗi ngày quên ăn, đêm quên ngủ! Như thế thì nhân dân sống sao? Quốc gia sẽ bị điêu đứng. Liền triệu tập tất cả văn võ bá quan để cứu xét về việc này:

'Bây giờ các ông tính sao? Có cách gì làm mưa được, hay có biện pháp gì cho dân qua lúc hạn hán này mà sống được.'

"Các quan tâu vua rằng:

'Tâu Bệ hạ! Bây giờ thông cáo cho các nước tính số dân hiện có bao nhiêu, và tính xem trong mười hai năm mỗi người ăn hết bao nhiêu?'

"Xong cuộc hội nghị này, theo sắc lệnh tính nhân khẩu và thóc biết rằng mỗi người dân, chỉ được một thăng gạo. Vì thế nên bị chết đói rất nhiều.

"Nhà vua thương dân ngày đêm không ngớt nước mắt! Riêng mình được an vui! Nhìn thấy nhân dân đau khổ, không nỡ lòng như vậy. Nhân lúc phu nhân thể nữ, thái tử đi du ngoạn nơi viên quán, nhà vua cúi đầu lễ bốn phương khấn rằng:

'Kính lạy thập phương tam thế chư Phật! Hiện nay nhân dân bị chết đói rất nhiều, con xin bỏ thân này, nguyện làm một con cá lớn, để cung cấp thịt cho dân ăn qua lúc đói khát!'

"Khấn xong trèo lên cây đâm đầu xuống đất mà chết! Thần thức của ông hóa làm con cá lớn, mình dài năm trăm do-tuần. Khi đó có năm người thợ mộc, vác búa ra bờ sông đốn củi. Con cá nhìn thấy bảo họ rằng:

'Lũ các ông có đói thì lấy thịt tôi mà ăn, ăn no và cho đem về, sau này tôi thành Phật, tôi sẽ lấy pháp thực cứu thoát cho bọn các ông trước, và gọi nhân dân ra lấy thịt của tôi về mà ăn.'

"Nghe cá nói, năm người vui mừng quá! Đương đói, vác búa ra bổ lấy một tảng lớn đem củi đốt lửa thui ăn; ăn no, lại mang về, mách bảo mọi người lấy thịt cá. Họ ồ ạt tranh nhau, kẻ vác búa, người cầm dao, kẻ cầm rổ, người mang thúng ra bổ xa lấy thịt, vì thế nên nhân dân hết nạn chết đói. Khi lấy hết một nửa mình bên hữu, cá xoay lại mình bên tả, cho lấy; lấy hết mình bên tả thì mình bên hữu đã mọc đầy thịt! Cứ như thế hết bên nọ lại chuyển sang bên kia, tất cả nhân dân Châu Diêm-phù-đề được ăn thịt cá trong mười hai năm. Từ khi họ được ăn thịt cá, nên người nào cũng có tâm từ bi, sau khi chết được sinh lên Trời."

Nói tới đây Phật nhắc lại rằng:

"A-nan, ông nên biết vua Thiết Đầu La Kiền Ninh thuở đó chính là tiền thân Ta đấy! Năm người thợ mộc được ăn thịt cá đầu tiên, nay là nhóm ông Kiều-trần-như năm người; các nhân dân lúc đó, nay là tám vạn chư thiên, và các đệ tử được độ. Lúc đó bọn ông được ăn thịt Ta mà sống, vì thế nay Ta bắt đầu thuyết pháp bọn ông được nghe trước, Ta chỉ lấy một chút thịt của pháp thân, để trừ khỏi sự đói khát tam độc của họ ngày đó."

Khi đó tôi và tất cả hàng đệ tử nghe Phật nói xong, ai nấy đều tôn kính lòng từ bi bố thí của Ngài đã thực hành được, cúi đầu lễ tạ lui ra.

❀

PHẨM THỨ BA MƯƠI LĂM:
A-DU-CA

Chính tôi được nghe: Một thời đức Thế Tôn ở nước Xá-vệ, tại vườn Cấp Cô Độc cây của Thái tử Kỳ-đà.

Một buổi sớm ấy, đức Phật và tôi vào thành khất thực, gặp lũ trẻ con, đương nô nghịch đất giữa đường, chúng đắp một cái thành, có đủ nhà cửa kho tàng thóc lúa bằng đất. Một đứa nhìn thấy Phật có hào quang sáng, tự phát tâm cung kính, vui mừng! Khi Phật đi tới nơi, nó chắp tay vái và dâng một mẩu đất cúng dàng.

Phật cầm lấy giao cho tôi, và dặn tôi mang về bôi trên thềm nhà chỗ Ngài ngủ. Khi trở về rừng Kỳ-hoàn, tôi đem đất làm theo lời Ngài dạy. Ngài bảo rằng:

"A-nan vừa rồi đứa nhỏ hoan hỷ cúng đất công đức ấy sau khi ta vào Niết-bàn, khoảng độ trăm năm; nó sẽ được làm vua tên là A-du-ca còn các trẻ nhỏ đồng bạn, được làm quan Đại thần cai trị tất cả các nước Châu Diêm-phù-đề; làm hưng long cho ngôi Tam Bảo phân phát Xá-lợi, xây tám vạn bốn ngàn ngọn tháp, khắp Châu Diêm-phù-đề cúng dàng ta."

Tôi vui mừng bạch Phật rằng:

"Kính lạy đức Thế Tôn! Đời quá khứ Ngài tu công đức gì, mà được phúc báo nhiều tháp như thế? Cúi xin chỉ bảo cho chúng con được rõ?"

Phật dạy:

"A-nan ông muốn biết hãy nghe cho kỹ ta sẽ nói cho hay!"

"Dạ, lạy đức Thế Tôn con xin chú ý nghe!"

"A-nan, thuở đời quá khứ đã xa xưa, có một ông vua nước lớn tên là Ba-tắc-kỳ, cai trị tám vạn bốn ngàn nước nhỏ; thời đó có đức Phật tên là Phất Sa ra đời. Nhà vua và nhân dân tôn sùng đạo Phật, thường ngày dâng lên bốn món cúng dàng thức ăn uống, áo mặc, giường tòa, thuốc thang rất trịnh trọng. Nhà vua nghĩ thầm như vầy: 'Đức Phật là phúc điền cõi nhân gian thiên thượng, ai trồng nhân lành gì được kết quả ấy, nhân dân nước ta thường được thấy Phật lễ Phật, cúng dàng Phật; còn các nước nhỏ ở xa xôi, nhân dân không biết nương đâu tu phúc, vậy ta hãy thuê người vẽ hình tượng Phật, ban phát cho các nước để cúng dàng cầu phước.'

Nghĩ thế rồi gọi họa sĩ đến chốn Phật, nhìn vẽ cho đúng tướng của Ngài. Song họ vẽ mãi không thành. Sau đức Phật Phất Sa, Ngài sẽ tự vẽ lấy một kiểu để cho họ họa lại.

Các họa sĩ cứ thế phóng ra được tám vạn bốn ngàn bức rất đẹp, cũng giống như bức tranh Ngài vẽ.

Vua Ba-tắc-kỳ đem tranh ấy ban cho mỗi nước một bức, và truyền lệnh cho nhân dân các nước đem hương hoa âm nhạc nghinh thỉnh rước về.

Vua quan nhân dân các nước, tuy được bức tranh, nhưng lòng tôn kính cúng dàng như thấy đức Phật hiện tại không khác.

"A-nan ông nên biết: Vua Ba-tắc-kỳ thuở đó chính là tiền thân của ta đấy, do thời đó thuê một thợ vẽ tám vạn bốn ngàn hình tượng đức Phật Phất Sa, ban phát cho nhân dân các nước cúng dàng lễ lạy. Bởi công đức ấy đời đời được làm Đế Chúa trong cõi nhân thiên, sinh xứ nào thân thể cũng được đẹp đẽ tốt tươi, đủ ba mươi hai tướng tốt và tám mươi vẻ đẹp, đến nay thành Phật cũng do một trong công đức ấy; và sau khi vào Niết-bàn được quả báo tám vạn bốn ngàn tháp."

Tôi và tất cả mọi người nghe Phật nói xong, ai nấy đều vui vẻ phát tâm tu phúc cúng dàng, cúi đầu tạ lễ lui ra.

PHẨM THỨ BA MƯƠI SÁU:
BẢY LỌ VÀNG

Chính tôi được nghe: Một thời đức Phật ở nước Xá-vệ, tại vườn Cấp Cô Độc, cây của Thái tử Kỳ-đà.

Khóa an cư năm ấy, đức Phật cho các vị tỳ-khưu được tùy ý đi các nơi kết tập. Khi hết hạn, các vị đều về thăm Phật và nhận chịu lời dạy bảo của Ngài.

Phật và các vị trong chín tuần xa cách, hôm nay về nơi Ngài đông đảo Ngài vui vẻ! Với lòng từ bi cất cánh tay ngàn vòng xoáy, xoa đầu các vị rồi hỏi:

"Các người ở xa, sự an cư có được yên không? Ăn uống có đầy đủ không? Ít bệnh ít não không?"

"Dạ, lạy đức Thế Tôn! Nhờ công đức Thế Tôn, năm nay được an cư yên ổn! Mọi điều kiện đều được đầy đủ. Sự giáo hóa dễ dàng, chúng sinh vui vẻ!"

Công đức của Phật như trời cao! Như biển cả! Khắp nhân gian thiên thượng ai bì kịp, hôm nay thấy Ngài tuy hỏi han các vị, nhưng có một vẻ khiêm kính, khác mọi lúc, chắc có một thâm ý gì khác, nên tôi tới trước quỳ thẳng chắp tay bạch rằng:

"Kính lạy đức Thế Tôn! Ngài xuất thế là một việc rất hiếm có, công đức và trí tuệ, rộng như hư không, lớn như pháp giới. Hôm nay Ngài hạ ý hỏi han các vị tỳ-khưu một cách khiêm kính. Không rõ lời nói khiêm kính ấy là gần hay xa, cúi đầu chỉ bảo cho chúng con được rõ?"

Phật dạy:

"A-nan, muốn biết hãy để ý nghe, tôi sẽ vì ông mà nói!"

"Dạ lạy đức Thế Tôn! Con xin chú ý nghe!"

"A-nan, câu chuyện này từ đời quá khứ, đã lâu lắm, không thể tính được, cũng Châu Diêm-phù-đề này, có một nước lớn tên là Ba-la-nại, có một người chăm làm giàu, được đồng nào chỉ mua vàng cất kỹ, không dám ăn uống, may sắm, dần dần được một lọ vàng đem chôn. Cứ như thế chăm chỉ làm ăn cực khổ đã lâu năm không dám tiêu xài, và giúp đỡ cha mẹ anh em, sau được sáu lọ nữa cũng đem chôn giấu hết.

"Qua thời gian chẳng may bị bệnh chết mất, vì tiếc vàng nên phải đọa làm thân con rắn độc, ở ngay nhà mình, để trông coi bảy lọ vàng. Trải qua lâu năm nhà ấy bị mục nát hư hỏng, con rắn ấy cũng chết: bởi linh hồn rắn còn tham tiếc vàng, nên bị đọa làm thân rắn một lần nữa, chừng vài muôn năm, quanh quẩn coi giữ, trên đống đất chôn vàng; coi giữ mãi, thấy không có ích gì, sinh lòng chán ghét, thầm nghĩ như vầy: 'Ta vì tham tiếc vàng nên phải chịu thân thể xấu ác, vậy đem số vàng này cúng dàng, để cầu cho ta đời đời được nhiều phước tốt lành trên cõi nhân, thiên.'

"Nghĩ xong bò tới bên lề đường lẩn thân trong đám cỏ, chợt thấy một người đi qua, lớn tiếng gọi. Người ấy nghe tiếng gọi đứng lại nhìn xung quanh không thấy ai, lại bắt đầu đi, con rắn liền bò ra giữa đường gọi rằng:

'Này bác kia ơi! Bác lại gần đây tôi nhờ bác việc này!'

"Đáp: 'Ngươi độc ác như vậy! Gọi ta làm chi, lại gần để hại ta hay sao?'

'Phải, tôi ác như thế này, nếu không lại tôi sẽ tác hại đấy!'

"Người đó tuy sợ nhưng cũng phải đến gần.

"Rắn nói: 'Nhà tôi có lọ vàng, muốn nhờ bác đem đi cúng dàng cầu phước, bác có thể hộ tôi được không? Nếu không hộ, tôi sẽ cắn chết!'

'Vâng, tôi xin giúp, không sao!'

"Rắn dẫn ông này về đống đất chôn vàng, bảo ông bới lên một lọ rồi nói rằng:

'Bác mang vàng này đến chùa cúng dàng, và lấy ra một ít, nhờ bác bán lấy tiền, mua gạo và các món ăn, hoa quả làm cơm chay cúng sư

Tăng, định ngày nào cúng thì mang một cái gậy đến đây khiêng tôi đến chùa!'

"Người ấy mang vàng đến chùa đưa cho ông Tăng Duy-na, và nói lý do như trên cho ông nghe. Ông Duy-na cười nói:

'Rắn độc sao lại biết cúng dàng như vậy? Muốn cúng tôi sẽ định ngày cho!'

'Thưa Ngài hôm nào ngài cho biết trước để sửa soạn?'

'Ngày mười rằm tới, là ngày trai, cũng là ngày sám hối, cúng ngày đó công đức vô lượng!'

'Dạ, xin phép ngài tôi về để thu xếp công việc!'

"Tới ngày nói trên, ông mang một cái gậy đến, rắn thấy ông vui vẻ hỏi han? Rồi quấn mình vào cây gậy phủ cái chăn chiên lên trên cho người ta khỏi nhìn thấy. Đi đường gặp người hỏi:

'Ông khiêng cái gì đẹp thế?'

"Ông lặng yên không trả lời, họ lại hỏi:

'Ông khiêng gì đẹp thế?'

"Họ hỏi đến ba lần, ông vẫn làm thinh không trả lời. Rắn thấy ông không trả lời, giận quá! Nghĩ như vầy: 'Anh này dở quá, người ta trịnh trọng hỏi đến ba lần, mà không nói, thực là ngu si quá!' Nghĩ như thế thì độc tâm lại càng bộc phát, định nhả độc phun chết ông. Xong lại thầm nghĩ: 'Người này vì ta làm phước, ơn đó chưa trả, vậy ta nên nhẫn đi.'

"Một lát đi tới chỗ đất không đồng vắng, rắn tự nói rằng:

'Bác để tôi xuống đây!'

"Vừa để xuống, rắn mắng rằng:

'Con người ta có mồm để nói để ăn, anh có mồm để làm gì? Mà người ta hỏi đến ba lần không nói? Anh ngu si quá!'

"Ông nghe rắn mắng, nhưng tâm không có giận, tự hối hận một vẻ khiêm tốn và xin lỗi. Rắn lại dặn rằng:

'Từ đây trở đi, anh không được thế nữa, ai hỏi phải nói đàng hoàng.'

'Dạ từ nay tôi xin thọ giáo, không dám như trước nữa!'

"Khi đến chùa để rắn trước giảng đường, vừa đúng thời trai chư Tăng, ông đứng ở lối kinh hành.

"Rắn sai ông dâng hương cúng sư Tăng; rắn nhìn ông dâng hương, bằng cặp mắt thành kính tín ngưỡng, không hề chớp. Khi Tăng chúng đi nhiễu quanh tháp. Rắn sai ông dâng nước, và giương đôi mắt cung kính quan sát!

"Chư Tăng dùng cơm xong thuyết pháp cho nghe như sau: Bố thí cúng dàng được phước báu giàu sang, thân hình khỏe mạnh. Giữ giới được sinh nhân, thiên, hưởng phúc tốt lành. Thấy Phật và sư Tăng hoan hỷ chiêm bái thì được thân tướng đoan nghiêm tươi đẹp. Keo xẻn tích trữ, không chịu bố thí, thì đọa làm loài quỷ đói. Tâm tham độc sân si, bị loài thú ác độc trùng, trăn, rắn.

"Rắn nghe xong vui vẻ thưa rằng:

'Kính thưa Đại đức! Mời Ngài đến chỗ con ở, hãy còn sáu lọ vàng nữa, xin cúng để cầu giải thoát.'

"Ông Duy-na theo rắn và người hộ việc cho rắn, đi lấy hết sáu lọ đem về chùa dâng lên Tam Bảo, làm lễ cầu nguyện, hướng phúc cho rắn, nhân sự cầu nguyện ấy và phước cúng dàng, rắn chết được lên cõi trời Đao-lợi."

Tới đây Phật thuật lại rằng:

"A-nan, ông nên biết: người khiêng rắn ấy há phải ai đâu; chính là tiền thân của Ta đấy! Rắn độc thuở đó; nay là ông Xá-lợi-phất. Ngày ấy Ta bị rắn mắng trách còn tự thẹn hổ, và sinh lòng khiêm hạ, không những thế, Ta đối với tất cả muôn loài, đều coi bình đẳng, cho đến nay không thoái chuyển."

Khi đó tôi và các vị tỳ-khưu, nghe Phật nói xong, ai nấy đều kính phục, tâm bình đẳng khiêm nhượng của Ngài, một lòng lễ kính, bái tạ lui ra.

PHẨM THỨ BA MƯƠI BẢY:
SAI-MA

Chính tôi được nghe: Một thời đức Phật ở nước La-duyệt-kỳ tại tinh xá Vườn Trúc, với vô số đệ tử ở đó.

Bấy giờ có một người dòng Bà-la-môn, nhà nghèo, tuy có chăm làm nhưng cũng không đủ ăn, đủ mặc, anh nghèo ấy hỏi người ta rằng:

"Ở thế gian làm những hạnh gì được phúc báu hiện tại?"

Có người mách bảo rằng:

"Anh không biết ư? Hiện nay đức Phật xuất thế độ sinh, làm lợi ích cho tất cả muôn loài. Ngài có bốn vị tôn đệ tử là: Ma-ha Ca-diếp, Mục-kiền-liên, Xá-lợi-phất, A-na-luật, bốn vị hiền sĩ này, hay thương những người nghèo đói, và tác phúc cho những chúng sinh đau khổ. Nếu ai chí tâm tin kính cúng dàng những vị ấy, thì đời hiện tại này, muốn cầu gì cũng được toại nguyện."

Anh chàng Bà-la-môn nghe mọi người đều nói như vậy, rất vui mừng! Tự đi làm thuê được món tiền nhỏ đem về mua sắm các món ăn, sửa soạn trai nghi trịnh trọng mời các vị Hiền Thánh Tăng đến nhà cúng dàng với lòng thành kính, thiết tha cầu phúc báu hiện tại. Vợ anh tên là Sai-ma (Hán dịch: An Ôn).

Các vị tôn đệ tử tới nhà dùng cơm xong, thuyết pháp cho vợ chồng anh nghe như sau:

"Tội phúc, như bóng theo hình, như vang ứng tiếng, trồng nhân gì sẽ kết quả ấy. Muốn cho tội chướng tiêu trừ, phúc đức lớn lao, phải biết tôn kính ngôi Tam Bảo, thọ trì Tam quy, Ngũ giới; Bát quan trai giới, bố thí, cúng dàng, thì đời hiện tại, hay tương lai muốn cầu gì cũng được toại nguyện."

Vợ chồng cúi đầu lễ kính, xin thọ trì Tam quy, Ngũ giới và Bát quan trai giới, truyền giới xong các vị trở về tinh xá.

Bấy giờ vua Bình Sa vào rừng trở về, gặp một người phạm tội bị trói treo trên đầu cột, dựng bên đường.

Người có tội ấy xin vua món ăn, nhà vua nhận lời cho, nhưng về thành quên mất, chợt nhớ ra thì trời đã tối; nhà vua sai người hầu hạ trong hoàng cung mang cơm cho tội nhân, nhưng không ai dám đi, họ thưa với vua rằng:

"Tâu Bệ hạ, giờ đã tối khuya, mãnh thú, ác quỷ rất nhiều, chúng tôi thà chết ở đây chứ không dám đi. Nhà vua hết sức thương người đó đói khổ, sai người ra ngoài thành bố cáo rằng:

"Đêm nay nếu ai đem món ăn cho người có tội ở nơi mổ, thì nhà vua thưởng cho ngàn lạng vàng!"

Không ai dám đi. Sai-ma thường nghe họ nói rằng:

"Nếu ai thọ phép Bát quan trai giới, thì ma quỷ, ác thú không dám làm hại!"

Mạnh dạn với một lòng tin vững chắc, đến xin vua đi. Khi đi, nhà vua dặn:

"Nếu được hoàn toàn trở về, ta sẽ cho ngàn lạng vàng."

Ra đi, Sai-ma chí thành, chí kính trì phép Bát quan trai, ra khỏi thành đã xa xa gặp một con quỷ La-sát tên là Lam-bà, vừa lúc ấy nó mới sinh được năm trăm quỷ con, đương lúc đói thấy Sai-ma muốn bắt ăn. Nhưng Sai-ma trì trai, quỷ trông thấy sợ hãi không dám ăn, quỷ hỏi Sai-ma rằng:

"Chị đi đâu? Có món ăn cho tôi một chút!"

Sai-ma trao cho một chút món ăn, tuy ít nhưng vì lực của quỷ nên cũng được no đủ.

Quỷ La-sát hỏi:

"Chị tên chi?"

"Tôi tên là Sai-ma!"

Quỷ vui vẻ nói:

"Hôm nay tôi sinh cháu được lành mạnh, cũng do phúc của chị, mà tôi được sống, lại được nghe danh hiệu tốt, nhà tôi có cái búa vàng, xin đền đáp ơn chị, lúc về qua đây, chị nhớ vào lấy."

"Dạ, chị có lòng tốt em xin nhớ lời dặn."

Quỷ lại hỏi:

"Bây giờ chị đi đâu?"

"Thưa chị, em mang thức ăn cho người có tội ở nơi mỗ!"

"Tôi có một em gái cũng ở gần đấy, tên là A-lam-bà, tôi gởi lời thăm và bảo cho biết: tôi mới sanh được năm trăm cháu, thân thể lành mạnh."

Sai-ma đi tới chỗ quỷ A-lam-bà cũng nói như trên cho quỷ nghe. A-lam-bà nghe xong vui vẻ hỏi:

"Chị tên chi?"

"Em tên là Sai-ma!"

Cô quỷ vui vẻ nói:

"Chị tôi sinh được lành mạnh, tên cô cũng tốt lành lắm, nhà tôi có cái búa vàng, xin biếu cô, lúc về nhớ vào qua mà lấy."

"Dạ, quý hóa! Chị có lòng tốt tôi xin nhận!"

Cô quỷ lại hỏi:

"Bây giờ cô đi đâu?"

"Thưa chị, theo lệnh nhà vua em mang món ăn, cho tội nhân nơi mỗ!"

Cô quỷ A-lam-bà nói:

"Tôi cũng có một người em tên là Phân-na-kỳ ở gần đấy, tôi gởi lời hỏi thăm."

Sai-ma từ giã cô quỷ, đi đến chỗ quỷ Phân-na-kỳ, cũng đem lời hỏi thăm của hai bà chị nói cho nghe, và nói thêm bà chị cả sinh được năm trăm cháu đều vô sự. Được tin hai bà chị bình an, cô quỷ em rất vui vẻ và hỏi:

"Cô tên chi?"

"Tôi tên là Sai-ma!"

"Tên cô tốt lành, và được tin hai chị tôi mạnh khỏe, thực là quý hóa! Nhà tôi có cái búa vàng xin biếu cô, lúc về qua nhớ vào lấy."

"Quý hóa, có lòng cho, tôi xin nhận."

Sai-ma đi một lát tới nơi chỗ tội nhân, đưa món ăn và nói rằng:

"Nhà vua cho món ăn này, anh lấy mà dùng cho khỏi đói!"

Anh vui mừng! Nhận cơm, và cảm tạ một cách rất tha thiết. Sai-ma trở về lấy ba cái búa vàng, và đến nhà vua lấy thưởng một ngàn lạng vàng.

Từ đó vợ chồng Sai-ma được giàu sang sung sướng, làm nhà cửa, mua ruộng nương, nuôi đầy tớ, nhân dân đến làm thuê rất đông.

Vua Bình Sa thấy Sai-ma là người có đức, triệu vào cung cho làm quan Đại thần, được lộc nước ơn vua, nhà lại giàu thêm, từ đó lòng tín kính Phật Pháp của Sai-ma càng tiến tới.

Một hôm Sai-ma sửa soạn trai nghi, mời Phật và Sư Tăng về nhà cúng dàng.

Khi Phật dùng cơm xong Ngài lên tòa thuyết pháp nói về phúc bố thí và phép trì giới, phép sinh thiên. Sai-ma nghe xong tâm ý sáng tỏ, đắc quả Tu-đà-hoàn.

Bấy giờ tất cả mọi người dự cuộc thuyết pháp này, ai nấy đều hoan hỷ, phát tâm cúng dàng bố thí, giữ giới tu đức, cúi đầu lễ tạ mà lui.

HẾT QUYỂN BẢY

QUYỂN THỨ 8
PHẨM THỨ BA MƯƠI TÁM: CÁI SỰ

Chính tôi được nghe: Một thời đức Phật ở nước La-duyệt-kỳ, tại tinh xá Vườn Trúc.

Lúc ấy tôi đương tọa thiền trong rừng tự nghĩ rằng: "Đức Phật xuất thế thực là một điềm lạ lùng, độ người nhiều như vậy. Sự ăn uống đầy đủ, hơn nữa lại được hết khổ, tất cả vua, quan, dân chúng được lợi ích vô cùng tận. Vì sao? Vì Ngài vạch đường chỉ lối, cho thoát khỏi tam đồ ác đạo, đời vị lai được hưởng phúc báu trên cõi nhân thiên, hơn nữa lại được đạo Niết-bàn." Nghĩ thế rồi tôi đứng dậy về tinh xá. Khi đó đức Thế Tôn đương thuyết pháp cho đại chúng nghe. Tôi mặc áo chừa vai bên hữu, tới trước quỳ gối bên hữu xuống đất, chắp tay, chiêm ngưỡng rồi đem ý nghĩ trên bạch Phật.

Phật dạy:

"A-nan! Ông nghĩ như thế phải đấy, Như Lai ra đời cũng rất lạ, vì tất cả chúng sinh được lợi ích lớn, và cũng không cứ gì ngày nay thế đâu, đời quá khứ ta cũng đã làm lợi ích cho nhiều chúng sanh."

"Kính lạy Ngài! Đời quá khứ Ngài làm lợi cho chúng sinh thế nào, cúi xin nói lại cho chúng con được biết?"

"A-nan! Đời quá khứ tính số kiếp a-tăng-kỳ đã quá lâu, cũng Châu Diêm-phù-đề này, có bốn con sông, và hai ông vua nước lớn. Một ông tên là Ba-la-đề-bà (Hán dịch Phạm Thiên), ông này chiếm cứ ba con sông, nhân dân giàu thịnh, nhưng quân sự kém. Một ông tên là Phạt Sà Kiện Đề (Hán dịch: Kim Cương Tụ), ông này có một con sông, dân chúng ít, nhưng quân sự giỏi.

"Vua Kim Cương Tụ thầm nghĩ như vầy: 'Quân ta hùng mạnh, có một con sông ít nước, vua Phạm Thiên quân lực kém, chiếm giữ ba con sông, phải sai người sang đòi lại một con sông, nếu trả thì ta chơi thân, có của gì tốt ta sẽ biếu, nếu gặp sự nguy biến ta sẽ đem quân sang cứu; nếu không, ta sẽ mang quân đánh lấy lại!'

"Nghĩ thế rồi triệu các quan đại thần vào bàn việc nước. Sau cuộc hội nghị, nhà vua sai sứ mang thư sang cho vua Phạm thiên, như trên đã định.

"Vua Phạm Thiên xem thư xong, thầm nghĩ như vầy: 'Giang sơn đất nước là của cha ta để lại, chớ không phải ta cướp đoạt của hắn mà hắn đòi.' Nghĩ xong bảo sứ giả rằng:

'Giang sơn đất nước không phải tự ta mà có, đây là của cha ta truyền lại, vô cớ đem trả cho chúa nhà ngươi, cả một sự vô lý. Nếu chúa nhà ngươi dùng quân lực chiến đấu, thì ta đây cũng không hẹp gì!'

"Sứ giả về nước tâu vua như lời nói trên. Vua Kim Cương Tụ đem đại hùng binh sang đánh một trận. Quân vua Phạm Thiên thất trận chạy tán loạn! Thừa cơ, quân Kim Cương Tụ đuổi tới kinh thành, vây bốn mặt. Quân vua Phạm Thiên sợ không dám ra chiến đấu, các quan thấy sự nguy ngập nên tâu rằng:

'Tâu Bệ hạ! Quân họ mạnh, quân ta yếu. Bệ hạ tiếc chi một con sông mà để hại cho muôn dân, không chừng còn mất nước là đàng khác, cúi xin Bệ hạ trả lại cho họ còn có tình nghĩa hơn.'

"Nhà vua đồng ý, sai người ra thưa với vua Kim Cương Tụ rằng: 'Tâu Bệ hạ! Chúa công tôi xin chấp thuận lời yêu cầu trước của Bệ hạ, để trả lại một con sông, và dâng vua thêm một người con gái. Từ đây trở đi nếu nước nào có vật gì quý thì tặng lẫn cho nhau, gặp lúc nguy hiểm thì sẽ bênh vực nhau!'

"Vua Kim Cương Tụ đồng ý rút quân, rồi đem người con gái ấy về làm vợ.

"Qua một thời gian cô có thai, và luôn có một chiếc tán thất bảo che trên đầu, đi, đứng, nằm, ngồi thường như vậy. Mãn kỳ sinh được cậu con trai, thân sắc vàng, tóc xanh mướt, có bóng sáng lóng lánh nơi thân thể. Từ khi sinh cậu ra, thì cái tán ấy lại che trên đầu cậu. Nhà vua vời các thầy tướng vào xem, các thầy đều khen, và tâu vua rằng:

'Tâu Bệ hạ! Quý hóa lắm. Thái tử nhân tướng đầy đủ, đức lực viên mãn, trên đời có một không hai!'

"Nghe tướng sư nói, nhà Vua và Hoàng hậu rất vui mừng! Lại nhờ đặt tên cho Thái tử. Theo cổ truyền, đặt tên phải căn cứ vào hai việc: 1) Điềm lành. 2) Tinh tú.

"Tướng sư tâu vua rằng:

'Tâu Bệ hạ! Khi hoài thai có điềm gì lạ không?'

'Trong khi hoài thai, có tán bằng thất bảo che trên đầu.'

'Tâu Bệ hạ! Cứ theo điềm này xin đặt là: Sái La Già Lợi (Hán dịch: Cái Sự).'

"Thái tử đến tuổi trưởng thành thì vua chết, an táng cho vua xong, thái tử lên nối ngôi, chấp chính được vài năm, thường đi chơi các miền quê để quan sát dân sự làm ăn.

"Trời nắng như đốt, những người nông phu cởi trần trùng trục, với con trâu kéo cày, tiếng kêu 'cót két', dưới bãi đất lầy một cách lao khổ, đọa đày thể xác.

"Nhà vua hỏi tả hữu rằng:

'Những người này làm gì khó nhọc thế?'

'Tâu Bệ hạ! Nước lấy dân làm gốc, dân lấy thóc làm mạng sống, nếu không làm lụng khó nhọc, thì không lấy gì bảo tồn được mạng sống của dân; dân nếu nghèo thì nước phải nguy vong!'

"Nhà vua nghe vậy thì nguyện:

'Nếu phúc đức của tôi được làm vua, thì nhân dân không phải cấy cày, thóc lúa tự nhiên có đủ ăn dùng.'

"Nhà vua nguyện xong, thì tất cả trong nước nhà ai cũng có lúa thóc, tuỳ lòng ước muốn thứ lúa nào, thì có thứ lúa ấy, từ đó nhân dân không phải cày cấy, thức ăn tự nhiên có sẵn.

"Thời gian sau, nhà vua đi ra lần thứ hai, thấy những người dân, đẵn củi, gánh nước, giã gạo mồ hôi nhễ nhại, coi rất khó nhọc. Nhà vua hỏi các quan rằng:

'Những người này làm gì mà lao khổ như thế?'

'Tâu Bệ hạ! Nhân dân mong ơn Bệ hạ, được lúa thóc tự nhiên, không phải cày cấy. Nhưng phải xay giã, kiếm củi nấu chín mới ăn được; vì thế họ còn phải khó nhọc!'

"Nhà vua nguyện:

'Nếu phúc đức tôi được làm vua, thì xin cho dân nước tôi, khi muốn thì các món ăn tự nhiên hiện ra trước mặt.'

"Nhà vua nói sao được vậy. Từ đó nhân dân đều được các món ăn tự nhiên chứ không phải làm. Qua thời gian ấy vua lại đi chơi, thấy người kéo bông, se chỉ, dệt vải may áo, vua hỏi rằng:

'Những người này làm gì, coi vẻ khó nhọc như thế?'

'Tâu Bệ hạ! Nhân dân nhờ ơn đức hóa của Bệ hạ, được món ăn tự nhiên, giờ đây họ dệt vải để may áo mặc.'

"Nhà vua nói:

'Nếu phúc đức của tôi được làm vua, thì khiến cho những cây cối trong nước sinh ra các thứ áo!'

"Nói xong, tất cả cây cối trên mặt đất đều sinh ra các thứ áo xanh, vàng, đỏ, trắng, tuỳ theo ý muốn của từng người ưa thích.

"Qua thời gian ấy vua lại đi chơi, thấy các người dân đua nhau làm các thứ âm nhạc, hỏi rằng:

'Những người này họ làm cái gì vậy?'

'Tâu Bệ hạ! Nhân dân mong ơn Bệ hạ, ăn mặc được đầy đủ, giờ đây họ làm các thứ âm nhạc, để ca hát vui chơi cho khoái chí!'

"Nhà vua nói:

'Nếu phúc đức của tôi được làm vua, thì khiến cho các cây cối trên mặt đất, sinh ra các đồ âm nhạc, theo ý muốn của từng người ưa thích.'

"Nói xong, thì tất cả các cây trên mặt đất đều sinh ra các thứ nhạc khí.

"Qua thời gian sau, các quan bản triều đến bái tạ! Nơi điện tiền nhà vua, khi tới bữa ăn, vua lưu lại dùng cơm. Hôm ấy các quân được thưởng thức các món ăn của nhà vua, nhận thấy ngon lành quá, nghĩa là chưa từng được ăn bao giờ, ăn vào thân thể khỏe mạnh sung sướng, họ đều tâu vua rằng:

'Tâu Bệ hạ! Nhà hạ thần không bao giờ có các món ăn này, vừa ngon lành lại vừa khỏe mạnh, ăn vào thấy thân tâm an lạc.'

"Nhà vua nói:

'Các ông muốn thường được thức ăn như hôm nay, cứ theo đúng giờ ăn của tôi mà ăn, thì sẽ được các món ăn ngon lành.'

"Sau nhà vua sắc lệnh cho toàn quốc, khi tới giờ vua ăn, phải đánh trống báo cho nhân dân biết. Từ đó nhân dân hễ nghe tiếng trống báo, thì họ nghĩ đến việc ăn, cho nên toàn thể dân chúng trong nước, ai ai cũng được thức ăn ngon như nhà vua.

"Khi đó vua Phạm Thiên sai sứ sang nói với vua Cái Sự rằng:

'Tại thời cha ngươi, ta cho một con sông, bây giờ cha ngươi chết rồi thì trả lại cho ta!'

"Cái Sự bảo Sứ rằng:

'Bờ cõi giang sơn đây, cũng không phải ta áp bức của nhà ngươi mà lấy. Song ta làm vua không để mệt sức cho dân, nhưng đó là một việc nhỏ, hãy hoãn lại, sau đây ta với chúa của nhà ngươi được gặp nhau, để nói cái việc thiết yếu của giữa hai nước.'

"Sứ giả về tâu vua như lời nói trên. Phạm Thiên đồng ý, định ngày để gặp.

"Ngày hẹn đã tới, hai ông vua đều đem quân ra bờ sông giáp ranh giới, lên thuyền ra giữa sông để tương kiến.

"Vua Phạm Thiên thấy vua Cái Sự thân sáng rực như núi vàng, tóc mượt như lưu ly, mắt sáng tợ sao ngôi, mồm tươi như hoa nở, mũi thẳng, mặt vuông, tai chùng, oai phong lẫm liệt, tự phát sinh lòng kính trọng, cho rằng: 'Một ông Trời Đại Phạm, hai người gặp nhau bàn luận về việc đời nước sông!'

"Cái Sự nói:

'Nhân dân nước tôi sự ăn dùng tự nhiên có, không phải tạo tác mệt nhọc, và cũng không phải thâu thuế phạt tiền, tôi không bao giờ bắt dân công làm việc cho nhà vua.'

"Đương đàm luận thì tới giờ ăn, quân gia của vua Cái Sự đánh trống. Vua Phạm Thiên run sợ, cho rằng họ bắt mình để giết, liền đứng dậy tạ lỗi, chân tay lẩy bẩy.

"Vua Cái Sự đứng lên đỡ ông ngồi xuống và nói rằng:

'Nhà vua làm sao sợ hãi như vậy? Đó là tới giờ ăn, quân đội của tôi đánh trống báo! Vì theo đúng giờ ăn của tôi, thì dân chúng sẽ được nhiều thức ăn ngon!'

"Vua Phạm thiên chắp tay thưa rằng:

'Muôn xin Đại Vương thương đến quốc dân chúng tôi, cũng được các món ăn tự nhiên và từ nay chúng tôi xin hàng phục.'

"Từ đó vua Cái Sự cai trị tất cả nhân dân các nước Châu Diêm-phù-đề.

"Sau ngày đăng vị ngồi trên bảo điện, quần liêu bách quan đứng hầu túc trực suốt ngày đêm.

"Buổi sớm ấy, khi mặt trời mới mọc, có xe Kim Luân bảo, bay từ phương Đông tới, vua Cái Sự từ trên tòa bước xuống, quỳ thẳng chắp tay hướng lên, lấy tay với, xe ấy dừng lại ngay, đẹp đẽ có quang minh chiếu ra bốn mặt.

"Nhà vua nói rằng: 'Nếu tôi được làm Chuyển Luân Vương, thì xin xe này ở lại đây!'

"Nói xong, xe Kim Luân ấy đứng trên hư không trước điện nhà Vua, cách đất bảy cây đa-la, rồi đó tượng bảo, thần châu, ngọc nữ, điển binh, điển tạng, lần lượt bay tới.

"Vua Cái Sự từ đó được làm Chuyển Luân Vương, thất bảo đầy đủ, cai trị bốn thiên hạ, tất cả chúng sinh nhờ đức hóa an vui sung sướng.

Theo chính sách của nhà Vua nhân dân tu theo mười điều lành:

- Không sát sinh
- Không trộm cướp
- Không tà dâm
- Không nói dối
- Không nói lưỡi đôi chiều
- Không nói ác
- Không nói đơm đặt
- Không tham lam
- Không giận tức
- Không si mê.

"Sau khi mạng chung được sinh lên cõi Trời tất cả."

Nói tới đây, Phật nhắc lại rằng:

"A-nan! Ông nên biết: Vua Cái Sự thuở đó, há phải là ai đâu, chính là tiền thân của Ta đấy; vua Kim Cương Tự là thân phụ Ta ngày nay (vua Tịnh Phạn), và sinh ra vua Cái Sự, nay là mẫu thân ta (Ma-gia). Bởi ta có từ tâm thương chúng sinh, thường cho của cải, cho đạo pháp, để dắt dẫn họ, vì nhân duyên ấy đến nay thành Phật, đặc tôn trong ba cõi, không ai sánh kịp. Cũng vì thế chúng sinh biết tu tập lòng từ bi rộng lớn, lợi ích vô biên."

Tôi lại thưa rằng:

"Kính lạy đức Thế Tôn! Không hay đời quá khứ, vua Cái Sự làm Chuyển Luân Vương, tại nhân duyên gì mà được? Và khi nhập thai đã có tán thất bảo che theo, kính xin nói cho chúng con được rõ?"

Phật dạy:

"A-nan! Đời quá khứ cách nay đã lâu lắm, tính số kiếp a-tăng-kỳ có đến vô lượng, cũng Châu Diêm-phù-đề này, trong quả núi Tiên có vị Bích Chi Phật, mắc chứng bệnh phong; thầy thuốc nói phải dùng sữa bò mới khỏi.

"Bấy giờ người lái buôn tên là A-lợi-gia-mật-la (Hán dịch: Thánh Hữu). Ngài Bích Chi Phật nói bệnh cho ông nghe và để ông cúng dàng sữa.

"Ông lái buôn Thánh Hữu hoan hỷ cúng dàng. Ngài dùng được ba tháng thì khỏi bệnh. Cảm ơn ấy muốn cho thí chủ được ích lợi lớn nên Ngài bay lên hư không đi, đứng, nằm, ngồi, thân phun ra nước lửa, lúc hiện thân lớn đầy hư không, rồi thu nhỏ lại như chiếc lông mùa Thu; cứ như thế biến hiện ra mười tám lần.

"Ông Thánh Hữu thấy thế rất vui mừng! Và Ngài từ trên hư không hạ xuống để nạp thụ sự cúng dàng. Qua một thời gian thì nhập Niết-bàn.

"Ông Thánh Hữu thương nhớ, làm lễ hỏa thiêu cúng dàng, thu lấy xá-lợi đựng vào bình vàng, và xây một bảo tháp, để bình vàng xá-lợi vào trong, lại làm một cái tán che trên, hàng ngày đem hương hoa âm nhạc cúng dàng, suốt đời thờ phụng."

Nói tới đây Phật nhắc lại rằng:

"A-nan! Ông nên biết: ông Thánh Hữu do công đức cúng dàng vị Bích Chi Phật, nên được phúc báo vô lượng kiếp, sinh lên cõi Trời hoặc cõi nhân gian, đều được tôn vinh sung sướng, khi ở thai có tán báu che trên. Ông nên biết: Thánh Hữu thuở đó chính là tiền thân Ta đấy. Vậy tất cả chúng sinh bất luận xuất gia hay tại gia cũng nên tu phúc làm sự nghiệp, đời đời kiếp kiếp sẽ được lợi ích vô lượng vô biên như thế đó."

Bấy giờ tôi và mọi người trong cuộc thuyết pháp này, ai nấy đều vui sướng phát tâm tu phúc cúng dàng, cúi đầu tạ lễ lui ra.

❀

PHẨM THỨ BA MƯƠI CHÍN: ĐẠI THÍ TÁT BIỂN

Chính tôi được nghe: Một thời đức Phật ở nước La-duyệt-kỳ, tại núi Linh Thứu, với các đệ tử lớn, cùng một ngàn hai trăm năm mươi vị tỳ-khưu ở đó. Khi ấy đức Thế Tôn muốn dùng một người thị giả.

Các vị đệ tử lớn đều biết ý của Ngài như vậy. Khi đó ông Kiều-trần-như mặc áo trễ vai hữu, tới trước quỳ thẳng chắp tay bạch rằng.

"Kính lạy đức Thế Tôn! Con xin nguyện suốt đời làm thị giả hầu hạ Ngài, cúi xin từ bi hoan hỷ, chấp thuận cho con được ân triêm công đức!"

Phật dạy:

"Ông nay tuổi đã già yếu, việc hầu hạ không nỡ phiền ông!"

Ông lễ tạ lui ra. Tiếp đến Ngài Ma-ha-ca-diếp, Ngài Xá-lợi-phất, Ngài Mục-kiền-liên, và năm trăm đệ tử lần lượt ra tác lễ cầu xin làm thị giả. Nhưng Phật không cho ai.

Khi đó, Ngài A-na-luật xem biết ý Phật muốn dùng ông A-nan, và các bậc đại đệ tử cũng đều hiểu như thế.

Ngài Xá-lợi-phất và Ngài Mục-kiền-liên đứng dậy, lại bên tôi nói sẽ rằng:

"Này ông A-nan! Ý Phật muốn dùng ông làm thị giả đấy! Riêng ông được diễm phúc hơn chúng tôi! Vậy ông mau mau đứng lên làm lễ bạch Phật xin thân thừa Ngài, để cho toàn thể Tăng chúng cũng được nhờ ông một phần lớn!"

Tôi nghe lời hai Thượng tọa nói rồi, chắp tay thưa rằng:

"Kính thưa hai Thượng tọa! Thế Tôn đức rộng, tuệ sâu, tôi thân cận hầu hạ sợ sơ xuất phải tội, và chiêu họa thì sao?"

Ngài Xá-lợi-phất nói:

"Chúng tôi xem biết đức Thế Tôn chú ý đến ông nhiều hơn, vì xét có thể kham năng được, nên Ngài muốn dùng ông làm thị giả!"

Tôi thấy hai Thượng tọa nói như vậy, chẳng biết làm thế nào! Tôi thưa rằng:

"Dạ! Nếu hai Thượng tọa, thưa với Phật cho được ba điều nguyện này, thì tôi xin làm thị giả:

- Áo cũ của đức Thế Tôn xin Ngài đừng cho tôi dùng.

- Đức Thế Tôn ăn thừa xin chớ cho tôi ăn.

- Thời tiết tiến hiện (Chỉ), tùy tôi lo liệu, được như thế thì tôi xin làm."

Hai Thượng Tọa đem ý kiến của tôi lên bạch Phật.

Phật bảo rằng:

"Ông A-nan sở dĩ không muốn mặc áo cũ của Ta, là do lòng ông nghĩ xa, sợ các đệ tử sinh tâm hiềm khích. Vua quan nhân dân cúng Phật, những cái áo quý đẹp, cho rằng ông tham cầu mà làm thị giả. Hai là chuyện không ăn cơm của Ta, là lo các đệ tử sinh lòng như vầy: Trong bát của Như Lai ăn thừa, trăm mùi ngon bổ, trên đời hiếm có, cho rằng ông tham cầu những món ấy mà thân cận Phật hay sao! Còn nguyện thứ ba, tự lo lượng thời tiết tiến hiện, là sợ các đệ tử, và các ngoại đạo lại nạn vấn, trong những thời giờ không hợp pháp, làm xúc não Ta. Song làm thị giả, phải xem thời tiết mà dâng các món ăn cho thích hợp, để lợi ích thân thể Như Lai, mỗi mỗi việc đều phải có chế độ. Vì thế mà ông nguyện xin ba điều ấy. Nhưng cũng không cứ gì thời nay ông tự biết thời tiết mà xin thế đâu! Thời quá khứ ông đã hầu Ta, và cũng khéo biết sự tiến hiện (Chỉ) như vậy."

Khi đó Ngài Xá-lợi-phất thưa rằng:

"Kính lạy đức Thế Tôn! Không hay đời quá khứ, ông A-nan hầu hạ Ngài, khéo biết thời tiết, việc ấy thế nào xin nói cho chúng con được biết nguyên do?"

Phật dạy:

"Xá-lợi-phất! Ông muốn biết, hãy để ý nghe, Ta sẽ nói cho ông hay!"

"Dạ, lạy đức Thế Tôn! Con xin chú ý nghe!"

"Xá-lợi-phất! Đời quá khứ cách đây tính theo số a-tăng-kỳ có đến vô lượng. Thuở đó có một ông vua nước lớn cai trị tám vạn bốn ngàn nước nhỏ, tám mươi ức tụ lạc, tại Châu Diêm-phù-đề, vua ngự ở thành Bà-lâu-thi-xá. Trong thành ấy có một người Bà-la-môn, có trí thông sáng, nhà vua tôn kính như một ông thầy, tám vạn bốn ngàn ông vua nước nhỏ đều mến mộ khâm phục, bốn phương hiến tặng, và thường sai sứ sang thăm viếng. Nói tóm lại cũng như bầy tôi thờ vua không khác. Nhà giàu ngang với nước, nhưng không có con để nối nghiệp nên lúc nào ông cũng buồn! Không biết nơi đâu có thể cầu nguyện được. Bấy giờ ông lên miếu thờ Phạm thiên "Thiên Đế", Tứ Vương Ma Hê Thu La và tất cả chư thiên khác, cầu đạo ròng rã mười hai năm, do sự cầu nguyện thành kính ấy, nên bà vợ lớn của ông có thai. Ông cho gọi người về xem trai hay gái; có một thiếu phụ đến xem nói: "Bà có mang con trai." Ông mừng thầm! Giao cho các cô con gái hầu hạ bà một cách chăm chỉ cẩn thận, không được làm trái ý.

Đủ tháng sinh được cậu con trai mình sắc vàng, tóc xanh mượt, trán cao, mũi thẳng, tai dày, mắt sáng, mồm tươi rộng, nhân tướng đầy đủ, ông vui mừng quá! Cho mời thầy về coi tướng. Tướng sư xem xong nói:

"Cậu đầy đủ phúc đức, thiên hạ chưa từng có, sau này có thể làm đến Quốc sư!"

Nghe Tướng sư nói, ông rất hoan tâm và nhờ đặt tên giùm. Lệ đặt tên bao giờ cũng y vào hai điều kiện: 1) Tinh tú. 2) Biến điềm lạ.

Tướng sư hỏi:

"Thưa ông! Trong khi bà có mang cậu bé này, thì có điềm gì lạ không?"

"Thưa Ngài! Bà ác nghiệp lắm, ít lòng nhân, lại không chăm tu phước tuệ gì, từ khi có thai cháu, thì tâm tính cải đổi, thương xót kẻ nguy nạn, hay giúp đỡ kẻ nghèo đói, chăm bố thí, không tham lam tích cóp như xưa!"

Tướng sư hoan hỷ nói:

"Đó là trí lý của cậu con trai khiến bà như vậy. Tôi xin đặt tên là Ma-ha Sà-ca-phàn (Hán dịch: Đại Thí)."

Sau này cậu lớn tuổi, ông bà quý lắm! Làm riêng cho cậu một lâu đài chia làm ba cung, để tùy theo thời tiết nóng lạnh của một năm: Mùa Đông ở cung ấm áp, mùa Hạ ở cung mát, mùa Xuân mùa Thu ở cung giữa, sự nóng lạnh thuần hòa, cắt đặt những thiếu nữ hầu hạ, đêm ngày cho cậu vui chơi! Cậu có tính ham học, lại sẵn có trí thông minh, đọc thuộc mười tám bộ kinh của thế tục, học các kỹ thuật đều tinh xảo. Một hôm cậu thưa với ông rằng:

"Thưa cha! Con ở trong cung điện này đã lâu, xin cho con du ngoạn ngoài thôn quê, để xem dân chúng làm ăn."

"Ừ! Con đi chơi, cha cho con đi."

Ông sai người sửa sang đường sá, vảy nước thơm, dựng cờ treo phan đốt hương, một con voi trắng lớn, trên lưng đặt bành bằng thất bảo phủ vải gấm, treo chuông trang nghiêm cho cậu cỡi. Những người đi trước gảy các đồ âm nhạc, đánh trống thổi kèm; đi sau có hàng ngàn người cỡi voi cỡi ngựa theo cậu đi, trên một con đường lớn bằng phẳng, bầu trời mát mẻ, bóng tinh quang chiếu thành năm sắc, không khác một ông Chuyển Luân Vương giáng thế. Nhân dân nô nức ra xem, nhìn không chán mắt, ai nấy đều khen rằng:

"Thực là hiếm có, oai phong vòi vọi, lẫm liệt như một ông trời Phạm thiên!"

Một lát gặp bọn khất nhi, áo quần tả tơi, chân đi thất thểu, cầm cái bát vỡ kêu xin một chút món ăn, hoặc tiền. Đại Thí hỏi:

"Các ngươi tại sao mà khổ cực như vậy?"

"Thưa cậu! Chúng tôi không có cha mẹ, anh em, vợ con, nghèo khổ không có chỗ nương thân!"

Cũng có người nói rằng:

"Chúng tôi mắc bệnh liên miên, không làm ăn gì được, hết lối sinh sống!"

Cũng có người nói rằng:

"Chúng tôi gặp lúc cơ nguy, gia đình phá tán, nợ nần nhiều quá hết lối làm ăn, phải hành khất để nuôi thân trốn nợ!"

Đại Thí nghe họ nói xong, trong lòng chua xót, than lòng mà bước đi! Đi được vài dặm, thấy lũ đồ tể mổ giết súc sinh. Đại Thí hỏi:

"Chao ôi, các ông làm gì thế?"

"Thưa cậu! Tổ Phụ chúng tôi chỉ làm nghề sát sinh, để nuôi sống gia đình, nay nếu bỏ nghề này thì hết lối!"

Đại Thí than thở rồi bước đi. Đi một quãng thấy các người cày ruộng: những sá cày lật đất, các con giun, con dế, con vi trùng chui lên, lại bị những con ếch, con chẫu bắt ăn; lại thấy những con rắn bắt ếch, bắt chẫu ăn, tiếng kêu thảm thiết; lại thấy giống chim khổng tước bắt rắn tha lên cành cây ăn.

Đại Thí hỏi:

"Đây là họ làm gì?"

"Thưa cậu! Họ cày ruộng để trồng lúa, đến mùa được thóc ăn và nộp thuế cho nhà vua."

Đại Thí nghe xong, thương chúng sinh, than thở trong lòng mà đi. Đi một quãng thấy những người đi săn, giăng lưới, đặt cạm, giật bẫy, để bắt cầm thú, thấy chúng bị sa lưới, quằn mình quại thế, dãy dụa hết sức, gào kêu! Sợ hãi! Trông rất đau lòng.

Đại Thí hỏi:

"Các ông làm gì đó?"

"Thưa cậu! Chúng tôi chỉ chuyên nghề đi săn bắn, nếu không làm việc này, thì cũng không có nghề gì sinh sống!"

Đại Thí nghe nói vừa thương, vừa ngậm ngùi! Rồi bước đi. Đi được một lúc thấy một con sông lớn, trên những chiếc thuyền lênh đênh, các anh thuyền chài, tung lưới kéo lên được rất nhiều cá, đổ lên bờ, con dãy, con ngáp, ngổn ngang.

Đại Thí hỏi:

"Các ông làm gì thế?"

"Thưa cậu! Từ cha ông chúng tôi, đến chúng tôi không có nghề gì khác, chỉ có nghề bắt cá để sinh sống."

Đại Thí nghe nói, để lòng thương! Và thầm nghĩ rằng: "Tất cả người dân vì thiếu thốn áo mặc cơm ăn, nên tạo những ác nghiệp sát hại chúng sinh, sau chết đọa xuống địa ngục, ngạ quỉ, bàng sinh, từ chỗ mê tối lại sa vào chỗ mê tối hơn, thực đáng thương thay!"

Tới đây Đại Thí bảo với mọi người rằng:

"Thôi, các ông cho tôi về an nghỉ."

Vì thương đời lầm lạc, tạo ác nghiệp, nên Đại Thí không lúc nào được vui! Tìm cách để cứu tế chúng sinh khỏi sự đói thiếu về thể xác lẫn tinh thần, rồi lên thưa với cha rằng:

"Thưa cha, vừa rồi con đi về các miền thôn quê, thấy nhân dân vì sự ăn mặc, phải lao hình khổ trí sát hại muôn sinh để nuôi đời sống, lường gạt dối trá, lẫn nhau, tạo ác nghiệp ấy sau chết phải đọa vào ba đường ác, con rất thương họ! Vậy cho con một kho gạo để bố thí cho những kẻ nghèo đói."

"Tùy ý, của cha là của con, ý con muốn bố thí thì cha cũng vui lòng!"

Được cha đồng ý, Đại Thí báo cáo cho nhân dân rằng:

"Tất cả nhân dân, ai thiếu thốn về cơm ăn áo mặc, tiền xài; xin lại nhà lấy, tùy theo ý muốn, tôi sẽ cấp giúp đầy đủ!"

Quốc dân hay tin ông Đại Thí mở cuộc bố thí, tất cả những người nghèo khổ, bệnh tật, cô cùng, kéo nhau đến đông như hội; cũng có người ở xa từ trăm dặm, người hai, ba trăm ngàn dặm tới, có người từ ba ngàn, năm ngàn dặm tới; kẻ mạnh cõng người yếu, kẻ sáng dắt người mù, muốn cơm được cơm, muốn áo được áo, tất cả ai muốn gì cũng được toại ý.

Bố thí trong một thời gian, các kho ba phần đã hết một, người coi kho đến thưa với ông chủ rằng:

"Thưa ông, cậu Đại Thí ban phát cho dân các kho tàng ba phần đã hết một. Vua quan khách khứa đi lại còn đâu mà thiết đãi! Ông nghĩ kỹ, kẻo hết rồi lại trách tôi không thưa trước!"

Ông nghĩ như vầy:

"Thà để kho không, chứ không làm trái ý con ta!"

Bố thí trong một thời gian nữa thì ba phần đã hết hai. Người coi kho lại lên thưa với ông rằng:

"Thưa ông chủ! Kho tàng ba phần đã hết hai, nếu ông không đình chỉ việc bố thí lại, thì không còn cái gì mà ăn dùng nữa!"

Ông nói:

"Ta nặng tình yêu con quý của ta, nên không muốn làm trái ý. Vậy anh có phương tiện gì, giả thác ra một cách khác, nếu kẻ lại xin làm cho họ ít đến nữa may ra còn chút nào để dùng chăng!"

Anh coi kho được ông cho phép, đóng luôn cửa lại rồi đi nơi khác.

Vì kho đóng nên những người xin đều đến chỗ cậu Đại Thí; cậu dẫn họ đến kho, thì anh coi kho đi vắng. Cậu sai người tìm mãi mới thấy, anh về mở kho cho, nhưng cũng không cho được bao nhiêu.

Đại Thí thầm nghĩ như vầy:

"Việc đình chỉ bố thí không phải kẻ giữ kho dám tự quyền, chắc là thừa lệnh của cha ta. Song phép làm con cũng không nên làm khánh kiệt kho tàng của cha mẹ, vả lại trong kho bây giờ cũng không còn được bao nhiêu nữa. Vậy ta phải làm thế nào, có tiền của cấp tế cho nhân dân, được no nê sung sướng! Mới mãn bổn nguyện bố thí của ta."

Khi đó Đại Thí hỏi mọi người rằng:

"Ở thế gian này, làm nghề nghiệp gì được nhiều tiền của?"

Có người mách rằng:

"Thưa cậu! Bây giờ chỉ trồng cấy năm giống thóc thì được nhiều của."

Có người nói rằng:

"Nuôi thú vật bán có thể được nhiều tiền."

Cũng có người nói:

"Nếu không sợ tai nạn nguy hiểm, đi xa buôn bán có thể được nhiều tiền của."

Lại có người giới thiệu rằng:

"Thưa cậu! Mọi kế nói trên đều không kết quả được bao nhiêu, muốn cho tất cả chúng sinh trên cõi Diêm-phù-đề, được đầy đủ cơm áo mặc, chỉ vào biển tìm châu bảo là một diệu kế hơn hết!"

Đại Thí nói:

"Trồng cây, nuôi thú, đi xa buôn bán, không được lợi mấy, có lẽ vào biển tìm ngọc châu là một diệu kế hơn. Vậy tôi quyết định đi tìm ngọc châu."

Nói xong lên thưa với cha mẹ rằng:

"Thưa cha mẹ! Con xin ra biển tìm ngọc châu về cấp tế cho dân, xin cha mẹ vui lòng?"

Ông bà lo quá, nói rằng:

"Con ơi! Những người ra biển là những người nghèo khổ vô kế sinh sống, không hòng đời sống của mình. Con nghèo khổ chi mà vào biển? Để cha mẹ lo sợ thân mạng của con! Muốn bố thí, thì trong kho còn bao nhiêu con cứ việc bố thí. Đi biển có nhiều tai nạn, sóng to, gió lớn, cá Ma-kiệt, Rồng độc, quỷ La-sát, núi, nước khó mà qua nổi! Con đem thân vào chỗ tai nạn ấy làm chi? Không thể đi được đâu, thôi đừng giở hơi nữa."

Đại Thí buồn quá! Tự nghĩ như vầy: "Ta muốn gây một đại nghiệp cho tương lai, mà tham tiếc thân sống thì sao thành?" Nghĩ xong, phục mình xuống trước cha mẹ mà thưa rằng:

"Kính lạy song thân! Nếu song thân ngăn chí nguyện của con, không cho con đi biển tìm ngọc châu để cứu dân, thì con nằm ở đây không đứng lên nữa!"

Ông bà nghe câu nói ấy, tâm can não nhiệt như lửa đốt! Cùng với mọi người khuyên bảo rằng:

"Đương biển xa xôi nhiều hiểm trở, đi nhiều về ít, con nên nghĩ đến cha mẹ cầu đảo thành kính, trong mười hai năm ở miếu thần tiên mới có con ngày nay. Bây giờ lớn khôn lại bỏ cha mẹ đi thì không nên! Dậy đi con, ăn uống để cha mẹ vui lòng!"

Cậu một lòng thưa rằng:

"Cha mẹ cho con đi thì con dậy, không thì con không dậy!"

Cậu nằm mãi đến sáu ngày không ăn uống, ông bà luôn luôn khuyên bảo, dỗ dành, nhưng cậu quyết định không dậy, chịu nhịn đói.

Ông bà lo sợ quá! Bàn với nhau rằng:

"Con ta trước sau khăng khăng một mực không hề thoái tâm. Thôi, ta cũng nhắm mắt cho đi, còn mong có ngày về, nếu nằm quá bảy ngày chết lại đây, thực là vô ích."

Bàn xong, ông bà đến đỡ cậu dậy, và nói rằng:

"Thôi, con dậy ăn cơm, rồi cha mẹ cho con đi."

Đại Thí mừng quá! Đứng dậy đi ăn cơm, ăn xong, viết bảng cáo thị rằng:

"Tôi đi ra biển tìm ngọc châu, ai muốn đi thì cùng đi, tôi xin cung cấp đầy đủ hành lý."

Bấy giờ có năm trăm người đồng ý theo cậu. Giữa hôm lên đường ra đi, cha mẹ, vua, quan, dân chúng, số ngàn muôn người đưa chân đem tặng lương thực và tiền bạc để ăn đường. Cuộc tiễn đưa này, rất vui vẻ! Mọi người đều cầu chúc: "Cậu đi được bình an mau trở về."

Đi chừng vài ngày, tới một bãi cát rộng mênh mông, mọi người đều lên đó nghỉ, không may gặp bọn cướp đông quá, biết sức không chống nổi, nên Đại Thí đem tiền của lương thực cho họ hết rồi lại bắt đầu đi, đi tới một cái thành, gọi là thành Phóng Bát. Thành này có ông Trưởng giả tên là Ca-tỳ-lê, dòng Bà-la-môn, có cô con gái, mình sắc vàng, tóc xanh như ngọc lưu ly, xinh đẹp nhất thời, tám vạn bốn ngàn vương tử, ở các nước đến hỏi cô không ưng.

Đại Thí định đến vay tiền, đứng ngoài gõ cửa; cô thấy người gọi chạy ra, nhìn cậu, tự nhiên cảm động, vui mừng; vào nhà thưa với cha rằng:

"Thưa cha! Bên ngoài có người gõ cửa gọi, người đó chính là chồng con đấy!"

Ông Ca-tỳ-lê mở cửa bước ra, thấy cậu tướng mạo oai nghi phi thường, mừng thầm hỏi rằng:

"Cậu tới đây có việc chi?"

"Thưa trưởng giả! Tôi vì lòng thương dân đói khát, đi ra biển tìm ngọc châu về phân cấp cho họ, không may đi nữa đường gặp bọn cướp lấy hết lương thực, muốn phiền trưởng giả cho vay ba ngàn lạng vàng, lúc trở về xin trả!"

Ông vui vẻ nói:

"Mời cậu vào chơi, không khó, tôi xin cho cậu mượn ba ngàn hoặc mười ngàn, nhà tôi cũng sẵn."

Ông vào kho lấy vàng, dắt con gái đi theo, vừa cười vừa nói:

"Tôi xin tặng số vàng này cho cậu; đây là con gái tôi, nhiều Vương tử đến hỏi nhưng tôi không gả. Hôm nay gặp cậu tôi rất vui lòng! Con gái tôi nó đồng ý kết duyên với cậu. Vậy cậu có nhận lời nói đây? Xin cho biết."

"Dạ! Thưa trưởng giả, hiện nay tôi đi ra biển, tai nạn nguy hiểm nhiều, có ngày đi không biết có ngày về, giờ nhận lời với ông, một ngày gần đây bị tai nạn, băng mình trong biển cả! Sai lời hẹn thì làm thế nào?"

"Không sao! Nếu cậu được tốt lành trở về, thì xin nhận lời hứa!"

Ông vui vẻ đưa cho cậu ba ngàn lạng vàng, và rất nhiều các thực phẩm khác. Cậu cảm ơn ông, rồi từ biệt lên đường đi.

Đưa vàng về, cậu bảo các người theo, đi mua thuyền tốt, dày bảy lần ván, để chống đỡ với sóng gió. Mua thuyền xong, cột bằng bảy cái dây.

Đại Thí lắc chuông, lớn tiếng nói:

"Các bạn lắng tai nghe! Chú ý! Chú ý, đi biển nhiều nguy hiểm, nào hắc phong, quỷ La-sát, ác phong, độc khí, thuỷ hắc, núi đá, cá Ma-kiệt, tai nạn rất nhiều. Các bạn đi cùng tôi! Tới đây, ai muốn về, thì ở lại, kẻo đến khi gặp tai nạn, lúc ấy dầu có hối cũng không được; còn ai vững lòng bền chí, không tiếc thân mạng, vợ con, anh em, cha mẹ thì đi. Trái lại, nếu được an toàn trở về, tiền của con cháu bảy đời ăn không hết."

Nói xong, cắt một dây; cứ như thế, mỗi ngày tuyên bố một lần, lại cắt một dây; bảy ngày cắt hết bảy dây, thuyền bắt đầu đi, trương buồm thuận gió, thuyền chạy như bay.

Qua một thời gian khá lâu, mới đến chỗ có nhiều ngọc châu và vàng bạc.

Đại Thí là người tinh anh, học rộng, biết rành các thứ ngọc châu: thứ nặng, thứ nhẹ, hạng quý, hạng thường, hình sắc tốt hay xấu, để chỉ bảo cho mọi người lấy, và dặn lấy vừa phải đừng tham, sợ nặng bị đắm thuyền; nếu lấy ít thì không bõ công đi.

Anh em chăm chú lấy xong, khi sắp ra về, Đại Thí không muốn lên thuyền, anh em hỏi:

"Thưa cậu! Các thứ ngọc châu, bảo vật, chúng tôi lấy cho xuống thuyền đã đầy đủ, mời cậu lên thuyền đi về!"

"Các bạn hãy về trước! Giờ đây tôi muốn đến điện vua Long Vương, để xin ngọc Như Ý, thì có thể bố thí cho chúng sinh toàn cõi Diêm-phù-đề được. Tôi cương quyết đi, nếu không xin được tôi quyết không về!"

"Thưa cậu! Chúng tôi nhờ sự mạo hiểm và cương quyết của cậu mà ra tới đây, lấy được nhiều bảo vật, châu ngọc, mong được hoàn toàn trở về, bây giờ cậu lại bỏ rơi lũ chúng tôi mà đi một mình, chúng tôi rất không bằng lòng! Yêu cầu cậu trở về cùng chúng tôi."

"Thôi, các bạn cứ an tâm, tôi sẽ cầu nguyện cho các bạn được an lành trở về nước nhà, sung sướng cùng cha mẹ vợ con, riêng tôi các bạn không lo!"

Toàn thể anh em ai cũng buồn! Họ đều chắp tay, cầu chúc cậu đi được tốt lành, và xin giã biệt trở về.

Buồm đã trương, những chiếc thuyền từ từ quay mũi. Anh em đứng trên thuyền nhìn cậu mà rớt nước mắt!

Thuyền đã chạy xa xa, bóng mờ mờ ngoài biển. Đại Thí dâng hương lễ mười phương chư Phật lập thề rằng:

"Kính lạy thập phương Đại Giác từ bi chứng giám! Con không quản đường xa dặm thẳm, nguy hiểm khó khăn, vào biển tìm châu để cứu tế quần sinh, qua khỏi nạn đói khát, khốn khổ! Nguyện đem công đức này, cầu thành Phật, xin dốc một lòng thành kính, cho lời thề nguyện của con được thành tựu, và những người này được an lành, về không gặp các tai nạn."

Đại Thí ra đi ngày thứ nhất, nước ngập đến đầu gối; đi trong bảy ngày nước sâu đến tận mông; đi bảy ngày nước đến ngang lưng; bảy ngày nữa nước ngập tới cổ; bơi bảy ngày nữa tới một quả núi. Đại Thí bẻ hai cành cây làm gậy chống, để leo núi; leo bảy ngày tới ngọn, đi bảy ngày trên đỉnh núi ấy, rồi lại trở xuống; suốt bảy ngày đến chân núi, tới một ven nước, dưới nước có hoa sen sắc vàng, lại có các con rắn độc nằm trên hoa, hoặc trên ngó.

Đại Thí thấy vậy, ngồi kết vòng tròn ngay ngắn, hệ tâm nhiếp niệm, nhập phép quán từ bi tam muội. Nghĩ tới những con rắn này, do kiếp trước tạo nghiệp sân nộ ghét ghen, nên đọa sinh ở nơi đây, chịu thân hình độc ác xấu xa. Bởi lòng từ bi của Đại Thí giao cảm, nên những con rắn đó, được hết nọc độc.

Đại Thí đứng dậy đi trên những bông hoa ấy suốt bảy ngày thoát nạn rắn độc; nhìn trước mặt xa xa, thấy những con quỷ La-sát, vì chúng ngửi thấy hơi người mà tìm lại. Thấy thế, Đại Thí nhiếp tâm niệm nhập phép từ bi quán; nhờ phép quán ấy, nên các con quỷ tự phát tâm cung kính, vui vẻ tới gần hỏi:

"Bồ-tát ở đâu tới đây?"

"Thưa Ngài, tôi đi tìm ngọc Như Ý!"

Quỷ vui vẻ, nghĩ như vầy: "Người này có phúc đức đi đến chỗ vua Long Vương, nhưng hãy còn xa, làm sao đi nổi? Vậy chúng ta hãy đưa giúp, qua chỗ nguy hiểm này."

Nghĩ rồi, chúng dùng lực thần của quỷ, đưa Đại Thí qua bốn trăm do-tuần, rồi trở về.

Tới đây, Đại Thí ngắm thẳng đường đi, thấy một cái thành lớn bằng bạc, sáng quắc như mặt trời. Đại Thí biết đích thành này của Long Vương, vui vẻ đi thẳng vào, thấy bên ngoài thành có bảy lần hào nhiễu quanh, trong hào thuần rắn độc coi rất ghê sợ!

Đại Thí tự nghĩ: "Những con rắn này lúc tiền sinh, ác tâm nộ hại nhiều, nên nay phải đọa làm rắn, chịu thân hình cực ác."

Đem lòng từ bi thương xót, thì các con rắn ấy tự nhiên lẩn mất. Đại Thí đi thẳng vào thành. Ở cổng thành thấy có hai con rồng cuộn khúc, hai đầu giao nhau, dáng như cánh cửa. Thấy Đại Thí vào, chúng ngóc đầu nhìn. Đại Thí nhập từ bi quán; rồng cúi đầu không dám ngó nữa. Đại Thí bước lên đầu rồng đi vào.

Giữa lúc Long Vương đương ngồi ở điện Thất Bảo, nhìn thấy có người vào lấy làm ngạc nhiên, thầm nghĩ: "Thành của ta có bảy lần hào lũy, trong hào có rất nhiều rắn độc, ngoài ra lại còn có các loài độc Long, quỷ Dạ-xoa; người này làm sao vào được? Chắc họ có đức lớn!"

Vua Long Vương phát khởi lòng cung kính, đón chào hỏi han, mời ngồi giường thất bảo, đem các món ăn ngon ra thiết đãi. Chờ Đại Thí ăn xong, Long Vương hỏi rằng:

"Ngài tới đây có chuyện gì cần thiết không?"

"Thưa Long Vương! Nhân dân trên cõi Diêm-phù-đề, nghèo đói đau khổ! Do cơm ăn, áo mặc mà tạo các nghiệp ác, như sát sanh, trộm cắp, nói dối, lừa bịp lẫn nhau, bởi thế chết đọa vào ba ngả ác. Tôi vì lòng thương muốn cứu chúng sinh, nên không quản đường xa dặm thẳm tới đây yết kiến Đại Vương để xin viên ngọc Như Ý về cứu giúp dân chúng, mong Đại Vương mở lượng từ bi bố thí cho!"

"Dạ, ngọc Như Ý là một vật quý nhất, Ngài tới đây cũng là một công phu mạo hiểm quên thân; tôi đâu dám từ chối, nhưng xin ngài lưu tâm ở lại đây một tháng; nhận chút cúng dàng mọn của tôi, và thuyết pháp cho tôi nghe, thì tôi xin biếu Ngài!"

"Dạ, quý hóa! Đại Vương có lòng cố lưu, và muốn nghe thuyết pháp, tôi xin ở nán lại, không dám từ chối."

Long Vương ngày ngày cúng dàng rất trịnh trọng, dâng đủ các món ngon lạ dưới Long cung. Trong giờ ăn, các nhạc sĩ, vũ nữ, múa hát cúng dàng, gảy những cung đàn rất tuyệt! Ca những bài hát cực hay!

Đại Thí dùng biện tài vô ngại, giảng thuyết pháp Tứ niệm xứ cho vua nghe. Hết một tháng, từ biệt lên đường. Long Vương lấy ngọc Như Ý trong búi tóc ra tặng, và nói rằng:

"Đại Thí có lòng từ bi rộng lớn, tâm chí mãnh liệt, quyết định thành Phật. Sau khi Ngài được thành Phật. Tôi xin làm một đệ tử trí tuệ!"

"Quý hóa! Thưa Long Vương, ngọc này có năng lực thế nào?"

"Dạ! Thưa Đại Thí, ngọc này có năng lực làm mưa trong hai ngàn do-tuần vuông bốn mặt; nước mưa ấy hóa ra những món chúng sinh cần dùng trong đời sống."

Đại Thí hoan hỷ đỡ lấy ngọc, rồi thầm nghĩ:

"Hạt ngọc này tuy quý thực, nhưng chỉ có hạn định, chưa cứu tế cho chúng sinh được nhiều, như ý nguyện của ta đã định."

Long Vương và quần thần, đưa chân ra ngoài cổng thành; Đại Thí từ tạ bước lên đường. Đi được ít lâu, tới một cái thành, thuần bằng lưu ly xanh, ngoài thành có bảy lần hào vây xung quanh, trong hào có rất nhiều rắn độc.

Đại Thí thầm nghĩ như vầy: "Những con rắn này, lúc tiền sinh tạo nhiều sân si tật đố, nên phải chịu thân hình xấu ác như vậy."

Nghĩ xong, ngồi ngay nghiêm nhập phép từ bi quán, vì thương chúng đau khổ. Lòng từ bi lan cảm, làm cho bạt hết tâm độc của chúng.

Đại Thí đứng dậy, bước lên đầu những con rắn ấy, đi thẳng vào cổng thành; thấy hai con rồng, mình cuộn quanh thành, hai đầu giao nhau ở trước cửa, cũng như cách canh gác. Rồng thấy người, ngóc đầu, nháo mắt, nhìn một cách ác liệt.

Đại Thí liền nhập quán đại bi; từ tâm thông cảm. Rồng gục đầu, biểu lộ một vẻ hiền lành. Đại Thí tiến bước vào trong.

Long Vương đương ngồi ở điện thất bảo, nhìn thấy có người vào, thầm nghĩ như vầy: "Quái sao? Ngoài thành có bảy lần hào, nào những rắn độc, rồng độc, quỷ Dạ-xoa, khó đi như thế, mà người này vào đây được? Chắc họ có đức lớn, không phải người thường!"

Nghĩ xong, đứng lên ra đón chào hỏi han, rất kính cẩn, mời lên bảo điện ngồi tòa thất bảo, đem các món ngon quý ra thết đãi. Chờ Đại Thí ăn xong, Long Vương niềm nở nói chuyện, và hỏi:

"Ngài ở đâu đến đây, có chuyện gì cần thiết không?"

"Thưa Đại Vương! Tôi ở Châu Diêm-phù-đề, xuống đây để xin ngài hạt ngọc Như Ý!"

"Thưa Ngài, ngọc Như Ý hiếm có lắm! Nếu Ngài muốn dùng xin ở lại đây hai tháng, giảng thuyết hạnh Bồ-tát và nhận chút cúng dàng của chúng tôi."

"Dạ, quý hóa! Nếu Đại Vương có tâm mến mộ Vô thượng Pháp bảo của chư Phật, việc đó tôi xin thành kính, giảng giải."

Long Vương sai bày tòa cao, mỗi ngày hai thời thỉnh thuyết pháp, và sửa trai nghi cúng dàng rất trịnh trọng.

Đại Thí dùng vô ngại biện tài, phân biệt nói về "Tứ thần túc", hết hai tháng từ biệt ra về. Long Vương lấy ngọc Như Ý ra tặng và phát nguyện rằng:

"Đại Thí từ tâm phổ tế quần sinh, quảng đại vô biên, quyết được thành Phật, khi đó tôi nguyện làm một thần túc đệ tử."

"Dạ, hay lắm! Đại Vương nguyện như vậy, sẽ được thành tựu! Còn viên ngọc này có năng lực thế nào?"

"Thưa Đại Thí! Viên ngọc này có năng lực làm mưa tất cả các món ăn dùng của chúng sinh, chu vi bốn ngàn do-tuần?"

Đại Thí hoan hỷ, nhận lấy viên ngọc, rồi tự nghĩ rằng: "Hòn ngọc này tuy cũng khá nhưng chưa xứng ý của ta đã định!"

Long Vương và quần thần tiễn chân ra ngoài cổng thành, chờ đi xa mới trở về.

Đại Thí đi chưa được bao lâu, thấy một cái thành bằng vàng, rất mỹ quan, sáng rực một trăm dặm, tới gần thấy bảy lần hào vây quanh, trong hào có rất nhiều rắn độc. Đại Thí thầm nghĩ: "Những con rắn này, do đời trước đây tâm ác độc, ghen ghét nộ hại, nên phải chịu thân độc ác như vậy!"

Nghĩ xong nhập từ tâm ái niệm, đánh bạt ác tâm rắn độc, chúng nằm rạp xuống, Đại Thí bước lên trên mà đi. Tới cổng, thấy hai con rồng cuộn khúc quanh thành hai đầu giao nhau, gác hai bên cổng, thấy người, chúng ngóc cổ trố mắt nhìn một các ác nghiệt. Đại Thí liền nhập quán từ bi; rồng cúi đầu, Ngài bước vào trong cổng.

Lúc đó Long Vương đương ngồi ở bảo điện thấy người vào, ngạc nhiên, thầm nghĩ: "Ngoài thành có bảy lần hào vây quanh, nào rắn độc, rồng độc, quỷ Dạ-xoa, khó khăn như thế mà sao người này vào được? Chắc họ có đức lớn!"

Nghĩ thế rồi khởi lòng tôn trọng kính cẩn, bước ra đón tiếp hỏi han, rồi mời ngài vào điện, ngồi tòa thất bảo, đem các món ăn ngon quý dưới Long cung thết đãi rất trịnh trọng. Đại Thí ăn xong, Long Vương hỏi:

"Ngài ở đâu tới đây? Và có cần dùng việc gì không?"

"Dạ, thưa Đại Vương! Chúng sinh trên cõi Diêm-phù-đề bạc đức cùng khổ; làm ăn lao lực, đến nỗi sát hại lẫn nhau, cũng chỉ vì miếng cơm manh áo, hoàn toàn làm mười điều ác, sau khi chết đọa vào ba đường cực khổ! Tôi vì lòng từ bi thương họ, không quản đường sá xa xôi, bao tầng nguy hiểm! Nghe biết Đại Vương có hạt ngọc Như Ý, có thể làm cho chúng sinh hết đau khổ, vì thế tới đây xin Ngài, để cứu tế cho nhân dân."

"Dạ, thưa Đại Thí! Ngọc Như Ý là một vật quý nhất dưới Hải Tạng, nếu Ngài muốn dùng xin ở lại đây bốn tháng nhận chút cúng dàng, và giảng giải cho chúng tôi được biết đạo lý."

"Dạ, như vậy hay lắm! Nếu Đại Vương muốn nghe giảng thuyết về Chánh pháp của Như Lai, tôi xin thành thực cúng dàng Vô thượng Pháp bảo!"

Long Vương hoan hỷ. Ngày ngày dâng cúng các món ăn ngon quý dưới Long cung, lại bắt các nhạc sĩ mỗi ngày hai thời tấu nhạc cúng dàng.

Đại Thí dùng biện tài vô ngại giảng thuyết chân lý cao siêu. Nhà vua chăm chỉ nghe pháp, chiều sớm ban hôm không để mất thời gian. Các hàng Long và quỷ Dạ-xoa, đến xin hầu hạ, lúc tiến, khi lui, tự đặt ra thời giờ phụng sự, trong bốn tháng rất nghiêm kính và hợp phép tắc.

Hết kỳ bốn tháng từ giã ra về. Vua Long Vương cởi búi tóc lấy hạt ngọc Như Ý cúng dàng và thề nguyện rằng: "Đại Thí hoằng thệ vô biên, từ tâm cao cả! Vì thương quần sinh, không quản khó nhọc, sau này quyết được thành Phật, tôi nguyện làm thị giả một đệ tử tổng trì!"

"Quý hóa! Đại nguyện của ngài sẽ được thành tựu mau chóng, còn năng lực của hòn ngọc này như thế nào?"

"Dạ, thưa Đại Thí! Hạt ngọc này có năng lực, mưa thất bảo xuống tám ngàn do-tuần quy vuông bốn mặt."

Đại Thí hoan hỷ nhận ngọc rồi tự nghĩ rằng: "Đất Diêm-phù-đề này rộng bảy ngàn do-tuần, công năng hạt ngọc này tám ngàn do-tuần, như vậy mới đạt được nguyện vọng của ta!"

Tất cả ba hạt ngọc đem gói vào góc vạt áo. Cảm tạ Long Vương lên đường. Vua và quần thần đưa chân ra khỏi cổng thành.

Đại Thí đi khỏi thành xa xa, để hạt ngọc trên bàn tay khấn rằng: "Nếu thực hạt ngọc Như Ý, xin cho tôi bay được lên hư không!"

Khấn xong, rướn mình bay lên hư không tựa như chim cắt. Một lát bay qua biển, tới bãi, xuống nghỉ.

Tới đây, Đại Thí nằm ngủ trên bãi cát; bãi này có mấy con rồng biết rằng Đại Thí đi xin ngọc của vua Long Vương về, chúng khởi tâm tham; thừa cơ Đại Thí ngủ cởi trộm, lặn xuống bể mất.

Đại Thí thấy động, mở choàng mắt ra, nhìn không thấy người, mất ba viên ngọc, nghĩ như vầy:

"Ở đây làm gì có người, mất ba viên ngọc này, chỉ có những con rồng lấy của ta thôi! Ta mất bao công trình lao khổ mới được, đem về cứu chúng sinh cho mãn nguyện bố thí của ta; lũ bây lấy của ta, ta thề nếu không lấy lại được, quyết định không về, ta sẽ tát cho hết nước để bắt lũ bay, dầu chết cũng cam tâm, chứ chẳng chịu về không!"

Vừa đi vừa nói trên bãi biển, bắt được cái mai rùa. Ông Thần biển hiện lên nói rằng:

"Biển này sâu ba trăm ba mươi sáu muôn dặm, dầu cho tất cả toàn cõi Diêm-phù-đề tát cũng không thể cạn nổi, huống một mình ông tát gì được?"

"Ông nên biết: Ai cương quyết làm việc gì, thì việc ấy sẽ thành công. Tôi đi tìm hạt ngọc Như Ý, để giúp ích cho nhân loại, khó đến như thế, mà tôi cương quyết không lui chí hướng, để cầu thành Phật, thì việc tát bể đã lấy gì khó hơn."

Khi đó có một người ở cõi trời Tịnh Cư, thấy Đại Thí nhất thân nhất ý với bao công trình khó nhọc, để cứu tế chúng sinh, bị rồng ăn cắp ngọc, ông gọi một số đông người ẩn hình đến giúp việc tát biển.

Cứ mỗi khi Đại Thí múc nước, thì các ông ấy lấy áo cõi trời, nhúng xuống biển, rồi lại đem áo vắt nước đi nơi khác. Cứ mỗi lần Đại Thí múc nước như vậy, thì nước biển cạn đi bốn mươi dặm; hai lần múc, cạn tám mươi dặm; ba lần múc cạn một trăm hai mươi dặm.

Thấy cạn nước nhiều quá, mấy con rồng ăn cắp sợ hãi! Lên tận nơi nói rằng:

"Thôi! Thôi! Đại Thí đừng múc nước nữa! Đại Thí dùng hạt ngọc này để làm gì?"

"Dùng để cứu cấp cho tất cả chúng sinh Châu Diêm-phù-đề!"

"Theo như lời Đại Thí nói thì chúng tôi ở trong biển này nhiều lắm, sao Ngài không cho chúng tôi, lại lấy đi?"

"Trong biển này tuy có chúng sinh, nhưng không bị đau khổ như chúng sinh Châu Diêm-phù-đề, vì miếng ăn manh mặc mà sát hại lẫn nhau, lừa bịp, dối trá lẫn nhau, tạo đủ mười điều ác, chết đọa xuống tam đồ ác đạo, ta muốn cho họ hiểu được pháp ấy, nên xuống đây xin ngọc, trước cho họ ăn mặc đầy đủ, sau cho họ tu theo mười điều lành (Thập Thiện)."

Rồng nghe xong, đem ba hạt ngọc Như Ý trả lại.

Khi đó ông Thần biển thấy ngài tinh tiến cứng rắn như vậy, đối trước ngài lập thệ nguyện rằng:

"Đại Thí tinh tiến như thế, quyết định được thành Phật, khi đó tôi nguyện làm một tinh tiến đệ tử!"

Nhận hạt châu rồi bay lên hư không, một lát gặp các người cùng đi với mình, đáp xuống. Các người đó nhìn thấy Đại Thí vừa ngạc nhiên vừa vui mừng! Hỏi rằng:

"Cậu ở đâu tới đây? Thật là vô cùng sung sướng, hôm nay lại gặp được ông bạn chí thân."

Nói xong tay bắt mặt mừng, cùng nhau về tới nước Phóng Bát.

Ông Ca-tỳ-lê được tin Đại Thí ra biển tốt lành trở về, vui vẻ ra đón chào hỏi han niềm nở, rồi mời tất cả về đãi ăn. Ăn xong nói chuyện những công việc hành lộ vừa qua, rất là vui vẻ! Đại Thí đưa ngọc Như Ý chỉ vào các kho tàng, thì những kho tàng nhà ông đều đầy dẫy vàng bạc ngọc ngà, trân bảo. Mọi người đều tắc lưỡi khen lạ!

Ông Ca-tỳ-lê trang điểm cho con gái đẹp đẽ, trước rửa tay, sau dắt con gái giao cho Đại Thí!

Khi ra về, ông cho năm trăm người kỹ nữ có đủ tài năng, và năm trăm bạch tượng theo hầu con gái.

Đại Thí giao cho các bạn cỡi voi lên đường về nước nhà; hôm ấy cuộc tiễn chân rất là náo nhiệt! Rất vui vẻ! Tiếng hay đồn khắp muôn phương.

Từ khi Đại Thí đi, cha mẹ ở nhà, quá thương, khóc nhớ! Đêm ngày sầu khổ! Đến nỗi lòa cả đôi mắt.

Đại Thí về lễ cha mẹ và hỏi han sức khỏe, cùng các công việc nhà. Ông bà mừng quá! Vì lòa không nhìn thấy con, lấy tay xoa đầu vuốt mặt một cách nồng nhiệt, nói rằng:

"Con nỡ bỏ cha mẹ đi xa xôi từ bấy đến nay, để cha mẹ ở nhà thương nhớ. Vậy con vào biển được những bảo vật gì?"

"Dạ, thưa cha! Con xin Long Vương được hạt ngọc Như Ý, cha cầm thử xem có quý không?"

Ông đỡ lấy rồi nói rằng:

"Hòn đá này trong kho của nhà ta, nào có thiếu chi; thế mà con liều thân hoại thể, trải bao tân khổ nơi biển cả với ba đào hiểm trở, lấy về đây làm gì?"

Đại Thí cầm hạt châu chỉ vào mắt ông bà, tự nhiên cặp mắt trông sáng hơn xưa, cũng như một cơn gió thổi tan mây khói, bóng bình minh sáng giữa không gian. Ông bà được cặp mắt sáng tinh, cảm niệm lực oai thần của hạt ngọc châu vô biên công đức! Rồi nói:

"Quý hóa! Con tuy chịu đau khổ nhưng cũng không luống công."

Đại Thí lại dâng hạt châu lên nguyện rằng:

"Nguyện xin tòa ngồi của cha mẹ tôi biến thành tòa thất bảo vào có tán thất bảo che trên!"

Nguyện xong liền được như ý ngay. Lại nguyện rằng:

"Nguyện cho kho tàng của cha mẹ tôi và vua quan, dân chúng đầy chật vàng bạc, của báu!"

Nguyện xong, tất cả toàn quốc từ vua chí dân, nhà nào cũng có rất nhiều vàng, bạc, ngọc, ngà của cải. Thấy thế ai cũng ngạc nhiên và vui mừng!

Sau thời gian này, Đại Thí sai người cỡi voi đi tám ngàn dặm báo cáo cho toàn thể quốc dân biết rằng:

"Cậu Đại Thí ra biển được tốt lành trở về, sau bảy ngày nữa, ngọc Như Ý sẽ mưa xuống tất cả áo mặc, thức ăn uống, tuỳ theo ai muốn dùng gì cũng được như ý. Nhưng nhân dân trai giới thanh tịnh và thành kính mới được hưởng phúc vô biên ấy!"

Đến ngày thứ bảy, Đại Thí tắm gội sạch sẽ, mặc áo mới; rồi đi đến một khu đất bằng phẳng cao rộng, để hạt ngọc Như Ý trên đầu ngọn phướn cao, tay cầm lư hương nguyện rằng:

"Tất cả chúng sinh trong cõi Diêm-phù-đề bần cùng tân khổ, tôi muốn cứu họ khỏi sự thiếu thốn, nếu thực là ngọc Như Ý, thì xin lần lượt, mưa xuống những món cần về đời sống của chúng sinh!"

Lời cầu nguyện vừa xong, bốn phương mây kéo râm mát, một làn gió thổi mạnh làm tiêu tan tất cả những vật nhơ bẩn trên mặt đất, sau mưa qua một lượt cho sạch bụi, rồi bay xuống các món ăn ngon lành, tiếp tục năm thứ thóc rơi đầy mặt đất, quần áo, lụa vải, vàng bạc khắp nhân gian đầy dẫy.

Từ đây toàn cõi Diêm-phù-đề, nhà nào cũng đầy kho vàng bạc, lưu ly, kim cương, thức ăn, áo mặc thừa thãi.

Vì nhiều quá, nên bấy giờ họ coi vàng bạc, kim cương như đất đá, vô giá trị.

Đại Thí thấy dân đã đầy đủ các nguyện vọng, bèn sai người đi báo cáo cho toàn cõi Diêm-phù-đề biết rằng:

"Tất cả dân chúng trước đây, bị thiếu thốn về áo mặc thức ăn uống, châu bảo, vì thế sát hại lẫn nhau, thấy lợi quên nghĩa, không e dè tội phúc, chết đọa vào tam đồ ác đạo, cũng như người từ chỗ tối, lại đi vô chỗ tối thêm, đày đọa tội khổ nhiều kiếp lâu dài. Tôi thường thương xót không người cứu tế, vì thế mà tôi quên mình dấn thân nơi biển cả, trải bao sự khó khăn gian hiểm lấy được viên ngọc Như Ý, về cung cấp cho toàn thể quốc dân đầy đủ sung sướng! Giờ đây tôi mong tất cả nhân dân, gắng sức tu mười điều lành, giữ gìn thân, miệng, ý và có nhân từ, hiếu thảo, chớ nên phóng túng mới mong thoát khỏi ba đường ác, đời đời được sinh nhân thiên, phú quý tự tại tu chứng đạo Bồ-đề."

Sau viết thư cho vua quan các nước khuyên dân tu theo pháp Thập thiện, ngoài ra còn dùng nhiều phương tiện dìu dắt chúng sinh, cải tà quy chính, bỏ ác làm lành.

Thuở đó tất cả nhân dân, trên Châu Diêm-phù-đề, được nhờ ơn Đại Thí đầy đủ về vật chất, với tinh thần khuyên tu Thập thiện. Họ nghĩ không biết lấy gì đền đáp ơn cao cả ấy; họ chỉ biết tuân theo lời giáo hóa tu Thập thiện, và chuyên rèn luyện lòng từ bi khiêm nhượng, giữ gìn thân, miệng, ý thanh tịnh, để trả ơn ông Đại Thí. Sau khi mạng chung đều được sinh về các tầng trời cả.

Nói tới đây Phật nhắc lại rằng:

"Xá-lợi-phất! Ông nên biết: Ông Ni-câu-lư-đà thuở đó, chính là cha ta (Tịnh Phạn), bà sinh Đại Thí đó, nay là mẹ của ta (Ma-gia), còn ông Đại Thí chính là tiền thân của ta; Long Vương ở thành bằng bạc, nay là ông Xá-lợi-phất; Long Vương ở thành lưu ly nay là ông Mục-kiền-liên; Long Vương ở thành bằng vàng, nay là ông A-nan; ông Thần biển nay là ông Ly-việt. Ông A-nan khi đó làm Long Vương thết đãi ta một cách khiêm kính, khéo biết thời nghi, ngày nay cũng muốn hầu ta, đúng theo thời tiết; ông ưng được ba nguyện ấy, là tùy ý muốn của ông."

Tôi rất hoan hỷ, khi đức Phật nói lại thuở tiền sinh, nên tôi liền đứng dậy, tới trước quỳ thẳng, chắp tay bạch rằng:

"Kính lạy đức Thế Tôn! Con xin thân hành thọ làm thị giả, cúi xin Ngài từ bi hứa khả cho!"

Tất cả mọi người lúc đó ai nấy đều cảm niệm ơn đức lớn lao của Phật đã quên mình vì chúng sinh, rồi ngồi ngay nghiệm suy xét pháp Tứ Đế. Sau có người đắc quả Tu-đà-hoàn, cho đến quả A-la-hán, cũng có người đắc nhân Bích Chi Phật, cũng có người phát tâm cầu đạo Vô thượng Bồ-đề, có người dự ngôi Bất Thoái, tất cả đều vui mừng tạ lễ mà lui.

HẾT QUYỂN TÁM

QUYỂN THỨ 9
PHẨM THỨ BỐN MƯƠI:
A-NAN TỔNG TRÌ

Chính tôi được nghe: Một thời đức Phật ở nước Xá-vệ, tại vườn Cấp Cô Độc, rặng cây của Thái tử Kỳ-đà.

Vào thời bấy giờ tôi là một người thông minh nhất, có trí nhớ nhất, nên các vị Tỳ-khưu sanh lòng nghĩ như vầy:

"Không rõ ông A-nan đời quá khứ làm công đức gì? Mà nay được tổng trì? Nghe Phật nói đến đâu là nhớ đến đó, không quên một câu!"

Các vị nghĩ thế rồi lên bạch Phật rằng:

"Kính đức Thế Tôn! Ông A-nan đời trước có công đức gì? Kiếp này được vô lượng tổng trì như vậy? Cúi xin Ngài dạy bảo cho chúng con được rõ."

Phật dạy:

"Hay lắm! Các ông muốn biết phúc đức tổng trì của ông A-nan, hãy để ý nghe cho kỹ! Đây cũng là một đời thuộc kiếp quá khứ, có một vị tỳ-khưu nuôi một bác sa-di, ngày ngày bắt bác ấy phải chăm tụng kinh và đúng thời khóa. Nếu bác tụng niệm thời khóa đầy đủ thì ông vui! Nếu trễ, hoặc tụng thiếu sót, không đủ thời khóa, thì ông buồn, và quở trách!

"Như thế nên bác sa-di lúc nào cũng lo và buồn, vì được ăn thì mất tụng, được tụng thì mất ăn. Hôm nào đi khất thực về sớm thì tụng niệm đủ khóa, hôm muộn thì mất khóa tụng kinh.

Không may ngày hôm đó người dân ít cúng dàng, nên phải đi mãi gần trưa mà chưa đủ hai thầy trò ăn, thành ra trễ khóa bị thầy mắng!

Ngày hôm sau buồn quá, vừa đi vừa khóc!

"Ông trưởng giả thấy thế hỏi rằng:

'Tại sao sư bác khóc thế?'

'Thưa trưởng giả! Thầy tôi nghiêm khắc quá! Ngày ngày bắt tôi tụng kinh định hạn theo thời khóa; hôm nào tụng đủ thời khóa thì ngài hoan hỷ, nếu thiếu trễ thì bẳn gắt. Vì đi khất thực không có nhất định, hôm nào người dân cúng dàng đông, thì về sớm, tụng niệm thời khóa đầy đủ; hôm nào người dân ít cúng dàng, phải đi mãi, về đến chùa bị trễ, thiếu khóa tụng kinh, vì thế nên tôi khóc?'

"Trưởng giả nói:

'Vậy từ ngày hôm nay trở đi, sư bác cứ đến nhà tôi, tôi xin cúng dàng đầy đủ để khỏi lo việc ăn uống, cứ việc chuyên tâm tụng kinh tu học!'

"Từ đó sư bác được cúng dàng đầy đủ của ông trưởng giả, hàng ngày chuyên tâm tụng kinh tu học, thời khóa lễ niệm hoàn toàn, cả hai thầy trò đều vui vẻ!"

Phật nhắc lại rằng:

"Tỳ-kheo các ông nên biết! Ông thầy của bác sa-di khi đó, là đức Phật Định Quang, còn bác sa-di là tiền thân của ta, ông trưởng giả cúng dàng hằng ngày, nay là ông A-nan. Do thời quá khứ ông làm hạnh tụng kinh, nên kiếp này được phúc báo tổng trì không quên một câu kinh, hay một bài kệ, cho đến một chữ do Ta tuyên giảng Chánh Pháp."

Bấy giờ các vị tỷ-khưu nghe Phật nói xong, ai nấy đều vui vẻ; khát ngưỡng công đức trì tụng, và cúng dàng cúi đầu tạ lễ mà lui.

❂

PHẨM THỨ BỐN MƯƠI MỐT: ƯU-BÀ-TƯ

Chính tôi được nghe: Một thời ở nước Xá-vệ, tại vườn Cấp Cô Độc, cây của Thái tử Kỳ-đà.

Thuở đó nước La-duyệt-kỳ có hai anh em người lái buôn, cùng ở một nơi. Người anh hỏi con gái ông trưởng giả, nhưng cô ấy hãy còn ít tuổi, nên chưa cho xin cưới.

Vì sự sinh kế cho đời, nên người anh ra nước ngoài buôn bán, không biết vì lý do gì mà lâu năm không về. Cô con ông trưởng giả đã lớn, chờ đợi sợ muộn xuân, tục thường nói: "Trai trẻ mãi, gái có thời."

Nên ông trưởng giả gọi cậu em đến bảo rằng:

"Anh của chú đi xa, chắc chết rồi nên không thấy về, vậy tôi gả con gái tôi cho chú, ý chú nghĩ sao?"

"Dạ, thưa trưởng giả, không được! Anh tôi hãy còn sống và tôi không bao giờ làm những chuyện kỳ quặc như vậy!"

Từ đó trở đi, ông Trưởng giả luôn luôn thúc đẩy phải lấy con gái ông, nhưng anh vẫn kiên nhẫn không nghe. Ông bất đắc dĩ phải mạo ra một lá thư, cho người lái buôn khác mang lại, ý nói rằng anh của chú đã chết lâu rồi. Khi bắt được thơ, mở xem biết rằng anh mình đã chết; đương buồn phiền thương anh thì ông trưởng giả đến hỏi:

"Hôm nay tại sao chú buồn thế?"

"Thưa trưởng giả, tôi vừa nhận được tin anh tôi đã chết từ lâu!"

"Thôi chú ạ! Sự sinh tử chết sống của con người là thường! Việc chết thì lo việc chết, còn việc sống phải lo việc sống! Giờ đây tôi hỏi thực chú: Con gái tôi có định kết duyên với nó thì xin trả lời, bằng không tôi sẽ định liệu cho nó?"

Cũng do ông ép uổng quá, nên anh phải nhận lời. Từ đó trai gái hai người kết duyên với nhau, chẳng bao lâu cô vợ đã có mang.

Người em yên trí rằng: Anh mình chết, mình chẳng lấy vợ của anh, thì kẻ khác cũng lấy, đương cuộc nồng nhiệt yêu nhau của đôi vợ chồng trẻ! Bỗng nhiên được tin anh ở nước ngoài trở về, người em sợ quá! Chạy trốn sang nước Xá-vệ.

Sau khi chạy trốn thì các bạn thân của người anh lại khám nghiệm té ra cô vợ đã đánh đọa thai từ lâu.

Người em tìm đến chốn Phật ngự, thấy Phật anh ta tủi thẹn, cúi đầu lễ dưới chân, bạch Phật rằng:

"Kính lạy đức Thế Tôn! Con tới đây một lòng thành kính, cầu xuất gia tu học, cúi xin Ngài từ bi tế độ!"

Phật hoan hỷ cho nhập làm Sa-môn và cải tên là Ưu-bà-tư, chăm chỉ tu hành, chẳng bao lâu đã đắc quả A-la-hán, đủ thần thông đạo lực.

Người anh khi về tới nhà, biết em đã lấy vợ của mình, nổi giận hầm hầm đi tìm để giết, tìm mãi không thấy. Có người họ mách em anh sang nước Xá-vệ, và đã theo Phật làm Sa-môn.

Anh ấy bỏ ra năm trăm lượng vàng, thuê người giết, và cùng đi sang nước Xá-vệ, tới nơi thấy Ưu -bà-tư đương tọa thiền, người đó tự phát sinh tâm từ bi nghĩ như vầy: "Ta nỡ nào giết ông tỳ-khưu kia, ông có thù oán gì với ta, nhưng nếu ta không giết thì sao lấy được số vàng này?"

Trương cung bắn soành một tiếng, cái tên ấy trúng phải người anh, kêu la dữ dội oán hận mà chết, linh hồn đọa sinh làm con rắn độc, ở hố cổng nơi ấy, chờ thời cơ để cắn chết báo thù. Một hôm rắn bò qua ngưỡng cửa bị cánh cổng khép lại chết mất, tuy chết nhưng lòng uất hận chưa nguôi, nên lại nguyện sinh làm con trùng độc ở ngay phòng Ưu-bà-tư. Chờ khi Ưu-bà-tư tọa thiền, nhảy xuống giữa đỉnh đầu đốt chết.

Trong chúng đại tỳ-khưu, thấy ông Ưu-bà-tư chết một cách tự nhiên, không hiểu tại sao. Ngài Xá-lợi-phất biết nguyên ủy như vậy, bạch với Phật rằng:

"Kính lạy đức Thế Tôn! Ưu-bà-tư tỳ-kheo hiện đã đắc La-hán quả; còn bị trùng đốt chết, cúi xin chỉ giáo cho chúng con được biết nguyên do?"

Phật nói:

"Xá-lợi-phất ông nên biết: Đây cũng một nghiệp báo từ thời quá khứ. Thuở bấy giờ có một vị Bích Chi Phật tu trong rừng đã đắc quả. Một hôm có người đi săn, đặt lưới bắt cầm thú, vị Bích Chi Phật vì lòng thương nhân vật, nên Ngài hóa phép làm cho họ không bắt được con nào. Vì thế người đi săn tức giận, dùng tên độc bắn Ngài. Muốn cho người đó khỏi tội báo lâu đời, biết ăn năn tội lỗi của mình, nên Ngài bay lên hư không hiện ra mười tám phép thần túc. Người đi săn thấy thế, sợ hãi trách mình, sinh lòng kính cẩn tới trước tạ lỗi, cầu xin xá tội. Ngài cũng hoan hỷ cho sám hối. Sau khi về nhà, người đi săn bị trùng độc đốt chết, thần hồn đọa xuống địa ngục; khi hết tội địa ngục trong năm trăm kiếp bị trùng độc mà chết, cho đến ngày nay đắc đạo A-la-hán, còn phải tội bị trùng độc cắn chết. Người đi săn thuở đó chính là tỳ-khưu Ưu-bà-tư ngày nay, bởi lúc đó ác tâm hại vị Bích Chi Phật, nhưng lại biết sám hối, và phát nguyện đời sau được gặp Thánh sư, tu đắc phép thần túc, bởi thế được gặp Ta và đắc đạo quả."

Khi Phật nói xong, Ngài Xá-lợi-phất và tất cả mọi người trong đại chúng, ai nấy đều sợ hãi nghiệp báo từ tâm nóng giận phát khởi chuyên lòng khắc ý, tẩy trừ sân hỏa, nguyện thanh tam độc, vui mừng tạ lễ lui ra.

PHẨM THỨ BỐN MƯƠI HAI:
CON NGỘ SÁT CHA

Chính tôi được nghe: Một thời ở nước Xá-vệ, tại vườn cây của ông Cấp Cô Độc và Thái tử Kỳ-đà.

Thuở đó có một ông lão, vợ chết sớm, nhà nghèo, hai cha con ở với nhau. Tự giác ngộ thấy đời là vô thường tất cả muôn loài đều bị khổ: sinh, già, bệnh, chết, ưu sầu, khổ não, bất luận sang hèn bần tiện, đã có thân tất có khổ, chỉ theo Phật xuất gia là một đặc điểm giải thoát hơn tất cả.

Vì thế nên hai cha con đến chốn Phật ngự, cúi đầu lễ sát đất bạch rằng:

"Kính lạy đức Thế Tôn! Chúng con một lòng thành kính tới đây, cầu xin xuất gia tu học, cúi xin Ngài từ bi tế độ!"

Phật dạy:

"Hay lắm! Theo Ta tu học phải chăm chỉ mới chóng có kết quả!"

"Dạ, lạy đức Thế Tôn, chúng con xin phụng giáo!"

Đức Phật cho người cha thọ Tỳ-khưu giới, người con thọ Sa-di giới.

Cứ như thế cha con hằng ngày hầu Phật và Tăng, sớm đi khất thực, tối về chùa tụng kinh tọa thiền.

Một hôm hai cha con đến thôn xa khất thực, gần tối mới ra về qua một khu rừng nhiều thú dữ, người con sợ. Nắm tay cha, vừa lôi vừa giục đi cho mau. Cha già sức yếu, bị con lôi mạnh quá, xảy chân vấp ngã đập đầu vào tảng đá chết mất! Người con thấy cha chết, bỏ chạy về một mình. Song cũng không thưa trình gì với Phật và Sư Tăng chuyện đó, lặng yên như không.

Các vị tỳ-khưu không thấy ông già, hỏi sa-di rằng:

"Cha con đâu? Không thấy ở tinh xá?"

"Bạch chư Đại đức, hôm qua cha con đi khất thực xa quá đường tối sợ ác thú hổ lang vồ bắt, nên con đẩy cha đi cho mau, không may cha con trượt chân ngã chết mất, lúc đó con sợ hãi quá chạy về một mình!"

Các thầy tỳ-khưu mắng rằng:

"Mi là kẻ đại ác, mi giết cha mi, giết sư của mi, thế mà từ hôm qua đến nay, cứ lặng yên không nói chi cả! Không hỏi đến cũng làm thinh!"

Rồi quý thầy đem chuyện ấy thưa với Phật, để lo liệu cho ông.

Phật nói:

"Tuy có mang danh giết cha, nhưng nó không có ý ác, là vì không thật tâm định giết, chỉ là một sự ngộ sát thôi!"

Phật hỏi Sa-di rằng:

"Con giết cha con phải không?"

"Dạ, lạy đức Thế Tôn, con chỉ có đẩy cha con đi cho mau, chớ không có ý gì ác đối với cha con, mà thành ra con giết cha con!"

Phật dạy:

"Con nói phải rồi! Ta biết tâm con không có ác, đời quá khứ cũng như thế; vì đời đó cha con cũng giết con; lúc đó cha con cũng không có ý ác, như thế là do thiện ác, sự báo ứng trả đáp."

Các thầy tỳ-khưu nghe Phật nói xong, thưa rằng:

"Kính lạy đức Thế Tôn! Đời quá khứ cha con ông tỳ-khưu già này, tại nhân duyên gì mà giết nhau một cách vô tâm như vậy, cúi xin Ngài nói lại cho chúng con được biết?"

Phật dạy:

"Các ông hãy lắng tai nghe tôi nói: Từ đời đó tới đây đã lâu lắm, có hai cha con ở với nhau. Gặp lúc người cha có bệnh nằm trên giường bị ruồi muỗi làm xúc não, cha bảo con rằng: 'Con ngồi cầm quạt, đuổi ruồi cho cha!'

"Người con đuổi luôn tay, nhưng hễ ngơi tay đuổi thì ruồi lại đến bâu. Người con đuổi mãi giận quá, đi tìm một cây gậy lớn, chờ cho ruồi đến bậu vào mắt, mặt trán nhiều, giơ gậy đập vào giữa trán, người cha vỡ trán, máu chảy đẫm mặt chết tươi, thì lúc đó người con cũng không chủ tâm giết cha.

"Các ông nên biết rằng người con lúc đó nay là ông tỳ-khưu già, chính cha là sa-di bấy giờ, mà người cha bị con đập chết thuở đó, nay là sa-di. Bởi lúc đó vô tình đập chết cha, chứ không cố định, thì nay trả báo, cũng không cố sát!"

Từ đó sa-di chăm chỉ tu hành chẳng bao lâu đã đắc quả A-na-hàm. Các vị nghe Phật nói quả báo như vậy, ai nấy đều tin thực, và biết rằng quả báo không bao giờ xóa nhòa được, dầu cho lâu kiếp cũng phải đền trả, mọi người cúi đầu tạ lễ lui ra.

❁

PHẨM THỨ BỐN MƯƠI BA:
TU-ĐẠT LÀM TỊNH XÁ

Chính tôi được nghe: Một thời Phật ở thành Vương-xá, tại vườn Trúc.

Khi đó, nước Xá-vệ có một ông quan Đại thần tên là Tu-đạt, nhà giàu, lại chăm làm hạnh bố thí, và hay cứu cấp kẻ nghèo khốn cùng khổ, vì thế nên thời bấy giờ người gọi ông là: Cấp Cô Độc.

Ông sinh được bảy người con trai và đã cưới vợ cho sáu cậu. Cậu thứ bảy có đầy đủ phúc đức tài năng, tướng người tốt đẹp, nên ông yêu quý hơn các cậu kia.

Một hôm có người bạn thân dòng Bà-la-môn đến chơi, ông nói rằng:

"Thưa bác tôi sinh hạ được bảy cháu trai, đã lập gia đình cho sáu cháu, còn cháu thứ bảy, muốn nhờ bác, tìm hộ cho cháu, một nơi con nhà thế phiệt có đức hạnh tinh khiết, nết na hòa nhã, thân tướng xinh đẹp."

"Dạ, việc đó tôi xin giúp bác, không khó, vì tôi quen biết nhiều."

Hôm ấy ông sang thành Vương-xá, vào nhà quan đại thần tên là Hộ-di khất thực.

Cô con gái ông đưa món ăn cúng dàng, nhìn thấy con người có đức hạnh và xinh, nên ông hỏi cô rằng:

"Thưa cô, xin lỗi, tôi muốn hỏi thăm cô một lời có được không?"

"Dạ, xin ông cứ việc hỏi, không sao."

"Dầu tốt lành, hay không tốt lành cô đừng buồn nhé!"

"Dạ ông cứ hỏi!"

"Thế này không phải! Cô đã lập gia đình chưa?"

"Thưa ông chưa có, cháu còn đương ở với ba má cháu."

"Đã có ai bỏ cau chưa à?"

"Thưa ông chưa có!"

"Quan đại thần hôm nay có nhà không?"

"Thưa ông, ba cháu hôm nay ở nhà."

"Cô thưa với quan lớn, tôi muốn vào thăm quan, và nói câu chuyện."

Cô vào thưa với quan đại thần rằng:

"Thưa cha, ngoài có người Bà-la-môn, muốn vào gặp cha thưa chuyện?"

Ông ra nhà khách, hai người gặp nhau, hỏi han vui vẻ. Bà-la-môn nói:

"Thưa Phụ Tướng, Ngài có biết ông Tu-đạt làm quan đại thần ở nước Xá-vệ không?"

"Thưa, chưa gặp ông lần nào nhưng có biết tiếng!"

"Thưa, Phụ Tướng! Ông nầy nhà giàu nhất nước Xá-vệ; được người con trai út, thông minh tuấn tú, sau này có thể làm lớn, tôi có nhận một lời ông ấy đi kén vợ cho cậu nhưng đã đi nhiều nơi. Song chưa tìm đâu được người có thể hợp ý, tình cờ hôm nay vào đây, thấy con gái của Ngài là một người đoan chính hơn đời. Vậy tôi xin mối cho con ông Tu-đạt thì Ngài có vui lòng không?"

"Dạ, được lắm tưởng nhà ai, chứ nhà ông Tu-đạt tôi rất bằng lòng."

Định về báo tin, nhưng gặp người lái buôn về nước Xá-vệ, nên ông biên thơ gởi cho ông Tu-đạt. Khi bắt được thư ông vào tâu rằng:

"Tâu Bệ hạ! Hạ thần có chút việc bên nước Xá-vệ, xin phép hoàng thượng đi ít ngày thu xếp."

"Khanh có việc chi bên đó?"

"Tâu Bệ hạ! Còn thằng cháu thứ bảy, để sang cưới vợ cho cháu."

"Con nhà ai bên đó?"

"Tâu Bệ hạ! Quan Phụ Tướng Hộ-di."

"Trẫm mừng cho Khanh! Được lắm!"

Ông sắm đủ các lễ vật, mang đi rất nhiều vàng bạc. Trong khi đi đường gặp ai nghèo đói đều cấp tế cho họ. Khi tới nơi, ông Hộ-di ra tiếp chào mừng vui vẻ! Rồi đưa vào nhà an nghỉ.

Hôm ấy ông Tu-đạt thấy nhà ông Hộ-di, nhiều người tấp nập, sửa sang nhà cửa, kê giường đặt ghế, trải chiếu, gối nệm trang nghiêm và thấy nấu nhiều các món ăn ngon lạ, hỏi rằng:

"Thưa Phụ Tướng, ngày mai có mời vua quan quý khách, hay có việc chi, mà làm nhiều cỗ bàn như vậy?"

"Dạ, thưa không phải, muốn để cầu phước, nên nhà tôi ngày mai mời Phật và chư Tăng đến nhà cúng dàng!"

Ông Tu-đạt được nghe thấy danh hiệu Phật và chư Tăng ngạc nhiên quá! Hình như được một điểm gì hay. Vui vẻ hỏi:

"Thưa Phụ Tướng, Phật là thế nào, xin nói cho chúng tôi được rõ?"

"Ôi! Ngài không biết ư? Phật là con vua Tịnh Phạn. Tên là Tất-đạt-đa, lúc sơ sinh có ba mươi hai vạn ông thần xuống thị vệ và có nhiều thụy ứng khác: đi bảy bước trong bốn phương, một tay chỉ lên trời, một tay chỉ xuống đất phán: **'Thiên thượng thiên hạ duy ngã độc tôn!'** Thân sắc vàng, có ba mươi hai tướng tốt và tám mươi vẻ đẹp, nếu ở tại gia thì làm Kim Luân Vương, cai trị bốn thiên hạ. Vì thấy chúng sinh có bốn tướng sinh, già, bệnh, chết, nên Ngài xuất gia, tu khổ hạnh trong sáu năm được Nhất thiết trí, hết kết sử thành Phật, hàng phục được mười tám ức vạn thiên ma ngoại đạo hiệu là Năng Nhân. Có thập lực, tứ vô úy, thập bát cộng pháp, quang minh chói sáng, soi suốt ba cõi nên gọi là Phật."

"Dạ, thưa Phụ Tướng! Thế nào gọi là Tăng, xin nói cho biết?"

"Khi Ngài thành Phật rồi, ông vua cõi trời Phạm thiên xuống ân cần cầu thỉnh thuyết pháp. Sau khi nhận lời mời của ông, Ngài đến nước Ba-la-nại tại vườn Lộc Uyển thuyết pháp nói về Tứ chân đế, độ nhóm ông Kiều-trần-như năm người đắc quả La-hán hết lậu nghiệp đủ sáu thần thông, tứ như ý túc, thất giác, bát đạo, trên hư không có tám vạn người cõi trời đắc quả Tu-đà-hoàn, và vô lượng người phát Bồ-đề tâm. Sau độ cho anh em ông Uất-bệ Ca-diếp ngàn người, cũng được hết lậu nghiệp thành La-hán quả; thứ ba độ ông Xá-lợi-phất, ông Mục-kiền-liên, và tất cả đồ chúng của các ông ấy cả thảy năm trăm người đều được đắc quả giải thoát, có thể tác phúc cho nhân gian thiên thượng nên gọi là Tăng."

Tu-đạt nghe nói một việc quý hóa, vui mừng bủn rủn chân tay một lòng tin kính, mong cho chóng sáng, để đến yết kiến Phật. Vì lòng thành kính thiết tha có thần cảm ứng, đương nửa đêm tối mà ông tự thấy ánh sáng tỏ soi khắp mặt đất như ban ngày, lòng hoan hỷ khôn xiết! Đứng dậy đi sang nước La-duyệt-kỳ để yết kiến đức Thế Tôn. Vừa ra khỏi thành gặp ngôi thiên tự, ông bước vào làm lễ, tự nhiên quên mất tâm khát vọng Phật lại thấy tối om, sợ mãnh thú ác quỷ, định trở về thành chờ đợi sáng sẽ đi.

Cũng may ông có người bạn thân, chết được sinh lên cõi trời Tứ Thiên Vương, thấy ông hối hận trở về, liền xuống bảo rằng:

"Cư sĩ ông chớ hối nữa! Đi yết kiến Phật được phúc vô biên, ví nay được một trăm cỗ xe chở châu bảo, không bằng cất chân một bước, đi yết kiến đức Thế Tôn, còn được lợi gấp muôn ngàn. Cư sĩ ông đi yết kiến Phật, chớ hối nữa ví như kiếp này được một trăm con voi chở châu bảo, cũng không bằng rời chân một bước đi yết kiến đức Thế Tôn còn được lợi ích khôn kể. Cư sĩ ông nên đi, chớ hối nữa, chính như ông có được vàng bạc châu bảo, đầy cõi Diêm-phù-đề chăng nữa, cũng không bằng dời chân một bước đi yết kiến đức Thế Tôn, còn được lợi trăm muôn ngàn triệu. Cư sĩ ông nên đi chớ hối nữa, ví như kiếp nay ông được vàng bạc châu bảo đầy bốn thiên hạ, cũng không bằng cất chân một bước đi viếng đức Thế Tôn, còn được lợi ích gấp trăm muôn ngàn triệu kể trên."

Ông Tu-đạt nghe nói, vui vẻ, cảm mến đức Thế Tôn, tự nhiên u tối băng tiêu, ánh bình minh tỏa soi trên đại địa như ban ngày, sung sướng đi yết kiến đức Thế Tôn.

Phật biết ông có duyên lành từ nhiều kiếp nên Ngài ra ngoài đi kinh hành để ông gặp. Tu-đạt, đằng xa nhìn thấy đức Thế Tôn, thân sáng như quả núi vàng, oai nghi đỉnh đạc, tôn nghiêm lẫm liệt, tuy thấy Ngài nhưng ông không biết, vì chưa từng được gặp, tới nơi hỏi rằng:

"Thưa Ngài, đức Thế Tôn ở nơi nào xin làm ơn chỉ hộ?"

Phật nói:

"Cư sĩ ông hãy ngồi tạm chơi."

Khi ấy ông Tịnh Cư Thiên ở xa ngó thấy ông Tu-đạt gặp đức Thế Tôn mà không biết lễ bái viếng thăm, ông bèn hóa ra bốn người đi tới, cúi đầu lễ dưới chân, nhiễu về bên hữu ba vòng rồi lui ngồi về một phía.

Ông Tu-đạt thấy thế cũng bắt chước lễ bái như mấy người kia, rồi lui ngồi về một bên. Khi đó Đức Thế Tôn, giảng phép Tứ diệu đế, khổ, không, vô thường. Ông Tu-đạt nghe xong, đắc quả Tu-đà-hoàn. Vui mừng như người đói được ăn, khát được uống, cũng như lụa Bạch Điệp nhuộm các sắc. Ông quỳ chắp tay thưa rằng:

"Kính lạy đức Thế Tôn! Trong thành Xá-vệ, những người nghe pháp, chóng giác ngộ như con có được nhiều không? Cúi xin ngài chỉ giáo cho?"

Phật dạy:

"Trong thành Xá-vệ đối với sự nghe pháp mau hiểu ngộ, không được một người thứ hai như ông, phần nhiều kẻ tà kiến khó được người tin theo chánh giáo."

"Kính lạy đức Thế Tôn! Con nguyện xin Ngài sang nước Xá-vệ thuyết pháp để khiến cho nhân dân biết bỏ tà quy chính!"

Phật nói: "Người xuất gia phải xa nơi thế tục, làm thế nào có một tinh xá, thì mới tiện nghi cho việc giảng diễn Chánh Pháp!"

"Dạ, kính lạy đức Thế Tôn! Con xin về làm tinh xá, cúi xin ngài hứa khả cho?"

"Muốn cho lợi ích chúng sinh và gây phúc cho chính mình, ông nên gắng sức, công đức vô lượng!"

Ông lễ tạ lui ra, về nhà lo việc cưới vợ cho con xong đâu đấy, lại sang nước La-duyệt-kỳ bạch Phật rằng:

"Kính lạy đức Thế Tôn! Con về bản quốc lập tinh xá, nhưng không biết phương pháp làm thế nào? Kính xin Ngài cho một vị Sa-môn sang chỉ bảo cách thức?"

Ngài nghĩ như vầy: "Nước Xá-vệ nguyên những kẻ Bà-la-môn tin theo tà giáo, ai là người hàng phục nổi! Chỉ có ông Xá-lợi-phất trước là dòng Bà-la-môn, thông minh và có phép thần túc, sai đi có lẽ đắc lực."

Phật gọi ông Xá-lợi-phất bảo rằng:

"Xá-lợi-phất! Ông Tu-đạt muốn cho hưng long ngôi Tam bảo, đưa dắt chúng sinh cải tà quy chính, nên ông định lập tinh xá tại nước Xá-vệ, mời ta về thuyết pháp, nhưng không biết cách thức làm. Vậy ông sang đó, góp sức với ông ấy xây cất tinh xá cho ta!"

"Dạ! Lạy đức Thế Tôn con xin phụng giáo!"

Ông Tu-đạt hỏi Ngài Xá-lợi-phất rằng:

"Kính thưa Tôn giả! Đức Thế Tôn đi bộ mỗi ngày được mấy dặm?"

"Đức Thế Tôn đi mỗi ngày được nửa do-tuần; cũng bằng vua Chuyển Luân Thánh Vương."

Bắt đầu từ thành Vương Xá, cứ cách hai mươi dặm ông làm một khách xá (nhà nghỉ chân) cho tới nước Xá-vệ.

Khi về tới nhà hai người an nghỉ vài ngày cho mạnh sức, rồi đi tìm đất làm tịnh xá. Hai ông đi khắp nước không tìm được nơi nào chỉ có khu vườn của Thái tử Kỳ-đà bằng phẳng rộng rãi mát mẻ, cây cối tốt tươi có thể đắc xứ sở. Ngài Xá-lợi-phất bảo ông Tu-đạt rằng:

"Chỉ có khu vườn này làm được, không gần thành thị và cũng không xa, nếu xa chư Tăng đi khất thực khó; gần thì huyên náo, sợ phế bỏ sự hành đạo."

Ông Tu-đạt hỏi Thái tử Kỳ-đà:

"Thưa thái tử, tôi có một việc muốn phiền thái tử được không?"

"Ngài có việc gì, nếu có thể tôi xin giúp."

"Thưa thái tử! Vườn đất nhà tôi rất nhiều, nhưng không dùng được khu nào để làm tịnh xá, mời Phật về nước ta thuyết pháp, giáo hóa cho nhân dân; nhận thấy khu vườn của thái tử nơi rộng rãi mát mẻ, muốn mua lại khu vườn ấy, để kiến tạo tịnh xá, thái tử có vui lòng không?"

Thái Tử cười nói:

"Tôi có thiếu thốn gì mà phải bán, để lúc thư nhàn ra hóng mát chỉ tiêu dao ý chí!"

Tu-đạt ân cần nói đến hai ba lần. Bất đắc dĩ thái tử, nói một giá rất đắt, để ông về nhà cho yên chuyện.

"Vâng, nếu Đại thần muốn mua thì đem vàng lát khắp mặt đất không hở một chỗ nào thì tôi bán!"

"Dạ! Thái tử lấy từng ấy tôi cũng xin trả!"

Thái tử nói:

"Tôi nói đùa vậy chứ bán làm sao được!"

Tu-đạt nói:

"Ngài làm Thái tử không thể nói dối được. Nói dối sau này ngài trị dân làm sao?"

Ông Tu-đạt định tâm nếu thái tử không bán, thì kiện. Vì thế ông Tịnh Cư Thiên, sợ các quan xử thiên lệch, nên hiện thân xuống nói với Thái tử rằng:

"Phép làm Thái tử không được nói dối. Ngài đã hứa thì không nên sai lời!"

Thái Tử nghe có lý đáp lời rằng:

"Phải! Tôi vui lòng bán cho đại thần đấy!"

Tu-đạt vui vẻ, về nhà lập tức sai gia nhân, đưa voi chở vàng đến, chỉ trong tám mươi khoảnh khắc đã lát vàng khắp mặt đất, riêng còn đám gốc cây chưa lát xong.

Tu-đạt thầm nghĩ: "Đám gốc cây này, chẳng còn bao nhiêu, ta cứ lát hết!"

Thái Tử Kỳ-đà, nghĩ như vầy: "Đức Phật phải là người thế nào cho nên ông này mới khinh của như thế; chắc rằng cúng Ngài có phúc đức lớn, vậy ta cũng nên cầu phước." Nghĩ xong ngăn lại nói rằng:

"Thôi! Ông đừng cho lấy vàng đến nữa! Vườn là thuộc ông, còn cây tôi xin dâng Phật làm tinh xá."

Thấy thái tử đã phát tâm kính mộ Phật, ông Tu-đạt rất vui lòng, về nhà đặt công tác xây cất.

Đoạn này bọn Lục Sư nghe biết ông Tu-đạt xây cất tịnh xá, để mời Phật về thuyết pháp, lên tâu vua rằng:

"Tâu Bệ hạ! Trưởng giả Tu-đạt mua rừng Kỳ-hoàn, làm tinh xá mời Sa-môn Cồ-đàm về giảng đạo. Xin Bệ hạ cho chúng tôi đấu phép: nếu Sa-môn thắng thì cho làm; nếu chúng tôi thắng thì không cho làm. Hiện nay đồ chúng của Sa-môn Cồ-đàm ở thành Xá-vệ mà đồ chúng của chúng tôi cũng ở tại đây."

Nhà vua triệu ông Tu-đạt vào cung hỏi:

"Tu-đạt, Lục sư nói khanh mua rừng Kỳ-hoàn làm tinh xá, để mời Sa-môn Cồ-đàm về giảng đạo phải không?"

"Dạ! Tâu Bệ hạ, việc đó có thực, xin Bệ hạ thứ lỗi cho!"

"Chúng xin ta cho đấu phép với đệ tử của Sa-môn: nếu thắng được chúng thì cho làm, nếu thua thì không được làm. Khanh nghĩ sao?"

"Tâu Bệ hạ! Việc đó để hạ thần về hỏi xem, nếu đệ tử của Sa-môn vui lòng đấu, thì hạ thần xin tâu sau!"

Tu-đạt hết vui, vừa lo vừa buồn.

Sớm ngày mai ông Xá-lợi-phất mặc áo cầm bát đến nhà, thấy ông Tu-đạt có vẻ buồn, liền hỏi rằng:

"Hôm nay coi ông có vẻ buồn. Hay việc chi cản trở chăng?"

"Thưa Tôn giả! Việc làm tịnh xá không biết có thành không? Vì thế nên tôi buồn!"

"Có việc chi mà ông sợ không thành?"

"Thưa Tôn giả bọn Lục sư lên tâu vua, xin đấu phép với Tôn giả; nếu Tôn giả thắng thì cho làm, nếu thua chúng thì không được làm. Bọn chúng xuất gia, tu học đã lâu năm, pháp thuật cao cường khó người địch nổi, tôi không biết Tôn giả có thắng được không, nên từ qua đến nay cứ tư lự mãi!"

"Không sao! Ông cứ yên tâm, dầu cho bọn chúng nhiều như tre gỗ khắp mặt đất, cũng không có thể làm động nổi trên cái lông chân của tôi, muốn đấu thì đấu, tôi hẹp chi!"

Tu-đạt mừng quá, tắm rửa sạch sẽ, mặc áo tề chỉnh lên tâu vua rằng:

"Tâu Bệ hạ! Hạ thần về hỏi đệ tử của Sa-môn vui lòng đấu với Lục sư, xin Bệ hạ thông cáo!"

Nhà vua gọi Lục sư lên nói rằng:

"Trẫm đã hỏi đệ tử của Sa-môn rồi! Họ bằng lòng đấu phép, các ông sửa soạn đi, ta cho phép sau bảy ngày nữa sẽ đấu."

"Dạ! Tâu Bệ hạ, để thông cáo cho quốc dân biết đến xem."

"Được tuỳ ý!"

Nước Xá-vệ có mười tám ức người, luật đánh trống hội họp như sau: nếu nhân dân nghe thấy đánh trống đồng, thì số mười hai ức người lại họp; nếu nghe thấy đánh trống bạc, thì mười bốn ức người lại họp tất cả. Khi tới ngày đấu phép họ đánh trống vàng.

Nhà vua sắc lệnh cho dân sửa sang nơi thí trường, treo cờ, dựng biểu ngữ, bày tòa đặt ghế trang nghiêm. Vua quan dân chúng ra trước; vua ngồi trên, các quan ngồi dưới, dân chúng đứng vây quanh. Lục sư đồ chúng có hai ức người tới sau, thứ tự ngồi yên tĩnh. Ông Tu-đạt cũng bày một tòa cao đẹp để dành riêng cho Ngài Xá-lợi-phất.

Giữa lúc đó Ngài Xá-lợi-phất đương ngồi thiền dưới gốc cây, sáu căn vắng lặng, du chơi các thiền định, vô chướng ngại, thầm nghĩ như vầy: "Đại hội này chúng tập thói tà Kiền-đà-lâu, kiêu ngạo tự cao tự đại cũng như lối cỏ rác, ta biết lấy đức gì để hóa phục họ?" Nghĩ thế rồi xuất định đứng lên dùng tam đức, và lập thệ rằng:

"Nếu tôi trong vô số kiếp đã tu từ hiếu với cha mẹ, kính trọng Sa-môn, Bà-la-môn, xin cho tôi mới tới hội, thì tất cả đại chúng đều phải đứng dậy tác lễ!"

Khi đó, Lục sư thấy người đến đã đông đủ mà ông Xá-lợi-phất chưa đến, lên tâu vua rằng:

"Tâu Bệ hạ! Sa-môn đệ tử biết không có tài, đánh bạo nói đấu, giờ đây thấy dân chúng đến đông đảo, chắc sợ không lại!"

Vua gọi ông Tu-đạt hỏi rằng:

"Tu-đạt, đệ tử của Thầy khanh nhận lời đấu phép, tại sao giờ chưa tới?"

"Dạ, tâu Bệ hạ để hạ thần về tìm."

Ông Tu-đạt về nơi Ngài Xá-lợi-phất ngự, quỳ bạch rằng:

"Kính bạch Đại đức Tôn giả! Vua quan dân chúng, và bọn Lục sư đã tới đông đủ, xin Ngài ra hội."

Ngài Xá-lợi-phất lấy áo mặc tề chỉnh, tấm Ni-sư-đàn vắt vai bên tả đi ung dung đỉnh đạc, như sư tử vương tới nơi. Tất cả vua quan dân chúng, Lục sư, nhìn thấy oai phong của Ngài đáng sợ; thốt nhiên toàn thể đứng lên, lễ Ngài như giã gạo, chẳng khác chi một cơn gió mạnh thổi lướt trên làn cỏ lau.

Ngài thăng tòa ngồi nghiễm nhiên như núi Tu-di. Bọn Lục sư có một người tên là Lao Độ Sai, pháp thuật giỏi nhất, trước mặt đại chúng đọc chú, hóa ra một cây to lớn che rợp cả đại hội, cành lá xanh tươi, hoa quả tốt đẹp, mọi người đều vỗ tay reo, hoan hô thần biến của Lao Độ Sai!

Ngài Xá-lợi-phất dùng thần lực hóa thành cơn gió lốc, đập gẫy tan cây ấy ra như vi trần. Đại chúng đều vỗ tay hô lớn, thần biến của Ngài Xá-lợi-phất giỏi, Lao Độ Sai kém!

Lao Độ Sai đọc chú hóa ra một cái ao, bốn bề đều bằng thất bảo, trong ao có rất nhiều hoa. Đại hội đều vỗ tay khen tài!

Ngài Xá-lợi-phất hóa ra con bạch tượng sáu ngà, trên mỗi ngà có bảy ao sen, trên mỗi hoa sen có bảy người ngọc nữ. Bạch tượng từ từ đi đến ao của Lao Độ Sai hóa, thả voi hút hết nước. Đại hội đều vỗ tay khen thần thông Ngài Xá-lợi-phất giỏi!

Lao Độ Sai lại hóa ra một quả núi trang nghiêm bằng thất bảo có suối nước chảy, cây cối um tùm, hoa quả tốt tươi. Đại chúng đều vỗ tay reo!

Ngài Xá-lợi-phất hóa ra rất nhiều các vị Kim Cương lực sĩ, đứng xa cầm chày chỉ, tự nhiên núi ấy tan bay ra như bụi nhỏ. Đại chúng đều vỗ tay khen Ngài Xá-lợi-phất giỏi!

Lao Độ Sai hóa ra một con rồng mười đầu bay trên không gian, mưa các thứ châu bảo xuống, và làm sấm chớp dữ dội. Đại chúng đều kinh sợ và hoan hô giỏi!

Ngài Xá-lợi-phất liền hóa ra một con Điểu vương Kim Súy, lấy chân bắt rồng xé nát bỏ mồm nuốt. Đại chúng vỗ tay kêu như pháo nổ, hoan hô thần biến của Ngài Xá-lợi-phất đại thắng!

Lao Độ Sai hóa ra một con trâu thân thể lớn, béo tốt khỏe mạnh, chân to móng sắc, quỳ dưới đất kêu rống mấy tiếng rất dữ dội, rồi chồm nhảy lại trước mặt Ngài Xá-lợi-phất.

Ngài Xá-lợi-phất hóa ra một con Sư Tử, lấy chân móc họng trâu rồi xé nát ra ăn hết. Đại chúng đều vỗ tay reo. Khen Ngài Xá-lợi-phất thắng, Lao Độ Sai bại.

Lao Độ Sai biến thân thành con quỷ Dạ-xoa cao lớn, trên đầu lửa cháy dữ dội, mắt đỏ như huyết, bốn răng khóe dài nhọn mọc chìa ra ngoài, mồm phun ra lửa, chồm nhảy rất ghê sợ.

Ngài Xá-lợi-phất tự hóa thân làm ông Tì Sa-môn Thiên Vương, quỷ Dạ-xoa sợ hãi chạy trốn, bị bốn bên lửa cháy vây như một bức thành, hết lối tẩu thoát, chỉ nơi Ngài Xá-lợi-phất mát mẻ.

Đến đây Lao Độ Sai chịu khuất phục, năm thể gieo xuống đất cúi đầu xin tha mệnh, nhưng vì bị nhục quá nên lửa ở quả tim, phát ra cháy thiêu mất thân thể.

Khi đó tất cả đại chúng, đều vỗ tay kêu như sấm! Vui mừng, hoan hô Ngài Xá-lợi-phất đại thắng!

Muốn cho toàn thể vua quan, dân chúng, cải tà quy chính, biết tôn sùng ngôi Tam Bảo, nên Ngài Xá-lợi-phất bay lên hư không, hiện ra bốn oai nghi: Đi, đứng, nằm, ngồi trên hư không, trên mình phun ra nước, dưới mình phun ra lửa, ẩn bên Đông, hiện bên Tây, nhô bên Nam, hiện bên Bắc; hoặc hiện thân to lớn chật hư không, rồi thu hình lại rất nhỏ; hoặc biến ra trăm ngàn muôn ức thân, xong lại hợp nhất; đương trên không hốt nhiên ở dưới đất; hoặc đi trên mặt nước, cũng như người đi trên đất, biến hiện rất nhiều phép thần túc, lại về ngồi trên bảo tọa như cũ.

Tất cả đại chúng từ vua đến dân, nhìn thấy phép thần vô ngại, ai nấy đều kính phục, phát tâm tín kính ngôi Tam Bảo.

Thấy họ đã phát tâm chuyển hướng theo Phật, nên Ngài nói về tội phúc báo ứng, nhân duyên sinh Pháp. Nghe xong có người đắc quả Tu-đà-hoàn, Tư-đà-hàm, cho đến quả A-la-hán. Còn ba ức đồ chúng của Lục sư, quay đầu về theo Ngài, làm đệ tử xuất gia, tất cả cúi đầu tạ lễ lui ra, rồi giải tán.

Cách mấy bữa sau, Ngài và ông Tu-đạt đo đất tại khu vườn Kỳ-hoàn, mỗi người cầm một đầu dây, thấy Ngài mỉm cười, ông hỏi:

"Tôn Giả cười gì?"

"Tôi cùng ông cầm dây đo, vừa hết một vòng vườn này, thì cung điện ở trên sáu cõi trời đã làm xong! Vì thế mà tôi cười!"

"Vì lý do gì Tôn giả cười?"

"Vì ông làm tinh xá cúng Phật nên phúc của ông được ở các cung điện cõi trời, hiện ra nhanh như vậy! Tôi sẽ cho ông mượn đạo nhãn mà coi!"

Ông Tu-đạt nhờ đạo nhãn, nhìn thấy những cung điện rất trang nghiêm đẹp đẽ, dành riêng cho mình trên sáu cõi trời, thưa rằng:

"Kính thưa Tôn giả trong sáu cõi này; cõi nào vui hơn nhất?"

"Ba cõi dưới đam hoang về sắc dục nhiều, đến cõi thứ tư, là những người ít dục biết đủ, thường có những Bồ-tát nhất sinh bổ xứ sinh tới, tiếng thuyết pháp không lúc nào ngớt. Trên, còn hai cõi nữa, chúng sinh ở đấy có tính kiêu mạn dật lạc; buông lung lu bù."

"Kính thưa Tôn giả! Nếu vậy, đời sau con nguyện sinh lên cõi thứ tư!"

Ông nguyện xong, các cung điện kia đều diệt hết, mà chỉ nhìn thấy cung điện cõi thứ tư, yên nhiên không biến động. Bắt đầu đo, ông nhìn thấy Ngài có sắc buồn, bèn hỏi:

"Tôn giả, tại sao Ngài có vẻ buồn?"

"Trưởng giả có nhìn thấy đàn kiến này không?"

"Dạ, thưa Tôn giả, có nhìn thấy!"

"Trưởng giả, vì chưa có đạo nhãn, nên không biết nguyên ủy đám kiến này. Đời quá khứ cũng ở khu đất này, ông làm tinh xá cúng dàng Đức Phật Tỳ-bà-thi, thì đàn kiến này nó ở đây! Đến đời đức Phật Thi Khí, ông cũng làm tinh xá ở khu đất này cúng Phật, đàn kiến này nó cũng sinh ở đây! Đến đời đức Phật Tỳ-xá-phù ông cũng làm tinh xá ở khu đất này cúng Phật, thì đàn kiến này nó cũng sinh đây! Đến đời đức Phật Câu-lưu-tôn ông cũng làm tinh xá ở khu đất này cúng Phật, đàn kiến này nó cũng sinh ở đây! Cho đến nay đã chín mươi mốt kiếp, còn phải làm thân con kiến không thôi, biết ngày nào giải thoát? Ông nên coi sinh tử đọa lạc lâu dài như thế, đã mấy ai biết sợ mà cầu giải thoát, cho nên con người có trí phải biết bớt bỏ lòng tham dục si mê mà tu đạo làm thiết yếu."

Tu-đạt nghe xong rơi lệ chứa chan! Thương mình và thương chúng sinh; mê đường lạc nẻo, tham chút vinh lạc nhơ bẩn của thế gian, đến nỗi bỏ thân này, thụ thân kia, lộn vòng xoay trong các thú!

Đo đất xong bắt đầu xây cất tinh xá, làm riêng một lầu gác bằng gỗ chiên-đàn cúng Phật, nơi biệt cư cúng Tăng, làm hai mươi khu, gồm có một ngàn hai trăm năm mươi vị, để hiệp lệnh riêng. Làm xong ông tự nghĩ rằng: "Dầu sao mình cũng là một kẻ hạ thần của nhà vua, nếu cứ tự do mời Phật, sợ có chướng ngại hoặc vua không hài lòng, vậy ta tâu vua xem ý thế nào?" Nghĩ vậy liền đến tâu vua:

"Tâu Bệ hạ! Hạ thần làm tinh xá để mời Phật về nước nhà, giảng đạo, cho dân chúng bỏ bớt lòng bạo ngược tham tàn, tu theo chánh giáo, ngõ hầu quốc gia được an lạc thái bình. Cúi xin Bệ hạ, cho sứ đi mời Phật, hạ thần được đội ơn vạn bội!"

Nhà vua nghe nói rất hợp ý mình, liền sai người sang thành Vương Xá mời Phật và chư Tăng. Tuân lệnh, sứ sang Vương Xá, vào yết kiến Phật, cúi đầu làm lễ thưa rằng:

"Kính lạy đức Thế Tôn! Chúa công con và hạ thần Tu-đạt, cho con tới đây cầu thỉnh Thế Tôn hạ cố quang lâm sang nước Xá-vệ, để tuyên đương chánh pháp, cho quần sinh được ân triêm đức hóa; cúi xin Ngài từ bi hoan hỷ cho chúa con và hạ thần Tu-đạt được ăn mày công đức!"

Phật dạy:

"Quý hóa! Chúa của khanh và hạ thần Tu-đạt muốn cho quốc dân được an vui sung sướng trên cõi nhân thiên mãi mãi, ta hứa một ngày gần đây sẽ đến."

Sứ thần tạ lễ lui ra!

Đức Thế Tôn sau khi nhận lời mời của nhà vua, muốn cho Chánh pháp chóng soi tỏ lòng người, nên đầu tiên Ngài phóng đại quang minh ở trên đỉnh đầu, làm chấn động thiên địa, khắp nước Xá-vệ mọi người đều biết oai thần của ngài.

Khi đi sang nước Xá-vệ có rất nhiều đệ tử theo hầu; tới khách xá, Ngài cùng đại chúng vào nghỉ chân. Trong lúc đi đường, Ngài cũng giáo hóa được rất nhiều người quy y Tam Bảo. Dần dần tới nước Xá-vệ, Quốc Vương, quần thần, nhân dân, mang hương ra đón, người đông như hội, ai nấy đều lễ sát đất, như một làn gió thổi lướt trên đám cỏ lau, thực là một buổi vô cùng vui vẻ! Ngựa xe chật đường, người đi như nước chảy. Nơi tiếp Ngài là một khu đất cao sạch mát mẻ, quy vuông năm ngàn mẫu, trang trí tôn nghiêm, treo cờ, dựng biểu ngữ, phướn lọng rợp trời. Đức Phật tới nơi ngồi trên bảo tọa oai nghiêm phóng đại quang minh chiếu khắp ba ngàn đại thiên thế giới, ngón chân bấm xuống đất làm chuyển động hoàn cầu, các nhạc tự nhiên vang động, không người điều khiển. Nhờ đức hóa của Phật, kẻ mù được sáng con mắt; kẻ điếc được nghe rõ; kẻ câm ngọng được nói năng; kẻ còng được ngay thẳng, nói tóm lại tất cả toàn quốc đều hết tật bệnh đau khổ. Nhân dân lớn nhỏ trai gái trẻ già đều vui mừng hớn hở chen nhau đến lễ Phật.

Khi đó, đức Phật tùy theo căn khí mà thuyết pháp cho họ nghe. Cũng như ông thầy thuốc, tuỳ theo bệnh nhân mà cho thuốc, những người có phúc duyên nhiều, nghe pháp chóng được chứng đạo; có người chứng quả Tu-đà-hoàn; Tư-đà-hàm; A-na-hàm; cho đến quả A-la-hán; cũng có người gây nhân Bích Chi Phật, cũng có người phát tâm cầu đạo Vô thượng Bồ-đề.

Khi đó Phật bảo tôi (A-nan) rằng:

"Vườn này thuộc ông Cấp Cô Độc, cây thuộc Thái tử Kỳ-đà, hai người chung sức làm tinh xá. Vậy nên đề rằng: cây của Thái tử Kỳ-đà, vườn của ông Cấp Cô Độc, lưu truyền cho hậu thế."

Đức Phật dạy thế, tôi xin phụng mạng, rồi đó mọi người đều cúi đầu, lễ Phật lui ra.

❀

PHẨM THỨ BỐN MƯƠI BỐN: LẶC-NA-SÀ-GIA

Chính tôi được nghe: Một thời Đức Phật ở nước Ca-tỳ-la-vệ, tại tinh xá Ni-câu-lư-đà.

Khi bây giờ, dòng họ Thích và nhân dân thấy đức Thế Tôn có quang minh thần biến, tuyên dương chánh giáo, đường đường chính chính, khắp nhân thiên phàm thánh đều quy ngưỡng. Họ ca tụng nhóm ông Kiều-trần-như năm người đối với Phật có duyên gì tốt, mà được nghe pháp đầu tiên; được đắc giải thoát trước, trong thành ngoài ấp đều tùng phục tôn kính.

Các vị tỳ-khưu nghe biết, lên bạch Phật rằng:

"Kính lạy đức Thế Tôn! Nhân dân họ đương tán tụng Thế Tôn và khen nhóm ông Kiều-trần-như, tiền thế có phúc lành gì mà được độ trước, cúi xin Ngài chỉ bảo cho."

Phật dạy:

"Các ông nên biết kiếp xưa đã quá lâu, Ta phải lấy thân làm thuyền để cứu các ông ấy; cũng do duyên lành ấy, mà nay ta độ cho họ trước!"

Các thầy lại thưa với Phật rằng:

"Kính lạy đức Thế Tôn, đời trước Ngài cứu các ông ấy, việc đó thế nào cúi xin chỉ giáo cho chúng con được biết?"

"Các ông hãy để ý nghe cho kỹ! Cũng ở Châu Diêm-phù-đề này, thời đó có một nước gọi là Ba-la-nại, vua nước ấy là Phạm Ma Đạt. Ông Lặc-na-sà-gia là một nhà buôn, hôm đó ra chơi nơi khu rừng gặp một người khóc và đương thắt cổ tự tử! Ông tới nơi hỏi rằng:

'Anh tại sao thế? Thân người khó được, mạng sống mỏng manh suy biến luôn luôn, nay còn mai thác! Thôi, anh hãy cởi dây ra, đừng chết đi cho uổng, muốn gì nói cho tôi nghe, nếu có thể giúp được, tôi xin giúp.'

'Thưa ông! Tôi nghèo khổ quá! Cùng cực khổ! Công nợ nhiều, hết phương kế sống! Chủ nợ lại đòi sỉ nhục thậm tệ, nhà cửa ruộng nương họ tịch thâu hết. Tuy ông có tâm can tôi, nhưng sống không chỗ dung thân, tôi định bỏ mạng ở đây cho hết khổ!'

'Anh cởi dây ra, công nợ nhiều ít tôi sẽ trả cho, đừng lo!'

"Anh ta vui mừng quá, cởi dây, rồi theo về nhà. Ngày mai ra chợ để gặp các chủ nợ, bảo cho họ biết sẽ trả, và dặn đến nhà ông Lặc-na-sà-gia.

"Hôm sau họ đến đông quá, ông trả tận gia tài mà chưa hết nợ, đến nỗi vợ con ông phải đi ăn xin, cha mẹ anh em làng xóm đều ghét ông là kẻ cuồng si, phá hoại gia nghiệp, để vợ con đói khổ!

"Đương lúc ông bị cùng đường, có bọn nhà luôn mời ông ra biển buôn một chuyến, ông nói:

'Tôi là một người hướng đạo cho các bạn, lý ra tôi phải mua thuyền cho các bạn đi, hồi này hết tiền thì các bạn tính sao?'

'Chúng tôi có năm trăm người, xin bỏ tiền mua thuyền.'

"Sau họ góp nhau lại được rất nhiều vàng đưa cho ông, ông mua thuyền một ngàn lạng; mua lương ăn đường một ngàn lạng, sắm các đồ trên thuyền một ngàn lạng. Còn bao nhiêu cho vợ con, và cấp đỡ cho anh nhà nghèo nói trên.

"Chiếc thuyền dầy khỏe bảy lần ván, dùng bảy dây buộc neo trên bờ, rồi phát lệnh cho các khách buôn để sửa soạn nhập hải, khi đến đông đủ, ông lớn tiếng nói rằng:

'Ai không mến gia đình vợ con, thân mạng, cho đến quốc gia thì đi, vì ra biển rất nhiều nguy hiểm, nào sóng to gío lớn, cá Ma-kiệt, quỷ dạ-xoa, rồng độc!'

"Nói xong cắt một dây neo, bảy ngày cắt bảy dây.

"Thuyền bắt đầu đi, biển cả mênh mông, một trời một nước, hốt nhiên gặp sóng gío lớn, làm cho thuyền nghiêng ngả chực đắm, mọi người đều sợ hãi, khi đó kẻ dùng phao, dùng gỗ, người nhảy xuống biển; người ở trên thuyền, trong số đó có năm người thưa với ông rằng:

'Chúng tôi theo ông tới đây, giờ chết sắp đến, mong ông cứu chúng tôi!'

'Dạ, tôi nghe trong biển cả, không bao giờ chứa nạp tử thi, vậy các ông nắm lấy tôi, tôi sẽ tự sát thân này cứu các ông, nguyện đem công đức cầu thành Phật, khi đó tôi sẽ lấy thuyền Vô thượng Chánh pháp chở các ông sang qua bể lớn sinh tử trước.'

"Nói xong lấy dao đâm cổ chết, đại hải bất nạp tử thi, ông thần biển dùng gió thổi xác ông dạt vào bờ, bọn năm người được thoát chết trở về nước."

Nói tới đây Ngài nhắc lại rằng:

"Tỳ-kheo các ông nên biết: Ông Lặc-na-sà-gia thuở đó, chính là tiền thân của Ta, còn năm người bám vào xác chết nay là nhóm ông Kiều-trần-như năm người, tới nay Ta thành Phật, các ông ấy được nghe pháp đắc quả đầu tiên, là vì lý do ấy."

Nghe lời Phật nói, các vị đều tán thán công đức của Phật vô cùng to lớn, ai nấy đều gắng sức tiến tu, cúi đầu tạ lễ lui ra.

❈

PHẨM THỨ BỐN MƯƠI LĂM:
CÁ TRĂM ĐẦU

Chính tôi được nghe: Một thời đức Phật ở nước Ma-kiệt-đà, tại vườn Trúc.

Một hôm đức Thế Tôn và các vị tỳ-khưu, sang nước Tỳ-xá-ly, ngồi nghỉ mát trên bờ sông Lê-việt. Trên bờ có năm trăm người chăn trâu và năm trăm người đánh cá; những người đánh cá này, họ có ba thứ lưới: một thứ hai trăm người kéo; một thứ ba trăm người kéo; một thứ năm trăm người kéo.

Đức Như Lai và các vị tỳ-khưu ngồi cách họ cũng không xa. Một lát thấy năm trăm người nọ, kéo hết sức cũng không nổi, sau họ gọi bọn năm trăm người chăn trâu lại kéo giùm, một lúc kéo lên được con cá rất lớn; trên mình cá có đủ trăm đầu thú: đầu ngựa, đầu lạc đà, đầu hổ, đầu chó sói, đầu lợn v.v... cá lạ xúm nhau lại xem.

Thấy thế, Phật sai tôi lại coi. Tôi vâng lời, lại nhìn thấy con cá lớn trên mình có đủ trăm đầu thú khác nhau, tôi lại trở về bạch Ngài biết rõ căn nguyên.

Ngài cùng đại chúng đi lại xem, khi tới nơi Ngài hỏi cá rằng:

"Cá, có phải là Ca-tỳ-lê không?"

Cá đáp:

"Thưa phải."

Ngài hỏi tiếp:

"Kiếp này làm cá, kiếp sau biết về đâu không?"

"Thưa Ngài, kiếp sau về địa ngục A-tỳ."

Tôi và đại chúng không rõ tại sao, bèn hỏi Phật rằng:

"Kính lạy đức Thế Tôn! Ngài gọi con cá này là Ca-tỳ-lê vì lý do gì, xin nói cho chúng con được rõ?"

Phật dạy:

"Các ông hãy lắng nghe Ta nói nguyên ủy con cá này cho biết:

"Trước đây, về thời Đức Phật Ca-diếp có một người Bà-la-môn sinh được cậu con trai, đặt tên là Ca-tỳ-lê; cậu này thông minh tài trí, đối với hàng văn hoa trí thức thời đó, anh ta giỏi nhất. Tuy thế, đối với trí tuệ học vấn của các vị Sa-môn thì anh ta kém đặc.

"Khi cha anh chết có dặn anh rằng:

'Con chớ đàm luận với các vị Sa-môn của đức Phật Ca-diếp, vì các vị có trí tuệ sâu rộng, con không thể bì kịp.'

"Sau khi cha anh chết, anh vẫn còn đi học và anh được tiếng khen trong nước là người tài biện luận, nhưng không bao giờ anh ngồi đàm luận với các vị Sa-môn. Thấy con khuyết điểm ấy, nên một hôm mẹ anh hỏi rằng:

'Con vốn là người cao minh học vấn, đời nay có ai hơn được con không?'

'Dạ! Thưa mẹ, các vị Sa-môn hơn con nhiều lắm!'

'Hơn con thế nào?'

'Thưa mẹ! Nếu con có chỗ nào không biết, đến hỏi thì các vị giải đáp rõ ràng dễ hiểu; nếu các vị hỏi lại thì con không đáp nổi, bởi vậy nên con biết kém!'

'Vậy sao con không đến học hỏi phương pháp ấy?'

'Thưa mẹ! Nếu học phương pháp ấy, thì phải làm Sa-môn, con là kẻ thế tục làm sao học được!'

'Con sẽ giả làm Sa-môn, học tập cho giỏi, rồi lại trở về với mẹ có hại gì!'

'Dạ, mẹ dạy con nghe!'

"Cách một thời gian, anh mang áo cầm bình giả làm Sa-môn, vào tu học, vì anh có trí thông minh sẵn, chỉ một thời gian đã quán thông tam tạng. Một hôm về nhà chơi, mẹ anh hỏi:

'Con học đã giỏi hơn các vị Sa-môn chưa?'

'Thưa mẹ! Học vấn con giỏi ngang, còn tọa thiền con kém.'

'Tại sao con biết kém?'

'Thưa mẹ, vì phép tọa thiền khó, lý thú siêu hình, con tập cũng không được, học cũng không đạt, vì thế mỗi khi con đàm luận đều bị thua!'

'Từ nay trở đi, có đàm luận nếu thua, thì con cứ la mắng sỉ nhục!'

'Thưa mẹ, các vị Sa-môn tu đạo từ bi, có tội gì mà mẹ bảo con mắng!'

'Vì con có mắng, thì con được!'

"Ca-tỳ-lê nghe lời mẹ dạy, cứ mỗi khi đàm luận với các vị Sa-môn bị thua, mắng liền: 'Người là kẻ ngu! Người là loài súc sinh hiểu biết gì?' Rồi lại sánh các vị như đầu con thú này; đầu con thú khác, luôn luôn có thái độ ác liệt đối với cá vị Sa-môn!"

Nói tới đây Phật nhắc lại rằng:

"A-nan, ông nên biết Ca-tỳ-lê vì ác tâm mắng các vị Sa-môn thuở đó, nay phải chịu báo làm con cá trăm đầu!"

"Kính lạy đức Thế Tôn, Ca-tỳ-lê bao giờ được thoát khỏi thân cá!"

"A-nan ông nên biết: như Ta lấy Phật nhãn mà coi, hãy còn lâu lắm, trong đời hiền kiếp, một ngàn đức Phật đã quá khứ đi rồi, cũng chưa được thoát."

Khi đó tôi và các vị tỳ-kheo nghe Phật nói xong, ai nấy đều rùng mình rởn gáy, bi thương giao cảm! Đồng thanh nói:

"Tất cả chúng sanh thân, miệng, và ý nghĩ, phải nên cẩn thận!"

Thấy Phật và đại chúng hỏi đáp như vậy, các người đánh cá và chăn trâu, đều chắp tay bái Phật, xin xuất gia tu phạm hạnh.

Phật khen họ tốt và nói:

"Thiện lai tỳ-khưu!"

Ngài nói dứt lời, râu tóc họ rụng hết, áo mặc mình họ hóa ra áo cà-sa, biến thành các vị Sa-môn. Theo Phật tu học không bao lâu, đã hết lậu nghiệp, đắc quả A-la-hán.

Vì đại chúng, Phật giảng về Tứ diệu đế, tất cả mọi người được nghe diệu pháp đều phát tâm hướng đạo vô thượng Bồ-đề, cúi đầu tạ lễ mà lui.

PHẨM THỨ BỐN MƯƠI SÁU:
TỊNH CƯ THIÊN

Chính tôi được nghe: Một thời đức Phật ở nước Xá-vệ, tại vườn Cấp Cô Độc cây của Thái tử Kỳ-đà.

Khi bấy giờ vào khoảng chập tối, thấy một đạo quang minh sáng lòe từ trên trời, chiếu xuống rừng Kỳ-hoàn; trong đạo hào quang có một người cao lớn tươi đẹp, mình có ánh sáng như ngọc kim cương, bay xuống vào yết kiến Phật, lễ ba lễ nhiễu ba vòng, quỳ thẳng chắp tay bạch Phật rằng:

"Kính lạy đức Thế Tôn! Con ở trên cõi trời Tịnh Cư, nghe thấy Ngài xuất thế độ sinh, tác phước điền cho cõi nhân gian thiên thượng. Con tưởng rất khó gặp, với một tấm lòng thành kính, cung thỉnh đức Thế Tôn và Tăng chúng, nhận cho ngày mai con được cúng dàng trai và tắm gội?"

Đức Phật khen có tâm cầu phúc và hứa lời mời của ông. Được Phật hứa khả, ông bay về trời đem các món ăn ngon quý trên thiên cung và các đồ tắm gội, áo mặc xuống rừng Kỳ -hoàn. Ông tự hóa ra nhà ôn thất, nước pha không nóng, không lạnh, dầu bôi cỏ ky, đầy đủ các vật, rồi lên mời Phật đi tắm. Khi tắm xong, đức Thế Tôn, về tư phòng, ông lên bạch rằng:

"Kính lạy đức Thế Tôn, trai thời đã đến, cúi xin Ngài chứng giám thọ trai."

Đức Phật và Tăng chúng tắm gội xong, chỉnh y phục, ra trai đường, dùng bữa ngọ xong, lại trở về bản tòa. Tôi liền đứng lên, tới đức Thế Tôn, quỳ thẳng chắp tay hỏi rằng:

"Kính lạy đức Thế Tôn, người ở cõi trời Tịnh Cư cúng tắm gội hôm nay, trước làm công đức gì, mà được thân hình tốt đẹp, uy đức đoan nghiêm, quang minh chói sáng, như quả núi báu, cúi xin nói cho chúng con được biết?"

Phật dạy:

"A-nan, muốn biết hãy lắng tai nghe!"

"Dạ lạy đức Thế Tôn! Con xin chú ý nghe."

"Người này ở thời đức Phật Tỳ-bà-thi, là một người nghèo. Thường đi làm mướn để nuôi thân. Một hôm được nghe đức Phật Tỳ-bà-thi nói công đức cúng dàng tắm gội lớn lao. Anh ta vui mừng muốn được công đức ấy! Cố gắng đi làm mướn được chút gạo tiền, mua các thứ hàng dùng tắm gội, cùng các món ăn, xếp đặt xong, đi mời Phật và chư Tăng về nhà cúng dàng. Do phước ấy lúc chết được sinh lên cõi trời Tịnh Cư, và có quang minh.

"A-nan, ông nên biết người này, chẳng những hôm nay mời Ta và chư Tăng cúng dàng, cho đến thời đức Phật Thi Khí đã xuống thế gian cúng dàng, cho đến thời đức Phật Ca-diếp cũng cúng dàng như hôm nay; người này chẳng những cúng dàng bảy đức Phật; mà sau này còn cúng dàng một ngàn đức Phật đời hiền kiếp, cũng như hôm nay."

Nói xong Ngài thụ ký cho ông đủ một trăm kiếp a-tăng-kỳ sẽ được thành Phật, hiệu là Tịnh Thân, mười hiệu đầy đủ, giáo hóa chúng sinh nhiều không số lượng.

Khi đó tôi và tứ chúng ai nấy đều vui mừng đồng thanh nói rằng:

"Đức Như Lai ra đời rất có lợi cho muôn loài chúng sinh, như ông Tịnh Cư thiên này cúng dàng ít, mà phúc báo vô cùng to lớn!"

Phật khen rằng:

"Các ông nói thế cũng hay lắm! Như Lai ra đời một mục đích cứu quần sinh, khỏi đau khổ, và làm lợi ích cho tất cả mà thôi!"

Nói xong, Ngài lại tuyên diễn Chánh pháp cho đại chúng nghe; nghe xong có người đắc vãng lai, quả bất hoàn, cũng có người phát tâm cầu đạo Vô thượng Bồ-đề, ai nấy đều vui mừng tạ lễ mà lui.

※

HẾT

GIÁO HỘI PHẬT GIÁO VIỆT NAM THỐNG NHẤT
HỘI ĐỒNG HOẰNG PHÁP*

CHỨNG MINH:
Trưởng lão HT Thích Thắng Hoan (Hoa Kỳ),
Trưởng lão HT Thích Huyền Tôn (Úc châu),
HT Thích Bảo Lạc (Úc châu),
HT Thích Tuệ Sỹ (Việt Nam)

CỐ VẤN CHỈ ĐẠO:
HT Thích Tuệ Sỹ (Việt Nam)

CHÁNH THƯ KÝ:
HT Thích Như Điển (Đức)

PHÓ THƯ KÝ:
HT Thích Nguyên Siêu (Hoa Kỳ),
HT Thích Bổn Đạt (Canada)

THÀNH VIÊN:
Âu châu: HT Thích Quảng Hiền (Thụy Sĩ), HT Thích Minh Giác (Hòa Lan), TT Thích Thông Trí (Hòa Lan), TT Thích Nguyên Lộc (Pháp)
Úc châu: HT Thích Minh Hiếu, TT Thích Tâm Minh
Hoa Kỳ: HT Thích Nhật Huệ, TT Thích Từ Lực

* Cập nhật ngày 08.05.2022.

Liên lạc HỘI ĐỒNG HOẰNG PHÁP

Hòa thượng Thích Như Điển, Chánh Thư Ký, HĐHP
Chùa Viên Giác. Karlsruher Str. 6, 30519 Hannover, Germany
Website: www.hoangphap.org; Email: hdhp.ctk@gmail.com;
Tel: + 49 511 879 630

Thượng tọa Thích Nguyên Tạng, Trưởng ban Báo Chí & Xuất Bản, HĐHP
Tu Viện Quảng Đức, 105 Lynch Road, Fawkner, Vic.3060 Australia
Website: www.hoangphap.org; Email: hdhp.bbc@gmail.com;
Tel: +61 481 169 631

Thượng tọa Thích Tâm Hòa, Trưởng ban Bảo Trợ, HĐHP
Trung Tâm Văn Hóa Phật Giáo Pháp Vân, Ontario, Canada
420 Traders Blvd E, Mississauga, ON L4Z 1W7, Canada
Website: www.phapvan.ca; Email: thichtamhoa@gmail.com
Tel: +1 905-712-8809

Liên lạc thỉnh ĐẠI TẠNG KINH

Ni Sư Thích Nữ Quảng Trạm - Tổ Đình Khánh Anh (Bagneux)
14 Avenue Henri Barbusse, 92220 Bagneux- France
Tel.: +33 609 09 01 19 - Email: hdhp.inan@gmail.com

www.ingramcontent.com/pod-product-compliance
Lightning Source LLC
Chambersburg PA
CBHW080129150626
46550CB00018B/2871